சுவடுகள்

வெங்கடேஷ் சக்ரவர்த்தி

பிரக்ஞை

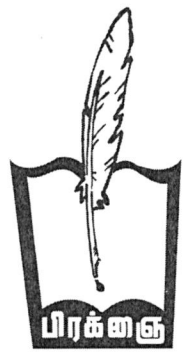

Pragnai

Title : Chuvadugal

Author : Venkatesh Chakravarthy

Cover Design : Krithika Parameswari

Copyright (c) : Venkatesh Chakravarthy

First Edition : January, 2018

Pages : 344

Price : Rs. 555

Layout : M. Nisha

Printed at : Ganapathy Enterprises

நூல் தலைப்பு : சுவடுகள்
நூலாசிரியர் : வெங்கடேஷ் சக்கரவர்த்தி
அட்டைப்பட வடிவமைப்பு : கிருத்திகா பரமேசுவரி
முதற்பதிப்பு : ஜனவரி, 2018
பக்கங்கள் : 344
விலை : ரூ. 555
வடிவமைப்பு : எம். நிஷா
அச்சாக்கம் : கணபதி எண்டர்பிரைசஸ்

பிரக்ஞை
10/2 (8/2), போலீஸ் க்வாட்டர்ஸ் சாலை
தியாகராய நகர்
சென்னை - 600017
தொலைபேசி எண்: 044-24342771
கைபேசி : 9940044042 - 9108950707

PRAGNAI
10/2 (8/2), Police Quarters Road
T.Nagar, Chennai – 600017
LL : 044-24342771
Mob : 9940044042 & 9108950707
Email : publications@pragnai.com

ISBN 978-81-935764-5-8

A3

ருத்ரையா
எம்.எஸ்.எஸ். பாண்டியன்
பால கைலாசம்

பொருளடக்கம்

புகழுரை

முன்னுரை

கட்டுரைகள்:

I. பாரதிராஜா, ரயான்ஸ் டாட்டர், மண்வாசனை சினிமா

- *பாரதிராஜாவின் சினிமா*
- *டேவிட் லீனின் ரயான்ஸ் டாட்டரும் (1970) மண்வாசனை சினிமாவின் கமர்ஷியல் வடிவமும் - முதல் பாகம்*
- *டேவிட் லீனின் ரயான்ஸ் டாட்டரும் (1970) மண்வாசனை சினிமாவின் கமர்ஷியல் வடிவமும் - இரண்டாம் பாகம்*
- *டேவிட் லீனின் ரயான்ஸ் டாட்டரும் (1970) மண்வாசனை சினிமாவின் கமர்ஷியல் வடிவமும் - மூன்றாம் பாகம்*
- *டேவிட் லீனின் ரயான்ஸ் டாட்டரும் (1970) மண்வாசனை சினிமாவின் கமர்ஷியல் வடிவமும் - நான்காம் பாகம்*

II. தொண்ணூறுகளில் எழுச்சி பெற்ற வலதுசாரித் தேசியவாதம்

- *மணிரத்னமும் சினிமா அரசியலும்*
- *மாறி வரும் தமிழ் சினிமாவும் அதன் இந்துத்துவப் பிரதிபலிப்பும்*

III. மற்றொரு திசை - தமிழ் சினிமாவில் சாதிய கதாநாயகர்களின் எழுச்சி

- *ராசுக்குட்டி - தேவர் மகன்*
- *சினிமாவில் சாதியைப் பற்றி பேசலாமா?*
- *தலித் மக்களைத் திராவிட இயக்கச் சினிமா எப்படி சித்தரித்தது?*
- *மண்வாசனைப் படங்கள் சாதியத்திற்கு எதிராக என்ன செய்தன?*

IV. கதாநாயக பிம்ப வழிபாடு, ரசிகர் மன்றம், எம்.ஜி.ஆர், திராவிட இயக்கம்

- *பிம்பச் சிறை:*
  திரையிலும், சினிமாவிலும் எம்.ஜி. ராமச்சந்திரன்
- *இருவர் (நுகர்பொருளாக மாறும் சரித்திரம்)*
- *அரசியல் Vs சினிமா*
- *திராவிட இயக்கம் ஒரு சமூக இயக்கம்*

V. தத்துவமும் சினிமாவும்

- *நேற்றைய 'ஜென்டில்மேன்' இன்றைய 'அந்நியன்'*
- *ஆட்டோகிராஃப் (2004) – ஒரு தத்துவ ஆய்வு*

VI. முதலீட்டியம், உலகமயமாக்கம், தொலைக்காட்சி, தமிழ் சினிமா

- *தொலைக்காட்சியின் பரிணாம வளர்ச்சி*
- *தமிழ் சினிமாவும் உலகமையமாக்கமும்*

VII. ப்ளாக் பஸ்டர் படங்கள்

- *விஸ்வரூபம் – முதல் விமர்சனம்*
- *கபாலி – ஒரு சரித்திர ஆய்வு*

VIII. நடிகர் திலகம், காதல் மன்னன் மற்றும் ரகுவரன்

- *நடிகர் திலகத்திற்கு இன்னுமொரு திலகம்*
- *நினைவிலிருந்து நீங்காத நாயகன் – தமிழ் சினிமாவின் காரி கிராண்ட்*
- *ரகுவரன்: ஒரு நினைவாஞ்சலி*

IX. நேர்காணல், விமர்சனம்

- *இலக்கியம் என்பது நிரந்திரமாக இருக்கக்கூடிய புறப்பொருள் அல்ல?*
- *ஒரு குறும்படம் சொன்ன சேதி*

எண்பதுகளில் 'இனி' இதழில் வெளியான ஒரு கட்டுரையின் மூலம் நான் வெங்கடேஷ் சக்ரவர்த்தியின் எழுத்துக்கு அறிமுகமானேன்... தமிழில் சினிமா ரீதியாக எழுதப்பட்ட ஒரு முன்னோடிப் படைப்பு. தரமான பல கட்டுரைகளைக் கொண்ட இந்தத் தொகுப்பு தமிழ் சினிமா சார்ந்த எழுத்துகளின் எல்லையை விரிவடையச் செய்யும். திரைக் கோட்பாடுகளுடன் ஆழ்ந்த பரிச்சயம் கொண்ட இவர் அரசியல் சினிமா, தலித் பிரச்னை, திராவிட இயக்கம், இலக்கியம் எனப் பல தளங்களைத் தொடுகின்றார். கல்விப்புலத்திலிருந்து வரும் சக்ரவர்த்தி ஒரு சினிமா படைப்பாளியும் கூட. திரைப்படங்கள் எடுப்பது மட்டுமல்லாமல், போதித்துக்கொண்டும் இருக்கின்றார். இரு உலகங்களில் கால் பதித்து இருப்பது இவருக்கு ஓர் அரிய பார்வையைத் தருகின்றது. கேளிக்கை என்ற ஒரு தளத்தில் நின்று சினிமாவின் எண்ணற்ற சாத்தியக் கூறுகளைக் கட்டிப் போட்டுக்கொண்டிருக்கும் இந்தக் காலக்கட்டத்தில் தமிழ்த்திரை உயிர்ப்போடு வளர சக்ரவர்த்தியின் தீர்க்கமான கட்டுரைகள் உரமாக அமையும்.

- தியோடர் பாஸ்கரன்

வெங்கடேஷ் சக்ரவர்த்தியின் இந்தக் கட்டுரைத் தொகுப்பு நீண்ட நாளாக எதிர்பார்த்திருந்த ஒரு நூல். ஏறத்தாழ முப்பது ஆண்டுகளாகத் தீவிரமான திரைப்பட ஆய்வில் ஈடுபட்டு வரும் சக்ரவர்த்தி தமிழில் திரைப்பட ஆய்வியலை முறையாகத் தொடங்கிவைத்த முன்னோடிகளில் ஒருவர். குறிப்பாக, தமிழில் உளப்பகுப்பாய்வின் அடிப்படையில் திரைப்படத் திறனாய்வை மேற்கொண்ட முதல் ஆய்வாளர் இவரே. தமிழ் ஜனரஞ்சகத் திரைப்படத்தைத் தீவிர ஆய்வின் பொருளாக எடுத்துக்கொள்ளும் சக்ரவர்த்தி இவ்விதத்தில் பலருக்கும் வழிகாட்டக்கூடிய ஆய்வறிஞராக விளங்குகிறார். ஒரே சமயத்தில் திரைப்பட இயக்குநராகவும் ஆசிரியராகவும் ஆய்வாளராகவும் திகழ்கிற இவர் கடந்த முப்பதாண்டுகளில் எழுதிய தமிழ்க் கட்டுரைகளின் இத்தொகுப்பு சீரிய வாசகர்களுக்கும் மாணவர்களுக்கும் பெரிதும் பயன்படும் அரியதொரு நூலாகும்.

- சுந்தர் காளி

சக்ரவர்த்தி கலைநோக்குடன் தத்துவ சிந்தனைகளை இணைத்துத் தமிழ் சினிமாவை அணுகுபவர். அவரது பல்வேறு இழைகளைக் கொண்ட சிந்தனைகளின் ஒட்டுமொத்தத் தன்மையை யோசிக்கும்போது சமூக வரலாற்று யதார்த்தம் என்னும் பெரும்பாறையில் மோதும் பேரலைகளை உருவாக்கும் ஆழ்கடல் என்ற உருவகம் மனத்தில் எழுகிறது, அந்த அலைகளின் சிதறல்களாக வெளிப்பட்டுள்ள இந்த கட்டுரைகள் தமிழ் சினிமாவின் பல்வேறு அம்சங்களை வெவ்வேறு தருணங்களில் பரிசீலிக்கும்போது அசாதாரணமான சிந்தனை வீச்சுகளை வெளிப்படுத்துகின்றன. படிக்க வேண்டிய கட்டுரைகள் என்பதைவிடப் பயில வேண்டிய கட்டுரைகள், பயின்று விவாதிக்க வேண்டிய கட்டுரைகள் என்று சொன்னால் மிகையாகாது.

– ராஜன் குறை.

தமிழ் சினிமா ஆய்வாளர்களில் வெங்கடேஷ் சக்ரவர்த்தி அவர்களின் பங்களிப்பு தனித்துவம் வாய்ந்தது. சினிமாவின் மூலமாக திராவிட இயக்கத்தை மையமாக வைத்து தமிழ் சமுகத்தின் ஆழ்மனத்தையும் அதில் கனன்று கொண்டிருக்கும் சாதிய, வர்க, மற்றும் ஆண்மைய அதிகாரத்தையும் ஆராயும் இவ்வரியக் கட்டுரைகளின் இத்தொகுப்பு நமக்கு கிடைத்துள்ள பொக்கிஷம். தனது குழந்தைப் பருவத்திலிருந்து தமிழ் சினிமாவை உள்ளிருந்தும் வெளியிலிருந்தும் அவதானிக்கும் வாய்ப்பை பெற்ற சக்ரவர்த்தியவர்களின் அரசியல் ஈடுபாடும் தத்துவார்த்த மேதைமையும் இக்கட்டுரைகளை பிலிம் ஸ்டடீஸ் சார்ந்த ஒரு முன்னோடி அறிஞனின் ஆழ்ந்த தியானிப்புகளாக விரித்தெடுக்கின்றன. சக்ரவர்த்தியவர்களின் ஆழ்ந்த வாசிப்பு சினிமா என்பது நமக்கு எளிதில் புலப்படாத வரலாற்று நிகழ்வுகளுக்கும் பண்பாட்டு முரண்களுக்கும் பின்னுள்ள காரணிகளைப் புரிந்து கொள்ள ஏதுவானது என்பதைத் தெளிந்த நீரோடை போன்ற இக்கட்டுரைகள் மூலம் எடுத்துச்சொல்கிறது. சினிமாக் கோட்பாடுகளை தமிழுலகத்திற்கு அறிமுகப்படுத்திய முன்னோடியான ஆசான் சக்ரவர்த்தியவர்களின் இக்கட்டுரைகள் ஊடகத்துறை ஆசிரியரகள், மாணவர்கள் மற்றும் சினிமா ஆர்வலர்களுக்கு அவர் நல்கியிருக்கும் நிகரில்லாத கொடை. எல்லோரும் படித்துப் பயன்பெற வாழ்த்துகிறேன்!

– ஸ்வர்ணவேல்

முன்னுரை

தமிழ் சினிமாவைப் பற்றி தமிழில் என்றாவது எழுதுவேன் என்று நினைத்துப் பார்த்தது கிடையாது. 1986 இல் அது சாத்தியமானது. அந்த சமயம் அரசுத் திரைப்படக் கல்லூரியில் நேஷனல் பிலிம் ஆர்கைவ்விஸிலிருந்து முக்கியமான படங்களை வரவழைத்து அவற்றை மாணவர்களுக்காகத் திரையிடும் வழக்கமிருந்தது. சில நேரங்களில் சிறு சிறு நிர்வாகச் சிக்கல்களினால் அங்கிருந்து படப்பெட்டிகள் தக்க சமயத்தில் வந்து சேராது. அந்த மாதிரி ஒரு கட்டத்தில் அந்த வருடம் சில மாணவர்கள் ஒன்று சேர்ந்து சில முன்னணித் தமிழ் இயக்குனர்களைச் சந்தித்து அவர்களுடைய படங்களைக் கொண்டு வந்து திரையிட்டனர். இதனால் ஒரே இடத்தில் எனக்கு ஒட்டுமொத்தமாக பாராதிராஜா அவர்களின் மண்வாசனைப் படைப்புகளை இரண்டு மூன்று முறைகள் பார்க்க முடிந்தது.

ஏற்கனவே ழான் லுக் கோதார், பிரான்ஸுவா ட்ரூஃபோ, ழாக் ரிவெட், க்ளாட் சாப்ரால், எரிக் ரோமர் என்ற ஐந்து பிரெஞ்சு புதிய அலை இயக்குனர்கள், பிதாமகர், சினிமா கோட்பாட்டாளர், ஆந்திரே பஸான் அவர்களின் தலைமையின் கீழ் பங்களித்து வந்த கஹிது சினிமா என்ற சஞ்சிகையின் முதல் தொகுப்பும் (*Cahiers Du Cinema, Volume I*), பீட்டர் வொல்லன்ஸ் எழுதிய சைன்ஸ் அண்ட் மீனிங் இன் சினிமா (*Signs and Meaning in Cinema*) என்ற நூலும் கைவசம் கிடைத்த காலமது. அந்த சஞ்சிகையின் முதல் தொகுப்பில் வந்த கட்டுரைகளும், குறியியல் அடிப்படையில் உருவாகி இருந்தாலும் பீட்டர் வொல்லன்ஸ் அவர்களின் மேற்கூறிய நூலும் படைப்பாளியை மையப்படுத்தி எழுதப்பட்டவை. வர்த்தக சினிமாவில் பணியாற்றியிருந்தாலும் அவர்களுக்கென்றே ஒரு தனிமுத்திரையையும், பாணியையும், கருத்தோட்டத்தையும் உருவாக்கிக்கொண்ட ஜான் போஃர்ட், ஹாவர்ட் ஹாக்ஸ், ரூபன் மம்மோலியன், ஆல்பிஃரட் ஹிட்ச்காக், நிகோலஸ் ரே போன்ற இயக்குனர்களின் திறன்களை ஆழமாக விவரித்து அவர்களின் முக்கியத்துவத்தை முன்வைக்கும் முறையே அந்த மேற்கூறிய நூல்களின் பிரதான போக்கு. மே 1968க்குப் பிறகு, கோட்பாட்டு உலகில் நடந்தப் பெரிய மாற்றங்களினால், கஹிது

சினிமாவின் அடுத்தடுத்த தொகுப்புகள் அந்த மாற்றங்களை உள்வாங்கி மாறி வந்தன. இருந்தாலும், அதன் முதல் தொகுப்பும் அந்த இதழ்கள் உருவான காலகட்டமும் இன்றும் அவற்றின் செவ்வியல் தன்மைக்காகத் திரைப்பட விமர்சன மரபில் தனது முக்கியத்துவத்தை இழக்காமல் வேறுவிதமாக இன்று புத்துயிர் பெற்று இயங்கி வருகிறது.

இந்தத் தொகுப்பையும், பீட்டர் வொல்லன்ஸ் அவர்களின் நூலையும் வாசித்தபோது அவை என் மேல் ஏற்படுத்திய பெரும் தாக்கத்தினால் ஏற்கனவே இந்த படைப்பாளிக் கோட்பாடின் *(auteur's theory)* அடிப்படையில், கிருஷ்ணன்-பஞ்சு, பீம்சிங், ஸ்ரீதர் மற்றும் பாலசந்தர் அவர்களின் படைப்புகளைப் பற்றி எழுத வேண்டும் என்ற ஒரு ஆதங்கத்தில் அவர்களின் படைப்புகளைப் பற்றிய தரவுகளைச் சேகரித்துக் கொண்டிருந்தேன். அந்தக் கட்டத்தில்தான் பாரதிராஜாவின் படங்களை ஒட்டுமொத்தமாக ஒரே இடத்தில் பார்க்கும் வாய்ப்பு ஏற்பட்டது. அந்தக் கோட்பாட்டின் அடிப்படையில் பாரதிராஜா அவர்களின் படைப்புகளை எதிர்கொண்டபோது அவற்றுடைய கதைக்களங்களின் அமைப்புகளிலும், திரைமொழிக் கூறுகளிலும் இருக்கும் ஒற்றுமைகள் எவ்வாறு பாரதிராஜாவின் தனித்துவத்தை வித்தியாசப்படுத்திக் காட்டுகின்றன என்பது தெளிவாகப் புலப்பட்டது. அந்தப் புரிதலின் அடிப்படையில் ஒரு விரிவுரையை உருவாக்கி மாணவர்களுடன் என் கருத்துகளைப் பகிர்ந்துகொண்டேன். இந்தத் தருணத்தில், எஸ்.வி. ராஜதுரை அவர்கள் 'இனி' என்ற மாற்று இதழை உருவாக்கும் முயற்சியில் இருந்ததால் என்னிடம் சினிமாவைப் பற்றி அவர் ஒரு கட்டுரையைக் கேட்க, என் விரிவுரை - பாரதிராஜாவின் சினிமா - என்ற தலைப்பில் கட்டுரை வடிவத்தைப் பெற்று அதன் முதல் இதழில் வெளியானது. இது இந்தத் தொகுப்பின் முதல் பகுதியில் முதல் கட்டுரையாகத் தரப்பட்டுள்ளது.

அடுத்த நான்கு அத்தியாயங்களில், டேவிட் லீன்ஸின் ரயான்ஸ் டாட்டரும் (1970) மண்வாசனை சினிமாவின் கமர்ஷியல் வடிவமும் என்ற தொடர் கட்டுரை இடம் பெற்றிருக்கிறது. முதல் கட்டுரைக்கும் இந்தக் கட்டுரைத் தொடருக்கும் இடையில் எத்தனையோ ஆண்டுகள் கடந்துவிட்டன என்றாலும் மண்வாசனைப் படங்களை, பாரதிராஜாவின் அந்த வகைப் படங்கள் உள்பட ரயான்ஸ் டாட்டர் எந்த அளவிற்குப் பாதித்திருக்கிறது என்பது முக்கியமாக ஆராயப்பட வேண்டிய ஒன்று. ஏனென்றால் தமிழ் சினிமாவில் எழுபதுகளின்

இறுதிக்கட்டத்தில் மண்வாசனைப்படங்கள் ஒரு பெரிய திருப்புமுனையாக உருவானதிற்கு பொறுப்பான காரணிகளில் இந்த ஆங்கிலப்பமும் ஒரு முக்கியமான காரணி. குறிப்பாக அதன் சாயலும் வடிவக் கூறுகளும் பல படங்களில் அன்று வந்துள்ளன. முதலில் இந்தக் கட்டுரையை ஆங்கிலத்தில் எழுதுவதற்கான முயற்சியில்தான் ஈடுபட்டிருந்தேன். நண்பர் சுபகுணராஜன் அவர்கள் அந்தத் தருணத்தில் காட்சிப்பிழையினை வெளியிடத் துவங்கியதால், அதன் முதல் நான்கு இதழ்களில் இது ஒரு தொடர்கட்டுரையாக இடம் பெற்றது.

1980களின் இறுதிக் கட்டத்தில் மறுபடியும் தமிழ் சினிமாவில் சில மாற்றங்கள் வரத்துவங்கி 1990களின் துவக்கத்தில் தமிழ்த் திரைப்படங்கள் வலதுசாரி அரசியல் பக்கம் சாயத் துவங்கின. இவற்றில் மணிரத்னத்தின் ரோஜா (1992), பாம்பே (1995) எஸ். சங்கரின் ஜென்டில்மேன் (1993) என்ற மூன்று படங்களும் அதற்குப் பின் அந்தக் காலகட்டத்தில் வந்த மற்றப் படங்களுக்கு முன்மாதிரிகளாக விளங்கின. 1994ல் ஏற்கனவே ரோஜாவைப் பற்றி எம்.எஸ். பாண்டியனுடன் ஆங்கிலத்தில் ஈ.பி.டபிள்யூ என்ற சஞ்சிகைக்கு எழுதிய கட்டுரை பரவலான வரவேற்பை பெற்றிருந்தது. அதன் தொடர்ச்சியாக, டிசம்பர் 1995ல் எனக்கு அன்றைய தினமணி ஆசிரியர் இராமசம்பந்தம் அவர்களிடமிருந்து அழைப்பு வந்தது. அவரைச் சந்தித்தபோது அங்கு ஞாநியும் இருந்தார். வரும் ஆண்டு தினமணி பொங்கல் மலரை ஞாநி அவர்கள் தொகுக்கப் போவதாகவும் அதற்கு மணிரத்னத்தின் சினிமாவைப் பற்றி ஒரு கட்டுரையை எழுதித் தருமாறும் கேட்டார். சுடச்சுட அதன் முதல் நகல் அச்சிலிருந்து வந்ததும் அதிலிருந்த எழுத்துப் பிழைகளையும் அச்சுப் பிழைகளையும் சூப்பர் எக்ஸ்பிரஸ் வேகத்தில் வண்ணநிலவன் அவர்கள் திருத்திக்கொடுத்தார். இராமசம்பந்தம் அவர்கள் என் கட்டுரைத் தலைப்பை மையப்படுத்தி தினமணி மலருக்கான விளம்பரங்களை பொங்கல் வரை தினமணியிலும், இந்தியன் எக்ஸ்பிரஸிலும் வெளியிட்டார். அதற்கு அடுத்து வரும், மாறி வரும் தமிழ் சினிமாவும் அதன் பிரதிபலிப்பும் என்பது ஒரு விதத்தில் மேற்கூறிய கட்டுரையின் தொடர்ச்சி. மதுரைக்கு ஒரு கூட்டத்தில் கலந்துகொள்ளச் சென்றபோது அங்கு ஒற்றுமை என்ற சஞ்சிகையின் ஆசிரியர் அவர்களின் வேண்டுகோளின்படி, படு வேகத்தில் எழுதிக் கொடுத்த ஒரு சிறிய கட்டுரை அது. இந்த இரண்டு கட்டுரைகளையும், தொண்ணூறுகளில் எழுச்சிபெற்ற வலதுசாரித் தேசியவாதம் என்ற தலைப்பின் கீழ் இந்தத் தொகுப்பின் இரண்டாவது பகுதியில் இணைத்திருக்கிறேன்.

மற்றொரு திசை - தமிழ் சினிமாவில் சாதிய கதாநாயகர்களின் எழுச்சி என்ற தலைப்பில் வரும் மூன்றாவது பகுதியில், ராசுக்குட்டி-தேவர் மகன் என்ற கட்டுரையையும் மற்றும் சினிமாவில் சாதியைப் பற்றி பேசலாமா என்ற மூன்று பாகங்கள் அடங்கிய தொடர் கட்டுரையையும் இணைத்துள்ளேன். கோமல் சுவாமிநாதன் அவர்கள் 'சுபமங்களாவை' நடத்திக் கொண்டிருந்த சமயத்தில் ஒரு நாள் என்னை அழைத்து இன்னும் இரண்டு நாட்களில் தேவர் மகன் வெளியாகிறது. அதைப்பற்றி எழுதிக் கொடு என்று கட்டளையிட்டார். ஆனால் தேவர் மகன் டிக்கெட்டுக்கு எங்கே போவது என்பதை பற்றி கோமல் அவர்கள் ஒன்றும் சொல்லவில்லை. ஏற்கனவே நான் முதலில் பாக்கியராஜின் ராசுக்குட்டியைப் பார்த்துவிடலாம் என்று உதயத்தில் அட்வான்ஸ் புக்கிங் செய்து வைத்திருந்தேன். தேவர் மகனை பொறுத்தவரை ஒரு இடத்திற்குப் போனால் எனக்கு டிக்கெட் கிடைக்கும் என்று தெரியும் என்பதால் கவிதாலாயா அலுவகத்தில் அனந்து அவர்களை போய்ச் சந்தித்து என் நிலைமையை விளக்கினேன். ஒரு மணி நேரத்திற்குள் டிக்கெட் என் கைகளுக்கு வந்து விட்டது. படத்தில் எனக்குச் சில இடங்கள் பிடிக்கவில்லை. அதை நேர்முகமாக எழுதாமல் ராசுக்குட்டியுடன் ஒப்பிட்டு அவரச அவசரமாக அதை எழுதிக்கொடுத்தேன். அது ஆழ்வார்பேட்டையில் இருந்தவர்களுக்கும் சரி, என் நண்பர்களில் சிலருக்கும் வெவ்வேறு காரணங்களால் பிடிக்கவில்லை. எனக்கும் நான் எழுதியதிலேயே மனத்திருப்தி அளிக்காத ஒரு கட்டுரை என்றால் அது அந்தக் கட்டுரையே.

மணிரத்னத்தின் நாயகன் (1987), தி காட் பாஃதர் (1972) என்பதின் ஆலிவுட் காங்கிஸ்டர் வகைமையை தமிழ் சினிமா பார்வையாளர்களுக்கு அறிமுகம் செய்திருந்தாலும், பம்பாயை மையப்படுத்தி மேலும் அந்த வகைமையைச் சார்ந்த படங்கள் தொண்ணூறுகளில் வருவது இங்கு கடினமாக இருந்தது. அந்த இடைவெளியில் தேவர் மகன் தெற்குத் தமிழகத்தை அந்த வகைமைக்கான களமாக தேர்வு செய்து, அதே தி காட் பாஃதர் என்ற படத்தின் மற்றொரு தழுவலாக வெளிவந்து வெற்றி பெற்றது. இதனால் ஒரு பக்கம் வலதுசாரி தேசியவாதத்தை நோக்கித் தமிழ் சினிமா சென்றதென்றால் மறுபக்கம் தேவர் மகனிலிருந்து வெவ்வெறு மாவட்டங்களின் ஆதிக்க சாதிய நாயகர்களை மன்னர்களுக்குச் சமமாகக் கருத்தாக்கம் செய்து போற்றி உயர்த்தும் படங்களை உருவாக்கும் திசையிலும் தமிழ் சினிமா அன்று பாய்ந்தது. தேவர் மகனுக்கு மாறாக ராசுக்குட்டியின் நாயகன் அதீத வீரியம் படைத்தவன் இல்லை

என்றாலும் சாதிப் பிரச்சனை ஊரில் உருவாகும்போது அவனுடைய ஆற்றல்தான் முதன்மைப்படுத்தப்படுகிறதே தவிர அவனுக்குக் கீழே வாழும் மண்ணாங்கட்டியின் அடையாளமில்லை. ஆகையால் ராசுக்குட்டி-தேவர் மகன் என்ற கட்டுரைக்குப் பிறகு பத்து ஆண்டுகள் கழித்து வந்த சினிமாவில் சாதியைப்பற்றிப் பேசலாமா - என்ற தொடர் கட்டுரையில் சாதிய அமைப்பில் நவீன காலகட்டத்தில் வந்த மாற்றங்கள் என்ன, அந்தப் பின்னணியில் திராவிட இயக்கப்படங்களும், மண்வாசனைப் படங்களும் எவ்வாறு சாதிய அமைப்பையும், தலித் மக்களையும் பிரதிபலித்தன என்பதை ஆய்வுக்கு எடுத்துக்கொள்ள அவை தீராநதியில் ஒரு தொடர் கட்டுரையாக வெளிவந்தது

இந்தத் தொகுப்பின் நான்காவது பகுதி - கதாநாயக பிம்ப வழிபாடு, ரசிகர் மன்றம், எம்.ஜி.ஆர், திராவிட இயக்கம். இதில் வரும் முதல் மூன்று கட்டுரைகள் கதாநாயக பிம்பத்தை மையமாக வைத்து எழுதப்பட்டவை.

நான்காவது திராவிட இயக்கத்தைப் பற்றி ஒரு சிறிய ஆனால் முக்கியமான பதிவு. தமிழ் சினிமாவைப் பற்றிப் பேசும் பொழுது அதில் தோன்றிய கதாநாயக வழிபாடும் அதை உருவாக்கிய சினி-அரசியல் செயல்பாடுகளும் இங்கு எவ்வாறு பெரும் சடங்காகவே மாறி இன்றும் பல பாதிப்புகளை உருவாக்கி வருகிறது என்பதை எவராலும் கவனிக்காமல் இருக்கமுடியாது. அந்த விதத்தில் எம்.ஜி.ராமசந்திரன் என்ற பிம்பத்தையும், அது உருவாக்கப்பட உதவிய கூறுகளையும்; அந்த பிம்பத்திற்கும் அதைத் தாங்கி நின்ற அரசியல்வாதிக்கும் இருந்த இடைவெளியையும்; அந்த இடைவெளியை பார்க்க நேரிட்டாலும் அல்லது அதைப்பற்றிக் கேட்க நேரிட்டாலும் அந்த யதார்த்தத்தை மறுத்து அந்த பிம்பத்தில் கட்டுண்டு அவரைத் தெய்வமாக போற்றிய மக்களின் உளவியல் கூறுகளையும்; ஒரு கறாரான ஆய்வுக்கு உட்படுத்தி, அதற்கேற்ற கோட்பாட்டுச் சட்டகத்தை முன்வைத்து ஒரு தலைசிறந்த காத்திரமான ஆய்வு நூலை எம்.எஸ்.பாண்டியன் அவர்கள் - தி இமேஜ் டிராப் (*The Image Trap*) என்ற தலைப்பில் எழுதினார். அது தமிழில் மொழியாக்கம் செய்யப்பட்டு, போன வருடம் வெளியானபோது. அதன் முக்கியத்துவத்தையும், எம்.எஸ்.பாண்டியனின் திரையியல் பங்களிப்பைப் பற்றியும் விவரித்து ஒரு கட்டுரை எழுதி அதை அந்த நூல் வெளியீட்டு விழாவில் வாசித்தேன். பிறகு அது மதுரையில் இருந்து வரும் அகம்-புறம் என்ற கலாச்சார ஆய்வு சஞ்சிகையின் மூன்றாவது இதழில் பிரசுரிக்கப்பட்டது.

அடுத்தாக, இருவர் (நுகர்பொருளாக மாறும் சரித்திரம்) என்ற தலைப்பில் பாண்டியனும் நானும் சேர்ந்து எழுதிய கட்டுரையை இணைத்துள்ளேன். மணிரத்னத்தின் இருவர் மிகத்திறமையாக எடுக்கப்பட்டிருந்தாலும், அது திராவிட இயக்கத்தைக் பிரதிபலித்த விதமும், கலைஞரையும், எம். ஜி.ஆரையும் பிரதிபலித்த முறையும், அவர்களை எடை போட்ட விதமும், அதாவது எம்.ஜி.ஆர் என்ற பிம்பத்தை எந்த விதமான விமர்சனப் பார்வைக்கும் உட்படுத்தாது கலைஞரை தாழ்த்திய விதம் பல கேள்விகளைப் பாண்டியனுக்கும் எனக்கும் எழுப்ப, நாங்கள் இருவரும் ஈ.பி.டபிள்யூவிற்கு ரோஜாவிற்கு பிறகு, இந்த கட்டுரையை எழுதினோம். இதனுடைய தமிழாக்கம் பிறகு காலச்சுவடு இதழிலும், மிகை நாடும் கலை என்ற நூலிலும் இடம் பெற்றது.

1980களின் இறுதியிலிருந்து ரசிகர் மன்றங்களுக்கு எதிர்ப்புத் தெரிவிக்கும் செயல்பாடுகள் பாட்டாளி மக்கள் கட்சியின் வழியாக இங்கு உருவாகிவிட்டாலும், புதிய நூற்றாண்டின் துவக்கத்தில் அந்த மாதிரியான எதிர்ப்புகளில் விடுதலைச் சிறுத்தைக் கட்சியும் மும்முரமாக ஈடுபடத் துவங்கியது. குறிப்பாக இவை இரண்டும் இங்கு இன்னொரு எம்.ஜி.ஆர் உருவாகி அவர்களுக்கு இருக்கும் ஆதரவைச் சிதறடிக்கப்படுவதைத் தவிர்க்க எல்லா முயற்சிகளையும் எடுத்தன. அதைத் தவிர ரசிகர் மன்றங்களும் புதிய நூற்றாண்டில் பலவகையில் சிதறுண்டு விட்டதால் மற்றும் ஒரு எம்.ஜி. ஆர் உருவாவதற்கான சாத்தியங்கள் இல்லை என்பதே என்னுடைய கூற்று. இந்தக் கருத்தை முன்வைத்து, தமிழ் இந்தியா டுடேவில் வந்த என்னுடய அரசியல் Vs சினிமா என்ற சிறிய கட்டுரையை, இருவர் பற்றிய கட்டுரைக்கு அடுத்ததாக இணைத்துள்ளேன்.

ஒரு கட்டத்தில் தி.மு.கவைக் காத்திரமாக கடுமையாகவும் விமர்சித்து ரவிக்குமார் அவர்கள் தீராநதியில் ஒரு கட்டுரையை வெளியிட்டார். குறிப்பாக அதில் கலைஞரைத் தாக்கி எழுதியிருந்தார். அதற்கு அ. மார்க்ஸ் உள்பட பலர் ஆற்றிய எதிர்வினைகள் தொடர்ந்து கொண்டிருந்தபோது அந்த விவாதத்தில் பங்கு பெற என் - திராவிட இயக்கம் ஒரு சமூக இயக்கம் - என்ற எதிர்வினையைப் பதிவு செய்தேன். அதாவது எந்த ஒரு சமூக இயக்கத்தையும் ஒரு தனிமனிதனுக்கு சுருக்கிவிட முடியாது என்ற வாதத்தின் அடிப்படையில் எனது எதிர்வினை அமைந்தது. அது ஒரு சிறிய பதிவு என்றாலும் மேற்கூறிய மூன்று கட்டுரைகளுடன் சேர்ந்து வாசிக்க வேண்டிய ஒன்று என்பதால்

– அரசியல் *Vs.* சினிமா – என்ற கட்டுரைக்கு அடுத்ததாக அதை இணைத்துள்ளேன்.

கடந்த இருபது இருபத்தைந்து ஆண்டுகளில் தத்துவத்தையும் சினிமாவையும் மையப்படுத்தி ஆய்வு செய்யும் முயற்சிகள் வேகமாக வளர்ந்து இன்றைய திரையியலில் ஒரு முக்கியமான ஆய்வுக் கிளையாக தழைத்துச் செழித்து வருகிறது. பி.ஏ., விலிருந்து எம்.பிஃல் வரைத் தத்துவம் பயின்றதால் எனக்கு அந்த துறையில் பயற்சி இருப்பதால் சினிமாவையும் தத்துவத்தையும் தொடர்பு படுத்தி சிந்திக்கும் முயற்சிகள் என்னைக் கவரத் தவறவில்லை. ஒருபுறம் ஜில்ஸ் தெல்யூஸ் திரைப்பட இயக்குநர்களை தத்துவ அறிஞர்களுக்குச் சமமாக வைத்துப் பேசமுடியும் என்பதைத் தனது மிகவும் கடினமான நூல்களான சினிமா-1: தி மூவ்மெண்ட் இமேஜ் என்ற நூலிலும், சினிமா-2: தி டைம் இமேஜ் என்ற நூலிலும் முறைப்படி தன் வாதங்களை நகர்த்தினார் என்றால் மறுபுறம் தத்துவத்தில் எழும் பல பிரச்சனைகளுக்குத் திரைப்படத்தையும் பயன்படுத்தி அவற்றைப் பற்றிச் சிந்திக்கமுடியும் என்ற அடிப்படையில் எண்ணற்ற கட்டுரைகளும், நூல்களும் வந்தவண்ணம் இருக்கின்றன. இந்த இரண்டாவது புறத்தின் அடிப்படையில் என்னுடைய முயற்சியில் வெளிவந்த அந்த வகைமையை சார்ந்த எனது முதல் கட்டுரை – நேற்றைய 'ஜென்டில்மேன்' இன்றைய 'அந்நியன்'. 2006ல் தினமணி தீபாவளி மலருக்காக ஒரு கட்டுரையைக் கேட்ட நேரத்தில், 2005ல் வெளியான அந்நியன் பற்றி எழுதிய குறிப்புகளை ஒன்று சேர்த்து இந்தக் கட்டுரையை எழுதினேன். தத்துவத்தில், குறிப்பாக அறவியலில், நன்மை/தீமை என்ற கூறுகளை எவ்வாறு கருத்தாக்கம் செய்கிறோம் என்பது ஒரு முக்கியமான பிரச்சனை. ஸ்லாவாய் ஜிஜெக் இதைப்பற்றி தனது – *Tarrying With the Negative: Kant, Hegel & the Critique of Ideology (1993)* – எதிர்மத்தில் காத்திருத்தல்: காண்ட் மற்றும் ஹெகெல் பார்வையில் கருத்தியலின் விமர்சன ஆய்வு – என்ற நூலில் பேசுகையில் எவ்வாறு பெரும்பாலாக கருத்தியலிலும், ஜனரஞ்சக கலாச்சாரத்திலும் தீமையைக் கருத்தாக்கம் செய்வதற்கு அதீத கவனம் கொடுக்கப்பட்டு கலாச்சாரக் குறியீடு தளத்தில் (*symbolic field*) மானுடர்களை நல்லவர்களாகவும் தீயவர்களாகவும் கருத்தியல் கூறு பிரிக்கிறது என்பதை வலியுறுத்தியுள்ளார். சங்கரின் அந்நியனை இந்த அடிப்படையில் பார்க்கும் பொழுது, தார்காவ்ஸ்கியின் ஆந்திரே ரூப்லாய்வ் (1966) என்ற படம் நினைவுக்கு வந்தது. அதில் கிறிஸ்துவத்தில், குறிப்பாக விவிலியத்தின் புதிய ஏற்பாட்டின் கடைசியில் வரும் இறுதித் தீர்வு (லாஸ்ட் ஜட்ஜ்மெண்ட்) என்ற கட்டத்தை விவரிக்கும்

காட்சிகளை ஓவியனாகப் பணிபுரியும் ஆந்திரே தீட்ட மறுத்துவிடுகிறான். காரணம் கடவுள் ஆக்ரோஷமானவராக இருக்க முடியாது. மேலும் அவர் மானுடர்களை ஓநாய்களாகவும் ஆடுகளாகவும் பிரித்து ஓநாய்களை சபித்து நரகத்தில் தள்ளித் தண்டிக்கவும் ஆடுகளைச் சொர்க்கத்திற்கு அனுப்பியும் கொண்டாடமாட்டார் என்பதிலும், நன்மை/தீமை என்ற இருமுனைக் கூறுகளைத் தாண்டிய புனிதமே கடவுள் என்ற உறுதியான நம்பிக்கையுள்ளவன் அவன். மாறாக, செவன் *(7, 1995)* என்ற ஆலிவுட் படத்தில் மனப்பிறழ்வு அடைந்த சீரியல் கொலையாளி எவ்வாறு கிறிஸ்துவ மதத்தின் இறுதித் தீர்ப்பில் வருவது போல் அவன் தீயவர்கள் என்று கருதுபவர்களை நரக வேதனைக்கு தள்ளிக் கொல்கிறானோ அதே பாணியில் சங்கரின் அந்நியனில் "நல்ல மனதுள்ள" ஒருவனாக மறு-உருவாக்கம் பெற்றுவிட்ட கதாநாயகன் கருட புராணத்தில் சொல்லப்பட்ட இறுதித் தீர்வின் அடிப்படையில் அவன் தீயவர்களாக முன்வைப்பவர்களை நரகவேதனையில் தள்ளித் துடிதுடிக்கக் கொன்று குவிப்பான்.

இப்படி ஆந்திரே ரூப்லாய்வையும், அந்நியனையும் ஒப்பிட்டு எழுதிய கட்டுரையை எம்.டி. முத்துக்குமாரசாமி அவர்கள் நடத்திவரும் நாட்டார் வழக்காறு மையத்தில் அந்த காலகட்டத்தில் வாசித்தபோது என்னுடன் ஒருவர் அங்கு மிகவும் ஆவேசமாக எதிர்வினையாற்றினார். அவர் நினைத்ததைப் போல் அந்தக் கட்டுரை எந்த விதத்திலும் சங்கரின் படைப்புகளை தார்காவ்ஸ்கியின் படைப்புகளுக்குச் சமமாக கருதவில்லை என்பதே நிஜம். என்னைப் பொறுத்தவரை சங்கரின் ஜென்டில்மேன் வகைப் படங்களைப் பற்றி எழுதவேண்டும் என்ற ஆதங்கம் அந்தக் கட்டுரையின் வழியே நிறைவடைந்தது.

இந்த தத்துவம் சினிமாவும் என்ற ஐந்தாவது பகுதியில் வரும் மேற்கூறிய கட்டுரைக்குப் பிறகு - ஆட்டோகிராஃப் *(2004)* - ஒரு தத்துவ ஆய்வு என்ற கட்டுரையை இணைத்துள்ளேன். இது இமானுவல் காண்டின் முரணியல் *(antinomies)* கோட்பாடு அடிப்படையில் எழுதப்பட்ட ஒன்று. அந்த கோட்பாடு ஏன் நாம் சிலவற்றை நிரந்திரப்படுத்திக் கருத்தாக்கம் செய்யும்போது தீர்க்கமுடியாத முரண்களில் சிக்கிக்கொள்கிறோம் என்பதை விளக்கும் ஒரு தர்க்க-தத்துவக் கோட்பாடு. அதற்கேற்றவாறு, ஆட்டோகிராஃப்பில் அதன் கதையாடலினால் தீர்த்து வைக்க முடியாத முரண்களை அடையாளப்படுத்தி அவற்றை இந்த கட்டுரையில் ஆய்வுக்கு உட்படுத்தியுள்ளேன். இது உயிர்மையில் வெளியானது.

அடுத்ததாக, இந்த தொகுப்பில் - முதலீட்டியம், உலக மயமாக்கம், தொலைக்காட்சி, தமிழ் சினிமா - என்ற தலைப்பில்

வரும் ஆறாவது பகுதியில், முதலாவதாக – தொலைக்காட்சியின் பரிணாம வளர்ச்சி – என்ற கட்டுரையை இணைத்துள்ளேன். இது இந்தியாவில் தொலைக்காட்சி உருவான சரித்திரத்தையும் அதில் வந்த மாற்றங்களைப் பற்றியும் எழுதிய ஆய்வுக் கட்டுரை. அதில் அரசின் தலையீடுகள் எவ்வாறு இருந்தன, குறிப்பாக சில தொலைக்காட்சி வசதிகள் ஏன் அவசர அவசரமாக எதிர்க்கட்சிகள் இருந்த மாகாணங்களில் உருவாக்கப்பட்டன, 1982ல் ஏன் அவசர அவசரமாக கலர் ஒளிபரப்பு அறிமுகப்படுத்தப்பட்டது, அதனால் வந்த இழப்புகள் என்ன, பிறகு எல்லாவற்றயும் ஒரு விதத்தில் தனியார் சாட்டிலைட் நிறுவனங்களுக்குத் தாரைவார்த்துக் கொடுத்ததின் விளைவுகள் என்ன போன்ற கேள்விகளை இந்தக் கட்டுரை ஒரு அரசியல்–பொருளாதாரக் கண்ணோட்டத்துடன் ஆய்வு செய்கிறது. இரண்டாவதாக, அதே தொனியில் தமிழ் சினிமாவும் உலக மயமாக்கமும் என்ற கட்டுரையில் உலக மயமாக்கத்தால் தமிழ் சினிமாவில் வந்துள்ள மாற்றங்களை சிவாஜி (2007) என்ற படத்துடன் தொடர்புப்படுத்தி எழுதியுள்ளேன்.

ப்ளாக் பஸ்டர் படங்கள் என்ற ஏழாவது பகுதி மேற்கூறிய மாற்றங்களுடன் தொடர்புடைய ஒன்று என்றாலும், அவற்றைத் தனியாகப் பிரித்ததற்குக் காரணம் இன்று ப்ளாக் பஸ்டர்களை மையமாக வைத்துப் பல ஆய்வுகள் திரையியலில் முடுக்கப்பட்டுள்ளன. அவற்றின் தொடர்ச்சியாக, இதில் முதலாவதாக விஸ்வரூபம் (2013) என்ற படத்தைப் பற்றி எழுதிய கட்டுரையை இணைத்துள்ளேன். இந்தப் படம் வலதுசாரித் தேசியத்தின் உச்சகட்ட வெளிப்பாடாக அமையும் அதே சமயத்தில் இன்றைய ப்ளாக் பஸ்டராகவும் செயல்படுகிறது. அது அவசர அவசரமாக எழுதிய முதல் விமர்சனம் என்பதால் அதன் விநியோகத்தில் உருவான பிரச்சனைகளைப் பற்றியும் அதன் பொருளாதாரச் சாத்தியப்பாடுகள் பற்றியும் அன்று அதில் ஆய்வு செய்யமுடியவில்லை. அந்த சாத்தியப்பாடுகளை இந்தப் பகுதியில் இரண்டாவதாக வரும் கபாலி (2016) – ஒரு சரித்திர ஆய்வு என்ற கட்டுரையில் விவாதத்திற்கு எடுத்துக்கொண்டுள்ளேன்.

இந்த தொகுப்பில் தமிழ் சினிமாவில் முக்கிய பங்காற்றிய பல நடிகர்களில் மூன்று ஆளுமைகளைப் பற்றி நான் எழுதிய கட்டுரைகளை – நடிகர் திலகம், காதல் மன்னன் மற்றும் ரகுவரன் – என்ற தலைப்பின் கீழ் இணைத்துள்ளேன். நடிகர் திலகத்திற்கு மற்றும் ஒரு திலகம் என்ற கட்டுரை அவருக்கு செவாலியே விருதளிக்கப்பட்டப்போது தினமணியில் எழுதிய வாழ்த்துக் கட்டுரை. அடுத்து அடுத்ததாக இணைக்கப்பட்டுள்ள இரண்டு

கட்டுரைகளும், ஜெமினி கணேஷ் அவர்களுக்காகவும், ரகுவரன் அவர்களுக்காகவும் எழுதிய நினைவாஞ்சலிகள்.

இறுதியாக வரும் ஒன்பதாவது பகுதியில் இணைக்கப் பட்டிருக்கும் இரண்டு அத்தியாயங்களும் என் எழுத்தில் உருவானவை இல்லை என்றாலும் அவற்றிற்கும் எனக்கும் முக்கியமான தொடர்பு இருப்பதால் அவற்றையும் இங்கு இணைத்துள்ளேன். அதில் முதலாவதாக வருவது என்னைப்பற்றி கடற்கரய் அவர்கள் தீராநதிக்காக எடுத்த நேர்காணலின் பிரதி. அடுத்தாக வரும் ஒரு குறும்படம் சொன்ன சேதி என்ற கட்டுரை, 2006ல் நான் இயக்கி வெளியிட்ட சென்னை: தி ஸ்பிலிட் சிட்டி என்ற ஆவணப்படத்தைப் பற்றி ந.ஜீவா அவர்கள் தினமணி கதிரில் எழுதிய விமர்சனம்.

என்னுடைய திரைவிமர்சனங்களை உள்ளடக்கிய இந்த முதல் பாகத்திற்கு, முதலில் கரையோரச் சுவடுகள் என்ற தலைப்பைக் கொடுக்க வேண்டும் என்று நினைத்தேன். அப்படி அமைந்தால் தலைப்பு நீண்டுவிடுமே என்பதால் சுவடுகள் என்ற தலைப்பைத் தேர்வு செய்தேன்.

இறுதியாக ஒரு நன்றி உரையுடன் இந்த முன்னுரையை முடிக்க வேண்டியது என் கடமை. 1981ல் தமிழ் சினிமாவைப் பற்றி இரண்டு முக்கியமான நூல்கள் ஆங்கிலத்தில் வெளிவந்தன. அதில் முதலாவது தியோடர் பாஸ்கரன் அவர்கள் எழுதிய - தி மெசேஜ் பேரர்ஸ் (The Message Bearers) என்ற நூல். அடுத்ததாக முனைவர் கார்த்திகேசு சிவத்தம்பி அவர்கள் எழுதிய - தி தமிழ் பிலிம் ஆஸ் ஏ மீடியம் அஃப் பொலிடிக்கல் கம்யூனிகேஷன் (The Tamil Film as a Medium of Political Communication) - என்ற குறுநூல் அல்லது நீண்ட கட்டுரை. இவை இரண்டுமே என் புரிதலை அகலப்படுத்தி ஆழப்படுத்திய முக்கியமான நூல்கள். கார்த்திகேசு சிவதம்பி அவர்களைப் பல வருடங்களுக்கு முன் எம்.ஐ.டி.எஸ்ஸில் நடந்த கருத்தரங்கில்தான் முதல்முதலாக சந்தித்தேன். அவர் மறைவுக்கு முன் ஒரு நாள் அவர் மங்கை அவர்களை அழைத்துக்கொண்டு என் வீட்டுக்கு வருகை தந்தார் என்பதில் மிக்க மகிழ்ச்சி. பாஸ்கரன் அவர்களுடன் தொடர்ந்து பல வருடங்களாகத் தொடர்பில் இருக்கிறேன். இவர்கள் இருவருக்கும் எனது முதற்கண் நன்றி. அடுத்ததாக என் மதுரை நண்பர்களில் சிலருக்கு நன்றி சொல்லவேண்டும். பாரதிராஜா அவர்களைப் பற்றிய எழுதிய கட்டுரை வெளிவந்து ஓரிரு ஆண்டுகளுக்குள் என்னை அழைத்து அங்கு ஒரு ஓவிய காலரியில் பேசவைத்து என்னை மேலும் எழுத ஊக்குவித்த

சுந்தர் காளி, சஃபி, ஓவியர் பாபு. படா பாபு சம்ஷுதின் ஷேக், லோகு, அவர்களுக்கும் நன்றி. குறிப்பாக சுந்தர் காளி அவர்கள் என்னை பல ஆண்டுகளாக இந்தத் தொகுப்பைக் கொண்டுவரத் தொடர்ந்து நச்சரித்து வரவில்லை என்றால் இந்த ஆண்டிலாவது இதைச் செய்திருப்பேனா என்பது ஒரு கேள்விக்குறி. ஆகையால் அவருக்கும் மற்ற மதுரை நண்பர்களான பாண்டி, சுபகுணராஜன், ராயம் முரளி, திருமங்கலம் ரவிச்சந்திரன், மணிகண்டன், குரு அவர்களுக்கும் நன்றி. பல வருடங்களாக என்னைத் தொடர்ந்து ஊக்குவித்து வரும், திருச்சி நண்பர்கள் வாசுதேவனுக்கும், கண்ணன் அவர்களுக்கும் நன்றி.

எண்பதுகளிலிருந்து தொண்ணூறுகளின் துவக்க கட்டம் வரை என்னுடன் தொடர்ந்து சினிமாவைப்பற்றியும், இலக்கியத்தைப் பற்றியும், தத்துவத்தைப் பற்றியும் பல விவாதங்களில் ஈடுபட்டு வந்த நண்பர்கள் நாகர்ஜுனன், பன்னீர்செல்வம், எம்.டி முத்துக்குமாரசாமி எனக்கு அந்த மாதிரியான வெளியைச் சாத்தியப்படுத்தியதற்கு நன்றி. அவற்றின் அதிர்வுகள் இன்றும் என் எழுத்தில் எதிரொலிக்கின்றன என்றால் மிகையாகாது. குறிப்பாக பன்னீர்செல்வம் அவர்கள் தொடர்ந்து எனது முயற்சிகளுக்கு உறுதுணையாக இயங்கிவருகிறார் என்பதால் அவருக்கு என் நன்றியை தனியாக பதிவு செய்வது முக்கியம். மற்றும் அந்த காலம் தொட்டே என்னுடன் உரையாடலில் இருக்கும் சண்முகம் சுப்ரமணியம் அவர்களுக்கும் நன்றி.

திரைத்துறையில் குறிப்பாக, மறைந்த இயக்குநர், மற்றும் நண்பர் ருத்ரய்யா அவர்களுக்கு என் நன்றியை முதற்கண் சொல்லவேண்டும். நான் எழுதிய கட்டுரைகளைத் தவறாமல் படித்து பாராட்டி, ஊக்குவித்தார் என்பதற்கு மேல், திரைப்படத்தைப் பற்றிய எனது புரிதலை விரிவுப்படுத்தியத்தில் அவருக்கு முக்கிய பங்குண்டு. அடுத்ததாக எனக்கு பல அரிய திரைக்கோட்பாடு கட்டுரைகளின் நகல்களை அளித்த மறைந்த நண்பர் பால கைலாசம் அவர்களுக்கும் எனது நன்றியை இங்கு பதிவு செய்வது முக்கியம். அதே சமயத்தில் கடந்த பத்து வருடங்களாகத் தொடர்ந்து என்னுடன் உரையாடலில் இருக்கும், இயக்குனர் மற்றும் திரையியல் கல்வியாளர் சுவர்ணவேல் அவர்களுக்கும், அவருடைய முக்கியமான ஆய்வுகளுக்கும், எனக்கு தேவையான நூல்களை கேட்டவுடனேயே அனுப்பி வைத்துக்கொண்டிருப்பதற்காகவும், என்றென்றும் நன்றி. திரைத்துறையைச் சார்ந்தவர் இல்லையென்றாலும், அதே சமயத்தில், லக்கானின் எழுத்துகளை ஆழப் படிக்க துவங்கிய

போது அவருடைய முக்கியமான நூல்களை எனக்கு தந்து உதவிய ரவிந்திரன் ஸ்ரீராமச்சந்திரன் அவர்களுக்கும் நன்றி.

எண்பதுகளின் இறுதியில் எனக்கு அறிமுகமாகி நெருக்கமான நண்பரானவர் மறைந்த எம்.எஸ்.எஸ். பாண்டியன் அவர்கள். தெற்காசிய ஆய்வுகளைப் பற்றியும், தமிழக அரசியலைப்பற்றியும், ஜனரஞ்சக சினிமாவின் முரண்களைப் பற்றியும் ஒரு ஆழமான புரிதலை அடைய எனக்குப் ஒரு பெரியத் தூண்டுகோளாக இருந்தவர். அவருக்கு என்றென்றும் எனது நன்றி. அந்தச் சூழலில் எனக்கு அறிமுகமான ஆனந்தி சண்முகசுந்தரம், அருணா, ரூபா விஸ்வநாத் மற்றும் நேட் ராபர்ட்ஸ் போன்ற நண்பர்கள் என் உரைகளைப் பற்றியும், எழுத்துகளைப் பற்றியும் தங்கள் கருத்துகளைப் பகிர்ந்துக்கொண்டதற்கும் இங்கு என் நன்றியை பதிவு செய்வது முக்கியம். இந்தக் காலக்கட்டத்தில்தான் ராஜன் குறை அவர்களை முன்பைவிட அதிகமாகச் சந்திக்கும் வாய்ப்பும் எனக்கு ஏற்பட்டது. தமிழ் திரையியலில் ஒரு முக்கியமான ஆளுமையாக வளர்ந்துவரும் அவருடைய எழுத்துகளும், வாதங்களும் என்னை மேலும் சிந்திக்க வைக்கின்றன என்பதற்கு நன்றி. என்னுடை மணிரத்னம் கட்டுரைக்கு எதிர்வினை எழுதிய யமுனா ராஜேந்திரன் அவர்களுக்கும் நன்றி. என்னை பாதித்த, தமிழ்ச் சிந்தனைக் களத்தின் முக்கிய ஆளுமைகளான, எஸ்.வி. ராஜதுரை, அ. மார்க்ஸ், இரா. வெங்கடாசலபதி, ரவிக்குமார், வ. கீதா மற்றும் அதில் அடுத்த தலைமுறையை சார்ந்த சின்னையன் லக்ஷ்மணன், பார்த்தசாரதி முத்துக்கருப்பன், ஸ்டாலின் ராஜாங்கம், கார்த்திக் ஆர்.எம் அவர்களுக்கும் நன்றி.

இந்தியத் திரையியல் தொண்ணூறுகளில் எழுச்சிப் பெறுவதற்கு முக்கிய காரணிகளாவும், அது விரிவடைய புதிய சட்டகங்களையும், ஆய்வுகளையும் உருவாக்கி என் கருத்தாக்கங்களைப் பல விதத்தில் பாதித்த அஷிஷ் ராஜ்யதியக்ஷா. ரவி வாசுதேவன், மாதவ பிரசாத், லலிதா கோபாலன், எஸ்.வி. ஸ்ரீனிவாஸ், ஸ்டிபன் பட்நாம் ஹுயுக்ஸ் அவர்களுக்கும் நன்றி. இதன் தொடர்ச்சியாக ஆனந்த் பாண்டியன், கான்ஸ்டாண்டின் நக்காஸிஸ் போன்றவர்களை சந்தித்ததில் மகிழ்ச்சி. மேலும், தொண்ணூறுகளிலிருந்து தொடர்ந்து என்னுடன் உரையாடலில் இருக்கும் ஊடகவியல் கல்வியாளர் அரவிந்த் ராஜகோபாலின் நுணுக்கமான ஆய்வுகளுக்கும், ஆதரவிற்கும் என்றென்றும் நன்றி. அதே சமயம் என் கவனத்தை ஊடகங்களின் அரசியல் பொருளாதார நுணுக்கங்களுக்குத் திருப்பிய மலேசியக் கல்வியாளர்கள் ஜஹரோம் நேய்ன், முஸ்தாபா அன்வர் மற்றும் லே கிம் வாங்க் அவர்களுக்கும் நன்றி.

என் தமிழ் சினிமாக் கட்டுரைகளை பிரசுரித்த இனி எஸ்.வி. ராஜதுரை, காட்சிப்பிழை சுபகுணராஜன், தினமணி ஆசிரியர் சதாசிவம், காலச்சுவடு கண்ணன், உயிர்மை மனுஷ்யப்புத்திரன், மின்னம்பலம் காமராஜ், காந்தி பாலசுப்ரமணியம், மற்றும் ஒற்றுமை, தமிழ் இந்தியா டுடே, தீராநதி போன்ற இதழ்களின் ஆசிரியர்களுக்கும், அதை சாத்தியப்படுத்தியப் பத்திரிகைத் துறை நண்பர்கள், ஞாநி, கடற்கரய், பீர் முகமது மற்றும் கவின் மலர் அவர்களுக்கும் நன்றி. மற்றும், நான் முதன்முதலில் தமிழில் ழான் லுக் கோதார் பற்றி எழுதிய நீண்ட கட்டுரையை, மரபு மீறிய சினிமா, என்ற நூலில் ஒரு அத்தியாயமாக பிரசுரித்ததற்கு சென்னை புக் ஹவுஸ் பாலாஜி அவர்களுக்கு நன்றி. அதே சமயம் என் உரைகளுக்கும், எழுத்துகளுக்கும், தொடர்ந்து ஆதரவு அளித்து வரும் பிரளயன், மற்றும் கிராமத்து அத்தியாயம் காலம் தொட்டே என் நண்பராக இருக்கும் அருண்மொழி சிவப்பிரகாசம் அவர்களுக்கும் நன்றி. என் கட்டுரைகளை பிழை திருத்தம் செய்த T. பரமேசுவரிக்கு நன்றி.

நண்பர், முனைவர் ஜெயரஞ்சன் அவர்களுக்கு எனது நன்றியைத் தனியாகப் பதிவு செய்வது முக்கியம். தமிழக பொருளாதார சூழலைப்பற்றி ஒரு கறாரான புரிதலை எனக்கு ஏற்படுத்தியதற்கும், என்னுடைய சிக்கலான வாழ்க்கையில் துணை நின்று பல கட்டங்களில் உதவியதற்கும் என்றென்றும் நன்றி சொல்லக் கடமைப்பட்டவன்.

இறுதியாக 1981லிருந்து என்னுடன் கைகோர்த்து, என் இன்ப துன்பங்களில் பங்கேற்று, நான் எழுதிய ஒவ்வொரு கட்டுரையையும் சரிப்பார்த்து, பல குறுக்கு கேள்விகளை கேட்டு அவை செழுமையடைய உதவிய ப்ரீதத்திற்கு பட்டிருக்கும் நன்றி கடன் எல்லையற்றது. குறிப்பாக அவரும் நானும் ஏ.வி.எம் ஸ்டுடியோவைப் பற்றி ஆங்கிலத்தில் எழுதிய ஒரு நீண்ட கட்டுரையை மொழிபெயர்த்து இந்தத் தொகுப்பில் இணைக்கவேண்டும் என்று நினைத்தேன். ஆனால் அதற்கு நேரம் போதவில்லை. அதை என்னுடைய அடுத்த தொகுப்பில் நிச்சயமாக வாசகர் எதிர்ப்பார்க்கலாம்.

வெங்கடேஷ் சக்ரவர்த்தி
டிசம்பர் 2017

பாகம் - I

பாரதிராஜா, ரயான்ஸ் டாட்டர், மண்வாசனை சினிமா

- பாரதிராஜவின் சினிமா
- டேவிட் லீனின் ரயான்ஸ் டாட்டரும் (1970) மண்வாசனை சினிமாவின் கமர்ஷியல் வடிவமும் - முதல் பாகம்
- டேவிட் லீனின் ரயான்ஸ் டாட்டரும் (1970) மண்வாசனை சினிமாவின் கமர்ஷியல் வடிவமும் - இரண்டாம் பாகம்
- டேவிட் லீனின் ரயான்ஸ் டாட்டரும் (1970) மண்வாசனை சினிமாவின் கமர்ஷியல் வடிவமும் - மூன்றாம் பாகம்
- டேவிட் லீனின் ரயான்ஸ் டாட்டரும் (1970) மண்வாசனை சினிமாவின் கமர்ஷியல் வடிவமும் - நான்காம் பாகம்

1

பாரதிராஜாவின் சினிமா

வருடம் *1945. இடம் பாரிஸ். இரண்டாம் உலகப்போர் அப்போதுதான் முடிந்திருந்தது. அதன் விளைவுகள் வெவ்வேறு துறைகளில் ஏற்படுத்தியிருந்த பாதிப்புகள் அன்று தெளிவாகத் தெரிந்தன. குறிப்பாக 20-ம் நூற்றாண்டில் பிறந்த சினிமாக் கலையின் அமைப்பையும் வெவ்வேறு வகையில் இந்த விளைவுகள் பாதிக்கத்தான் செய்தன. ஆனால் 1976-ல் தமிழ்த் திரையுலகில் அடியெடுத்து வைத்த பாரதிராஜாவிற்கும் மேற்கூறிய சரித்திர விளைவுகளுக்கும் என்ன தொடர்பு என்ற கேள்வி எழலாம். இந்தக் கேள்விக்கான பதிலே இந்தக் கட்டுரையில் பாராதிராஜாவின் படைப்புகளை விமர்சிக்கும் ஒரு கோணத்தில் அடங்கியிருக்கிறது. இந்த கோணம் அல்லது கோட்பாட்டுக்கும் 1945-ல் பாரிஸில் நடந்த சில நிகழ்ச்சிகளுக்கும் நிறைய சம்பந்தம் உண்டு.*

1945-க்கு முன்பிருந்தே ரெவியு டு சினிமா (Revue do Cinema) என்ற பத்திரிகையில் பிரபல சினிமா விமர்சகரான ஆந்திரே பஸான் போன்றவர்கள் அடங்கிய ஒரு சிறிய குழு பல்வேறு நாடுகளின் படங்களைப் பார்த்துப் பரிசீலித்து வந்த சமயம் அது. 1945-க்கு பிறகு, சினிமாதெக் (Cinematheque) என்ற அரங்கில் இந்தப் பரிசீலனையை மேலும் முனைப்புடன் செய்ய பஸானைச் சுற்றி ஒரு இளம் விமர்சகர்கள் குழு உருவாகத் தொடங்கியது. இவர்களில் சிலர்தான் 1958-59 இல் உருவான 'பிரெஞ்சுப் புதிய அலை'யின் தோற்றத்திற்கு முக்கிய காரணமாக

இருந்திருக்கிறார்கள். இந்தக் குழுவைச் சேர்ந்த ஃபிரான்ஸ்வர் த்ரூஃபோ, மூான் லுக் கோடார், க்ளோட் ஷப்ரால், எரிக் ரோமா, மூாக்ரிவே போன்றவர்கள் இந்த 'புதிய அலை'யைச் சேர்ந்த முக்கியமான இயக்குனர்கள். உலக சினிமாவில் ஒரு புரட்சியைக் கொண்டு வர இவர்கள் காரணமாயினர்.

ஆனால் 1945-க்கு முன் வேறொரு கண்ணோட்டத்துடன் சினிமாவைப் பார்த்து வந்த இக்குழு, அதுவரை தான் பார்த்திராத, ஹாலிவுட்டில் 30-இலும், 40-இலும் தயாரிக்கப்பட்ட ஜெர்மானிய ஆக்கிரமிப்பிலிருந்து சுதந்திரம் பெற்ற பிறகே ஃபிரான்சுக்குக் கொண்டு வரப்பட்ட படங்களைப் பார்க்கும் வாய்ப்புப் பெற்றது. அதுவரை இருந்த ஹாலிவுட் இயக்குனர்களின் ஒருசில படங்களை மட்டும் பார்த்துவிட்டு அவர்களுக்கு முக்கியத்துவம் அளிக்காமல் இருந்த இக்குழுவிற்கு இப்போது பெரிய அளவில் அந்த இயக்குனர்கள் அறிமுகமானார்கள். இதன் விளைவாக 1945 வரை கலைஞர்களாக மதிக்கப்படாமல் வெறும் டெக்னிஷியன்களாகக் கருதப்பட்ட ஜான் ஃபோர்ட், ஹொவார்ட் ஹாக்ஸ், நிக்கோலஸ் ரே, ஆல்ஃப்ரெட் ஹிட்ச்காக், ஜார்ஜ் கூகர் போன்ற இயக்குனர்கள், ஹாலிவுட்டின் பொருளாதார நிபந்தனைகளுக்குட்பட்டுப் படங்களை எடுத்திருந்தாலும் அவர்கள் தங்கள் சுயத்தன்மையையும் சுய நோக்கத்தையும் மிக சாதாரணமான கதையைச் சொல்லும் படங்களில்கூடக் காட்டியிருப்பதை மேற்கூறிய குழு உணரத் தொடங்கியது. இந்த உணர்வின் பிரதிபலிப்பாகவே 1950 இல் ஆந்திரே பஸானின் தலைமையில் கெஹிகேர்ஸ் டு சினிமா (Cahiers du Cinema) என்ற உலகப்புகழ் பெற்ற பத்திரிகை உருவெடுத்தது.

இந்தச் சமயத்தில் பாரிஸில் அலெக்ஸாண்டர் ஆல்ட்ருக் என்ற விமர்சகர் "காமிரா ஸ்டைலோ" என்ற ஒரு கருத்தைப் பற்றி எழுதலானார். எப்படி ஒரு இலக்கியவாதியின் திறமை அவன் பேனாவின்மூலம் தெரிகிறதோ அதேபோல் ஒரு சினிமா ஆசிரியரின் (இயக்குனரின்) திறமை அவன் காமிராவைக் கொண்டு 'எழுதுவதில்'தான் தெரிகிறது என்பது இக்கருத்து. இக்கருத்தின் அடிப்படையில் சினிமா விமர்சனம் செய்யத் தொடங்கிய பிரான்ஸிவா த்ருஃபோ ஆசிரியர் கோட்பாடு (Author's Policy) என்ற ஒரு விதிமுறையை வகுத்து மேற்கூறிய பல ஹாலிவுட் கலைஞர்களைப் பரிசீலிக்க துவங்கியது. உலகின் கண்களில் அவர்களுக்கு புதுவாழ்வு கொடுத்ததற்கு சமமாகும். 1945-ல் இந்த மாற்றம் வராமலிருந்திருந்தால் மேற்கூறிய கலைஞர்களின் முக்கியத்துவத்தை உலகம்

உணராமல் போயிருக்கலாம். உதாரணமாக ஆல்ஃப்ரெட் ஹிட்ச்காக் பற்றி பிரான்ஸிற்கு வெளியில் 1945-க்கு முன்பு ஒரு நல்ல அபிப்பிராயம் இருந்தாலும் அவரைப் பற்றி பிரான்ஸில் இருந்த அபிப்பிராயத்தைக் கண்டு ஹிட்ச்காக்கே பயந்ததும் வருந்தியதும் உண்டு. இதை இவரே ஒருமுறை பிரான்ஸ்வா த்ரூஃபோவிடம் ஒரு பேட்டியில் கூறியுள்ளார். ஆனால் ஹிட்ச்காக்கின் கலைவண்ணத்தை மேற்கூறிய விதிமுறையின் கீழ் பரிசீலித்து பாராட்டிப் பல புத்தகங்கள் 1945-க்குப் பிறகு பிரான்ஸிலேயே வரத் தொடங்கின.

பாரதிராஜாவை ஹிட்ச்காக்குடன் ஒப்பிட முடியாவிட்டாலும் தமிழ் சினிமாவைப் பொருத்தவரையில், ஏன் இந்திய வர்த்தக சினிமாவைப் பொருத்தவரையிலும் கூட, அவரை மேற்கூறிய கோட்பாட்டின் கீழ் கிருஷ்ணன் பஞ்சு, பீம்சிங், ஸ்ரீதர், பாலுமகேந்திரா, பாலச்சந்தர், மகேந்திரன், பாக்கியராஜ் ஆகிய இயக்குனர்களையும், பரிசீலிக்க முடியும். பொருளாதார நிபந்தனைகளின் கீழ் எந்த விதமான படங்களை யார் எடுத்தாலும், அவன் ஒரு கலைஞனாக இருக்கும் பட்சத்தில், அவனுக்கே உரிய சுயமான முத்திரையும், உலகத்தை அவன் நோக்கும் விதமும் அவனுடைய எல்லாப் படங்களிலும் பிரதிபலிக்கும் என்பதுதான் இக்கோட்பாடு.

1976-ல் "பதினாறு வயதினிலே" என்ற படத்தை தனித்தன்மையுடன் இயக்கித் தமிழ்த் திரையுலகுக்கு அறிமுகமானவர். இதற்கு முன்பு உதவி இயக்குனராகப் பணியாற்றி வந்த பாரதிராஜா தமிழ்த் திரைப்படங்களின் வெளிப்பாடு 1976-க்கு முன்னிருந்ததைவிட எவ்வளவோ மாறுபட்டுள்ளது. (இந்த மாற்றங்கள் கொள்கை ரீதியாக நல்லதா, கெட்டதா, முற்போக்கா, பிற்போக்கா என்பது இந்தக் கட்டுரைக்கு அப்பாற்பட்ட விஷயம்). சினிமாத் தொழிலைப் பொறுத்தவரையில் இவை பெரும் மாற்றங்கள்தான். வெளிப்புறத்திலேயே (அவுட்டோரிலேயே) முழுக்கவும் ஒரு படத்தை கருப்பு வெள்ளை நிறத்தில் இயக்கியவர்கள் தேவராஜ் மோகன் என்பவர்கள். இந்தப் படம் அன்னக்கிளி இதில் அறிமுகமானவர்கள் கதை ஆசிரியர் செல்வராஜும் இசை இயக்குனர் இளையராஜாவும். இவர்கள் இருவரும் சேர்ந்து பாரதிராஜாவுடன் ஒத்துழைத்த படம் "பதினாறு வயதினிலே" அதுவும் ஆர்வோ கலரில், நிவாஸின் திறமையில் முழுப்படமும் (வெளிப்புறக் காட்சிகளும், உட்புறக்காட்சிகளும்) ஒரே கிராமத்தில் தயாரிக்கப்பட்டது. இப்படத்தின் அமோக வெற்றி தமிழ் சினிமாவில் காமிராவுக்குள்ள சுதந்திரத்தை மேலும்

நிர்ணயித்தது. படம் எடுத்து முடித்த பிறகு படத்தின் ஒலியை 'டப்' செய்து கொள்ளக்கூடிய வசதி இப்போது ஏற்பட்டுவிட்டதால் மைக்குக் கட்டுப்பட்டு இயங்க வேண்டிய அவசியம் இப்போது காமிராவுக்கு இல்லை. இப்போது காமிரா எங்கு வேண்டுமானாலும் செல்லும். ஏன் ஒரு குறுகிய அறையிலும்கூட பல கோணங்களிலிருந்து படம் எடுக்கும் சுதந்திரத்தையும் பெற்றுவிட்டது. இதற்குப் பின்தான் வெளிப்புறக்காட்சிகளே முழுக்க முழுக்க இடம் பெற்ற பல படங்கள் எடுக்கப்பட்டன. ஆனால் இந்த மாற்றங்களைக் காட்டிலும் கதை சொல்வதில் ஏற்பட்ட சில மாற்றங்கள்தான் நம்மைப் பொறுத்த வரையில் முக்கியமானது. கதை யாருடையதாக இருந்தால் என்ன? ஒரு செல்வராஜோ அல்லது ஒரு பாக்கியராஜோ பாரதிராஜாவுக்காக மூலக் கதையையோ, வசனத்தையோ எழுதியிருந்தாலும் அவை கடைசியில் சினிமா வடிவம் பெறும்போது பாரதிராஜாவின் முத்திரையைப் பெறாமல் போவதில்லை.

முதலாவதாக 'பதினாறு வயதினிலே' என்ற கதையை எடுத்துக் கொள்வோம். முழுக்க முழுக்க ஒரு கிராமத்தை நமக்குக் காட்டிய படம் 'பதினாறு வயதினிலே'. அக்கிராமத்தின் அடிப்படைப் பிரச்சனைகள் கூர்ந்து கவனிக்கப்பட்டதோ இல்லையோ ஆனால் பாரதிராஜா கிராமத்தை நோக்கும் விதமே தமிழ் சினிமாவைப் பொறுத்தவரையில் ஒரு தனியான பாணி. 'பதினாறு வயதினிலே முற்றிலும் புதுமையாக அமைந்ததற்கு காரணம் இதுவே. இதன் திரைக்கதை அமைப்பும் அன்று ஒரு புதுமையே. ஆரம்பித்த இடத்திலேயே திரும்பவும் வந்து கதையை முடிப்பது மேற்கத்திய சினிமாவைப் பொறுத்தவரையில் ஒரு வழக்கமான வடிவமாக இருந்தாலும் தமிழ் சினிமாவைப் பொறுத்தவரையில் இந்த படம்தான் வட்ட வடிவத்தை (Circular Form) கொண்டு அமைந்திருந்தது. அதாவது வழக்கமான 'பிளாஷ் பேக்' இல்லாமல் இயக்குனரே மயிலை நமக்கு அறிமுகம் செய்து, நம்மை அவளுடைய கடந்த காலத்துக்கு அழைத்துச் செல்வதன் மூலம் அவள் ரயிலடியில் காத்திருக்கும் காரணத்தை நமக்குக் காட்டி மறுபடியும் ரயிலடிக்கு வந்து படத்தை முடிக்கிறார்.

இதைத் தவிர கதாபாத்திரங்கள் இதில் அமைந்திருந்த விதமும் ஒரு புதுமையே. நீண்டகால இடைவெளிக்குப் பிறகு பாத்திரங்கள் வாழ்க்கையோடு ஒன்றி அமைந்திருந்தன. இந்தப் படத்தில்தான், பாத்திரங்களின் தன்மை மிகைப்படுத்தாமல் இயல்பாகவே நடந்துகொள்ளும் நிகழ்ச்சிகள் வருகின்றன. உதாரணமாக மயிலை எடுத்துக் கொள்ளலாம். பல கிராமப் பெண்களைப்போல்

குறிப்பாக கொஞ்சம் படித்துவிட்ட கிராமப் பெண்களைப்போல் பட்டினத்தின்மேல் அவள் கொண்டிருக்கும் ஒரு மோகம், மிருக வைத்தியரின் வருகையினால் வளர்ந்து அவன் செயலினால் பகல் கனவாக மறையும்பொழுதுதான் சப்பாணியின் உள்ளத்தை அறிகிறாள். அவள் தரும் ஊக்கத்தால்தான் சப்பாணியும் மாறுகிறான். ரஜினிகாந்த் ஏற்று நடிக்கும் பாத்திரம் எடுத்த எடுப்பிலேயே வில்லனாக அறிமுகப்படுத்தப்படுவதில்லை. சப்பாணியின் மூலமாக மயில் அவனை அவமதித்த பிறகுதான் 'வில்லன்' ரஜினிகாந்த் தோன்றுகிறான். அவனுடைய 'இது எப்படி இருக்கு' என்ற மிடுக்கும் அத்துடன் முடிகிறது.

திரைக்கதையைப் பொறுத்தவரையில் குறிப்பாக மிருக வைத்தியரின் வருகையை எடுத்துக்கொண்டால் அவன் வருகைதான் மயிலின் உள்ளத்தில் இருக்கும் எண்ணத்திற்கு வடிவம் கொடுத்து அடுத்து அடுத்து வரும் பிரச்சனைகளை உருவாக்குகிறது. ஆசிரியர் கோட்பாடு என்று நான் குறிப்பிட்டேனே அதன்படி பார்த்தால் இந்த 'வருகை' என்பதுதான் பாரதிராஜாவின் எல்லாப் படங்களிலும் அவரது உலகக் கண்ணோட்டத்தைத் தெளிவுபடுத்துகிறது. அதாவது பாரதிராஜாவைப் பொறுத்தவரையில் ஒரு கிராமம் தனியாக இயங்கும் உலகம். அந்த உலகத்தில் மாற்றங்களைக் கொண்டு வருவன வெளியிலிருந்து வரும் சில காரணிகள். இதை அவர் தெரிந்து செய்கிறாரா, இல்லையா என்பது நமது பிரச்சனையல்ல. ஒரு கலைஞனின் உள்நோக்கம் அவர் படத்தில் தெரியும் என்பதுதான். ஆசிரியர் கோட்பாட்டின் விதிமுறை. ஏனென்றால், ஒரு கலைஞன் தனது படைப்பு இப்படித்தான் இருக்கப்போகிறது என்று நிச்சயமாகக் கூறிவிட்டு ஒரு படைப்பை உருவாக்கித் தந்துவிட முடியாது. அவனது படைப்பு இயக்கத்தின்போது, அவன் முதலில் திட்டமிட்டிருந்தது பல மாற்றங்களுக்குள்ளாகி, பின்னர் ஒரு இறுதி வடிவம் பெறுகிறது. கிராமியச் சூழ்நிலையில் பாரதிராஜா அமைத்த எல்லாப் படங்களிலும் இந்தக் கண்ணோட்டம் தெளிவாகத் தெரிகிறது. 'பதினாறு வயதினிலே'யில் டாக்டரின் வருகை 'கிழக்கே போகும் ரயிலில்' ரயில், அதில் கதாநாயகியின் வருகை, வெளியுலகம் தெரிந்த பட்டாளத்துக்காரன் ஆகியவை, 'புதிய வார்ப்புகளில்' கதாநாயகன், ஆசிரியை வருகை, அலைகள் ஓய்வதில்லையில் பட்டினத்தில் படித்துவிட்டு திரும்பும் கதாநாயகி, 'காதல் ஓவியத்தில்' கதாநாயகன் வருகை, 'மண் வாசனை'யில் அடுத்த கிராமத்தினரின் வருகை, 'முதல் மரியாதை'யில் கதாநாயகியின் வருகை, 'கடலோரக் கவிதை'யில் கதாநாயகியான ஆசிரியையின் வருகை. ஆக பிரச்சனைகளை உருவாக்குவதும், தீர்ப்பதும்

இந்த வெளிக்காரணங்கள்தான். இதைத்தவிர, வேறு சில ஒற்றுமைகளும் மேற்கூறிய படங்களுக்கு உண்டு. மரபு வழியாக வந்துள்ள ஐதீகங்களையும், மூட நம்பிக்கைகளையும், மனிதர்களைப் பற்றிய அபிப்பிராயங்களையும் தகர்த்தெறிதல் என்பது இவரது எல்லாக் கிராமப் படங்களிலும் ஏதோ ஒரு வடிவத்தில் இடம் பெறுகிறது. 'பதினாறு வயதினிலே'யில் சப்பாணியின் மாற்றத்தை நம்ப மறுக்கும் அந்த ஊருக்கு அவன் செய்யும் ஒரு கொலை அதிர்ச்சியை ஏற்படுத்துகிறது. 'கிழக்கே போகும் ரயிலி'ல் மூட நம்பிக்கை நிறைந்த அந்தக் கிராமம், வெள்ளத்தைத் தடுப்பதற்காக கன்னி கழியாத ஒரு பெண்ணை நிர்வாணமாக வலம்வரச் செய்ய முடிவு செய்கிறது. ஆனால் அவளைக் குளிப்பாட்டித் தீப்பந்தத்தை அளிக்கும் முன்னரே மழை நின்றுவிடுகிறது. 'புதிய வார்ப்புகளில் கதாநாயகி தாலியைக் கழட்டி எறிகிறாள். 'அலைகள் ஓய்வதில்லையில் கதாநாயகன் தன் பூணூலையும், கதாநாயகி தன் சிலுவையையும் அறுத்து எறிகின்றனர். 'மண் வாசனை'யிலும், 'முதல் மரியாதை'யிலும் கதாநாயகி கொலை செய்வது புரட்சிகரமாக இல்லாவிட்டாலும் மேற்கூறிய விஷயத்தை ஒருவிதமாகத் தழுவத்தான் செய்கிறது. நகரத்தின் பிரச்சனைகளை வைத்து எடுக்கப்பட்ட இரு படங்களிலும்கூட மேலே சொல்லப்பட்ட அம்சங்கள் உண்டு. வேலையில்லாத் திண்டாட்டத்தை சித்தரிக்கும் 'நிழல்கள்' படத்தில் கல்யாணத்திற்கு அக்னி வளர்ப்பதற்கு ஒரு பட்டதாரி அவன் படித்த புத்தகங்களை எரித்து விடுகிறான். 'புதுமைப்பெண்'ணில் கதாநாயகி வேதநூல்களைப் புதைத்து விடுகிறாள்.

ஒரு கிராமத்திற்கு வெளியே இருந்து வரும் ஒரு விஷயம் மாற்றங்களை ஏற்படுத்தும் என்ற ஒரு கருத்து திரும்பத்திரும்ப இவரது படங்களில் இடம் பெறுவதைத் தவிர (இதை Archetypal Element என்பர்) இன்னொரு விஷயமும் இதே மாதிரி இடம்பெறுகிறது. அதாவது இப்படங்களில் கடைசிக் காட்சியில் சிகப்பு நிறப் புடவையைக் கதாநாயகி அணிந்து வருவதுதான். சிகப்பு நிறத்தை ரத்தத்துடன் ஒப்பிட்டுப் பார்த்தால் அது அழிவை (அல்லது பரட்சியைக்) குறிக்கும். பெண்ணின் நெற்றியில் பார்த்தால் மங்களத்தை குறிக்கும். பாரதிராஜா கிராமத்தை மையமாகக் கொண்டு எடுத்த படங்களில், குறிப்பாக கடைசிக் காட்சியில், சிந்திய ரத்தம்தான் தீமைகளை வென்று பிரச்சினைக்கு தீர்ப்பு வழங்குகிறது என்ற கருத்தை வெளிப்படுத்துகிறார்.

காமிராவை அவர் எவ்வாறு பயன்படுத்தியிருக்கிறார் என்று பார்ப்போம். '16 வயதினிலே' யிலிருந்தே பெரிய குளோஸ்-அப்

(Big Close-Up) ஷாட்டுகளையும் நீண்டதூர ஷாட்டுகளையும் *(Very Long Shot)* தன் படங்களில் பயன்படுத்தி வருகிறார். இதைத்தவிர முக்கியமான விஷயம் காமிராவை நகர்த்தும் வண்டியை *(Track)* அவர் பயன்படுத்துவதில் அவருக்குள்ள ஒரு தனி பாணிதான். குறிப்பாக 'பதினாறு வயதினிலே'யில் மயில் ஒரு காட்சியில் சப்பாணியுடன் சேர்ந்து காற்றாடி விட முயலும்போது காற்றாடி கீழே வந்து விழ, அதை எடுக்கப்போகும்போது அங்கு மிருக வைத்தியரின் கால்களைக் கண்டதும் தயக்கம்கொண்டு பின் சப்பாணியிடம் வந்து கூற அவன் சென்று அதை எடுத்துக் கொண்டு வருகிறான். இதற்கு வெவ்வேறு ஷாட்டுகளைப் பயன்படுத்திப் பிரித்துப் பிரித்துக் காட்டுவதற்குப் பதிலாக ஒரே ஷாட்டில் காட்டுவது பாரதிராஜாவுக்கு ஆரம்பத்திலேயே இருந்த திறமையைக் காட்டுகிறது. இதேபோல் 'கிழக்கே போகும் ரயிலில்' கதாநாயகன் கிராமத்தைவிட்டு வெளியேறும் காட்சியில் அவனை வழியனுப்பக் கதாநாயகி வரும்பொழுது அவர்களை க்ளோஸ் அப் காட்சியில் பார்க்கிறோம். சிறிது தூரம் அவர்கள் நடந்து வருவதைக் காமிரா காட்டுகிறது. பின்னர் காமிரா, ஜூம்பேக் *(Zoomback)* செய்கிறது. அதாவது லென்ஸ் விரிந்து, நின்று கொண்டிருக்கும் ரயிலையும் சேர்த்துக் காட்டுகிறது. பிறகு காமிரா இடப் பக்கமிருந்து வலப்பக்கமாக 'ட்ராக்' செய்கிறது. ரயில் பெட்டிக்கு அடுத்த பக்கத்தில் கதாநாயகனும், நாயகியும் நடந்து வருகின்றனர். ட்ராக் செய்யும் காமிராவில் ரயில் பெட்டிகளும், பெட்டிகளின் இடைவெளிகளில் மட்டுமே கதாநாயகனும், நாயகியும் தெரிகின்றனர். கடைசியில் காமிரா கடைசிப் பெட்டியை அடையும்போது, கதாநாயகன் கதாநாயகியிடம்தான் அவனுக்கு அனுப்பும் செய்திகளை அந்தப் பெட்டியின் மேல் எழுதப்போவதாகக் கூறுவதைக் காட்டுகிது.

'முதல் மரியாதை'யில் ஆரம்பக் காட்சியில் காமிரா ஒரு குடிசையை வலம் வருகிறது. பிறகு இன்னொரு காட்சியில் குடிசைக்குள் சென்று அங்கு நோயுடன் படத்திருக்கும் கதாநாயகனைக் காட்டிவிட்டு அடுத்த காட்சியில் ட்ராக் செய்யும்போது அவன் வீட்டில் கூடியுள்ளவர்களையும், அவர்களின் சம்பாஷணையையும் காட்டுகிறது. அதற்கு அடுத்த காட்சியில் திரும்பவும் காமிரா ட்ராக் செய்யும்போது அது குடிசையைத் தாண்டி அங்கு கூடியிருக்கும் அதே கூட்டத்தைக் காண்பிக்கும்.

இதைத்தவிர காமிராவின் முன்னே சில விஷயங்களிருந்தாலும், அதன் பின்புறத்தில் *(Background)* இருக்கும் விஷயங்களுக்கு ஒரு விதமான முக்கியத்துவம் இருக்கும். 'பதினாறு வயதினிலே'வில்

ஒரு காட்சி: மயில் முதல் மறையாக மிருக வைத்தியரின் வீட்டிற்குச் செல்லும்போது தூரத்தில் யாரோ இருவர் மரத்தை அறுத்துக் கொண்டிருப்பதைப் படத்தின் 'ஃப்ரேம்' காட்டும். அவள் வைத்தியரின் செயலால் மிரண்டு ஓடி வருகையில் சீவிய இளநீர் ஒன்று வண்டியிலிருந்து அவள் காலருகில் வந்து விழும். அதைத்தாண்டி அவள் செல்லுகையில் இருவர் மண்ணை மிதித்துக் கொண்டிருப்பதை 'ஃபிரேம்' காட்டும். இம்மாதிரியான உவமைகளைப் பலர் திணித்துச் செல்வது வழக்கம். ஆனால் பாரதிராஜா இவற்றை சற்றுத் தூரத்தில் வைத்தே காட்டுகிறார். இதேபோல் 'கைதியின் டைரி'யில் கதாநாயகன் சிறையிலிருந்து வெளியே வரும்போது தூரத்தில் மற்ற கைதிகள் புலம்புவதைக் காட்டுவதன் மூலம் அவனது மனப் பிரதிபலிப்பைத் தெளிவுபடுத்துகிறார்.

சில சமயம் இவருடைய காமிரா, கதாபாத்திரத்தின் கண்ணோட்டத்திலிருந்தும் பார்ப்பதுண்டு. இத்தகைய ஒரு முக்கியமான ஒரு காட்சி 'பதினாறு வயதினிலே'யில் அமைந்திருக்கிறது. மிருக வைத்தியர் கொடுத்த பாண்ட், சட்டையை அணிந்துகொண்டு சப்பாணி நடந்து வரும்போது அவனைக் காண்பிக்காமல் காமிராவே நொண்டி நொண்டிச் சென்று அவனைப் பார்த்து ஏளனம் செய்யும் ஊர்க்காரர்களைக் காட்டும். ஆனால் இதே டெக்னிக் 'புதுமைப்பெண்' படத்தில் ஒரு பெண்ணை, குளியலறையில், பாங்க் மானேஜரின் கோணத்தில் காட்டுவதாகச் சொல்லிக்கொண்டு அவளை அக்காமிரா கிட்டத்தட்ட கற்பழித்து விடுவது தேவையில்லாத, ஆபாசமான ஒரு விஷயமாகிப் போகிறது. இது வெறும் வர்த்தகக் காரணங்களுக்காகச் செய்யப்பட்ட காரியம்தான். ஒரு காட்சியை இன்னொரு காட்சியுடன் பிணைப்பதிலும் (அதாவது 'எடிட்டிங்') அவருக்கென ஒரு தனிப்பாணி உள்ளது. ஒரு நிகழ்ச்சியைக் காண்பித்துக் கொண்டிருக்கும்போது அது முடியும் முன்னரே மற்றொரு நிகழ்ச்சியின் ஆரம்பத்தை காண்பித்து மீண்டும் ஏற்கனவே காண்பித்த நிகழ்ச்சியை முடித்துவிட்டு அடுத்த நிகழ்ச்சியைத் தொடர்வார். இது 'ப்ளாஷ் பார்வர்ட்' (*Flash Forward*) என்ற உத்திதான் என்று கூறினாலும் இதை ஒரு இணைப்பு உத்தியாகப் பயன்படுத்துவது பாரதிராஜாவுக்கே உள்ள தனிப்பாணி. அவர் எடுத்த எல்லாப் படங்களிலும் இந்த முறையை எங்காவது ஒரு இடத்தில் பயன்படுத்தாமல் விடுவதில்லை.

'பதினாறு வயதினிலே' என்ற படத்தில் இந்த உத்தி, திறமை இல்லாமல், அதாவது சாதாரண விஷயத்திற்குப் பயன்படுத்தப்பட்டுவிட்டது. மயில் தன் தோழியின் கடிதத்தைப்

படித்து முடித்தவடன் கனவுலகில் ஆழ்ந்துவிடுகிறாள். அப்போது காமிரா சூரியகாந்திப் பூக்களையும் அவள் முகத்தையும் மாறி மாறி காண்பித்துவிட்டு மறுபடியும் அவள் குளிக்கப் போவதைக் காட்டும். இதே உத்தி 'கிழக்கே போகும் ரயிலில்' திறமையாகக் கையாளப்பட்டிருக்கிறது. ரயிலிலிருந்து இறங்கிய கதாநாயகி வயலில் வேலை செய்து கொண்டிருக்கும் ஒருவனிடம் ஊருக்குப் போகும் வழி கேட்கிறாள். அவன் வழி சொல்ல ஆரம்பிப்பான். உடனே காமிரா அவன் சொல்லும் வழியிலுள்ள ஒரு இடத்தில் கதாநாயகி இருப்பதைக் காட்டும். 'விழுந்தாச்சு' என்று காநாயகி கூறுகையில் மீண்டும் காமிரா அவன் அவளுக்குத் தொடர்ந்து வழி சொல்லிக் கொண்டிருப்பதைக் காட்டும். அடுத்து காமிரா காட்டுவது அந்த வழியில் இன்னொரு இடத்தில் கதாநாயகி இருப்பதை. ஊருக்குப்போகும் வழியை அவன் சொல்லி முடிக்கையில் கதாநாயகி ஊரின் எல்லையில் வந்து கொண்டிருப்பதைக் காமிரா காட்டும்.

இந்த 'ஃப்ளாஷ் பார்வார்ட்' உத்தி சிறப்பாகக் கையாளப்பட்டுள்ள படம் 'கைதியின் டைரி' தற்கொலை செய்துகொண்ட மனைவியின் கடிதத்தை எடுத்துக்கொண்டு நியாயம் கேட்க வருகிறான் கதாநாயகன். கேட்கவரும் இடத்தில் இன்ஸ்பெக்டர் அவனிடம் நயமாகப்பேசி அந்தக் கடிதத்தை வாங்கிக்கொண்டு ஒரு அறைக்குள் அவனை அடைத்துவிட்டு அரசியல்வாதியை மிரட்டுவதுபோல் விளையாட்டுக் காட்டிவிட்டு அக்கடிதத்தை கொடுக்கிறார். அப்போது அங்கிருக்கும் டாக்டர், அறையின் ஜன்னல் வழியாகப் பார்த்துக் கொண்டிருக்கும் கதாநாயகனுக்கு உதவி செய்வதாக நடித்துவிட்டு அக்கடிதத்தை சிகரெட் லைட்டரால் எரிக்கிறார். காமிரா கதாநாயகன் முகத்தைக் காட்டுகிறது. அவன் குமுறுகிறான். அரசியல்வாதியும், டாக்டரும், இன்ஸ்பெக்டரும், பிறரும் காட்டுத்தனமாகச் சிரிக்கின்றனர். இந்த இடத்தில் "ஆர்டர் ஆர்டர்" என்று நீதிபதி மேஜையைத் தட்டுவதைக் காண்பித்துவிட்டு காமிரா மீண்டும் விருந்து நடக்கும் இடத்திற்குத் திரும்பும். அரசியல்வாதியும், பிறரும் சிரித்துக் கொண்டிருப்பதைக் காட்டிவிட்டு, அடுத்து கதாநாயகன் குற்றவாளிக் கூண்டில் நிற்பதையும், வாதப் பிரதிவாதங்களையும் காட்டும். ஆனால் இதே உத்தியை பாரதிராஜா குழப்பிவிட்ட படம் 'முதல் மரியாதை' மனைவியை இழந்தவனின் நிலையைக் குறியீட்டு முறைமூலம் காட்ட வேண்டுமென்பதற்காக, அவன் சுமைதாங்கியின் மேல் உட்கார்ந்திருக்கும் காட்சியையும் ஒரு சிறிய கூடையில் புழுக்கள் நெளிவதையும் காமிரா மாறி மாறி மிக வேகமாகக் காண்பித்துவிட்டு, உடனே செருப்புத் தைக்கும்

தொழிலாளி தன் மகளின் வாயில் இருந்த கட்டைவிரலைப் பற்றிக் கதாநாயகனிடம் கூறுவதைக் காட்டும். இங்கு அடுத்தடுத்து மிக வேகமாகக் காட்சிகள் பிணையப்பட்டிருப்பதால் அநேகம் பேருக்கு பாரதிராஜா கையாண்ட உவமை புரியாமல் போய் விடுகிறது.

வசனங்களே இல்லாமல் இசையை மட்டும் பயன்படுத்தி காட்சிகளை அமைப்பதும் இவர் அறிமுகப்படுத்திய மற்றொரு உத்தி. உதாரணமாக, 'காதல் ஓவியத்தில்' கதாநாயகன் கோவிலின் ஏதோ ஒரு மூலையிலிருந்து தூண்களுக்கிடையே நடந்து வரும் காட்சி. 'மண்வாசனையில்' கதாநாயகி தன் மாமனுக்கு ஊரின் எல்லையில் காத்திருப்பதும் அவளை நினைத்து ஏங்கும் கவிஞனை நோக்கி அவள் ஓடி வருவதும் போன்ற காட்சிகள். இன்று இதை பல இயக்குனர்கள் உபயோகித்தாலும் இது பாரதிராஜாவின் சுயத்தன்மையில் ஒன்று என்பதில் சந்தேகமில்லை. வசனமில்லாமல் இசையை மட்டும் பயன்படுத்தி எடுக்கப்பட்ட ஷாட்டுகளை இவர் படத்தின் '*Motif*' களாகவும் பயன்படுத்துவார். இதேபோல் அவர் பாடல் காட்சிகளைப் படம் பிடிப்பதிலும் 1976லேயே புதுமையைச் செய்துள்ளார். பாடல் காட்சியை வெவ்வேறு இடங்களில் படம் பிடிப்பதன்கூலம் இடம், காலம் என்ற தொடர்ச்சியை (Continuity) மீறும் பாணிகளைக் கையாண்டிருப்பார். இதையும் இன்று அநேகமாக எல்லா இயக்குனர்களும் கையாளுகின்றனர். 'ஆசிரியர் கோட்பாடு' என்பதைக் கொண்டு இப்போது பாரதிராஜா படைப்புகளை மறுபடியும் பார்த்தோமானால், அவரின் கிராமப்படங்களில் பல்வேறு ஒற்றுமைகள் இருப்பினும் அவருடைய 'டெக்னிகல் ஸ்டைல்' அவர் எடுக்கும் மற்றப் படங்களையும் ஊடுருவத்தான் செய்கின்றது. ஆனால் இந்த கோட்பாட்டின் அடிப்படையில் இவரைப் பற்றிய மதிப்பீடு செய்வது சரியா என்ற கேள்வி எழலாம். அது சரியே என்பதை நிரூபிப்பதற்கு 'கல்லுக்குள் ஈரம்' என்ற படத்தை இன்னொரு உதாரணமாக எடுத்துக் கொள்ளலாம். இதை நிவாஸ் இயக்கியதாகக் கூறப்பட்டாலும் பாரதிராஜாவின் கைவண்ணம்தான் இது என்பதற்குப் பல்வேறு காரணங்கள் உண்டு. 'கல்லுக்குள் ஈரம்' படத்தில் வரும் குழுவினால்தான் கிராமத்தில் பல்வேறு நிகழ்ச்சிகள் நடக்கின்றன. இரண்டாவதாக, பாரதிராஜாவின் டெக்னிகல் விஷயங்கள் இந்தப் படத்தில் பல்வேறு இடங்களில் புலப்படுகின்றன. நிவாஸோ, கண்ணனோ, யார் ஒளிப்பதிவாளராக இருந்தாலும் அவர்கள் பாரதிராஜா சொல்லவிரும்பும் விஷயங்களுக்குத்தான் பயன்படுத்தப்படுவார்கள். இதற்கு உதாரணமாக இந்தப்

படத்தின் கடைசிக் காட்சியை எடுத்துக் கொள்ளலாம். மற்றப் படங்களிலிருந்து சற்று மாறுபட்டிருந்தாலும் (குறிப்பாக இதில் வரும் கதாநாயகி அடக்கமானவள் அல்ல) படம் பிடிக்கும் குழு கிராமத்தை விட்டுச் செல்வதற்கு காரணம் என்ன? அந்த ஊரில் பஞ்சம் என்பதால் ஒரு பூசாரியைக் கொண்டு மரத்தடியில் சில சடங்குகள் செய்யப்படுகின்றன. அந்த சடங்குகள் முடியும்போது பூசாரி தன் கையிலிருக்கும் சாதத்தை மேலே எறிந்து யாரும் திரும்பிப் பார்க்க வேண்டாம் என்றும் அவர்கள் அப்படிச் செய்தால் சாமி அதை ஏற்றுக் கொள்ளாது என்றும் கூறுகிறான். அவன் சாதத்தை மேலே வானத்தை நோக்கி எறிந்தபோது எல்லோரும் ஓடுகின்றனர். ஒரு சிறுவன் மட்டும் திரும்பிப்பார்த்து சாதம் கீழே விழுந்துவிட்டது என்று கத்துகிறான். அப்போது அந்தப் பூசாரி சாமி வந்ததுபோல் ஆடி பஞ்சத்திற்குக் காரணமு அந்த சினிமாக்குழுதான் என்று சொல்லும் ஒரு காட்சி பாரதிராஜாவின் முத்திரை என்பதில் எந்தவித சந்தேகமும் இல்லை.

ஒரு கலைஞனுக்குரிய சுயத்தன்மையைப் பெற்றிருந்த போதிலும் சில சமங்களில் பாரதிராஜா ‘அத்துமீறி’ செயல்படுவதும் உண்டு. ‘அலைகள் ஓய்வதில்லை’யில் ஒரு பாடலில் ஒரு சிறுவனும் சிறுமியும் ஊடல் கொள்வதுபோல் ஒரு காட்சியை வலிந்து திணித்திருக்கிறார். இது மாதிரி செயற்கையான, கலைக்கு அப்பாற்பட்ட விஷயங்கள் சில படங்களில் வரும்பொழுது பாரதிராஜா தனக்குள்ள மரியாதையைத் தானே குறைத்துக்கொள்கிறார். ஏ.வி.எம். போன்ற நிறுவனத்தின் தேவைகளுக்காக ‘புதுமைப்பெண்’ என்ற படத்தில் (பாரதியாரின் கவிதையிலிருந்து எடுக்கப்பட்ட தலைப்பு) ஒரு பாடல் காட்சியில் பெண்களைத் தொடை தெரியும் வண்ணம் படமாக்கியிருக்கிறார். அந்தக் காட்சியைப் பொறுத்த வரையில் அலைகுறையாக ஆடை யணிந்த பெண்களின் நடனம் இருக்கவேண்டும் என்ற எந்த நிபந்தனையும் இல்லை. திடீரென்று இதே பாடல் காட்சியில் நன்றாக வளர்ந்திருக்கும் ஒரு ஆலமரத்தில் ஜரிகைகளையும், வண்ணத் தோரணங்களையும் தொங்கவிட்டது. மிக மிக செயற்கை பிழைகளுக்கு மேல் பிழைகள் நிறைந்துள்ள படம் புதுமைப்பெண். இந்தப் படத்தின் ஆரம்பத்தில் இவர் கையாண்டிருக்கும் சில காட்சிகளைத்தவிர வேறு எதுவும் புதுமை இல்லை. இப்படம் பெண்களின் பெயரால் பெண்களையே அவமதிப்பதாகத்தான் இருக்கிறது. சீதை ஏன் தீக்குளிக்க வேண்டும் என்ற முற்போக்கான ஒரு கருத்தை இறுதிக் காட்சியில் கூறுகிறார். ‘ஆனால் அதற்கு முன்பே ஒரு காட்சியில் (கதாநாயகி குளிக்கும் காட்சியில்) காமிரா கற்பழிப்பில் இறங்கி

விடுகிறதே! இதன் கதை அமைப்புமே தாறுமாறாகத்தான் உள்ளது. தனது ‘டெக்னிகல் திறமை’யால் ரசிகர்களைப் பல இடங்களில் ஏமாற்றுகிறார். ஆக மிகவும் பிற்போக்கான படம் இது.

பழமைக்கு எதிரான சில கருத்துக்களைத் தனது படங்கள் சிலவற்றில் சொல்லியுள்ள இதே பாரதி ராஜா, மக்களின் ஆதரவைப் பெற்ற பின்னரும் கூட கத்தாம்பசலித்தனக்கு இடம் கொடுத்து விடுகிறார். உதாரணமாக ‘முதல் மரியாதை’யில் குலகௌரவம் என்ற பத்தாம்பசலித்தனமான கருத்துக்காக ஒரு பெண்ணைப் பலியிடுகிறார். ஒரு ஆணை நேசித்ததுதான் அவள் செய்த குற்றம். ரசிகர்களின் ஆதரவைப் பெற்றுள்ள பாரதிராஜாவால் தைரியமாக சில கருத்துக்களைச் சொல்ல முடியும். ஆனால் வினியோகஸ்தர்களாலும், வர்த்தக காரணங்களாலும் மட்டுமே அவர் தொடர்ந்து வழி நடத்தப்படுவாரேயானால் அது அவரிடமுள்ள கலையை முற்றிலுமாகக் கொன்றுவிடும். கிராமப்புறங்களைக் கருவாகக் கொண்ட படங்களை எடுத்துள்ள அவர், இது வரை பிரச்சனைகளை மேலோட்டமாகப் பார்த்ததுபோல் பார்க்காமல், அவற்றை ஆழமாகவும் ஊடுருவிப்பார்த்து, கிராமங்களையும் தாண்டிய பொதுவான மனிதப் பிரச்சனைகளை, தான் இதுவரை கையாண்டுள்ள வடிவங்களிலேயே சித்தரிப்பாரேயானால், தமிழ் சினிமாவிற்கு மிகச் சிறந்த பங்களிப்பைச் செய்த பெருமை இவருக்குக் கிடைக்கக்கூடும்.

(‘இனி இதழ் 1’, 1986)

பின்குறிப்பு:

இந்த கட்டுரை வெளிவந்த போது அதற்கு பல எதிர்வினைகள் வந்தன. அவற்றில் இரண்டை மட்டுமே முக்கியமானதாக கருதுகிறேன். வெ. ஸ்ரீராம் அவர்கள் *auteur's theory* என்பதை தமிழில் ஆசிரியர் கோட்பாடு என்பதற்கு பதிலாக படைப்பாளி கோட்பாடு என்று அதை மொழிப்பெயர்த்து இருக்க வேண்டும் என்று கூறினார். அவர் சொன்னது ஒரு விதத்தில் சரி என்றாலும், இந்த தொகுப்பில் தரப்பட்ட அந்த கட்டுரையின் பிரதியில் அது ஆசிரியர் கோட்பாடு என்று முதல்முதலில் பிரசுரிக்கப்பட்டதை திருத்துவது முறையில்லை என்று அப்படியே விட்டுவிட்டேன்.

இரண்டாவதாக எம்.டி. முத்துக்குமாரசாமி அவர்கள் அதே சஞ்சிகையில் எழுதிய எதிர்வினை. மே 1968 பிறகு ஆல்தூஸர் ஊடகங்களை சிந்தாந்த கருவியாக கருத்தாக்கம் செய்தது கஹிது சினிமாவின் விமர்சகர்களை பெருமளவு பாதித்தது அதில்

முன்னோடிகளாக விளங்கிய ழான்-லூயி கமோலி, ழான்-லூயி பௌத்ரி போன்றவர்களின் கோட்பாடு விளக்கங்களின் அடிப்படையிலும், படைப்பாளி இறந்து விட்டான், வாசகன் பிறந்துவிட்டான் என்று ரோலண்ட் பார்த்தே போன்றவர்கள் கூறிய அடிப்படையிலும், அவர் தனது வாதங்களை என்னுடைய வாசிப்புக்கு எதிராக முன்வைத்தார். மற்றும், அன்று சினிமாவில் படைப்பாளி கோட்பாடுக்கு எதிராக வைக்கப்பட்ட ஒரு முக்கியமான வாதம், திரைப்படம் என்பது பல கலைஞர்களின் கூட்டுமுயற்சில் உருவாகும் ஒன்று என்பதால் அதை ஒரு கலைஞரின் ஆற்றலுக்கு சுருக்கமுடியாது என்ற கருத்து.

முதலாவதாக, கமோலி, பௌத்ரி வழியில் சினிமா என்ற சமூக நிறுவனத்தை தகர்க்கமுடியாத சிந்தாந்த கருவியாக கருத்தாக்கம் செய்யும் போது அதனுடைய பல நுட்பமான கூறுகள் அடிப்பட்டு போய்விடுகின்றன. கமொலியும், பௌத்ரியும், மேற்கத்திய சினிமாவின் ரியலிசத்தின் மாயைத்தான் அன்று அன்று விமர்ச்சித்தனர் என்றாலும், குறிப்பாக ஜனரஞ்சக சினிமாவில் (ஹாலிவுட் ரியலிச படங்கள் உள்பட) தோன்றும் முரண்களை வாசிக்க அந்த கோட்பாடின் கீழ் எந்த சாத்தியமுமில்லாமல் போனது. மற்றும் சினிமாவில் மாற்று முயற்சிகள் சாத்தியம் என்பதையும் அந்த கோட்பாடு முறியடித்து விடுகிறது. அதை தவிர, இங்கு சினிமா அன்றைய காலக்கட்டத்தில் ரியலிசத்தை நோக்கி பயணிக்கவில்லை. கடந்த பத்து பதினைந்து ஆண்டுகளுகாகத்தான் தமிழ் சினிமா அந்த திசையை நோக்கி பயணம் செய்ய துவங்கியுள்ளது.

“படைப்பாளி இறந்துவிட்டான் வாசகன் பிறந்துவிட்டான்” என்று சொல்வதின் காரணம், ஒரு எழுத்தாளரோ, கவிஞரோ அல்லது ஒரு இயக்குனரோ அவர்கள் நினைத்ததுதான் படைப்பில் இருக்கிறது என்று அவர்கள் என்ன சொல்கிறார்களோ அதற்கு சுருக்கி வாசிக்கும் முறைக்கு எதிரான கருத்து. நல்ல வேளையாக படைப்பாளி கோட்பாடு அதில் என்றும் சிக்கிக்கொள்ளவில்லை என்பதை தவிர, அந்த மாதிரியான வாசிப்பை தத்துவத்தில் இண்டெஷன்ல் பாஃலாசி (*intentional fallacy*) என்ற தர்க பிழையாக அடையாளம் காட்டிய அழகியல் மரபு, கஹிது சினிமா சஞ்சிகை தோன்றுவதற்கும் முன்பானது. என்னுடைய வாசிப்பும் பாரதிராஜா இப்படிதான் தன் படைப்புகளை புரிந்துக்கொண்டு எடுத்திருக்க வேண்டும் என்பதல்ல. படைப்பாளி ஒரு படைப்பை உருவாக்கும் தருணத்தில் அவரை அறியாமலேயே அவருடைய அன்றய சிந்தனையயும் மீறி இந்தமாதிரியான கூறுகள் படைப்பில் வெளிப்படுவது சகஜம். மற்றும் அவர்

சிந்தித்தது மட்டும்தான் என் ஆய்வில் இருந்தது என்ற தொணியில் நான் எங்கும் என் வாதத்தை முன்நிறுத்தவில்லை. அது சாத்தியிமுமில்லை. ஏனென்றால், அவரிடம் எந்த வித நேர்காணலையும் நடத்தாமல், அவரின் படங்களை ஆழ்ந்து கவனித்து, குறிப்புகள் எடுத்து நான் முன்வைத்த கோட்பாடின் அடிப்படையில் மட்டும் அவற்றை ஆய்வு செய்தென். குறிப்பாக இந்த கட்டுரையில் எடுத்துக்கொண்ட ஒவ்வொரு படத்திலும் நான் அடையாளப்படுத்திய கூறுகள் அமைப்பியல் ரீதியாகவும், சினிமா-குறியியல் ரீதியாகவும் வெளிப்படுகின்றன என்பதே முக்கியம். ஏனென்றால் அவைதான் என் வாதத்தின்படி பாரதிராஜாவின் படைப்புகளை தனித்து நிறுத்துகின்றன.

இறுதியாக, திரைப்படம் பல கலைஞர்களின் பங்களிப்பால் உருவாகும் ஒன்று என்பதால், அதை ஆய்வு செய்யும் போது தனிப்பட்ட படைப்பாளியை பொறுப்பாக எடுத்துக்கொள்ளமுடியாது என்ற வாதத்திற்கு வருவோம். இதை அன்றே பிரான்சுவா ட்ரூஃபோ போன்றவர்கள் ஒரளவுக்கு தெளிவுப்படுத்தினார்கள். அதாவது வர்த்தக திரைத்துறையில் இரண்டுவிதமான இயக்குனர்களை அவர்கள் அடையாளப்படுத்தினார்கள். இதில் ஒரு குழு மெட்யூர்ஸ்-ஆன்-சேன் (*Metteurs-en-scene*) என்ற பிரிவை சார்ந்தவர்கள். அதாவது அவர்களுக்கு மேலிருந்து என்ன கட்டளையிடப்படுகிறதோ அதற்கு ஏற்றவாறு படத்தை எடுத்துக்குடுத்துவிடுவார்கள். இவர்கள் வெறும் டெக்கினல் டைரக்டர்ஸ். இதற்கு எதிரான மீஸ்-ஆன்-சேன் (*Mise-en-scene*) குழுவை சார்ந்த இயக்குனர்கள் மரபுவழியாக இறுகிப்போன காட்சியாக்கத்தையும், திரைமொழியையும், தங்களுடைய பாணியில், தன் கருத்துகளுக்கு ஏற்றவாறு முன்நகற்றி பல நிறுவன சிக்கல்களையும், அழுத்தங்களையும் தாண்டி தங்கள் படைப்புகளை வெளிப்படுத்துவார்கள் என்பதே,

மற்றும் ஒரு திரைப்பட இயக்குனரை, தனித்து இயங்கும் ஒரு ஓவியருடனோ அல்லது ஒரு இலக்கிய படைப்பாளியுடனோ ஒப்பிட்டு பார்ப்பது முறையல்ல. அவருடய படைப்பாளி திறன் ஒரு கட்டிட கலைஞருக்கு சமமானது. ஒரு கட்டிடம் உருவாகும் போது அதற்கு பலர் பங்களித்தாலும் இறுதியாக உருவாகும் வடிவத்தில் எது இருக்கவேண்டும் எது இருக்கக்கூடாது என்பதை முடிவு செய்யும் தகுதி, ஆற்றல் மற்றும் பொறுப்பு அந்த கலைஞருக்கு மட்டுமே இருக்கிறது. இந்த அடிப்படையில்தான் இன்றய திரை விமர்சன கோட்பாடு, ஏற்கனவே, அமைப்பியல், பின்-அமைப்பியல், குறியியல் மற்றும் பின்-நவீனத்தில்

சொல்லப்பட்ட கருத்துகளை உள்வாங்கி மறுபடியும் பயணித்து வருகிறது. இதற்கு இருக்கும் பல உதாரணங்களில் முக்கியமானதாக, ஆஸ்திரேலிய கோட்பாடளார், திரை விமர்சகர் ஏட்ரியன் மார்ட்டின் அவர்கள் 2014ல் எழுதிய - *Mise-En-Scene & Film Style: From Classical Hollywood to New Media Art* - காட்சிப்படுத்தலும் திரைப்பட பாணியும்: செவ்வியல் ஹாலிவுட்டில் இருந்து புதிய ஊடக கலை வரை - என்ற நூலை எடுத்துக்கொள்ளலாம்.

அந்த விதத்தில் அன்று நான் பாராதிராஜாவின் படைப்புகளைப் பற்றி எழுதிய கட்டுரை வீண்போகவில்லை என்ற மன உறுதியை இந்த நூல் எனக்கு அளித்து மறுபடியும் என்னை அந்த திசையில் பயணிக்க தூண்டியுள்ளது. படைப்பாளி இறந்துவிட்டான் என்று சொல்வதற்கு ஒரு பனுவலை பல விதமான வாசிப்புகளுக்கு உட்படுத்தலாம் என்ற கருத்தை முன்வைப்பதே நோக்கம். அந்த விதத்தில் மற்ற வாசிப்புகளுக்கு குடுக்கப்படும் முக்கியத்துவம் படைப்பாளியை மையப்படுத்தி நகரும் வாசிப்புக்கும் உண்டு என்பதை இங்கு வலியுறுத்துவது அவசியம். ஆனால் என்னுடைய இந்த கட்டுரை பிரசுரிக்கப்பட்ட காலக்கட்டத்தில் இவ்வளவு தெளிவாக எம்.டி.எம்மின் எதிர்வினைக்கு எனது வாதத்தை முன்வைக்கமுடியாமல் போனது என்பது நிஜம்.

◆◆◆

2

டேவிட் லீனின் ரயான்ஸ் டாட்டரும் (1970) மண்வாசனை சினிமாவின் கமர்ஷியல் வடிவமும்[1] (முதல் பாகம்)

மண்வாசனைப் படங்கள் என்றாலே அவை எல்லாமே பிரத்யேகமாக நமது சூழலிலேயே உருவான படைப்புகள் அல்லது ஒரு தூய்மையான தமிழ் கலாச்சார வடிவத்தின் பிரதிபலிப்பு என்ற ஒரு கருத்து பரவலாக இருக்கிறது. ஆனால், முதலீடு பொருளாதாரத்தின் வருகையும் அதனுடன் ஒன்றிய நவீனமயமாக்கலும் அல்லாமல் சினிமா எங்கும் உருவானது கிடையாது. அந்த அடிப்படையின் கீழ், ஒரு மண்ணில் தோன்றிய படத்தை மற்றொரு மண்ணில் தோன்றிய படத்துடன் ஒப்பிட்டுப் பார்க்க முடியும், அல்லது ஒரு மண்ணின் சரித்திரத்தில் சினிமா ஏற்படுத்திய பதிவுகளை மற்றொரு மண்ணில் அது செய்த பதிவுகளுடன் ஒப்பிட்டு பார்க்க இயலும். அப்படி ஒப்பிட்டுப் பார்க்கும் போது முதலாவதாக, கலாச்சார தனித்தன்மையை (Cultural Specificity) முதன்மைப்படுத்தி ஆய்வுகளை முடுக்கினால் தேவையற்ற குழப்பங்கள் நமது புரிதலை சுருக்கிவிடும். காரணம், எந்த கலாச்சார தனித்தன்மையும் ஒட்டை இல்லாத சுவரல்ல. மற்றும், எந்த ஒரு மண்ணிலுமே அங்கு உருவாக்கப்பட்ட படங்கள் மட்டும் திரையிடப்படுவதில்லை. இதனால் ஹாலிவுட்டின் பாதிப்புகளையும் மற்ற சர்வதேசப் படங்களின் பாதிப்புகளையும் தமிழ் சினிமாவில் நாம் காணமுடியும். இரண்டாவதாக, வளர்ச்சி அடைந்த மண்களிலும், வளர்ச்சி

அடைந்துக் கொண்டிருக்கும் மண்களிலும் முதலீடு பொருளாதாரத்தின் ஆளுமை வெவ்வேறு கட்டங்களில் உள்ளது என்பதால் நாம் ஒப்பிட்டுப்பார்க்கும் படங்களுக்கு இருக்கும் ஒற்றுமைகளை பற்றி பேசினால் மட்டும் போதாது, அவற்றிலுள்ள வேற்றுமைகளையும் அவை உருவான சமூக பொருளாதார கலாச்சார காரணங்களையும் அடையாளம் காண வேண்டிய அவசியம் இருக்கிறது. இந்த பின்னணியில், நமது சினிமா மீது ஹாலிவுட் படங்கள் ஏற்படுத்திய பாதிப்பையோ அல்லது சர்கியொ லியோன் இயக்கிய இத்தாலிய வெஸ்டர்ன் படங்கள் ஏற்படுத்திய பாதிப்பையோ அல்லது ஹாங்காங் ஸ்டண்ட் படங்கள் ஏற்படுத்திய பாதிப்பையோ அல்லது ஐரோப்பிய கலைப் படங்கள் ஏற்படுத்திய பாதிப்பையோ ஆய்வு செய்யமுடியும். அப்படிப் பார்க்கும் போது, இந்தக் கட்டுரையின் நோக்கம் மண்வாசனை படங்களுக்கும் டேவிட் லீனின் 'ரயான்ஸ் டாட்டர்' (1970) என்ற படத்திற்கும் இருக்கும் ஒரு அடர்த்தியான தொடர்பைப் பற்றி பேசுவதே.

1976-1986 வரை உருவான மண்வாசனை படங்களில் அந்த ஆங்கிலப் படத்தின் நுட்பங்கள் ஏதாவது ஒரு வகையில் செயல்படுகின்றன[2]. குறிப்பாக, இந்தப் படங்களின் கமர்ஷியல் ஃபார்முலாவிற்கு அது ஒரு அடித்தளத்தை அல்லது ஒரு ஆர்கிடெக்ஸ்ட்டை (*Archetext*) அளித்திருக்கிறது என்பதை விளக்குவதுதான் இந்த கட்டுரையின் இலக்கு[3]. அப்படி நான் கூறுவதால், உடனே மண்வாசனைப் படங்கள் எல்லாம் அந்தப் படத்தின் ஈயடித்தான் காப்பி என்று கருதிவிடக் கூடாது. மற்ற மண்களில் உருவான படங்களின் கூறுகளை இரவல் வாங்கும் போது அவை நமது மண்ணில் சினிமா எந்த தருணத்தில் இருக்கிறது, எந்த கதையாடல் மரபுகள் மற்றும் தொழில்நுட்ப வழக்கங்களின் அடிப்படையில் அது செயல்படுகிறது, நமது சமூக கலாச்சார அமைப்பும், பொருளாதாரச் சூழலும் எந்த நிலையில் இருக்கின்றன என்பதற்கு ஏற்றவாறு தடமாற்றப்பட்டு திரிக்கப்படுகின்றன. ஆனால், இந்த பரிணாமங்களின் அடர்த்தியான நுணுக்கங்களை முழுமையாக உள்வாங்கித்தான் நமது இயக்குனர்களும், தயாரிப்பாளர்களும் படத்தை உருவாக்குகிறார்கள் என்று நான் கருதவில்லை. சமூகத்தில் ஏற்படும் மாற்றங்களினால் சினிமா என்ற தொழில்துறையில் மாபெரும் பிரச்சனை உருவாகும் போது, பல முயற்சிகள் முடுக்கிவிடப்படும். அவற்றில் எதாவது ஒன்று இந்த மாற்றங்களின் சூழலுக்கு ஏற்ப பார்வையாளர்களிடையே பெரும் வெற்றி பெற்று விட்டால், மற்றவர்களும் அம்மாதிரியான படங்களை உருவாக்க துவங்கிவிடுவார்கள் என்பது சகஜம். அப்படி ஒரு

பிரச்சனை தமிழ் சினிமாவில் ஏற்பட்ட போது மண்வாசனைப் படங்கள் அதற்கு ஒரு தீர்வாக பிறந்து, தமிழ் திரைபடங்களின் உற்பத்தியை அடுத்த கட்டத்திற்கு நகர்த்தின. அந்த நிகழ்வுக்கு ஒரு ஊன்றுகோலாக விளங்கிய 'ரயான்ஸ் டாட்டரைப்' பற்றி என் விளக்கத்தை இங்கு தொடர்வதற்கு முன் மெலோடிராமடிக் முறையைப் பற்றியும், இந்திய சினிமாவின் கதையாடல் மரபுகள் மற்றும் காட்சியமைப்பு மரபுகள் பற்றியும், சில கருத்துகளை இங்கு கூற வேண்டிய அவசியம் இருக்கிறது.

I

1970களிலும் 80களிலும், கலை சினிமாவிற்கு ஒரு பிரத்யேகமான இடத்தை உருவாக்க முனைந்த சொல்லாடல்கள், கோட்பாடு அடிப்படையில் எந்த ஒரு விளக்கமும் அளிக்காமல், ரியலிஸத்தை, மெலோடிராமாவிற்கு எதிராக நிறுத்தின. இந்த செயல்பாட்டின் அடிப்படையில் கமர்ஷியல் சினிமா மெலோடிராமாவின் வெளிப்பாடாகவும், கலை சினிமா ரியலிஸத்தின் வெளிப்பாடாகவும் வரையறுக்கப்பட்டது. உதாரணத்திற்கு, இந்த வரையறுப்பின் கீழ்தான் இன்று நமது சூழலில் உருவாகியிருக்கும் 'வெய்யில்' (2006), 'அங்காடி தெரு' (2010) போன்ற படங்கள் மெலோடிராமடிக் வடிவத்தை தாண்டி இயங்கும் ரியலிஸ படங்களாக முன்வைக்கப்படுகின்றன. ஆனால், இதில் இருக்கும் ஒரு வேடிக்கை என்னவென்றால், ரியலிஸம் என்று கருதப்படும் ஒன்றில் மெலோடிராமாடிக் முறை செயல்படவில்லை என்ற கருத்தும், மெலோடிராமா என்பதில் ரியலிஸம் இல்லை என்ற கருத்தும் எந்தவித கேள்விக்கும் உட்படுத்தப்படாமல், உறுதிப்படுத்தப்பட்ட உண்மைகளாக அந்த சொல்லாடல்கள் எடுத்துக் கொள்கின்றன என்பதே[4].

II

மெலோடிராமா என்ற வெளிப்பாடு முறை, அதனுடைய உள்ளடக்கத்திலும், அமைப்பிலும் ஒரு நவீன வடிவம். அதாவது, அரசியல் நவீனத்துவம் என்ற ஒரு ஆட்சி முறை உருவாகிய பிறகுதான் மெலோடிராமா உருவாகிறது. ஏனென்றால், 18ம் நூற்றாண்டின் இறுதிக் கட்டத்தில் எழுந்த ப்ரெஞ்சு புரட்சியினால் அறிமுகம் செய்யப்பட்ட அரசியல் நவீனத்துவம் (Political Modernity) மானிட வாழ்கையின் புனிதத் தன்மையை உடைத்துவிட, அந்த புனித தன்மையின் அடிப்படையில் இயங்கிய டிராஜடி அல்லது துன்பியல் என்ற வடிவம் அத்துடன் இறந்து விடுகிறது. இதற்கு காரணம், துன்பியலிலும், இதிகாசத்திலும், அரசர்களும், இளவரசர்களும்

கதாநாயகர்களாக பவனி வர, அவை அவர்களுக்கு கீழ் இருந்தவர்களை நோக்கி (Mode of Address) வடிவமைக்கப்பட்டன. ப்ரெஞ்சு புரட்சிக்கு பிறகு அரசாண்மை பிரதிநிதித்துவ ஆட்சிக்கு கீழ் வர, மன்னராட்சியும் அதை போற்றி பாதுகாத்த மதத்தின் அதிகாரமும் தகர்க்கப்பட்டன. இந்த சூழலில், முதலீடு பொருளாதாரத்தின் பிரதிநிதிகளாகவும், வியாபாரம் மற்றும், கல்வி அறிவு பெற்றிருந்ததால் தாங்கள் செய்யும் வேலைகளின் மூலம் செல்வம் சேகரித்து உயர்ந்து கொண்டிருந்த நடுத்தர வர்க்கம் (bourgeoisie), ஜனநாயகத்தில் எல்லோரும் சமம் என்ற அடிப்படையில், தங்களைப் போன்றவர்களை நோக்கி (Mode of Address) உருவாக்கிய கதையாடல் முறையை (Narrative Mode) தான், மெலோடிராமாடிக் முறை (Melodramatic Mode) என்று ஒரு கோட்பாடு கருத்தாக்கமாக (descriptive or theoretical category) பீட்டர் ப்ரூக்ஸ் தனது, 'மெலோடிராமாடிக் இமாஜினேஷன்' என்ற நூலில் வரையறுக்கிறார்[5].

யாரை நோக்கி இந்த முறையில் கதைகள் சொல்லப்படுகிறதோ அவர்கள், முழு அதிகாரத்தை பெற்றவர்களும் இல்லை அல்லது எந்த அதிகாரத்தையும் அனுபவிக்காத அடிமைகளும் இல்லை. ஆகையால், இந்த கதையாடல் முறையில், அதிகாரத்தின் மையமாக குடும்பமும், தனி உடமை சொத்தும் இயங்குகின்றன. இந்த விளிம்புகளுக்குள் இயங்கும் உலகத்தில் தந்தையிடம் இருந்து மகனுக்கு மட்டுமே அதிகாரம் கை மாறும் ஒரு தந்தை வழி சமூக அமைப்பே மிகவும் முக்கியமான ஒன்றாக கருதப்படுகிறது. தனது தந்தையை போல் மகன் உயர்ந்தால்தான் அவருடைய சொத்துகள் மீது தனது உரிமையை செலுத்தி, சமூகத்தில் அவர் இருந்த இடத்திற்கு அவன் வரமுடியும். இதனால், துன்பியலுக்கு மையமாக விளங்கிய சட்டம், நியாயம், நீதி என்பதை வெளிப்படுத்தும் "இந்த மனிதனுக்கு நம் மீது ஆட்சி செலுத்த என்ன உரிமை இருக்கிறது?" என்ற கேள்வி "இந்த மனிதனுக்கு நமது குடும்பத்தை போல் இருக்கும் ஒன்றின் மேல் ஆட்சி செலுத்த என்ன உரிமை இருக்கிறது?" என்று மாறிவிடுகிறது[6].

இப்படி டிராஜிடியின் மறைவினால் உருவான இடைவெளியை மெலோடிராமா நிரப்பும் அதே சமயத்தில் புனிதப்படுத்தப்பட்ட ஒரு தார்மீக உலகை (moral occult) மெலோடிராமா தன் பாணியில் உருவாக்க முயல்கிறது. இதை அது எப்படி செய்கின்றது என்றால், அன்றாட உலகில் நடக்கும் சம்பவங்களை, வெள்ளை கருப்பு, நன்மை, தீமை என்று பிரித்து, இரு மாபெரும் சக்திகளுக்கு நடக்கும் ஒரு போராக அவற்றை வடிவமைத்து, அந்த போரின்

தீர்வாக ஒரு புனிதப்படுத்தப்பட்ட தார்மீக உலகத்தை உயர்த்தி நிலைநிறுத்துவதின் வழியாகத்தான்[7]. உதாரணத்திற்கு, 'வெய்யில்' (2006) என்ற படத்தில், ஒரு அன்றாட வியாபார போட்டி ஏன் ஒரு மிகைப்படுத்தப்பட்ட குருதி புனலாக மாற்றப்படவேண்டும்?[8] குடும்பத்தால் ஒதுக்கப்பட்ட, குறிப்பாக அவன் தந்தையால் நிராகரிக்கப்பட்ட கதாநாயனுக்கு மகுடம் சூட்டி ஒரு குறியீடு அதிகார (Symbolic Position of Power) பீடத்தில் தெய்வமாக அவனை அமர்த்தி அவன் பாதங்களை அவன் குடும்பத்தில் உள்ள எல்லோரும் வணங்கவே. இந்த வழியாக அந்த படத்தின் துவக்கத்தில் நிலைகுலைந்துவிட்ட அந்த கதையின் தார்மீக உலகம், இறுதியில் நிமிர்த்தி நிற்க வைக்கப்படுகிறது. குழந்தைப் பருவத்தில் ஒரு நாள், முருகேசன் பள்ளிக்குச் செல்லாமல் சினிமாவுக்கு சென்று படம் பார்த்த வண்ணம் புகைபிடித்து கொண்டிருக்கிறான். இதைப் பார்த்த அவனது தந்தை, அவனை உதைத்து நிர்வாணமாக்கி, அவனது கால்களையும், கைகளையும் ஒன்றாக சேர்த்து கட்டி, கொளுத்தும் வெய்யிலில் நடுத்தெருவில் கிடத்தி, அந்தி சாயும் வரை அவனை கொடூரமாக தண்டிக்கிறார். இறுதியில், தன் குடும்பத்தின் பொருளாதார நிலையை உயர்த்திக்கொண்டிருக்கும் தம்பி கதிரின் உயிரை காப்பாற்றி ரத்த வெள்ளத்தில் தன் உயிரை தியாகம் செய்து அவன் மடிவதால், முருகேசனை அதுவரை ஏற்றுக்கொள்ளாத அந்த தந்தையே, அவனுடைய நினைவாஞ்சலிக்கு போஸ்டர் ஒட்டுகிறார்.

இந்த கதையாடல் முறையில், பாலியல் அதிகாரம் மட்டுமின்றி, சமூகத்தின் மீது விளைவுகளை ஏற்படுத்தக்கூடிய ஆளுமையும், ஆண்மையுடையதாக கருதப்படுவதால், இந்த முறையில் சொல்லப்படும் கதைகளின் பிரதான பாத்திரம் ஆணாக இருந்தாலும் சரி, பெண்ணாக இருந்தாலும் சரி அவர்கள் அனுபவிக்கும் துன்பங்களுக்கு தீர்வு காணமுடியாத கையாலாகாத வீரியமற்றவர்களாக இருக்க இந்த முறையின் தந்தை வழி சமுதாய மரபுகள் அல்லது மதிப்பீடுகள் அனுமதிக்காது[9]. இதனால், சோகமான முடிவுகள் இந்த முறையில் சகஜமே தவிர, ஒரு விதிவிலக்கல்ல. 'வெய்யிலின்' கதாநாயகன் சந்திக்கும் சோகமான முடிவின் வழியாகத்தான் அவனுடைய ஆண்மையும் அதைச் சார்ந்த வீரியமும் நிலை நாட்டப்படுகிறது. இதற்கு நேர்மாறாக, 'அவள் ஒரு தொடர்கதையில்' (1974), கதாநாயகியின் தந்தையும், அண்ணனும் பொறுப்பற்ற/வீரியமற்ற தன்மை உடையவர்கள். இறுதிக் கட்டத்தில் அவனுடைய ஆளுமையை/ ஆண்மையை நிலை நாட்ட அவளுடைய அண்ணனுக்கு வாய்ப்பு ஏற்பட்டாலும், அவனை வழிமறித்த வில்லனிடம்

கெஞ்சுவானே தவிர, அவனை அடித்து நொறுக்கிவிட்டு தன் வழியில் போகமாட்டான். இதனால், அவன் கொல்லப்பட, தனது குடும்பத்தின் தலைமையை கதாநாயகி இழப்பதில்லை. தன் உணர்வுகளையும், பாலியலையும் குழிதோண்டிப் புதைத்துவிட்டு அவள் இறுதி வரை ஆண்மையுடையவளாகவே இருந்து விடுகிறாள் என்பதுதான் அந்த கதையின் தார்மீக உலகை மீட்டெடுக்கிறது. ஆதலால், அந்த கொடூரமான முடிவிற்கு பிறகு, அவள் ஒரு தொடர்கதையாக இருப்பதற்குப் பதிலாக ஒரு முற்றுப்புள்ளியாக மாறிவிடுகிறாள். பருத்தி வீரன் (2007) என்ற படத்தில், ஊருக்குள்ளே மற்றவர்களிடம் தனது போக்கிரி தன்மையை கட்டவிழ்த்து கதாநாயகன் தனது ஆண்மையை வெளிப்படுத்துவதுபோல் தோன்றினாலும், சென்னையில் இருக்கும் சிறைக்குச் செல்வதையே இலக்காக கொண்டு திரிந்து கொண்டிருக்கும் அவன், பொறுப்பற்று இருப்பதால், கதாநாயகியின் (தார்மீக) கண்ணோட்டத்தில் ஆண்மையற்றவன். இதனால், அவனைத் திருத்தும் ஆற்றலைப் பெற்ற அவளிடம்தான் அந்த ஆளுமை வெளிப்படுகிறது என்றாலும், இறுதியில் அவள் அதை இழக்க வேண்டும்.

இதில் என்ன கொடுமை என்றால், அவள் வாயினாலேயே அந்தக் காரியத்தை செய்ய அவனை அவள் கட்டளையிட்டு கட்டாயப்படுத்த வேண்டும். இந்த திரைப்படத்தின் உச்சகட்டத்தில், அவள் கற்பழிக்கப்பட்டாள் என்பது அவளுக்கும், அவனுக்கும் மட்டும்தான் தெரியும். அப்பொழுது அந்த இடத்திற்கு வந்த அவள் தந்தையும், அவருடைய அடியாட்களும், அவளைப் பார்த்தால், கதாநாயகன்தான் அவளை குற்றுயிரும் கொலையுயிருமாக கெடுத்துவிட்டான் என்று நினைக்கத் தோன்றுமே தவிர, அது மற்றவர்கள் செய்த காரியமாக அவர்களுக்குத் தெரியாது. ஆகையால், அவனை வெட்டிக் கொல்லாமல் அவர்கள் இருக்கப்போவதில்லை. கதாநாயகன் அப்படி இறந்தால் அவன் ஆண்மையற்றவன் என்ற நிலைதான் இறுதியில் உருவாகும். ஆகையால், இறுதியில் ஒரு நாய் போல அவன் அடித்துக் கொல்லப்பட்டாலும், அதற்கு முன் அவனது ஆண்மையை பீடமேற்றுவதற்காகவே, தன் காதலியின் உடம்பை கண்ட துண்டமாக அவள் வேண்டுகோளுக்கு இணங்கி சிதைப்பதின் மூலம், பொறுப்பற்று திரிந்த அவன், அவளுடைய மானத்தை காக்க, மாபெரும் தியாகத்தை செய்தான் என்ற நிறைவுடன் அந்த திரைபடம் முடிய அதன் மூலம் தனது தார்மீக உலகத்தையும் அதன் அடிப்படையான தந்தை வழி சமூக அமைப்பையும் அது நிமிர்த்தி நிற்க வைத்து புனிதப்படுத்துகிறது.

இந்த உதாரணங்களின் அடிப்படையில் பார்க்கும் போது ரியலிஸம் என்று நாம் கருதும் வடிவத்தில் மெலோடிராமாடிக் முறை செயல்படுகிறது என்பது தெளிவாகிறது. மற்றும், இந்த முறையை பற்றி கோட்பாடு ரீதியான விளக்கங்களை தனது 'மெலோடிராமாடிக் இமாஜினேஷன்' என்ற நூலில் முன்வைத்த பீட்டர் ப்ரூக்ஸ், தனது ஆய்வுக்காக பல்ஸாக், ஹென்றி ஜேம்ஸ், போன்ற எழுத்தாளர்கள் இயற்றிய 19ம் நூற்றாண்டு ரியலிஸ நாவல்களைத்தான் முன்னுதாரணங்களாக எடுத்தார் என்பதை இங்கு வலியுறுத்துவது அவசியம். அந்த நூலில் அவர் எப்படி இந்த மெலோடிராமாடிக் முறை அந்த நூற்றாண்டில் துவங்கிய நாடகங்களில் மட்டுமின்றி நாவல்களிலும், அதற்குப் பிறகு உருவான திரைபடங்களிலும், தொலைகாட்சி சீரியல்களிலும் இயங்குகிறது என்பதை தெளிவுபடுத்துகிறார்[10].

'வெய்யில்' என்ற படத்தை ஒரு ரியலிஸ படமாக பலர் கருதுவதற்குக் காரணம் என்ன என்று பார்த்தால் முதலாவதாக, நமது சமூகத்தில் ஏற்பட்டுள்ள சில சரித்திர நிகழ்வுகளின் சூழலில் அதன் திரைக்கதை பொருத்தப்பட்டுள்ளது. முருகேசனின் ஊரில் இருக்கும் பல சிறுவர்களும், சிறுமிகளும் தீப்பெட்டி தொழிலில் ஈடுபட்டுள்ளனர். அவனுடைய தந்தை கசாப்பு கடை வைத்து தன் பிழைப்பை நடத்துவதால், தன் பிள்ளைகளை அந்த தீப்பெட்டி தொழிலில் ஈடுபடுத்தாமல், பள்ளிக்கு அனுப்புகிறார். நகரங்களில் நிலத்தின் விலை உயர்ந்து கொண்டே போவதினால் அதன் சுற்றுப்புறத்தில் இருக்கும் சிறிய டவுன்களும், கிராமங்களும், அங்கிருக்கும் வசதிகள் குறைவான சினிமா தியேட்டர்களும், ரியல் எஸ்டேட் வியாபாரத்தினால் விழுங்கப்படுவது. இந்த படத்தில் வரும் அடுத்த சரித்திர நிகழ்வு இதற்கு பிறகு, ஊரைவிட்டு ஓடி வந்த முருகேசன், திருக்கழுகுன்றத்தில், பழனியப்பா தியேட்டரில் வேலைக்குச் சேர்ந்து அவனுடைய சிறு பிராயத்திலிருந்து அவன் வாலிபம் அடைந்து அந்த தியேட்டர் தகர்க்கப்படுவது வரை, அங்கே காட்டப்படும் திரைப்படங்களின் வரிசை இறுதியில், சாட்டிலைட் தொலைகாட்சி மற்றும் டிஜிடல் டெக்னாலஜி மூலம் வேகமாக வளர்ந்து வரும் சிறு நகரங்களின் விளம்பர வியாபார உலகம், மற்றொரு சரித்திரச் சூழல்.

இந்த சரித்திர நிகழ்வுகளின் பின்னணிக்கு அப்பால், இந்தப்படத்தின் அரங்கமைப்பிலும் ரியலிஸ கூறுகள் இருக்கின்றன. நான் இங்கு அரங்கமைப்பு (*mise-en-scene*) என்று குறிப்பிடுவது, நடை, உடை, அலங்காரம், மற்றும் பாவனை (*Costumes, Makeup, Figure Expression & Movement*),

சூழல் (Setting & Props), காட்சியின் முன்தளம், நடுத்தளம், பின்தளம், காமிராவின் கோணங்கள் மற்றும் அதனுடைய இதர இயல்புகள், ஒளியமைப்பு (Cinematographic Properties), போன்ற தொழில்நுட்பங்களின் ஒட்டுமொத்த இயக்கத்தையே.

இந்த அரங்கமைப்பு சார்ந்த ரியலிஸ கூறுகள் இந்தப் படத்தில் இருந்தாலும், முக்கியமாக ஒரு இடத்தில் ஹாலிவுட் ரியலிஸத்திற்கு மாறான செயலில் கதாநாயகன் ஈடுபட, ஒரு நேருக்கு-நேர்-முகமான காட்சியில் (Frontal Shot) அந்த செயல் ஒளிப்பதிவு செய்யப்பட்டுள்ளது. இப்படி அது செய்வதற்கு காரணம், நமது சினிமாவின் பிம்ப அமைப்பும், காட்சிக்கோர்வையும் ஹாலிவுட் ரியலிஸ காட்சி அமைப்பு மரபுகளை பயன்படுத்தினாலும், இருட்டில் அடையாளம் தெரியாமல் உட்கார்ந்திருக்கும் பார்வையானான ஒரு தனிமனிதனை அல்லது ஒரு குடிமகனை நோக்கி தனது கதையை சொல்வதில்லை. மாறாக, திரைக்கு முன்னே இருப்பது ஒரு (கற்பிதம் செய்யப்பட்ட) பொதுஜனம் (Imagined Public) என்ற நோக்கத்தில் தனது கதையை நகர்த்தும் வடிவம். உதாரணத்திற்கு, கலைஞர் கருணாநிதி, அவர் கதையாடல் வசனம் எழுதிய படங்களின் துவக்கத்தில் பேசும் போதோ, அல்லது பாரதிராஜாவின் கூப்பிய இருகரங்களும், "என் இனிய தமிழ் மக்களே" என்ற குரலுடன் அவருடைய திரைப்படங்களில் தோன்றும் போதோ, பெரும்பாலும், நேருக்குநேர்-முகமான அமைப்பில்தான் இந்த பிம்பங்கள் செயல்படுவது வழக்கம். சில சமயங்களில் குறிப்பிட்ட கதாபாத்திரங்கள் குறிப்பாக கதாநாயகன் அல்லது புராண பாத்திரத்திலோ அதற்கு ஈடான பாத்திரத்திலோ, கட்டத்திலோ தோன்றும் கதாநாயகிக்கும் இந்த வெளிப்பாடு முறை கையாளப்படும். மற்றும், கதையில் ஒரு குறிப்பிட்ட இடம் வரை நடந்த சம்பவங்களின் கதையாடல் சுருக்கமாகவோ, அல்லது நடக்கபோவதை குறிக்கவோ அல்லது கதைக்கு முற்றுப்புள்ளி வைக்கவோ அதன் முக்கிய கதாபாத்திரங்களை ஒன்றிணைத்து இந்த நேருக்கு-நேர்-முகமான பாணியில் பிரேமின் விளிம்பிற்கு வெளியே ஆஃப்ஸ்கிரீன் ஸ்பேஸ் (Offfscreen Space) இல்லாதது போல் ஒரு டாபிலோ (tableau) பாணியில் அம்மாதிரியான காட்சிகளை படம் பிடிப்பதும் நமது சினிமாவில் இயங்கும் காட்சியமைப்பு மரபுகளில் ஒன்று[11].

'வெய்யிலில்', தனது தம்பியின் எதிரிகள் எல்லோரையும் கொன்ற பிறகு, அவன் ஆயுதமாக பயன்படுத்திய ஒரு சிறிய கற்சிலையை நிலத்தில் ஊன்றி அதனை தனது வலது கையினால் பிடித்த வண்ணம், முருகேசன் அங்கிருக்கும் ஒரு கல்லில்

அமரும் பாணி கூத்துப்பட்டரையில் பயிற்சி பெற்ற பசுபதிக்கு இயல்பாக வரும் என்பதால் அதில் ரியலிஸம் இருக்கிறது என்று கிடையவே கிடையாது. முருகேசன் அப்படி சில கணங்கள் அமர்ந்திருப்பதை படம் நேருக்கு-நேர்-முகமான பாணியில், ஆனால், சற்று கீழிருந்து ஒரு விஸ்வரூபத்தை அவனுக்கு அளிக்கும்படி ஒளிப்பதிவு செய்திருக்கிறது என்பதே முக்கியமானது. ரவி வர்மாவின் லிதோகிராஃப் சாமி படங்களில் வரும் புராண கடவுள்களும், நமது கோயில்களின் கர்ப்பகிரகத்தில் இருக்கும் சாமிசிலைகளும் நேருக்கு-நேர்-முகமான பாணியில் அமைக்கப்பட்டிருக்கிறது என்பதை இங்கு சுட்டிக்காட்டுவது முக்கியம். கீதா கபூர் போன்றவர்கள் இதை தரிசன வெளிப்பாட்டு முறை *(Darshanic Mode)* என்று கருத்தாக்கம் செய்துள்ளனர். அந்த சிலைகளும், லித்தோகிராஃப்புகளும், ஒரு கற்பித பக்தகோடிகளை நோக்கி வடிவமைக்கப்பட்டது என்றால் இந்திய சினிமா ஒரு கற்பித மெலோடிராமாடிக் பொதுஜனத்தை நோக்கி *(Mode of Address)* தனது படைப்புகளை அமைக்கிறது என்று ரவி வாசுதேவன் கூறுகிறார்[12]. ஆனால், அவர் வலியுறுத்தியிருப்பதை போல், ஹாலிவுட் ரியலிஸத்தின் காலத் தொடரையும், வெளித்தொடரையும், உருவாக்கும் காட்சி-தொடர் மரபுகளுடனும், *(Conventions of Spatial and Temporal Continuity)*, காட்சிக்கு காட்சி இடது புறமிருக்கும் கதாபாத்திரங்கள் வலதுபுறம் மாறாமலும், வலதுபுறமிருக்கும் கதாபாத்திரங்கள் இடதுபுறம் மாறாமல் இருக்க பயன்படுத்தப்படும் விதிமுறைகளுடனும் ஒரு காட்சியை மற்றொரு காட்சியுடன் செய்கை தொடருக்கு *(Matching On Action)* ஏற்றது போல் கோர்க்கும் யுக்தியுடனும் மற்றும் ஒரு காட்சியை மற்றொரு காட்சியுடன் கதாபாத்திரங்களின் பார்வை கோட்டுக்கு *(Eye-line Match)* ஏற்ப இணைக்கும் முறையுடனும் கலந்தே, மேற்கூறிய இந்திய சினிமாவின் வெளிப்பாடு முறைகள் நமது திரைபடங்களில் இயங்குகின்றன.

அதே சமயம், ரியலிஸ காட்சியமைப்பு மரபுகளை பயன்படுத்தும் ஹாலிவுட் திரைப்படங்களில் மெலோடிராமாடிக் முறையின் ஆளுமை இல்லை என்று கூறமுடியாது. ஏன் என்றால், அந்த முறையின் செயல்பாட்டை நாம், வெஸ்டர்ன் கன் ஃபைட் படங்களிலிருந்து, சைன்ஸ் பிக்ஷன் வரை எல்லா வகையான படங்களிலும் காணமுடியும். அதாவது, தனது காட்சியமைப்பு மரபுகளின் மூலம் ஒரு தனிமனித பார்வையாளனை அல்லது குடிமகனை நோக்கி தன் கதையை ஹாலிவுட் சினிமா நகர்த்தினாலும், அந்த மரபில் மெலோடிராமாடிக் முறையின் ஆதிக்கம் செயலிழந்து விடவில்லை. மற்றும், மெலோடிராமா

என்ற கதையாடல் முறை இடைவெளியில்லாமல் தொடர்ந்து நவீனமயமாக்கப்படும் ஒரு வடிவம். ஆகையால், இன்றைய சூழலில் நாம் எது ரியலிஸ குணங்களை உடையது என்று கருதுகிறோமோ அந்த நுட்பங்களை அது தொடர்ந்து இரவல் வாங்கிய வண்ணம் செயல்படுகிறது. உதாரணத்திற்கு, 'டைடானிக்' (1997) என்ற படத்தில் அதீத ரியலிஸத்துடன் அந்த கப்பல் நொறுங்கி மூழ்குவது சித்தரிக்கப்பட்டாலும், அந்த திரைபடத்தின் கதையாடல் ஒரு மெலோடிராமாடிக் முறையின் அடிப்படையில்தான் உருவாக்கப்பட்டுள்ளது. ஜெம்ஸ் கெமரூனின் அடுத்த படைப்பான 'அவதாரும்' (2010) இந்த வகையைச் சார்ந்ததே. 'தி காட் ஃபாதர்' (1972), என்ற படத்தை எடுத்துக்கொண்டால் ஒரு கிரைம் கும்பலின் தலைவனை, ஒரு அரசனை போல் பாவித்து, அவனுடைய முறைகளை எதிர்ப்பவர்களை தேசத் துரோகிகளுக்கு ஈடாக நிறுத்தி, அவனது குடும்பத்தை மையப்படுத்தி, அந்த தலைவனின் மூன்றாவது மகனை இளவரசன் போல் வடிவமைத்து, எல்லா எதிர்ப்புகளையும் அவன் எவ்வாறு சுட்டு வீழ்த்தி அரியணை ஏறுகிறான் என்று அமையும் அந்த கதை, ஒரு துன்பியல் கதையல்ல. அடிப்படையில் ஒரு மெலோடிராமா. 'வெய்யிலுக்கும்', 'தி காட் ஃபாதருக்கும்' இருக்கும் வித்தியாசங்களில் முக்கியமானது என்னவென்றால், கதாநாயகனை 'வெய்யில்' பீடமேற்றி போற்றுகிறதென்றால், 'தி காட் ஃபாதரின்' இறுதிக் காட்சி கதாநாயகனை சற்று ஒதுங்கி நின்று அவனது மனைவியின் பார்வையில் பார்க்கும் போது, அவனுடைய தந்தையிடமில்லாத ஒரு கொடூர ஆட்சி முறை, அவனிடம் இருப்பதை கோடிட்டுக் காட்டுகிறது. அதனால், ஒரு வழக்கமான மெலோடிராமாடிக் நிறைவை தருவதிலிருந்து அந்தப் படம் சற்று தள்ளி நிற்கிறது. பொதுவாக, ஹாலிவுட் சினிமாவிற்கும் நமது சினிமாவிற்கும் இருக்கும் முக்கிய வித்தியாசம் என்ன வென்றால், மேற்கூறியது போல, ஹாலிவுட் சினிமா ஒரு தனிமனிதனை அல்லது ஒரு குடிமகனை நோக்கி தனது கதையை சொல்கிறதென்றால், ஒரு கற்பிதம் செய்யப்பட்ட பொதுஜனத்தை நோக்கி நமது சினிமா தனது கதையை சொல்கிறது என்பதே.

அதே சமயம், நமது சினிமாவும் ஹாலிவுட் சினிமாவை போல் பல இன்பங்களை பார்வையாளருக்காக உள்ளடக்கி இயங்குவதால், இந்த இன்பங்களை உள்ளடக்க எந்த யுக்திகளை கையாளுகிறது என்ற கேள்வி எழுகிறது. அந்த யுக்திகளை நமது படங்களில் வரும் ஒன்றுக்கு ஒன்று முரணாக இயங்கும் கதையாடல் மரபுகளில் அடையாளம் காணமுடியும். உதாரணத்திற்கு, திரையில் ஆண் பெண் காதல் உறவை

வெளிப்படுத்தும் போது, சமூக கட்டுப்பாடுகளை மீறிய சில வெளிப்பாடுகளில் *(transgressive mode)* சினிமா ஈடுபடுகிறது. இதில் குறிப்பாக, பெண்ணின் உடம்பை அரங்கமைக்கும் விதத்திலும், அந்த உடம்புடன் காமிரா சரசமாடி அவள் அங்கங்களை தனித் தனி பிம்பங்களாக கூறு பிரிப்பதும், எண்ணற்ற படங்களில் நாம் காணும் ஒரு மரபு. இந்த யுக்தியை ஹாலிவுட் சினிமாவிலும் பார்க்க முடியும். ஆனால், இப்படி கூறுபிரிக்கப்பட்ட அந்த உடம்பை, படத்தின் இறுதியில் சமூக ஒழுக்கங்களை நிலை நாட்டுவதற்காக முற்றிலும் இந்த வெளிப்பாட்டுக்கு முரணாக அரங்கமைப்பது நமது சினிமாவின் தனிப்பட்ட குணம். அதாவது, ஆரம்ப காட்சிகளில் நீச்சல் உடைகளில் தோன்றும் கதாநாயகி இறுதிக் காட்சியில் புடவையை இழுத்து போர்த்திய வண்ணம் தோன்றுவது நமது சினிமாவின் ஒரு வெளிப்பாடு மரபாக இருக்கிறது. அதே சமயம், கதாநாயகனும் சமூக கட்டுப்பாடுகளை மீறி செயல்படுபவனாக முதலில் இருக்க வேண்டும். பெரும்பாலான படங்களில் தனது தந்தையையோ அல்லது தந்தையின் குறியீடாக விளங்கும் சட்டத்தையோ, அல்லது பெண்களுடன் அவன் வைத்துக்கொள்ளும் உறவுகளிலோ அவன் சமூக கட்டுப்பாடுகளை மீறி செயல்படுபவனாக இருப்பான். கிளாசிக்கல் ஹாலிவுட் படங்களில் (1917-1966), குறிப்பாக ஹேஸ் கோட் *(Hay's Code)* என்ற சுய-தணிக்கை முறை *(Self-Censorship)* அங்கு செயல்பட்ட போது, அந்த கதாநாயகனின் முடிவு சோகமாகத்தான் இருக்கும். அதாவது, அவன் சிறைக்குச் செல்வதின் மூலமோ அல்லது அவனது மரணத்தின் மூலமோ அந்த கதை உலகத்தின் தார்மீக நிலை மீட்டெடுக்கப்படும். இதற்கு முரணாக நமது சினிமாவில், சமூக கட்டுப்பாடுகளை மீறும் செயல்களில் கதாநாயகன் ஈடுபட்டாலும், இறுதியில் சமூகம் அவனை ஏற்றுக்கொள்பவனாக மாற்றிவிடுவது ஒரு மரபாக இருக்கிறது. இந்த முரணான கதையாடல் அணுகுமுறைகள் இந்திய சினிமா துறையில் 1940களில் 'கிஸ்மத்' (1943) போன்ற சமூக படங்களில் தோன்றி, 'ஆவாரா' (1951), பாஸி (1951) போன்ற படங்களில் செழுமைப்படுத்தப்பட்டன[13]. உதாரணத்திற்கு, பிரேம் நகர் என்ற தெலுங்கு திரைப்படத்தை தழுவி உருவாக்கப்பட்ட 'வசந்த மாளிகை' (1972) என்ற தமிழ்ப் படத்தில் இந்த கதையாடல் யுக்திகள் எவ்வாறு செயல்படுகின்றன என்று பார்ப்போம்.

'வசந்தமாளிகை' படத்தின் துவக்கத்தில், கதாநாயகி பணி புரிந்துகொண்டிருக்கும் விமானத்தில், போதையில் மிதந்து கொண்டிருக்கும் கதாநாயகன், அந்த விமானத்திலிருக்கும் பெண்களுடன் சற்று முறை தவறி நடந்து கொள்வான். கதாநாயகி,

அப்படி அவன் செய்வதை நிறுத்தி விமானம் தரையில் இறங்கிய பிறகு, போதையில் தள்ளாடிக் கொண்டிருப்பவனை தனது தோளில் தாங்கிய வண்ணம் விமானதளத்திற்கு அழைத்து வருவாள். ஆனால், அவன் அங்கு வந்தவுடன் அவனை சில பெண்கள் சூழ்ந்து கொள்ள, மறுபடியும் அவன் குடிக்க ஆரம்பிப்பான். இதற்குப் பிறகு, கதாநாயகனின் காரியதரிசியாக கதாநாயகி பணியில் சேர்ந்து அவனை திருத்த முயலும் வரை பல ஐட்டம் நம்பர்களை உள்ளடக்கி கதாநாயகனின் மன்மத லீலைகளையும், குடிகாரத் தன்மையையும் இந்த நிகழ்வுகளின் வழியாக விரிவுபடுத்தும்போது, அவன் குடிப்பதின் பின்னணியில் ஒரு சோகம் இருப்பது போல் திரைபடம் அதை வெளிப்படுத்துமே தவிர, அது என்ன என்பதை அவனுக்கோ அல்லது பார்வையாளர்களுக்கோ அந்தக் கட்டங்களில் தெரிவிக்காது. இந்த ஐடம் நம்பர்களெல்லாம் முடிந்த ஒரு கட்டத்தில், அவன் குடிப்பதை நிறுத்த, கதாநாயகி அவன் அறையில் இருக்கும் பாட்டில் ஒன்றை உடைப்பாள். இதனால் கோபமடைந்த அவன், தன் கையிலிருக்கும் கண்ணாடி கோப்பையை அவள் மீது வீசுவான். அது அவளது நெற்றியை காயப்படுத்த, தன் முகத்தில் வழிந்து கொண்டிருக்கும் இரத்தத்தை, அவள் ஒரு கோப்பையில் பிடித்து அவனிடம் நீட்டி பருகச் சொல்வாள். இதைக் கண்டதும் அவன் மயங்கி விழுந்துவிடுவான்.

இதற்கு பிறகு வரும் பிளாஷ்பாக்கில் அவனுடைய அன்னை அவனை அவனது குழந்தைப் பருவத்தில் எவ்வாறு பரமாரிக்கத் தவறிவிட்டாள் என்றும் இதனால் அவனுடைய தந்தை அந்த பொறுப்பை ஒரு கிருத்துவ பெண்ணை பணியில் அமர்த்தி அவனுக்கு தந்தார் என்றும் தன்மீது எப்பொழுதும் பாசத்தை பொழியும் அவளையே கதாநாயகன் தனது தாயாக ஏற்றுக் கொண்டதாகவும் விவரிக்கப்படுகிறது. இதனால் கோபமடைந்த அவனுடைய தாய் ஆட்களை ஏவி அந்த பெண்ணை கொன்றுவிட, அவள் இரத்த வெள்ளத்தில் மடியும் காட்சியை கதாநாயகன் பார்த்துவிட்டான் என்றும் அந்த நிகழ்வின் பாதிப்பினால்தான், அவன் கட்டுப்பாடற்றவனாக மாறிவிட்டான் என்ற விளக்கத்தை இந்த பிளாஷ்பாக் அளிக்கிறது. இந்த விளக்கம் ஒரு தனிமனித உளவியல் பரிணாமங்கள்/ எண்ணங்கள் அற்றவை (*Lack of Individual Psychological Layers or Motives*) என்பதை இங்கு வலியுறுத்துவது அவசியம். அதாவது அப்படி ஒரு கட்டுப்பாடற்ற வாழ்க்கையையே அவன் வாழ விரும்புகிறான் என்பது அவனுடைய சுய முடிவு அல்லது குணம் என்ற விளக்கங்கள் இந்த மெலோடிராமாடிக் முறையில்

இருக்காது. 'அவள் அப்படிதான்' (1978) என்ற படத்தில்கூட, கதாநாயகி எந்த ஆணுடனும் நீண்ட உறவை ஏற்படுத்திக் கொள்ளாமல் இருப்பதற்கு காரணம், அவள் சுயமாக அந்த மாதிரியான உறவுகளை வைத்துக் கொள்ள விரும்பவில்லை என்ற விளக்கத்திற்குப் பதிலாக, அவள் தாய் நடத்தை கெட்டவள் என்பதைத்தான் கதாநாயகியின் இந்த குணத்திற்கு ஒரு விளக்கமாக அந்த படமும் முன்வைக்கிறது.

'வசந்த மாளிகையில்' கதாநாயகி, கதாநாயகனின் பிளாஷ்பாக் விளக்கங்களை அறிந்தவுடன் இருவருக்கும் காதல் வளர, குடிப்பதை நிறுத்திய கதாநாயகன், அவளுக்காக அந்த வசந்த மாளிகையை கட்டுகிறான். ஆனால், அவன் அதை மட்டும் செய்தால் போதாது, கதாநாயகியின் நடுத்தர வர்க்க தார்மீக பார்வையில் அவன் ஆளுமையுள்ளவனாக உயர வேண்டும். அந்த இலக்கில் வெற்றி பெற பல சோதனைகளை அவன் கடந்தாக வேண்டும். அதற்குப் பிறகுதான் அவன் ஒரு பொறுப்புள்ள/ஆண்மையுள்ள/வீரியமுள்ள மனிதனின் இடத்தில் பொருத்தப்படுவான்.

இந்த சோதனைகளின் துவக்கத்தில், காதலர்களை பிரிக்க, கதாநாயகனின் தாயும், அண்ணனும் கதாநாயகி மீது ஒரு பழியை சுமத்த, கதாநாயகன் அதை நம்பிவிடுகிறான். இதனால் வெறுப்படைந்த கதாநாயகி அவனை விட்டு விலகி, வேறொருவனை திருமணம் செய்ய முடிவு செய்கிறாள். பிறகு உண்மையை அறிந்த கதாநாயகன், தனது அன்னையின் மனதை மாற்றி கதாநாயகியின் பெற்றோர்களிடம் அவளை பெண் கேட்க அனுப்புகிறான். தனக்கு திருமணம் ஏற்கனவே முடிவு செய்யப்பட்டு விட்டது என்று சொல்லி அவனை அவள் மணந்துகொள்ள்ள மறுத்துவிடுகிறாள். இதனால் மனமுடை ந்து உடல் நலிந்துகொண்டிருக்கும் அவனிடம், உடல் நலத்திற்காக அவனது டாக்டர், அவனை சிறிது குடிக்கச் சொன்னாலும் அதை அவன் நிராகரித்து விடுகிறான் என்பது அந்த டாக்டரின் மருத்துவமனைக்கு தற்செயலாக வந்த கதாநாயகிக்கு தெரிந்து விடுகிறது. பிறகு அவளுடைய திருமணத்திற்கு அவன் வந்து அவளை தனியாக அழைத்து வாழ்த்திவிட்டு சென்றுவிட்டு, விஷத்தை பருகிவிடுகிறானே தவிர குடியில் மூழ்குவதில்லை. ஆனால், அவன் அவளை திருமண மண்டபத்தில் தனியாக அழைத்து பேசியதால் அந்த திருமணமும் தடைப்பட்டுவிடுகிறது. இறுதியில் கதாநாயகன் காப்பாற்றபட, இருவரும் ஒன்று சேர்கிறார்கள். இப்படி பல சோதனைகளை அவன் கடந்து விஷம் பருகி தன்னை தூய்மைப்படுத்திக் கொள்வதின் மூலம் அவள் பார்வையில் அவன் உயர்கிறான் அல்லது, அந்த நடுத்தர

வர்க்க தார்மீக உலகத்தின் ஆண்மையுள்ள தலைவனாக அவன் ஏற்றுக்கொள்ளப்படுகிறான்.

அதாவது, சமூக கட்டுப்பாடுகளை மீறிய கதாநாயகன் சமூகம் ஏற்றுக்கொள்பவனாக மாற வேண்டும் என்றால், கதை உலகில் நடந்த சில முக்கியமான சம்பவங்களின் அறிவு அவனுக்கோ அல்லது பார்வையாளருக்கோ, கதையின் துவக்கத்தில் தடை செய்யப்பட்டு இறுதிக் கட்டங்களில் வெளிப்படுத்தப்படுவது ஒரு மரபாக நமது சினிமாவில் இயங்குகிறது[14]. அப்படி, அந்த அறிவு வெளிப்படும்போது ஒரு துப்பறியும் நாவலில் வரும் ஒரு புதிர் போல், துவக்கத்தில் ஒரு பிரச்சனை உருவாக்கப்பட்டு, சிறிது சிறிதாக புலன் துலக்கப்பட்டு இறுதியில் அந்த பிரச்சனைக்கு விடையாக வெளிப்படுத்தப்பட்டு எல்லாவற்றையும் தெளிவாக்கும் அறிவாக அது அமைவதில்லை. இதனால், நமது சினிமாவின் கமர்ஷியல் வடிவத்தில் அடுத்த என்ன நடக்கப்போகிறது என்பது ஒரு பிரச்சனையல்ல. ஆகையால், இந்த அறிவுத் தடையை இந்த வடிவம் உபயோகிப்பதின் அடிப்படைக் காரணம், ஒரு சஸ்பென்ஸ் டிராமாவை உருவாக்கும் நோக்கமல்ல. கதாநாயகனை கட்டுப்பாடுகளை மீறும் செயல்களில் ஈடுபடுத்திவிட்டு அவனை இறுதியில் ஒரு தார்மீகபீடத்தில் அமர வைப்பதற்காகவே. இதனால், துவக்கத்தில் உடைந்து போன குடும்பம் இறுதியில் ஒன்று சேருமா, சேராதா, கிரைம் உலகத்தில் புகுந்துவிட்ட கதாநாயகனுக்கு நல்ல வாழ்வு அமையுமா, அமையாதா காதலர்கள் ஒன்று சேர்வார்களா, மாட்டார்களா, தந்தையின் அங்கீகரிப்பை மகன் பெறுவானா, பெறமாட்டானா, போன்றவற்றில் மட்டுமே கதையாடலின் போக்கு கவனம் செலுத்துமே தவிர, ஒரு சஸ்பென்ஸ் டிராமாவில் அல்ல.

'வசந்த மாளிகையில்' கதாநாயகன் குடிகாரனாக இருப்பதின் காரணம் என்ன என்ற அறிவை கதையாடலின் ஒரு குறிப்பிட்ட கட்டம்வரை தள்ளிப்போடுவதன் மூலம், கதாநாயகன் ஈடுபடும் பல ஐடம் நம்பர்கள் இந்தக் கதையில் நுழைக்கப்பட்டு பார்வையாளர்களின் இன்பங்கள் கூட்டப்படுகின்றன. இதை தவிர, இம்மாதிரியான படங்களில் வழிதவறிய கதாநாயகனை மரபு ரீதியாக இறுதி கட்டத்திற்குள் திருத்த வேண்டிய கட்டாயம் இருப்பதால், கதையாடலின் ஆளுமை ஒரு குறிப்பிட்ட கட்டத்திற்கு பிறகு கதாநாயகிக்கு சென்றுவிடும். குறிப்பாக 'ஆவாராவில்' (1951) வருவது போல் அவள் எப்பொழுது அந்த பொறுப்பை கையில் எடுப்பாளோ அதிலிருந்து நவநாகரீக உடைகளை அணிவதை கைவிட்டு, புடவையில் பவனி வருவாள்.

'வசந்த மாளிகையில்' கதாநாயகனின் மன்மத லீலைகளில் பங்கேற்க மற்ற பெண்கள் இருக்கிறார்கள் என்பதால், அவனை திருத்தும் தகுதி இந்த கதையில் முதலிலிருந்தே புடவையில் பவனி வரும் கதாநாயகிக்கு மட்டுமே இருக்கிறது. கதாநாயகிக்கு இப்படி தரப்படும் ஆளுமையின் நோக்கம், கதாநாயகனை ஆண்மை உடையவனாக அவள் மாற்றவே. அந்த இலக்கு எப்பொழுது நிறைவடைகிறதோ அந்த தருணத்தில் கதாநாயகி தனது ஆளுமையை இழப்பாள். இந்த வழக்கமான யுக்தியுடன் ஒன்றிய மற்றொரு மரபு என்னவென்றால், கதாநாயகி எப்பொழுது இந்த மாதிரி கதைகளில் கதாநாயகனை திருத்தும் பொறுப்பை ஏற்றுக்கொள்வாளோ அந்த தருணத்திலிருந்து கதாநாயகனின் தாய்க்கு கதையில் இடமிருக்காது. 'ஆவாராவில்' அந்த கட்டத்தில் கதாநாயகனின் தாய் இறந்துவிடுவாள். 'பருத்தி வீரனில்' கதாநாயகன் தாயில்லா பிள்ளை. 'வசந்த மாளிகையில்' வரும் கதாநாயகனின் தாய் அந்த தகுதியை ஏற்கனவே இழந்தவள்.

இப்படி, கதாநாயகியை கதாநாயகனின் தாய்க்கு ஈடாக மாற்றுவதின் இலக்கு என்ன? 'முதல் மரியாதை' (1985) போன்ற படத்திலும், வயது முதிர்ந்த கதாநாயகன், விடலைப் பருவத்தில் இருக்கும் கதாநாயகியை பார்த்து, 'மடியில் வைத்து தாலாட்ட எனக்கு ஒரு தாய் மடி கிடைக்குமா?' என்று ஏன் பாடவேண்டும். தாய்க்கும் மகனுக்கும் இருக்கும் உறவை தந்தையின் அல்லது குறியீடு தளத்தின் ஆதிக்கமற்ற இடிபல் (Oedipal) தளத்திற்கு முந்திய கற்பித தளத்தில் (Imaginary Phase) இணைப்பதற்கே என்று இந்த மரபினை பற்றி ரவி வாசுதேவன் கூறுவது ஒரு மிகவும் முக்கியமான வாசிப்பு[15]. அதாவது தந்தைக்கு எதிராகவோ அல்லது அவருக்கு ஈடாக குறியீடு தளத்தில் இயங்கும் சட்டத்திற்கு எதிராகவோ அல்லது ஒழுக்க கட்டுப்பாடுகளுக்கு எதிராகவோ ஒரு இடிபல் போரில் கதாநாயகனை ஈடுபடுத்தி இறுதியில் அவனை சமூகம் ஏற்றுக்கொள்பவனாக மாற்றும் அதே சமயத்தில் ஈடிபல் தளத்திற்கு முந்தைய, குறியீடு ஒழுக்கங்களின் ஆதிக்கமற்ற, கற்பிததளத்தில் இருக்கும் தாய் இடத்தில் வைக்கப்பட்ட கதாநாயகியுடன், அவனை பிணைப்பதின் மூலம், இந்த யுக்திகள் அம்மாதிரியான கதையாடலின் கற்பிதத்தில் பார்வையாளர்களையும் பிணைக்கின்றன.

'வசந்த மாளிகைக்கு' மாறாக 'போக்கிரி' (2006) என்ற படத்தில், கதாநாயகிக்கு அந்த தகுதி கிடையாது. ஏன் ஏன்றால், அவன் கலாச்சார குறியீடு தளத்தில் (Symbolic Order) முழு அதிகாரத்தை பெற்றவன் என்ற உண்மையின் அறிவை

மற்ற கதாபாத்திரங்களுக்கும், பார்வையாளர்களுக்கும் இறுதி கட்டத்தில் மட்டுமே அந்த படம் தெளிவுபடுத்தப்படுகிறது. அதனால், அதுவரை அவன் சமூக கட்டுப்பாடுகளுக்கு எதிராகவும், சட்டத்திற்கு எதிராகவும் எல்லா இன்பத்தையும் தானே பருக வேண்டும் என்று நினைக்கும் பல கெட்ட அசிங்கமான தந்தைகளுக்கு எதிராகவும் (*Bad Obscene Fathers*) ஒரு இடிபல் போரில் ஈடுப்பட்டு அவர்களை சுட்டுத்தள்கிறான். இறுதிக் கட்டத்தில், அவன் காவல்துறையை சார்ந்த ஐ.பி. எஸ் அதிகாரி என்பதை அந்த படம் கூறும் போது முழு லிங்க அதிகாரத்தையும் (*Phallic Authority*) அல்லது ஆண்மையை அவன் ஏற்கனவே பெற்றவன் என்ற அர்த்தத்தோடு, அவனுடைய கட்டுப்பாடற்ற செயல்களுக்கு அந்த திரைப்படம் ஒரு நியாயத்தை வழங்குகிறது. போக்கிரியில் வரும் இந்த கற்பிதத்தையும் 'அந்நியன்' (2005) மிஞ்சிவிடுகிறது. ஏனென்றால், குறியீடு தளத்தில் சாதாரண மனிதர்கள் போல் காயடிக்கப்படாமல் (*Without Symbolic Castration*), சட்டத்திடமிருந்து குறியீடு அதிகாரத்தை (*Symbolic Authority*) தட்டிப் பறித்த கதாநாயகன் இடிபலுக்கு முந்தைய கற்பித தளத்தின் எல்லையில், இடைவிடாமல் ஒரு கற்பித தந்தைக்கு (*Imaginary Father*) எதிராக ஒரு ஈடிபல் போரில் தொடர்ந்து ஈடுபட்டுக் கொண்டிருக்கும் ஒரு சைக்காடிக். குறிப்பாக, இந்தக் படத்திலும் அந்த அறிவு தடை இயங்குகிறது. அதாவது, அம்பிக்கு அவன்தான் அந்நியன் என்று தெரியாது. அது அவனுக்கு இறுதியில் தெரிந்து விட்ட பிறகு, எந்த கற்பித தளத்தில் இருந்து இயங்குகிறானோ அதற்கேற்றவாறு, தனது கற்பித தந்தைகளுக்கு எதிரான போராட்டத்தை தனது விடுதலைக்கு பிறகும் அவன் தொடர்கிறான்.

'செவன்' (1995) என்ற ஹாலிவுட் படத்தை தழுவி உருவாக்கப்பட்ட, 'அந்நியனுக்கும்' அந்த ஹாலிவுட் படத்திற்கும் இருக்கும் வித்தியாசம் என்னவென்றால், அதில் சைக்காட்டிக் கொலையாளியாக இயங்கும் வில்லன், 'அந்நியனின்' கதாநாயகன். கதாநாயகனின் இந்த அடிப்படை குணத்தை குழப்பி, அவனை தனது வியாபார கதையாடல் நோக்கங்களை பூர்த்தி செய்ய, ஒரு மல்டிபில் பர்ஸானாலிட்டியாக திரித்து, அவன் செயல்களை 'அந்நியன்' தார்மீகமுடையவை என்று உயர்த்திப் பிடிக்கிறது. மற்றும் அவன் ஏன் ஒரு மல்டிபிள் பர்சானலட்டியாக இருக்கிறான் என்பதற்கு எந்த உளவியல் விளக்கத்தையும் அந்த படம் அளிப்பதில்லை. அதாவது, அந்தப் படத்தில் வரும் மனோதத்துவ நிபுணர் அவன் ஒரு மல்டிபிள் பர்சானாலிட்டி என்று உறுதிப்படுத்துவாரே தவிர அதற்கான உளவியல் காரணங்களை சுட்டிக்காட்டுவதில்லை. அவர் அப்படி

உறுதிப்படுத்தியதால், அவன் சிறைக்கு செல்வதற்கு பதிலாக மருத்துமனைக்கு செல்கிறான். அவன் குணமாகிவிட்டான் என்று அவர் பிறகு உறுதிப்படுத்தியதும் சட்டம் அவனை விடுதலை செய்துவிடுகிறது. அவனது சைக்காடிக் இராயிஸம் இதனால் பழுதுபடாமல் மேலும் தொடர்கிறது. இந்த யுக்திகளின் மூலம் அதீத இன்பங்களை உள்ளடக்கி, 'அந்நியன்' பார்வையாளர்களை தனது கற்பித உலகத்துடன் பிணைக்கிறது.

இந்த 'போக்கிரி', 'அந்நியன்' போன்ற படங்களுக்கு மாறாக, பெரும்பாலானா மண்வாசனைப் படங்கள் கதாநாயகியின் பாலியலை மையப்படுத்தி தங்களது கதையை நகர்த்தின என்பதால், மெலொடிராமாடிக் முறை அந்தப் படங்களில் எவ்வாறு இயங்குகிறது என்ற கேள்வி எழுகிறது. அந்த கேள்விக்கான பதிலின் முதல் கட்டமாக, டேவிட் லீனின் 'ரயான்ஸ் டாட்டர்' என்ற திரைபடம் எந்த பின்னணியில் உருவானது என்று பார்ப்போம்.

காட்சிப்பிழை இதழ்கள், ஜுலை, 2010.

◆◆◆

பின்குறிப்பு:

1. இந்தகட்டுரை நான் ஆங்கிலத்தில்எழுதிக்கொண்டிருக்கும், டேவிட் லீனின் ரயான்ஸ் டாட்டர் & எ டிகேட் அஃப் தமிழ் நேட்டிவிட்டி சினிமா (David Lean's Ryan's Daughter & A Decade of Tamil Nativity Cinema), என்ற கட்டுரையின் தமிழ் வடிவம். இதை பற்றி சில கருத்துகளை ரவி வாசுதேவனிடம் பகிர்ந்து கொண்ட போது, ஒரு குளோபல் டெக்ஸ்ட் (Global Text) நமது சூழலில் ஏற்படுத்திய பாதிப்புகளை அறிந்து கொள்ள அவர் ஆவலுடன் என் கட்டுரைக்கு காத்திருப்பதாக சொன்னார். மாதவ பிரசாதிடம் பகிர்ந்து கொண்டபோது அதை நூலாக வடிக்கும்படி எனக்கு அவர் யோசனை கூறினார். அது முடியுமா முடியாதா என்று எனக்கு இப்போது தெரியாது.

2. 1986க்கு பிறகு வந்த 'வள்ளி' (1993) போன்ற படங்களிலும் 'ரயான்ஸ் டாட்டரின்' கூறுகள் வெளிப்பட்டாலும், மண்வாசனைப் படங்கள் கொடிகட்டி பறந்த காலம் அந்த வருடத்தில் முடிகிறது. ஏனென்றால் 1987ல் உருவான ஆபாவாணனின் 'ஊமை விழிகள்' மற்றும் மணிரத்னத்தின் 'நாயகன்' போன்ற படங்கள் தமிழ் திரைபடங்களின் உற்பத்தியை அடுத்த கட்டத்திற்கு நகர்த்துகின்றன.

3. 1978ல் பாரதிராஜாவின் 'பதினாறு வயதினிலே' என்ற திரைப்படம் வெளிவந்தபோது அதில் இருக்கும் பல கூறுகள் 'ரயான்ஸ் டாட்டரிடமிருந்து' இரவல் வாங்கப்பட்டதாக தமிழ் சினிமா துறையில் கொஞ்சம் அதிகமாகவே பேச்சு அடிப்பட்டது. இருந்தாலும், 1986ல் இனி என்ற இதழில் பாரதிராஜாவை பற்றி நான் ஒரு கட்டுரை எழுதிய சமயத்தில் அந்த படத்தின் வீடியோ பிரதியை சென்னையில் நான் எவ்வளவு தேடியும், அது எனக்கு கிட்டவில்லை. வெறும் என் நினைவிலிருந்த சில கூறுகளை மட்டுமே வைத்து அதைப் பற்றி அந்த கட்டுரையில் எனக்கு அப்பொழுது எழுத விருப்பமில்லை.

இரண்டு வருடங்களுக்கு முன் அந்த படத்தின் ஒரு டிவிடி பிரதி எனக்குக் கிடைக்க, அதனுடைய தாக்கத்தை 'பதினாறு வயதினிலே' என்ற படத்திற்கு அப்பாற்பட்டு பல மண்வாசனை படங்களில் காணமுடிந்த விளைவினால் இந்த கட்டுரை உருவானது. இந்த கட்டுரைக்கு முன்னர், 'நரேட்டிங் ஸெடக்ஷன்: விசிடிடுயுட்ஸ் ஆஃப் தி செக்ஸ்ட் சப்ஜெக்ட் இன் தமிழ் நேட்டிவிட்டி ஃப்லிம்' என்ற தலைப்பில் மண்வாசனை படங்களை பற்றி சுந்தர்காளி எழுதிய ஒரு முக்கியமான கட்டுரையை ரவி வாசுதேவன் தொகுத்த, 'மேகிங் மீனிங் இன் இந்தியன் சினிமா' (Sunderkali, Narrating Seduction: The Vicissitudes of The Sexed Subject in Tamil Nativity Film in Ravi Vasudevan, Ed., Making Meaning In Indian Cinema, Oxford University Press, 1994/2000) என்ற ஆங்கில நூலின் பக்கங்கள் 168-லிருந்து 190 வரை பார்க்கலாம். அந்த கட்டுரையில் கூறப்பட்ட கருத்துகளை அடுத்த கட்டத்திற்கு நகர்த்துவதுதான் எனது இந்த கட்டுரையின் முக்கியமான நோக்கங்களில் ஒன்று. குறிப்பாக, சுந்தர்காளி அந்த கட்டுரையில் 'ரயான்ஸ் டாட்டரை' பற்றி பேசவில்லை என்பதாலும், மெலோடிராமாடிக் முறையின் அடிப்படையில் அவருடைய ஆய்வுகள் அந்த கட்டுரையில் தரப்படவில்லை என்பதாலும், நான் இங்கு கூறப்போகும் கருத்துகளுக்கு ஒரு முக்கியத்துவம் இருக்கின்றன என்பதை அவரும் மறுக்கமாட்டார் என்று நான் கருதுகிறேன்.

4. ஏற்கனவே இந்த வரையறுப்பில் இருக்கும் பிரச்சனையை பற்றி ரவி வாசுதேவன் தெளிவாக தனது, "தடம் புறளும் சமிக்ஞைகளும், கரையும் அடையாளங்களும்: ஜனரஞ்சக கலாச்சாரமாக 1950களின் இந்தி சமூக திரைப்படம்" (Shifting Codes, Dissolving Identities: The Hindi Social Film of the 1950s as Popular Culture) என்ற கட்டுரையில் குறிப்பிட்டுள்ளார். அந்த கட்டுரையை, Ravi Vasudevan, Ed., Making Meaning In Indian Cinema, Oxford University Press, New Delhi, 2000 என்ற புத்தகத்தில்

பக்கங்கள் 99 -121ல் காணலாம். பிறகு மறுபடியும், அதை பற்றிய குறிப்புகளை அவரது, மெலோடிராமாடிக் பொதுஜனம்: இந்திய சினிமாவில் திரை வடிவமும் பார்வையாளர் கட்டமைப்பும் *(Ravi Vasudevan, The Melodramatic Public: Film Form & Spectatorship, Permanent Black, Banglaore et al, 2010)* என்ற நூலில் பக்கங்கள் 28-30லிலும் காணலாம்.

5. பீட்டர் ப்ரூக்ஸ், தி மெலோடிராமாடிக் இமாஜினேஷன்: பல்ஸாக், ஹென்றி ஜேம்ஸ், மெலோடிராமா அண்ட் தி மோட் அஃப் எக்ஸஸ் *(Peter Brooks, The Melodramatic Imagination: Balzac, Henry James, Melodrama and The Mode of Excess, Yale University Press, New Haven and London, 1995)* என்ற நூலை பார்க்கவும்.

6. ஜியோஃப்ரி நொவல்-ஸ்மித்தின், "மினேலி அண்ட் மெலொடிராமா, ஸ்க்ரீன் 18.2 (ஸம்மர், 1977) *(Geoffrey Nowell-Smith, Minelli and Melodrama, Screen 18.2 (Summer 1977)* பக்கங்கள் 113-118 பார்க்கவும்.

7. பீட்டர் ப்ரூக்ஸ், தி மெலோடிராமாடிக் இமாஜினேஷன்: பல்ஸாக், ஹென்றி ஜேம்ஸ், மெலோடிராமா அண்ட் தி மோட் அஃப் எக்ஸஸ் *(Peter Brooks, The Melodramatic Imagination: Balzac, Henry James, Melodrama and The Mode of Excess, Yale University Press, New Haven and London, 1995)* என்ற நூலை பார்க்கவும்.

8. இந்த படத்தில் கதாநாயகனின் தம்பிக்கு ஒரு கட்டத்தில், ஒரு வியாபார நிறுவனத்திடமிருந்து ஒரு பெரிய விளம்பர ஆர்டர் கிடைக்கிறது. குறிப்பாக, அது யாருக்கு அடிக்கடி தரப்படுமோ அவனுக்குப் பதிலாக, கதிருக்கு தரப்படுகிறது. இதனால் கோபமடைந்த அந்த வாய்ப்பிழந்த நபர், கதிர் உருவாக்கிய வினைல் விளம்பரங்களை கிழித்து விடுகிறான். உடனே கதிர் அவனை அடித்து புரட்டிவிட அவன் கதிரை கொல்ல திட்டமிட்டு அவன் மீது ஆட்களை ஏவி விடுகிறான். இதைக் கண்ட அண்ணன் முருகேசன், தனது உயிரை கொடுத்து தம்பியை காப்பாற்றுகிறான். இந்த நிகழ்வுகளில் இருக்கும் பிரச்சனை என்னவென்றால், தான் உருவாக்கிய விளம்பரங்கள் கிழிக்கப்பட்டதால் ஏற்பட்ட கதிரின் கோபம் நியாயமானது என்றாலும், நடைமுறையில் அந்த விளம்பரங்களில் பணம் முதலீடு செய்த வியாபார நிறுவனம்தான் சட்ட ரீதியாகவோ அல்லது சட்டத்தை மீறியோ அந்த விளம்பரங்களை சிதைத்த நபரின் மீது தனது நடவடிக்கைகளை தொடருமே தவிர அந்த மாதிரியான விளம்பரங்களை உருவாக்கியவர்கள் அல்ல. ஆதலால், இந்த கட்டத்தில், பார்வையாளர்களுக்கு சிந்திக்க நேரம் அளிக்காமல், கிழிந்த விளம்பரங்களை கண்டதும், கதிர் அந்த

நபரை தாக்கிவிட கதையில் வரும் மற்ற நிகழ்வுகள் அதிலிருந்து தொடர்கின்றன. இதனால், அந்த நபருக்கும் கதிருக்கும் இருக்கும் பிரச்சனை ஒரு பெரும் போராக உருவெடுக்கிறது. குறிப்பாக, அந்த விளம்பரங்களில் பணத்தை முதலீடு செய்த நிறுவனம் இந்த பிரச்சனையில் குறுக்கீடு செய்தால் கதையின் மெலோடிராமாடிக் முறையின் அடிப்படையில், முருகேசன் தனது ஆண்மையை வெளிப்படுத்த வாய்ப்பிருக்காது.

9. ஜியோஃப்ரி நொவல்-ஸ்மித்தின், 'மினேலி அண்ட் மெலொடிராமா', என்ற கட்டுரையை ஸ்க்ரீன் 18.2 (ஸம்மர், 1977) *(Geoffrey Nowell-Smith, Minelli and Melodrama, Screen 18.2 (Summer 1977)* பக்கங்கள் 113-118 பார்க்கவும்.

10. பீட்டர் ப்ரூக்ஸ், தி மெலோடிராமாடிக் இமாஜினேஷன்: பல்ஸாக், ஹென்றி ஜேம்ஸ், மெலோடிராமா அண்ட் தி மோட் அஃப் எக்ஸஸ் *(Peter Brooks, The Melodramatic Imagination: Balzac, Henry James, Melodrama and The Mode of Excess, Yale University Press, New Haven and London, 1995)* என்ற நூலை பார்க்கவும்.

11. ரவி வாசுதேவன், மெலோடிராமாடிக் பொதுஜனம்: இந்திய சினிமாவில் திரை வடிவமும் பார்வையாளர் கட்டமைப்பும் *(Ravi Vasudevan, The Melodramatic Public: Film Form & Spectatorship, Permanent Black, Banglaore et al, 2010)* என்ற நூலில் பக்கங்கள் 67-73 பார்க்கவும்.

12. அதே நூலில் அதே பக்கங்களை பார்க்கவும்.

13. ரவி வாசுதேவனின், தி மெலேடிராமாடிக் மோட் அண்ட் தி கமர்ஷியல் இந்தி சினிமா: நோட்ஸ் ஆன் ஃபிலிம் ஹிஸ்ட்ரி, நரடிவ் அண்ட் பர்ஃபார்மன்ஸ் இன் தி 1950ஸ், என்ற கட்டுரையை, ஸ்க்ரீன் 1989, 30.3, *(Ravi Vasudevan, The Melodramatic Mode & The Commercial Hindi Cinema, Screen 1989, 30.3)* பக்கங்கள் 29 முதல்-50 வரை பார்க்கவும்.

14. அதே கட்டுரையை பார்க்கவும்.

15. அதே கட்டுரையை பார்க்கவும்.

◆◆◆

3

டேவிட் லீனின் ரயான்ஸ் டாட்டரும் (1970) மண்வாசனை சினிமாவின் கமர்ஷியல் வடிவமும் (இரண்டாவது பாகம்)

டேவிட் லீனின் 'ரயான்ஸ் டாட்டர்' என்ற ஆங்கிலப் படம் 1970களின் துவக்க கட்டங்களில் இங்கு திரையிடுவதற்கு முன் தமிழ் திரைப்படத்தில் நாம் 'ரோசா' அல்லது 'ரோஜா' என்ற பெயர் வைத்த கதாநாயகியையோ அல்லது ஒரு பெண் நட்சத்திரத்தையோ காணவில்லை. இதனால், அதற்கு முன் அந்த பெயரை தழிழகத்தின் கிராமங்களில் யாராவது தங்களுடய பெண்களுக்கு வைத்திருப்பார்களா என்பதே மிகவும் சந்தேகத்திற்குரிய ஒன்றாக இருப்பதால் 'ரோசா' அல்லது 'ரோஜா' என்ற பெயர் சினிமாவிற்கென்றே சித்திரிக்கப்பட்ட பெயர் என்று சொல்வதில் எந்த பிரச்சனையுமில்லை. உதாரணத்திற்கு, கே.எஸ். கோபாலகிருஷ்ணனின் 'பணமா பாசமா' (1968) என்ற படத்தில் வரும் எலந்த பழ பாட்டு சினிமாவிற்கென்றே திணிக்கப்பட்ட ஒன்றே அன்றி சென்னையில் யாரும் அந்த மாதிரி ஒரு பாட்டை பாடி அந்த பழத்தை விற்றதில்லை. 'ரயான்ஸ் டாட்டர்' என்ற படத்தின் கதாநாயகியின் பெயர் ரோஸி ரயான். அவளை மற்ற கதாபாத்திரங்கள் 'ரோஸ்' என்றே அந்த படத்தில் அழைக்கின்றனர். அதை தவிர 'ரோசாப்பூ' என்ற வார்த்தையை எடுத்துக்கொண்டால், அது ரோஸ் என்ற ஆங்கிலப் பெயரின் மருவலே அன்றி வேறில்லை என்றபோது 'ரோசா' என்ற பெயர் மண்வாசனை ததும்பும் ஒரு பெயராக

மாறிவிட்டது ஒரு வியப்பை ஏற்படுத்துகிறது. முதலில் 'ரோசாப்பூ ரவிக்கைக்காரி' (1979) என்ற தலைப்பில் ஒரு படம் வெளிவர, படிப்படியாக 'ரோசா' என்ற பெயர் நமது திரைப்படங்களில் தனது வீச்சை அதிகரித்து பிறகு, செம்பருத்தி (1992) என்ற படத்தின் கதாநாயகியான ஒரு பெண் நட்சத்திரத்திற்கே அந்த பெயர் சூட்டப்பட்டு 'மகளிர்காக' (2000) என்ற படத்தில் ஒரு நகைச்சுவை நுட்பமாக கோவை சரளா ஏற்று நடிக்கும் ஒரு கதாபாத்திரத்திற்கு 'ரோசா' என்று பெயர் சூட்டப்படும் வரை அந்த குறியின் செயல்பாடு வளர்ந்து விட்டது. குறிப்பாக மணிரத்னத்தின் 'ரோஜா' (1992) என்ற திரைப்படத்தில் நகர்புற வாலிபர்களின் வேட்கைக்கேற்ற ஒரு நாட்டுப்புற மங்கையின் பெயராக அது அமைந்துவிடுகிறது. இப்படி ஒரு குறிப்பிட்ட பெயர் அளவில் மட்டும் தனது தாக்கத்தை இந்த ஆங்கில திரைப்படம் தமிழ் சினிமா மீது ஏற்படுத்தி இருந்தால் இந்தக் கட்டுரையில் மேலும் எழுதுவதற்கு ஒன்றுமிருக்காது. ஆனால், 'ரயான்ஸ் டாட்டரை' போல் பெரும்பாலான மண்வாசனைப் படங்கள் பெண்ணின் பாலியல் வேட்கையை மையப்படுத்தி உருவானவை. ஆகையால், எந்த சரித்திர பின்னணியில் இந்த ஆங்கிலப் படம் உருவானது, அதன் திரைகதையின் மூலம் எந்தக் காலத்தை அது மையப்படுத்தி எந்தச் சூழலில் தனது திரைக்கதையை அது பொருத்தியது தமிழ் சினிமா சூழலில் எந்த கட்டத்தில் அது அறிமுகமானது, அதனால் தமிழ் திரைப்படங்களின் மீது அது ஏற்படுத்திய அதிர்வுகள் என்ன என்ற கேள்விகள் ஒன்றறன்பின் ஒன்றாக எழுகின்றன.

I

போரிஸ் பாஸ்டார்நாக்கின் 'டாக்டர் ஷிவாகோ' என்ற ருஷ்ய நாவல் 1957ல் இத்தாலிக்கு கடத்தப்பட, அதன் ஆங்கில மொழிபெயர்ப்பு 1958ல் வெளிவந்தது. முக்கோண காதல் உறவுகளை ருஷ்ய புரட்சியின் பின்னணியில் வைத்து எழுதப்பட்ட இந்த நாவல் ருஷ்யாவில் இருந்த அதிகார அமைப்பிற்கு எதிராக விதைக்கப்பட்ட முதல் இலக்கிய வித்து. கதாநாயகனுக்கு இரு பெண்களின் மீது வெவ்வேறு கட்டத்தில் காதல் உருவாகும். இந்த நாவலை தழுவி, அதே தலைப்பில் 1965ம் ஆண்டு உருவாக்கப்பட்ட படத்தின் மாபெரும் வெற்றிக்கு பிறகு அதன் திரைகதை எழுத்தாளர் ராபர்ட் போல்ட், அதன் இயக்குனர் டேவிட் லீனுக்கு 1857ம் வருடம் வெளிவந்த குஸ்டாவ் ஃப்ளுபோர்வின் முதல் படைப்பான 'மேடம் போவரி' என்ற நாவலை தழுவி அமைக்கப்பட்ட, தனது அடுத்த திரைக்கதையை அனுப்பி வைத்தார்.

இந்த நாவலின் திரைக்கதையை படித்த டேவிட் லீன் அதை வேறு சூழலில் பொருத்தி எழுத ராபர் போல்ட்டுக்கு சில யோசனைகளை கூற, ‘ரயான்ஸ் டாட்டர்’ (1970) உருவானது.

ஐயர்லாந்தின் டிங்கிள் வளைகுடாவில் சில மலைகளை ஒட்டி தன்னந்தனியே நிற்கும் கிராரி என்ற ஒரு கற்பித கடலோர கிராமத்தின் சூழலில் ‘மேடம் போவரி’ பொருத்தப்பட்டது. ஊருக்கு எல்லையில் ஒரு சிறிய பள்ளிக்கூடம். அந்த பள்ளியின் பின்புற பகுதியே அதன் ஒரே ஒரு ஆசிரியனின் வீடு. தனது மனைவியின் மரணத்திற்கு பிறகு அதில் தனியாக வாழும் நடுத்தர வயதுள்ள அந்த ஆசிரியனின் பெயர், சார்லஸ் சான்ஸி (ராபர்ட் மிட்சம்). அந்த பள்ளியின் பின்னே இருக்கும் ஒரு மலை மேட்டை தாண்டி ஒரு சிறிய பிரிட்டிஷ் இராணுவ முகாம் அமைக்கப்பட்டுள்ளது. காரணம், கதை நடக்கும் காலம் 1916. முதல் உலக யுத்தம் தனது இரண்டாவது ஆண்டில் பிரெஞ்சு எல்லையில் அச்சமயம் தொடர்ந்து கொண்டிருந்தாலும் ஏப்ரல் மாதத்தின் இறுதியில் இங்கிலாந்தின் அதிகாரத்திற்கு எதிராக ஐயர்லாந்தில் உருவான ஈஸ்டர் எழுச்சி கொடூரமாக ஒடுக்கப்பட்ட பிறகு அந்த கிராமத்தின் கடல்புறத்தில் அந்த எழுச்சிக்கு ஆதரவாக நடக்கும் சம்பவங்களை வேவு பார்க்கவே அந்த இராணுவ முகாம் உருவாக்கப்பட்டுள்ளது.

அந்த ஊரிலுள்ள ஒரு சிலரைத் தவிர அதன் கத்தோலிக்க பாதிரியார் ஹுயுக் காலின்ஸ் (ட்ரெவர் ஹாவர்ட்) உள்பட, எல்லோருமே இங்கிலாந்துக்கு எதிராக ஐரிஷ் தேசியத்தை ஆதரிப்பவர்கள். இந்த தேசியத்திலிருந்து ஆசிரியன் சார்லஸ் சற்று விலகி நிற்க, அந்த கிராமத்தில் ஒரு மதுபான விடுதியை நடத்தி வரும், டாம் ரயான் (லியோ மெக்கர்ன்) ஊர்வாசிகளுக்கு முன்னே, தன்னை ஐரிஷ் தேசியத்தின் முதல் ஆதரவாளனாக அடிக்கடி வெளிப்படுத்த தவறுவதில்லை என்றாலும், மறைமுகமாக பிரிட்டிஷ் இராணுவத்திற்கு ஒரு வேவு சொல்லியாகவும் இயங்கி வருகிறான். இவன் இளவரசியை போல் வளர்த்து வரும் பருவமடைந்த ஒரே மகள் ரோஸி ரயானுக்கோ (ஸாரா மைல்ஸ்), தன்னுடைய கனவுகளுக்கும், உணர்ச்சிகளுக்கும் அப்பாற்பட்ட எந்த விஷயத்தின் மீதும் ஈடுபாடு கிடையாது. தன் இஷ்டம் போல் ஊர் சுற்றுவதும், ‘அரசரின் வைப்பாட்டி’ போன்ற புத்தகங்களை படிப்பதிலும் மட்டுமே அவளுக்கு ஆர்வம் அதிகம். இருந்தாலும், அந்த ஊர்ப் பள்ளியில் படித்த போது, ஆசிரியன் சார்லஸ்ஸின் மூலம் பீத்ஹோவன் இசையை ரசிக்க கற்றுக்கொண்டவள். மனைவியை இழந்து தனித்து வாழும் அவன் மீது அவளுக்கு எப்பொழுதும் ஒரு கண். மற்றும், ஊர்

மக்களின் ஏளன பொருளாக பயன்படுத்தப்படும் கிராமத்தின் முட்டாள், மைக்கல் (ஜான் மில்ஸ்). வெள்ளைக்கும் கருப்பிற்கும் வித்தியாசமறியாத அவன், பிரிட்டிஷ் இராணுவத்திற்கும், எழுச்சி உணர்வுள்ள மக்களுக்கும் இருக்கும் வேறுபாடுகளை தனது அறியாமையினால் உணரமுடியாதவன். தூரத்திலிருந்து ரோஸியின் அன்பிற்காக ஏங்கும் இந்த மைக்கல், 'மேடம் போவரியில்' இருக்கும் ஜஸ்டினுக்கு மாறாக உருவாக்கப்பட்ட கதாபாத்திரம். ஆனால் அதில் வரும் ஹிப்போலைட்டைப் போல் இவனும் ஒரு பிறவி நொண்டி. சிறு வயதில் மைக்கலின் முதுகில் சவாரி செய்து பள்ளிக்குச் சென்று திரும்பிய ரோஸிக்கு அவளுடைய வாலிப பருவத்தில் அவன், அருவருப்பை உருவாக்கும் ஒரு ஜீவனாகவே அவளுக்குத் தோன்றுகிறான். ஆசிரியன் சார்லஸின் கதாபாத்திரம் அந்த நாவலில் வரும் எம்மாவின் கணவன் சார்ல்ஸின் பாத்திரத்தை தழுவி அமைக்கப்பட்ட ஒன்று என்றாலும் அதில் சில மாற்றங்களும் செய்யப்பட்டுள்ளது. அந்த நாவல் அவனது பள்ளி பிராயத்திலிருந்து துவங்கி, அவன் எவ்வாறு அவன் அன்னையின் சொல்லுக்கு கட்டுப்பட்டு நடப்பவன் என்றும் டாக்டர் பட்டத்தை அவன் எப்படி தனது இரண்டாவது முயற்சியில்தான் பெறுகிறான் என்றும் அவனுடைய திறமையின்மையும், சாதாரண குணங்களும் எவ்வாறு பிரபுத்துவ வீரசாகச கதைகளில் ஊறிப்போன எம்மாவின் எதிர்பார்ப்புகளுக்கு எதிராக இருக்கின்றன என்பதையும் விவரிக்கிறது. இதற்கு மாறாக, 'ரயான்ஸ் டாட்டர்' இல் வரும் சார்லஸ் அவனுடைய இறந்த அன்னையும், மனைவியும் இன்றி தனித்து வாழ்பவன். அவன் ஒரு பள்ளி ஆசிரியானாக இருந்தாலும், நன்கு ஆழ்ந்து படித்த ஒரு அறிவாளி மட்டுமல்லாமல் தனது செய்கையிலும், சிந்தையிலும் மிகவும் நிதானமானவன்.

எம்மா போவரியின் பிரதிபலிப்பாக இந்தக் கதையில் இயங்குவது, ரோஸி ரயான். நாவலில் எம்மாவிற்கு மூன்று காதலர்கள். முதலில் சார்லஸ், பிறகு ருடால்ஃப் மற்றும் லியான் என்றால் ரோஸிக்கு இரண்டு காதலர்கள். முதலில் சார்லஸ், பிறகு ராண்டோல்ஃப் டோரியன். ஆகையால், லியானின் இடத்தை நிரப்ப இந்த படத்தில் எந்த கதாபாத்திரமும் கிடையாது. மற்றும், சார்லஸ்-எம்மா தம்பதியருக்கு, பர்த் என்ற ஒரு பெண் குழந்தை இருப்பதற்கு மாறாக இந்தப் படத்தில் ரோஸி-சார்லஸ் தம்பதியருக்கு எந்தக் குழந்தையும் கிடையாது. நாவலில் சார்லஸும் எம்மாவும் குடிபெயரும் புதிய ஊரான யான்வில்லில், ஹோமெஸ் என்ற ஒரு கம்பவுண்டரும், கிலாமின் என்ற ஒரு நோட்டரி பப்ளிக்கும், லோரோ என்ற

நரிக்குணம் படைத்த வியாபாரியும் இருக்கிறார்கள். குறிப்பாக ஹோமெஸ்ஸின் மனைவிதான் யான்வில்லில் ஒரு மதுபான விடுதியை நடத்தி வருகிறாள். இந்தக் கதாபாத்திரங்கள் இந்தப் படத்தில் இல்லை என்றாலும், ரோஸியின் தந்தை ரயான்தான் படத்தில் காட்டப்படும் ஊரில் ஒரு மதுபான விடுதியை நடத்தி வருகிறான். நாவலில் எம்மா, லோரோவின் சூழ்ச்சியில் சிக்கி இறுதியாக தற்கொலை செய்துகொள்ள, இந்தத் திரைப்படத்தில் ஊர் மக்களால் ரோஸி தண்டிக்கப்படுகிறாள். நாவலில் எம்மா இறந்த பிறகு, அவளை என்றுமே தூரத்திலிருந்து காதலித்த விடலை பருவ வாலிபன் ஜஸ்டின், அவள் கல்லறையில் ஒரு மலர்செண்டை வைத்துவிட்டு ஊரை விட்டு ஓடிவிடுவான் என்றால், இந்த திரைக்கதையின் இறுதியில் சார்லஸூம் ரோஸியும் ஊரைவிட்டுப் போகும் போது, அவர்கள் போகும் வழியில் கேத்தி என்ற மாணவி ஒரு மலர்ச்செண்டை வைத்துவிட்டு ஓடிவிடுவாள்.

நாவலைப் போல், இந்த படத்தின் கதைக்கு நாயகர்கள் கிடையாது. ஏனென்றால் அந்த நாவலில் வரும் எம்மாவை போல், ரோஸிதான் இந்த திரைகதையின் நாயகி. அவளுடைய தந்தை டாம் ரயான், எம்மா போவரியின் தந்தையின் இடத்தை இந்தக் கதையில் வகிக்க, ஊருக்கு புதிதாக வரும், பிரிட்டிஷ் அதிகாரி மேஜர் ராண்டோல்ஃப் டோரியன் (கிரிஸ்டோஃபர் ஜோன்ஸ்), நாவலில் வரும் ருடால்ஃபின் இடத்தை நிரப்புவதற்காக உருவாக்கப்பட்ட பாத்திரம் என்றாலும், அவனைப்போல் இவன் ஒரு சந்தர்ப்பவாதியல்ல. போரில் ஒரு காலை இழந்ததால், செயற்கைகாலில் பவனி வரும் இவன், போரில் அனுபவித்த தொடர் குண்டு வீச்சுகளின் நடுவே அதை இழந்த பாதிப்பால் மனம் சற்று சிதைந்து போனவன்.

II

கதையின் துவக்கத்தில் ஒரு பிரமாண்டமான வெகு தொலை தூரக் காட்சியில், ஒரு உயரமான மலை மேட்டில் காற்றில் அடித்துச் செல்லப்படும் தனது அழகான குடையை ரோஸி ரயான் தூரத்திக் கொண்டு ஓடுகிறாள். டாம் ரயான் தனது மகள் ரோஸிக்காக ஒரு சீமாட்டியிடமிருந்து வாங்கி தந்த விலை அதிகமுள்ள குடை அது. அதை அவள் பிடிப்பதற்குள் காற்றின் வேகத்தினால் அது கீழே இருக்கும் கடலை நோக்கி பாய்கிறது. அதில் மீன்பிடிக்க போன மைக்கலும், பாதிரியாரும் திரும்பி வந்து கொண்டிருக்கும் படகுக்கு அருகே அது விழ, பத்திரமாக அதை எடுத்து பாதிரியார் படகில் வைக்கிறார். அதைப் பார்த்த ரோஸி, கடற்கரைக்கு வருகிறாள். மைக்கல் உடனே அவளிடம்

ஓடி வந்து, அவளை பெருமையுடன் பார்த்து ஒரு விசாலமான புன்னகையுடன் அந்த குடையை அவளுக்கு தந்ததும், அவள் தனது நன்றியை அவனுக்கு தெரிவிக்கிறாள். மகிழ்ச்சியடைந்த அவன், தன் படகை நோக்கி ஓடுகிறான். இதற்குள் அவளுக்கு அருகே வந்த பாதிரியார், அந்த குடை அவளுடையது தானா என்று கேட்க, யாரிடமிருந்து அவளுக்கு அவள் தந்தை அதை வாங்கித் தந்தார் என்பதை அவள் சொல்கிறாள். அப்பொழுது அங்கு திரும்பி வந்த மைக்கல், அவன் உயிருடன் பிடித்த ஒரு பெரிய ஈர்க்கிறாலை அவளுக்கு பெருமையுடன் காண்பிக்கிறான். உடனே பாதிரியார் அவளிடம், மைக்கலைப் பார்த்து அவள் ஒரு சிறிய புன்முறுவல் செய்தால் போதும் அதனுடைய பெரிய கொடுக்கு ஒன்றை அவளுக்கு அவன் பரிசாக அளிப்பான் என்று கூறியதுமே, மைக்கல் உயிரோடிருக்கும் அந்த இறாலின் கொடுக்கொன்றை பட்டென்று உடைத்து அவளுக்கு நீட்ட, இருவரும் பதறி விடுகின்றனர். ரோஸிக்கு அவன் மீது இதனால் அருவருப்பு வர அவனை மிகவும் கடினமாக ஏசுகிறாள். இதனால் மறுபடியும் மைக்கல் தனது படகை நோக்கி ஓடி விடுகிறான்.

ரோஸி கடற்கரைக்கு வந்திருக்கும் காரணம், டப்லினுக்கு சென்ற ஆசிரியன் சார்லஸ் அன்று ஊருக்கு திரும்பி வருகிறான் என்று அவளுக்குத் தெரியும். இப்படி இவர்கள் இருவரும் அந்த கடற்கரையில் சந்திக்கும் முன் அவன் பிடித்த பெரிய ஈர்க்கிறாலை பெருமையுடன் ஏந்தி ஊருக்குள் மைக்கல் வர, அங்கிருக்கும் வாலிபர்கள் அவனிடமிருந்து அதை பிடுங்கி பந்தாடிய வண்ணம் அவனை இம்சை படுத்துகின்றனர். அங்கு கூடியிருக்கும் இளம் பெண்களும், கைதட்டி அந்த வாலிபர்களின் செயலை ஊக்குவிக்க, மைக்கல் என்ன செய்வதென்று அறியாமல் தவிக்கிறான். அச்சமயம் அங்கே வந்த பாதிரியார், அவனை அந்த வெறிபிடித்த கும்பலிடமிருந்து காப்பாற்றுகிறார்.

பிறகு, ரயானின் மதுபான விடுதிக்கு வந்த பாதிரியார் அந்த ஊரிலிருக்கும் வாலிபர்களின் நிலையை எண்ணி தனது கோபத்தை வெளிப்படுத்த வேண்டுமென்றே ப்ரிடிஷ் அரசாங்கம் அவர்களுக்கு வேலை வாய்ப்பு அளிக்காமல் வைத்திருப்பதால்தான், அவர்களின் குணங்கள் அவ்வாறு மாறிவிட்டன என்று ரயான் அதற்கு ஒரு விளக்கத்தை அளிக்கிறான். அந்த திட்டம் நன்றாகவே வேலை செய்கிறது என்று கடிந்து கொண்டே ரோஸி கடற்கரையில் ஊர்சுற்றுவதை அவர் பார்த்தாக கூறி, அவள் வைத்திருக்கும் குடைக்கு எவ்வளவு

விலை கொடுத்தான் என்று அவனிடம் பாதிரியார் கேட்கிறார். அதற்கு அவன் மூன்று பவுன்ட் ஆறு ஷில்லிங் தந்ததாக கூற, இப்படி செல்லம் கொடுத்து அவளை கெடுப்பதற்கு பதில் அவளை எதாவது ஒரு ஆளுக்கு திருமணம் செய்து வைத்தால் அவள் திருந்துவாள் என்று பாதிரியார் அவனுக்கு ஆலோசனை கூறுகிறார். தனது இளவரசியான ரோஸிக்கு அந்த ஊரிலிருக்கும் எந்த ஆள் மீதும் ஈடுபாடு கிடையாது என்று அதற்கு ரயான் பதில் கூற அந்த மாதிரியான பேர்வழிகள் ரோஸியின் கற்பனையில் அதிகமாகவே இருக்கின்றனர் என்று பாதிரியார் நக்கலாக சுட்டிக்காட்டுகிறார். அவர் சொற்களிலிருக்கும் எச்சரிக்கையை உணர்ந்த ரயான் ரோஸியை மணமுடிக்கும் தகுதியுள்ள மாப்பிளை யாராவது தெரியவந்தால் தனக்கு அறிமுகம் செய்து வைக்கும்படி கேட்கிறான்.

அச்சமயம், கடற்கரையில் ஆசிரியன் சார்லஸை ரோஸி சந்திக்க இருவரும் பேசிக்கொண்டே அவனுடைய பள்ளியை நோக்கி நடக்கின்றனர். அப்பொழுது அவர்கள் வழியிலிருக்கும் கல்லறை தோட்டத்திற்கு அருகே வர, சார்லஸ் அவளிடமிருந்து விடைபெற்று அங்கிருக்கும் தனது மனைவியின் சமாதிக்கு சிறிது நேரம் அஞ்சலி செலுத்திவிட்டு தனது வீட்டிற்கு போகிறான். அவனை பின் தொடர்ந்த ரோஸி தன்னுடைய காதலை வெளிப்படுத்த, முதலில் தனது வயது வித்தியாசத்தை கருதி சற்று தயங்கியவன் பிறகு அவளை கட்டித் தழுவ, ரயானின் ஆதரவுடன் ஊர்மக்கள் சூழ அவர்களுடைய திருமணம் நடந்து முடிகிறது. இருந்தாலும், முதல் இரவில் ரோஸியின் வேட்கையை முழுமையாக அவனால் பூர்த்தி செய்யமுடியவில்லை. இப்படி உடல் ரீதியாக முழு இன்பத்தை எதிர்பார்த்த ரோஸி ஏமாற்றமடைந்தாலும், அவள் ஒரு மனைவியை போல் அவனுடன் நடந்து கொண்டு நாளடைவில், அவனால் அவளுடன் முழுமையான உடலுறவு கொள்ளமுடியும் என்று நம்பி அந்த நாளுக்குக்காக காத்திருந்தாலும் அவளுக்கு மேலும் ஏமாற்றங்கள்தான் உண்டாகின்றன. இப்படி ஒரு நாள் தனக்கு ஏற்பட்ட ஏமாற்றத்தை கட்டுப்படுத்த முடியாமல் கடற்கரையில் அவள் அழுதுகொண்டே செல்வதை பார்த்த பாதிரியார் அவளுடம் பேச்சுக் கொடுத்து அவள் மனதில் என்ன இருக்கிறது என்பதை உணர்ந்ததும், அவள் வேட்கையை அழிப்பதற்கு பதிலாக அதை நீர் விட்டு வளர்த்தால் அவளுடைய தேவையற்ற எதிர்ப்பார்ப்புகள், உண்மையாகிவிடும் என்று எச்சரிக்கிறார்.

இந்த தருணத்தில், ராண்டோல்ஃப் டோரியன் அங்கிருக்கும் ராணுவ முகாமிற்கு புதிய அதிகாரியாக பணியில் அமர்கிறான்.

ஒரு நாள், அவளுடைய தந்தை வெளியூர் சந்தைக்கு சென்றிருப்பதால் அவருக்கு பதிலாக அவருடைய மதுபான விடுதியை ரோஸி கவனிக்க, ஊரை சுற்றிப் பார்க்க வந்த டோரியன் அங்கு வருகிறான். அங்கு ஒரு மூலையில் மைக்கல் தனது சிற்றுண்டியை முடித்து விட்டு இளைப்பாறிக் கொண்டிருக்கிறான். ஒரு குப்பி விஸ்கியை சிறிது பருகிய டோரியன் ஒரு சிகரெட்டை பற்ற வைக்கிறான். இதைப்பார்த்த மைக்கல், அவனுடைய கவனத்தை ஈர்க்கத்தான் அமர்ந்திருக்கும் இருக்கைக்கு கீழிருக்கும் மரச்சுவரை தனது காலால் ‘டம்’, ‘டம்’ என்று ஓயாமல் உதைக்கிறான். இதனால், டோரியனுக்கு போரில் அவன் அனுபவித்த தொடர் குண்டு வீச்சின் பயங்கர நினைவுகள் திரும்பி அவன் நிலை நிலை தடுமாற பயந்து போன மைக்கல் அங்கிருந்து ஓட முயலுகிறான். அவனை வெளியே தள்ளி கதவை தாழிட்ட ரோஸி கீழே விழுந்தவனுக்கு ஆறுதல் கூற அவன் கையில் அவளது கையை மெதுவாக வைத்து அழுத்துகிறாள். இப்படி ஏற்பட்ட நெருக்கத்தினால் தங்களை மறந்து இருவரும் ஒருவரை ஒருவர் தழுவி முத்தமிட்டுக் கொள்ள, யாராவது அங்கு வர நேரிடும் என்று எச்சரித்து, ரோஸி கதவை திறந்தாள். சற்று நேரத்திற்குள், சந்தைக்கு போன அவள் தந்தையும், மற்றவர்களும் அங்கு வருகின்றனர். டோரியனை சீருடையில் அங்கு பார்த்த ரயான், ஒரு அதிகாரியாய் வருவதற்கு பதிலாக ஒரு சாதாரண மனிதனாக அங்கு வந்தால் மட்டுமே தனது விடுதியில் அவன் வரவேற்கப்படுவான் என்று சொல்கிறான். ரயான் ஒரு வேவு சொல்லி என்பதை டோரியன் ஏற்கனவே அறிந்திருந்தாலும், ஒன்றும் சொல்லாமல் இருக்கையிலிருந்து எழ, ரோஸிக்காக அவன் சந்தையிலிருந்து வாங்கி வந்திருக்கும் குதிரை ஜன்னலுக்கு வெளியே நிற்பதை அவளுக்கு காட்டிவிட்டு, ரயான் அந்த குதிரையின் தரத்தை எடைபோடுமாறு டோரியனிடம் கேட்க, அது ஒரு நல்ல குதிரைதான் என்று தனது சான்றிதழை வழங்கிவிட்டு அவன் அவர்களிடமிருந்து விடைப்பெற்று செல்கிறான்.

அடுத்த நாள் அந்தி சாயும் பொழுது ஏக்கத்துடன் தன் வீட்டின் பின்புறத்தில் இருக்கும் தோட்டத்திற்கு ரோஸி போக, சிறிது நேரத்தில் அந்த மலை மேட்டின் மீது டோரியன் தோன்றி அவளருகே வருகிறான். அவன் வேண்டுதலுக்கு ஏற்ப இருவரும் ஊருக்கு வெளியே இருக்கும் பிராண்டன் கோட்டை பகுதியில் சந்திக்க முடிவு செய்கின்றனர். அப்படி, அங்கு தங்கள் குதிரைகளில் பயணம் செய்து அந்த கோட்டையின் பக்கத்திலிருக்கும் காட்டில் அவர்கள் சந்தித்து உடலுறவில் ஈடுபட்ட அந்த முதல் நாளன்றே ரோஸியிடமிருந்து டோரியன்

விடைப்பெற்று செல்வதை, அந்த பகுதியில் இருக்கும் ஓடையில் மீன் பிடிக்கப்போன மைக்கல் பார்த்து விடுகிறான். மாலை அவள் வீட்டிற்கு திரும்பியதும், கணவன் சார்லஸ் ஏன் அவள் உடையில் சகதியிருக்கிறது என்று கேட்க குதிரையை அவள் தெரியாமல் ஒரு பல்லத்தில் செலுத்திவிட அது கீழே விழுந்ததும் அதற்கடியில் அவள் சிக்கிக்கொண்டதாகவும், அங்கு தற்செயலாக வந்த அந்த புதிய பிரிட்டிஷ் இராணுவ அதிகாரிதான் அவளை காப்பாற்றினான் என்றும் சொல்கிறாள். பழக்கப்படாத குதிரையின் மீது சவாரி செய்வது ஆபத்து என்று உடனே சார்லஸ் கூற அதற்கு அந்த இராணுவ அதிகாரி அவளுக்கு உதவி செய்வதாக சொல்லியிருப்பதாக அவள் கூறுகிறாள். இதை ஒரு வித தயக்கத்துடன் உள்வாங்கிய சார்லஸ், அவள் அவனுடைய நம்பிக்கைக்கு துரோகம் எப்பொழுதாவது செய்வாளா என்று கேட்க அவனை அவள் கட்டித்தழுவி தனது குற்றம்ததும்பும் முகத்தை அவன் தோளில் சாய்ந்து மறைக்க அந்த மாதிரியான மோசமான கேள்வியை, அவன் தன் மனைவியிடம் கேட்டதற்காக சார்லஸ் அவளிடம் மன்னிப்பு கேட்கிறான்.

அடுத்த நாள் மாணவர்களுடன் கடற்கரையில் இருக்கும் ஜீவிகளை பற்றி அங்கு பாடம் எடுக்க வந்த சார்லஸ், இருவரின் காலணி சுவடுகள் சற்று தூரத்திலிருக்கும் ஒரு குகையை நோக்கி போவதை பார்க்க நேரிடுகிறது. அதில் ஒரு ஜோடி ஒரு பெண்ணினுடயது என்பதும் தெளிவாக தெரிகிறது. உடனே அவனுடன் வந்த சிறுவர்களையும் சிறுமிகளையும் கடற்கரையிலிருக்கும் கிளிஞ்சல்களையும் கடல்நுரைகளையும் பொறுக்கச் சொல்லிவிட்டு, அந்த குகையை நோக்கி சார்லஸ் போகிறான். போகும் வழியில் ஒரு பெரிய பாறையின் அருகே கடல்நீரால் உருவாக்கப்பட்டிருக்கும் ஒரு சிறிய குட்டைக்கு பின்னே அவன் ஒளிந்துகொள்வது போலவும், அந்த குட்டையை நோக்கி டோரியனும், ரோஸியும் பிரபுத்துவ சீமான் சீமாட்டியைப்போல் காட்சியளித்து அங்கு வர, அந்த குட்டையின் விளிம்பில் புதைந்திருக்கும் ஒரு வெண்சங்கை டோரியன் எடுத்து அதை அந்த குட்டை நீரில் கழுவி ரோஸிக்கு தர அவள் அதை தனது காதில் வைத்து அது எழுப்பும் ஒலியை கேட்பதாகவும் அவன் ஒரு கற்பனை காட்சியை தன் கண் முன்னே உருவாக்கி பார்க்கிறான். பிறகு அந்த குகையின் அருகே வந்ததும் அதற்குள் போவதா வேண்டாமா என்று அவன் தயங்கும் போது, மாணவர்கள் திரும்பிவிட, அவர்களுடன் தூரத்திலிருக்கும் தனது பள்ளியை நோக்கி திரும்பிச் செல்கிறான்.

இந்தச் சமயத்தில் அந்த குகை அருகே ரோஸியும் டோரியனும் என்ன செய்கிறாள் என்று பார்க்க வந்த மைக்கலின் கண்களில், டோரியனின் சீருடையில் இருந்து கீழே விழுந்திருக்கும் ஒரு பித்தளை குதைமணி பட, அதை எடுத்துக்கொண்டு ஊரை நோக்கி அவன் ஓடுகிறான். அதே சமயம் குகைக்கு பின்வாயிலாக சென்று அதன் மேட்டில் டோரியனுடன் இருக்கும் ரோஸி அங்கிருக்கும் அகாட மலர் செடிகளை பிடுங்க அந்த பக்கம் வர, மைக்கல் கீழே இருக்கும் குகையின் அருகே இருந்து எதையோ எடுத்துக்கொண்டு போவதை அவள் பார்த்து விடுகிறாள். அவன் ஏன் அங்கு வந்தான், எதை எடுத்துக்கொண்டு போகிறான் என்பது அவளுக்கு ஒரு புதிராக தோன்றுகிறது.

சிறிது நேரத்தில் தனது வீட்டிற்கு சென்ற மைக்கல் அந்த குதைமணியை ஒரு சிறிய ரிப்பனில் கோர்த்து தனது சட்டை பையின் மீது ஒரு பதக்கத்தை போல அணிந்து, தலையில் தொப்பியுடன் ஒரு இராணுவ வீரன் போல் தெருவில் நடந்து வர, ஊரே அவன் பின் கூடுகிறது. ரயானும் அந்த வேடிக்கையை பார்க்க தனது மதுபான விடுதிக்கு வெளியே வருகிறான். அங்கு அப்பொழுது வந்த பாதிரியார் மைக்கலிடம் அந்த குதைமணியை கழட்டிவிடும்படி அவனை அதட்ட, அவரை அடிக்க அங்கிருக்கும் ஒரு இரும்பு கம்பியை மைக்கல் தற்செயலாக தனது கையில் எடுத்துவிடுகிறான். உடனே பாதிரியார் தனது குரலை உயர்த்தியதும், தயக்கத்துடன் அதைக் கீழே போட்ட மைக்கல் சற்று தூரத்தில் ரோஸி தனது குதிரையில் அவர்களை நோக்கி வருவதை கண்டு புன்முறுவல் செய்கிறான். இதைப்பார்த்த மக்கள் எல்லோரும் அவள் வரும் திசையை நோக்கி திரும்ப, மைக்கல் அவள் குதிரைக்கு அருகே சென்று அதன் கடிவாளத்தை பிடித்து நிறுத்தி, ஒரு இராணுவ வீரனைப் போல் அவளுக்கு சல்யூட் அடித்ததும் அவனுக்கு விஷயம் தெரிந்துவிட்டது என்று அவளுக்கு புரிகிறது. கடிவாளத்தை அவன் விடாவிட்டால் தன் கையிலிருக்கும் பிரம்பால் அவனை அடிக்கப் போவதாக அவள் அவனை மிரட்ட அதை மேலும் பலமாக அவன் பிடித்துக்கொள்கிறான். பிறகு அவன் கையின் மீது தனது கையை வைத்து மெதுவாக அழுத்தி அவனிடம் அவள் கெஞ்ச கடிவாளைத்தின் மீது இருக்கும் தனது பிடியை தளர்த்தி, அவள் அங்கிருந்து போக வழி விடுகிறான். உடனே கூட்டத்தை பிளந்துகொண்டு அவள் வேகமாக தன் வீட்டை நோக்கி போக, மைக்கல் அவள் குதிரையின் பின்னே ஓடியபடி சல்யூட் அடிக்கிறான். மைக்கலின் இந்த செய்கையினால் அவளுக்கும் மேஜர் டோரியனுக்கும் இருக்கும் உறவு ஊருக்கே புரிந்துவிட, அங்கிருக்கும் பலர் ஏளனமாக சிரிக்கிறார்கள். இதை பார்த்து தலை குனிந்த ரயான், தன் மதுபான விடுதிக்குள்ளே சென்றுவிடுகிறான்.

பிறகு, அவளுடைய வீட்டிற்கு அவளை பின் தொடர்ந்து சென்ற பாதிரியார் அவளை பாவமன்னிப்பு கோரும்படி சொல்ல, அந்த மாதிரி எதுவும் நடக்கவில்லை என்று அவள் சொன்னாலும் அவரது கட்டளையின்படி அவருடைய முகத்தை பார்த்து அவளால் அதை சொல்லமுடியவில்லை. இந்த தருணத்தில் பள்ளிக்கு தனது மாணவர்களுடன் திரும்பிய சார்லஸ் அங்கு வர, பாதிரியார் தனது பேச்சை மாற்றிவிடுகிறார். உடனே அவரிடம் பிரார்த்தனைக்கு நேரமாகிவிட்டது என்று சார்லஸ் கூற அதை நடத்த அவனுடன் அந்த வகுப்பறைக்கு அவர் போகிறார். அவர்கள் சென்றதும் அவசர அவசரமாக தனக்கு டோரியன் அளித்த சங்கை அவள் மறைத்து வைக்கிறாள். அந்த சிறிய பிரார்த்தனை முடிந்து மாணவர்களும் பாதிரியாரும் வகுப்பிலிருந்து சென்ற பிறகு வீட்டிற்குள் திரும்பிய சார்லஸ் இயற்கை கல்விக்காக மாணவர்களை கடல்புறத்திற்கு அழைத்து சென்றதாக ரோஸியிடம் கூற பிராண்டன் பக்கம் வந்திருந்தால், அவளை சந்திருக்க முடியும் என்று கூறி அவனுடைய தாவரவியல் பாடத்திற்காக அவள் பறித்த அடாகமலர் செடிகளின் கொத்தை அவனுக்காக மேஜை மீது வைத்திருப்பதை சுட்டிக்காட்டுகிறாள். இருந்தாலும், கடற்கரை பக்கம் அவள் வரவே இல்லையா என்று அவன் கேட்க "இல்லை" என்று கூறிவிட்டு குதிரைக்கலணையை வீட்டிற்கு பின்புறம் இருக்கும் கூடத்தில் வைக்க அவள் போனதும் அவள் அலமாரியை தேடிய அவன் கையில் அவன் கற்பனை செய்ததுப்போல் இருக்கும் அந்த வெண்சங்கு மாட்டுகிறது. அதை பத்திரமாக அந்த துணியின் அடியிலேயே வைத்துவிட்டு முன் அறைக்கு அவன் திரும்பியதும், மேஜை மீது இருக்கும் ரோஸியின் தொப்பியை எடுத்து அதன் விளிம்பை அவன் தற்செயலாக தட்ட அதன் மீது படிந்திருக்கும் கடற்கரை மண் அந்த மேஜையில் விழுகிறது. அச்சமயம் ரோஸி அங்கு வர அவளிடம் ஒன்றும் சொல்லாமல் அந்த தொப்பியை அவளிடம் கொடுத்துவிட்டு தன் அறைக்கு சென்றுவிடுகிறான்.

அடுத்த காட்சியில் ரோஸி அந்த ஊரில் இருக்கும் கடைக்கு உருளைகிழங்கு வாங்க வர, அந்த கிழங்குகள் அங்கு அதிகம் இருந்தும் வேண்டுமென்றே அதை அவளுக்கு தரமுடியாது என்று அந்த கடையை நிர்வகிக்கும் அந்த நடுத்தரவயது பெண் கூறுகிறாள். இதை கேட்டு ரோஸி வெளியே செல்லும் போது, அந்த பெண் அங்கிருக்கும் மற்ற பெண்களிடம், "இந்த உலகத்தில் நடத்தை கெட்ட பெண்களும் வேசிகளும் இருக்கிறார்கள். ஆனால் அவர்களில் மிகவும் மோசமானவர்கள் பிரிட்டிஷ் இராணுவத்திற்கு வேசியாக இருக்கிறார்கள்" என்று உரத்த குரலில் சொல்லி ரோஸியைஅவள் மேலும் அவமானப்படுத்துகிறாள்.

இந்த நிகழ்வுகளுக்கிடையே, ஐயர்லாந்து புரட்சி வீரர்களில் ஒருவனான, டிம் ஓ லியரி (பாரி பாஸ்டர்) அந்த கிராமத்திற்கு ஏற்கனவே வந்து அங்கு பதுங்கி தனது மற்ற தோழர்களின் வருகைக்காக காத்திருக்கிறான். காரணம், ஜெர்மானிய கப்பல் ஒன்றின் மூலம் அங்கு வரப்போகும் ஆயுதங்களை கடல்புறத்திலிருந்து திரட்டிச் செல்ல அந்த தோழர்களின் ஆதரவும், அந்த ஊர் மக்கள் சிலரின் ஒத்துழைப்பும் அவனுக்கு தேவை. அன்றிரவு அந்த தோழர்கள் வந்து சேர ரயான்ஸின் விடுதியில் தங்கியிருக்கும் பிரிட்டிஷ் போலீஸ் கான்ஸ்டிபலை விலங்கிட்டு அவனை வேறொரு அறையில் தள்ளிவிட்டு, விடியும் வரை அங்கு அவர்கள் காத்திருக்க முடிவு செய்யும் போது அந்த கான்ஸ்டிபல் அறையிலிருக்கும் தொலைபேசியை தூண்டித்துவிடும்படி லியரியின் தோழன் ஒருவன் ரயானுக்கு கட்டளையிடுகிறான். ஆனால், அதை துண்டிப்பதற்கு முன் பிரிட்டிஷ் இராணுவத்திற்கு லியரியின் திட்டத்தை பற்றி அவன் வேவு சொல்லிவிடுகிறான்.

நள்ளிரவில் ஆயுத பெட்டிகளை கரைக்கு சற்று அருகே தூக்கிப்போட்டுவிட்டு அந்த சிறிய நீராவி கப்பல் சென்றுவிட அடுத்த நாள் காலை அவை மிதந்து வரும் தோணிகளிலிருந்து அவற்றை கைப்பற்ற லியரி தனது தோழர்கள், ரயான், மற்றும் அந்த ஊரைச் சேர்ந்த சில வாலிபர்களுடன் செல்ல சிறிது நேரத்தில் பாதிரியாரின் தலைமையில், (சார்லஸ் மற்றும் ரோஸியை தவிர) அந்த ஊரே ஒன்று திரண்டு அவர்களுக்கு உதவ அந்த கடற்கரைக்கு வந்து விடுகிறது. காரணம் பலத்த காற்றுடன் அடிக்கும் மழையில் பாறைகளில் மோதி ஆயுதங்கள் கடலில் சிதறும் முன் அவற்றை கரையேற்ற வேண்டும். இவர்கள் எல்லோரும் இப்படி இயற்கையின் பலத்திற்கு எதிரே போராடிக் கொண்டிருக்கும் போது கேத்தி என்ற மாணவி சார்ல்ஸின் வீட்டிற்கு சென்று, ஊர் மக்கள் எல்லோரும் கடற்கரையில் திரண்டிருப்பதாக சொல்ல சார்ல்ஸும், ரோஸியும் அவளுடன் அங்கு வருகிறார்கள். ஆனால், இதற்குள் பல பெட்டிகளை மீட்டு விட்டதால் லியரியும் அவனது தோழர்களும் அவற்றை தங்கள் லாரியில் ஏற்றி அங்கிருந்து புறப்பட மக்கள் எல்லோரும் ஆரவாரத்துடன் அவர்களை வாழ்த்தியப்படி அதன் பின்னே ஓடி வருகின்றனர். ரோஸியும் சார்ல்ஸும் அதே வழியில் தங்கள் வீட்டிற்குச் செல்ல அந்த கூட்டத்தை பின் தொடர, ஒரு திருப்பத்தில் டோரியன் தன் இராணுவ வீரர்களுடன் அவர்களை வழிமறித்து, லியரியை கைது செய்ய முயலும் போது அவன் கூட்டத்திற்குள் புகுந்து தப்பிக்க முயலுகிறான். அச்சமயம், இராணுவ வீரர்கள் லியரின் தோழர்களை கைது

செய்ய, டோரியன் அந்த வண்டியின் மீது ஏறி லியரியை குறிவைத்து சுட்டு காயப்படுத்திவிடுகிறான். அடிபட்டவன் மண்ணில் தவழ்ந்து தப்பிக்க முயல அவன் மீது மறுபடியும் குறிவைத்த டோரியனுக்கு தொடர்குண்டு வீச்சுகளுக்கிடைய அவன் அப்படி தவழ்ந்தது நினைவுக்கு வர வண்டியின் மேலிருந்து அவன் தடுமாறி கீழே விழ அவனை தாங்கி பிடிக்க தன்னையும் அறியாமல் ரோஸி அவனை நோக்கி ஓடுகிறாள். அதற்குள் அவன் அந்த வண்டியின் கதவை பிடித்து நின்று விட அவள் அவனை நெருங்குவதை ஒரு இராணுவ வீரன் தன் துப்பாக்கியால் தடுத்து விடுகிறான். இதை பார்த்த மக்கள் வெறுப்படைய ஒருத்தி அவளை பார்த்து பயங்கரமாக சிரிக்கிறாள். மற்றொருவன் சார்லஸைப் பார்த்து, அந்த வேசியை சுட்டுத்தள்ளு என்று முழக்கமிடுகிறான். ஆனால், சார்லஸ் அவளை அங்கிருந்து பத்திரமாக வீட்டிற்கு அழைத்துச் செல்கிறான். இதற்குள் அடிபட்ட லியரியை சில வீரர்கள் தூக்கி வர, அந்த இராணுவம்தான் பிடித்த கைதிகளுடனும் கைப்பற்றிய ஆயுதங்களுடனும் அங்கிருந்து முகாமை நோக்கி நகர்கிறது. அந்த சமயம் கைது செய்தவர்களை என்ன செய்வார்கள் என்று ஒரு பெண் கேட்க, அதற்கு பாதிரியார் அவர்களை தூக்கிலிட்டு கொன்றுவிடுவார்கள் என்று சொல்கிறார்.

வீட்டுக்குத் திரும்பியதும் அவள் மீது ஏன் அவன் இன்னும் கருணை காட்டுகிறான் என்று ரோஸி கேட்க அதற்கு என்றுமே தான் அப்படி இருந்ததாக சார்லஸ் கூறுகிறான். உடனே டோரியனுக்கும் அவளுக்கும் இருக்கும் உறவை பற்றி அவனுக்கு தெரியுமா தெரியாதா என்று அவள் கேட்க முதலிருந்தே தெரியும் என்று அவன் சொல்கிறான். இதற்கு, ஏன் அதைப்பற்றி எந்த பேச்சும் அதுவரை அவன் எடுக்கவில்லை என்று அவள் கேட்க, நாளடைவில் அவளுக்கும் டோரியனுக்கும் ஒருவருக்கு மேல் ஒருவருக்கு சலிப்பு ஏற்பட மறுபடியும் தன் பக்கம் ஒரு வேளை திரும்புவாள் என்று அவன் நம்பியதால், அதைப்பற்றி பேசவில்லை என்று அவன் கூறுகிறான்.

அன்றிரவு தூங்கமுடியாமல் அவள் கண்விழித்திருக்க படுக்கையை விட்டு எழுந்து தற்செயலாக ஜன்னலருகே வருகிறாள். அப்பொழுது அந்த வீட்டின் பின்புறம் இருக்கும் மலை மேட்டில் டோரியன் நிற்பதை அவள் பார்த்துவிட மெதுவாக அந்த அறையிலிருந்து வெளியே வந்து அவனை நோக்கி ஓடுகிறாள். ஆனால், மேட்டை அவள் அடைந்ததும் ஒருவரை ஒருவர் தழுவி முத்தமிட்டு அதன் பின்னே மறைவதை படுக்கையறை ஜன்னல் வழியாக சார்லஸ் பார்த்துவிடுகிறான். விடிந்த பிறகு அவள்

வீட்டுக்கு திரும்புகிறாள். ஆனால் சார்லஸ் அங்கு இல்லை என்றும் தனது உடைகளை அணிந்துக்கொள்ளாமல் அப்படியே அவன் அரை நிர்வாணமாக வெளியே சென்றுவிட்டான் என்றும் அவளுக்கு தெரிகிறது. கடற்கரையில் எங்கோ ஒரு இடத்தில் அப்பொழுது கடலை வெறித்து பார்த்துக் கொண்டிருக்கும் சார்லஸ், வீட்டிற்கு திரும்புவதா வேண்டாமா என்ற யோசனையில் மூழ்கியிருக்கிறான்.

சிறிது நேரத்தில் பள்ளிக்கு மாணவர்கள் வந்து விட, சார்லஸ்க்கு பதிலாக அந்த வகுப்பை அவள் எடுக்க வருகிறாள். அப்பொழுது, அன்றைக்கு பாடம் என்ன என்று டானி என்ற சிறுவனை அவள் கேட்க அவளிடம் பேசக்கூடாது என்று அவள் தந்தை சொல்லியதாக கூறி அவன் வெளியேற மற்ற சில மாணவர்களும் அவனுடன் சேர்ந்து வெளியே சென்றுவிடுகின்றனர். அன்றிரவும் சார்லஸ் வீடு திரும்பவில்லை என்பதால் வருத்தத்துடன் ரோஸி கணற்பெதிரில் வீற்றிருக்க அப்பொழுது அங்கு வந்த பாதிரியார் சார்லஸ் வீட்டை வீட்டு வெளியே போய்விட்டதாக அவர் கேள்விப்பட்டது உண்மையா என்று அவளிடம் கேட்கிறார். அதற்கு அவள் தலையசைக்க காலை வரை அவரால் ஒன்றும் செய்யமுடியாது என்று கூறிவிட்டு அந்த இடத்தை விட்டு அவர் போகும் போது சார்லஸின் உடைகளையும், காலணிகளையும் அவரிடம் கொடுத்து அவற்றையும் எடுத்துக்கொண்டு போகச் சொல்கிறாள்.

அடுத்த நாள் காலை, சார்லஸின் கால்சுவடுகளை தொடர்ந்த படி பாதிரியார் அவனை தேடி வர டோரியன் சில இராணுவ வீரர்களுடன் கடற்கரையில் ஏதாவது ஆயுதங்கள் சிதறியிருக்குமா என்று தேடிக் கொண்டிருக்கிறான். அப்பொழுது பாதிரியாரை வழிமறித்த ஒரு இராணுவ வீரன் அவர் கையில் என்ன இருக்கிறது என்று கேட்க ஒரு மனிதனின் உடைகள் என்று சொல்கிறார். எந்த மனிதன் என்று அவரிடம் டோரியன் கேட்க, “இரண்டு நாட்களுக்கு முன் தனது கற்பனை காதலனிடம் சென்று விட்ட பெண்ணின் கணவன் சார்லஸ்” என்றும், அவனை விடியற்காலையிருந்து தேடிக்கொண்டிருப்பதாகவும் எரிச்சலுடன் சொல்லிவிட்டு அவர் அங்கிருந்து போய்விடுகிறார். டோரியனுக்கு அவர் சொன்ன வார்த்தைகளின் அழுத்தம் நன்றாகவே புரிகிறது.

இறுதியாக, சார்லஸை பாதிரியார் கண்டுபிடித்து விட தன் உடைகளை கொண்டுவந்ததற்கு அவன் அவருக்கு நன்றி சொல்கிறான். ரோஸியை பற்றி ஆழ்ந்து யோசிக்கத்தான் அவன் அங்கு அவ்வளவு நேரம் இருந்தானா என்று உடனே பாதிரியார்

அவனை கேட்க அதை மறுத்த சார்லஸ், தன்னை பற்றி யோசிக்க என்று அவரிடம் கூறுகிறான். அதே சமயம், மைக்கல் கடலில் மிதந்து கொண்டிருக்கும் சில ஆயுத பெட்டிகளை தனது படகில் ஏற்றி கரையில் தரைதட்டி விட்ட ஒரு பாழடைந்த கப்பலின் அருகே அவற்றை கொண்டு வைக்க இராணுவ வீரர்களை திருப்பி அனுப்பிவிட்ட டோரியனும் என்ன செய்வது என்ற யோசனையில் கடற்கரையில் திரிந்து கொண்டிருக்கிறான்.

பிறகு சார்லஸின் வீடு வரை அவனுடன் வந்து, பாதிரியார் விடைபெற்று செல்ல வீட்டிற்குள் வகுப்பறை வழியாக நுழைந்த சார்லஸை பார்த்த ரோஸி அங்கு வருகிறாள். மாணவர்கள் யாரும் இன்னும் வரவில்லையா என்று ரோஸியிடம் சார்லஸ் கேட்க அதற்கு அவள் வருத்தத்துடன் தலையசைக்க அவளுடன் பேச வேண்டிய விஷயங்கள் இருக்கின்றன என்று கூறி அவளை வீட்டிற்குள் அவன் அழைத்து போகிறான். பிறகு அந்த அறையில் இருக்கும் இருக்கையில் அவளை அமர சொல்லிவிட்டு அவளுக்கு எதிரே அமர்ந்தவன் அவளிடமிருந்து பிரிந்து போக அவன் முடிவு செய்து விட்டதாக மிகவும் நிதானத்துடன் சொல்கிறான். இதை ஏற்றுக்கொண்டு அந்த இடத்தை விட்டு அவள் நகர, அவன் சொல்ல வேண்டிய விஷயங்கள் இன்னும் சில இருக்கின்றன என்று கூறி, டோரியனுக்கும் அவளுக்கும் இருக்கும் உறவு எப்படி உள்ளது என்று கேட்கிறான். அது முடிந்துவிட்டது என்று அவள் பதில் கூற அவன் இரண்டு நாட்களாக வீட்டிற்கு வராததால் இந்த முடிவு எடுக்கப்பட்டதா என்று சார்லஸ் கேட்க, “இல்லை”, அந்த உறவு முறிந்து விட்டது என்று அவள் சொல்கிறாள். உடனே, டோரியனிடம் அவள் அப்படி கூறினாளா என்று அவன் கேட்கிறான். “இல்லை,” ஆனால் அவனுக்கு அது தெரியும் என்று அவள் சொல்கிறாள். அதற்கு, அவர்கள் இருவரும் அவ்வளவு நெருக்கமா என்று அவன் கேட்க, “ஆம். அப்படி இருந்தோம்” என்று அவள் பதிலளிக்க, அவனை அவளால் என்றாவது மறக்கமுடியுமா, அப்படியே மறந்தாலும் அவனுடைய ஆவி அவளையே சுற்றிவராதா என்று சார்லஸ் சற்று அழுத்தமாகவே மற்றொரு கேள்வியை எழுப்புகிறான். அதை அவள் ஏற்றுக்கொண்டாலும், அந்த உறவை அவள் முறித்து விட்டதாகச் சொல்கிறாள். அடுத்தாக என்ன செய்யவேண்டும் என்று அவள் யோசித்தாளா என்று கேட்க அவள் “இல்லை” என்று சொன்னதும் அவர்கள் இருவரும் இனிமேல் அந்த ஊரில் இருக்கமுடியாது என்பது உறுதி என்பதால், அவன் அதுவரை சேர்த்து வைத்திருக்கும் 200 பவுன் காசுகளையும், மற்ற பொருட்களை விற்றால் அதில் வரும் 50 பவுன் காசுகளையும் சரிபாதியாக பிரித்துக் கொண்டு

இருவரும் அவரவர் விரும்பிய திசையில் செல்வதே நல்லது என்று அவன் கூறுகிறான். அதை அவளால் ஏற்றுக்கொள்ள முடியாது என்று அவள் சொல்ல "நாம் விரோதிகள் அல்ல ரோஸ்" என்று அவளிடம் அவன் கூறுகிறான்.

அப்பொழுது, வீட்டின் கண்ணாடி ஜன்னலை உடைத்துக்கொண்டு அவர்கள் வீற்றிருக்கும் இடத்தில் ஒரு கல் வந்து விழுகிறது. லியரி மற்றும் அவனுடைய தோழர்களின் கைதிற்கும், ஆயுத கைப்பற்றலுக்கும் ரோஸிதான் காரணம் என்று தவறுதலாக ஊர் மக்கள் யூகித்து விட்டதால் அவள் வீட்டை அவர்கள் முற்றுகையிட அங்கு வந்திருக்கின்றனர். வீட்டிற்குள்ளே புகுந்து அந்த வெறிப்பிடித்த கும்பலுடன் தன் மகளை காப்பாற்ற அங்கு ரயான் வந்திருந்தாலும், தொலைபேசியை அவன் துண்டித்துவிட்டதால், ரோஸியை தவிர வேறு யாரும் பிரிட்டிஷ் இராணுவத்திற்கு தகவல் சொல்லியிருக்கமுடியாது என்று அவர்கள் அவனது வாயை அடைக்க, தனது தந்தைதான் அதற்கு காரணம் என்று ரோஸிக்கு புரிந்து விடுகிறது. தலை குணிந்த வண்ணம் ரயான் வெளியே சென்றுவிடுகிறான். உடனே, சார்லஸ் அவர்கள் அன்று கடற்கரைக்கு வரும் முன் ரோஸி அவனுடன்தான் இருந்தாள் என்று அவர்களிடம் முறையிடுகிறான். அதற்கு அவளை காப்பாற்றவே அவன் அப்படி சொல்கிறான் என்று கூறி, அந்த கும்பல் ரோஸியை வெளியே இழுத்து நிர்வாணமாக்கி, அவள் முடியை வெட்டி விடுகிறது. எவ்வளவு போராடியும், சார்லஸினால் அவளை காப்பாற்ற முடியவில்லை. எல்லாம் முடிந்த பிறகு அங்கு வந்த பாதிரியார் அந்த வெறிப்பிடித்த கும்பலை அங்கு இருந்து விரட்டிவிட்டு வீட்டிற்குள்ளே சென்றுவிட்ட சார்ல்ஸுக்கும் ரோஸிக்கும் ஆறுதல் சொல்ல உள்ளே போகிறார். அங்கு அச்சமயம் வந்த மைக்கல் கீழே விழுந்திருக்கும் ரோஸியின் கிழிந்த உடைகளை எடுத்து மோந்து பார்க்கிறான். இந்தசமயம், வீட்டிற்கு வெளியே வந்த பாதிரியார் அவனையும் அங்கிருந்து விரட்டிவிட்டு ஊருக்குள்ளே போகிறார்.

காயமடைந்த ரோஸிக்கு, சார்லஸ் கொஞ்சம் விஸ்கியை குடுக்க அதில் சிறிதை பருகிவிட்டு அவனிடம் மிச்சத்தை தருகிறாள். முதலில் அதை வேண்டாம் என்று சொல்லியவன், பிறகு அதை வாங்கி பருகுகிறான். நடந்ததை நினைத்து தனது அழுகையை அடக்க முடியாத ரோஸி தன் கையில் எஞ்சியிருக்கும் தலைமுடியையும் தன் எதிரே இருக்கும் கணப்பில் தூக்கி எரிந்து பொசுக்கிவிடுகிறாள். இதற்கிடையே, கடற்கரையில்

திரிந்துகொண்டிருக்கும் டோரியனை மைக்கல் சந்திக்க மைக்கலுக்கு முதலில் ஒரு சிகரெட்டை அவன் தருகிறான். அதை மைக்கல் தனது சட்டைப்பையில் வைத்துவிட்டு அவனை பார்க்க தனது வெள்ளி சிகரெட் பெட்டியையும் அவனுக்கு டோரியன் ஏதோ ஒரு முடிவுக்கு வந்துவிட்டதை போல் தருகிறான். இந்த பரிசினால் மகிழ்ச்சியடைந்த மைக்கல், பாழடைந்த கப்பல் அருகே அவன் சேர்த்து வைத்துள்ள ஆயுதங்களை டோரியனிடம் பெருமையுடன் காண்பித்து சிலவற்றை விளையாட்டுத்தனமாக அவன் கையில் எடுக்க, அதில் ஒன்றை எடுத்து டோரியன் தூர வீசியதும் அது வெடிப்பதை பார்த்த மைக்கல் அங்கிருந்து பயந்து ஓடி விடுகிறான். பிறகு அந்தி சாயும் பொழுது, அங்கிருக்கும் ஒரு வெடிகுண்டை முடுக்கி டோரியன் தற்கொலை செய்துகொள்ள, அந்த பாழடைந்த கப்பலும் பெரும் சத்தத்துடன் அவனுடன் சிதறி வெடித்து விடுகிறது.

பிறகு அந்த ஊரை விட்டு வேறொரு ஊருக்கு செல்ல முடிவு செய்த சார்லஸ்-ரோஸி தம்பதியருடன் அவர்களை வழியனுப்ப பஸ் ஸ்டாண்டுக்கு அவர்களுடன் பாதிரியாரும், மைக்கலும் அந்த ஊர் வழியாக நடந்து செல்ல எல்லாக் கதவுகளும் அவர்களை பார்த்து மூடுவதை அவர்கள் உணர்கின்றனர். கேத்தி என்ற மாணவி மட்டும் வேகமாக வெளியே வந்து அவர்களுக்கு முன் ஒரு மலர் செண்டை வைத்துவிட்டு ஓடிவிடுகிறாள். அவர்களை வழியில் சந்தித்த ரயான், ரோஸிக்கும் சார்ல்ஸுக்கும் பண உதவியளிக்க முன்வருகிறான். ஆனால், அதை மறுத்து விட்டு அவனுக்கு தங்களது வாழ்த்துகளை சொல்லிவிட்டு அவர்கள் நகர்ந்துவிடுகின்றனர். பஸ் ஸ்டாண்டை அடைந்ததும், அங்கு பஸ் வருகைக்காக காத்திருக்கும் போது ரோஸியின் தொப்பி காற்றில் அடித்து செல்லப்பட, அவளுக்கு ஏற்பட்ட கதி அப்பொழுதான் மைக்கலுக்கு புரிகிறது. அவன் கண்களில் இதனால் நீர் ததும்புவதை பார்த்த ரோஸி தன் அழுகையை கட்டுப்படுத்த முயற்சிக்கிறாள். பிறகு, காற்றில் அடித்து செல்லப்பட்ட தொப்பியை கைப்பற்றிய சார்லஸ் அவளிடம் அதை கொடுக்க, பஸ் அங்கு வருகிறது. அப்பொழுது, மைக்கலிடமிருந்து விடைபெறும் முன் ரோஸி அவனது கன்னத்தில் முத்தமிட்டுவிட்டு பாதிரியாரின் வாழ்த்துகளுடன் பஸ்ஸில் ஏறுகிறாள். அதில் அவர்களுடைய பெட்டிகளை ஏற்ற சார்லஸ்க்கு உதவிய பாதிரியார், ரோஸியும் அவனும் பிரிந்து வாழ அவன் முடிவெடுத்துவிட்டான் என்பது அவருக்கு தெரியும் என்றாலும் அப்படி நடக்காது என்ற சந்தேகம் அவருக்கு ஏனோ இருக்கிறது என்றும் அந்த சந்தேகம்தான்,

அவர் அவனுக்கு அளிக்கும் பரிசு என்றும் கூறி அவனை அவர் வழியனுப்ப, பஸ் அங்கிருந்து கீழ்வானத்தை நோக்கி நகர்கிறது.

III

இந்த படம் திரைக்கு வந்தபோது, டேவிட் லீன் எதிர்பார்த்த வரவேற்பு, விமர்சகர்கள் இடையே அதற்கு கிடைக்கவில்லை. காரணம், டாக்டர் ஷிவாகோவில் ருஷ்ய புரட்சியின் நிகழ்வுகளுடன் பின்னப்பட்ட முக்கோண காதல் அளவுக்கு ஐரிஷ் ஈஸ்டர் எழுச்சியின் நிகழ்வுகளுடன் எதிர்ப்பார்த்த அளவுக்கு இந்த படத்தில் வரும் முக்கோண காதல் உறவுகள் பின்னப்படவில்லை என்று பலர் கருதினார்கள். மேலும் அகண்ட திரையான *70mm*ல் உருவாக்கப்பட்ட பிரம்மாண்டமான காட்சிகளில், கதாபாத்திரங்களின் நுட்பமான வெளிப்பாடுகளுக்கு இடமில்லாமல் போய்விட்டது என்றும் பலர் ஒரு ஆதாரமற்ற குற்றத்தை அந்த படத்தின் மீது சுமத்தினர். ஆனால், வியாபார ரீதியில் போட்ட பணத்திற்கு மேல் ஒரு சிறிய லாபத்தை ஈட்டித் தந்த இந்த படத்தின் ஒளிப்பதிவாளர் ப்ரெடி யங்குக்கு படத்தின் ஒளிப்பதிவுக்காகவும், மைக்கலின் கதாபாத்திரத்தை இதில் ஏற்று நடித்த ஜான் மில்ஸ் என்பவரின் துணை நடிப்புக்காகவும் ஆஸ்கர் விருதுகள் வழங்கப்பட்டன.

இதில் என்ன ஒரு வேடிக்கை என்றால், பெரும்பாலான விமர்சகர்கள் யாரும் டேவிட் லீன் பிறகு சுட்டிக்காட்டியது போல, இந்த திரைகதைக்கும் மேடம் போவரிக்கும் இருக்கும் தொடர்பை புரிந்துகொள்ளவே இல்லை. இதனால், பிறகு மேடம் போவரி என்ற நாவல் பல சூழல்களில் திரைப்படமாக உருவானதை ஆராய்ந்த நூல்களும் டேவிட் லீனின் ‘ரயான்ஸ் டாட்டரை’ ஆய்வுக்கு எடுத்துக்கொள்ளவில்லை. உதாரணத்திற்கு போன ஆண்டு வெளியான ‘மேடம் போவரி அட் தி மூவிஸ்: அடாப்டேஷன், ஐடியாலஜி, கான்டெக்ஸ்ட்’ என்ற நூலிலும் கேத்தன் மேஹ்தாவின் ‘மாயா மேம்சாப்’ *(1993)* இடம் பெற்றிருந்தாலும், ‘ரயான்ஸ் டாட்டர்’ அதில் இடம் பெறவில்லை என்பது வியப்பாகத்தான் இருக்கிறது. அமெரிக்க விமர்சகரான பாலீன் கீல் மட்டுமே, இந்த தொடர்பை பற்றி ஓரளவுக்கு தனது விமர்சனத்தில் பதிவு செய்துள்ளார்.

இப்படி சர்வதேச அளவில் ஓரங்கட்டப்பட்ட படம் நமது சூழலில் மட்டும் ஒரு பெரும் பாதிப்பை ஏற்படுத்தியது ஒருபுறம் இருக்க மேடம் போவரி என்ற குஸ்தாவ் ப்ளுபோர்வின் நாவல்தான் இந்த திரைகதையின் வடிவத்தில் நமது திரைப்பட சூழலில் இறக்குமதியாகி இருக்கிறது என்பதை நாம் மறுபுறம்

மறந்துவிடக்கூடாது. அதாவது, இலக்கியத்தை பொருத்தவரை, 1901ல் ரவீந்திரநாத் தாகூர் எழுதிய ‘நோஷ்ட்டநீர்’ அல்லது ‘உடைந்த கூடு’ என்ற நாவலுக்கும் மேடம் போவரிக்கும் சில ஒற்றுமைகள் இருக்கத்தான் செய்கின்றன. ஆனால், அந்த மாதிரியான நிகழ்வு தாகூரின் சித்தியின் வாழ்க்கையில் ஏற்பட்டதாக சிலர் கூறுகின்றனர். இருந்தாலும், இந்த வங்காள நாவலின் அடிப்படையில்தான், ஸத்தியஜித் ரே பிறகு, தனது ‘சாருலதா’ (1964) என்ற திரைப்படத்தை உருவாக்கினார். அதை தவிர, சத்தியஜித் ரேயின் இந்தப் படத்திற்கு நான்கு வருடங்களுக்கு முன் பால்ராஜ் சஹானி மற்றும் லீலா நாயுடு நடித்த ‘அனுராதா’ (1960) என்ற இந்திப் படத்தை ரிஷிகேஷ் முகர்ஜி உருவாக்கினார். இந்தப் படத்தின் கதை சச்சின் பவுமிக் எழுதிய சிறுகதையில் இருந்து உருவாக்கப்பட்டாலும், அந்த எழுத்தாளரின் சுயசரிதையில் அந்த கதை மேடம் போவரியை அவர் படித்ததால் உருவானது என்று அவர் பதிவுசெய்துள்ளதால், வங்காள படைப்பாளிகளுக்கும் அந்த பிரெஞ்சு நாவலுக்கும் எந்த சம்பந்தமுமில்லை என்று யாரும் சொல்லமுடியாது. பிறகு 1993ல் கேத்தன் மேஹ்தா அந்த நாவலை தழுவி ‘மாயா மேம்சாப்’ என்ற படத்தை எடுத்தார். ஆனால், அதற்குள், நமது சூழலில் அந்த கதை நமது மண்வாசனை படங்களில் பல அவதாரங்களை எடுத்துவிட்டது.

காட்சிப்பிழை இதழ்கள், செப்டம்பர், 2010.

◆◆◆

4

டேவிட் லீனின் ரயான்ஸ் டாட்டரும் (1970) மண்வாசனை சினிமாவின் கமர்ஷியல் வடிவமும் (மூன்றாவது பாகம்)

கிராமப்புற பின்னணியில் 'பாகப்பிரிவினை' (1958), 'பெரியஇடத்துப் பெண்' (1963), 'பட்டிக்காடா பட்டணமா'(1972) போன்ற படங்கள் ஏற்கனவே எடுக்கப்பட்டிருந்தாலும், அப்படங்களின் பெரும்பாலான காட்சிகள் ஸ்டுடியோக்களில் எடுக்கப்பட்டவை. மாறாக, தமிழ் சினிமாவில் மண்வாசனை படங்களின் அத்தியாயத்தை துவங்கிவைக்கும் தேவராஜ்-மோகன் அவர்களின் அன்னக்கிளி (1976), வடக்கு தொடர்ச்சிமலைகளில் இருக்கும் கிராமங்கள் ஒன்றில் முழுமையாக பதிவு செய்யப்பட்டது. 'ரயான்ஸ் டாட்டரில்' வரும் கற்பித கிராமம் பெரும் பொருட்செலவில் ஐயர்லாந்திலுள்ள கிராரியின் கடலோர பகுதியில் உருவாக்கப்பட்டது என்றால், தெங்குமறகடா என்ற ஊரும் அதன் சுற்றுப்புறங்களும் அன்னக்கிளியில் வரும் கற்பித கிராமத்தின் உருவை பெற்றன. ரயான்ஸ் டாட்டரைப்போல் அன்னக்கிளியும் ஒரு முக்கோண காதல்கதை. நமது சூழலுக்கு சற்று வழக்கமான காதல் கதையாகவே அது இருக்கிறது என்றாலும், அதில் வரும் ஒரு புதிய கதை நுட்பம் என்னவென்றால், அவளுக்கென்று ஒரு முறைமாமன் இருந்தாலும் அந்த மரபு ரீதியான உறவை மீறி ஊர்ப் பள்ளிக்கு, நகரத்திலிருந்து ஆசிரியனாக வந்தவன்மீது, அன்னத்திற்கு காதல் ஏற்படுவதே. அதாவது, 'பட்டிக்காடா

பட்டணமா' போன்ற படங்களில் நகரத்திலிருந்து வரும் பெண்ணை கிராமத்து நாயகன் அடக்கி ஒடுக்கவான் என்றால், மண்வாசனை படங்களில் அதற்கு எதிர்மாறாக, கிராமத்து பெண்ணின் வேட்கை, வெளியே இருந்து புதிதாக வரும் நகர் புறவாலிபன்மீது, ரயான்ஸ் டாட்டரில் வரும் ரோஸியின் இரண்டாவது காதலைபோல், மையம் கொள்கிறது. மேலும், ரயான்ஸ் டாட்டரில் கதாநாயகனாக வரும் சார்லஸ், ஒரு ஆசிரியன் என்பதை தவிர கதை துவங்கிய பிறகே அவன் டப்ளினிலிருந்து கிராரிக்கு திரும்பி வருகிறான். அவன் வரவை எதிர்ப்பார்த்துதான் ரோஸியும் அந்த கடற்கரையில் காத்திருக்கிறாள். மற்றும், அவன் ஊருக்குள் வந்தபிறகே கதை நகர்கிறது. இருந்தாலும், தமிழ்சினிமாவில் மண்வாசனைப் படங்கள் ஏற்படுத்திய மாற்றத்திற்கும், ரயான்ஸ் டாட்டருக்கும் ஒரு அடிப்படை உறவு இருக்கிறது என்பது பாரதிராஜாவின் 'பதினாறு வயதினிலே' (1977), தேவராஜ்-மோகனின் 'ரோசாப்பூ ரவிக்கைகாரி' (1979), மகேந்திரனின் 'பூட்டாத பூட்டுகள்' (1979), பாக்கியராஜின் 'கன்னிபருவத்திலே' (1979) போன்ற படங்களில் 'அன்னக்கிளியை' விட வெட்ட வெளிச்சமாக தெரிகிறது. இதில் மகேந்திரனின் 'பூட்டாத பூட்டுகள்' என்ற படம் பொன்னீலனின் 'உறவுகள்' என்ற சிறுகதையை தழுவி எடுக்கப்பட்டதாக சொல்லப்பட்டாலும், அந்தப் படத்திற்கும் 'ரயான்ஸ் டாட்டருக்கும்' ஒற்றுமைகள் உள்ளன. 'உதிரிப்பூக்களின்' (1979) இறுதி கட்டத்தில் ஊரே வெறிச்சோடி போய் அதில் யாரும் இல்லாதுபோல் அமையும் காட்சி ரயான்ஸ் டாட்டரிலும் இருக்கிறது. மற்றும், அதீத பாலியல் வேட்கையுடைய பெண் கதாநாயகிக்கு பதிலியாக அதீத பாலியல் வேட்கையுடைய ஆணை மையப்படுத்தி அதன் கதை அமைக்கப்படுவது ஒரு கதையாடல் யுக்தி என்பதால், இந்த படத்தையும் அந்த ஆங்கிலப் படத்தை தழுவி அமைக்கப்பட்டதாக கருதமுடியும். அதாவது ரயான்ஸ் டாட்டரில், கதாநாயகியின் பாலியல் வேட்கையை அவளது கணவன் சார்ல்ஸினால் திருப்திப்படுத்த இயலாத நிலையில் அவன் இருக்கிறான் என்றால், உதிரிப்பூக்களில் கதாநாயகனுக்கு இரண்டு பிள்ளைகளை ஈன்று தந்திருந்தாலும், கதையின் துவக்கத்தில் நோயினால் வாடும் அவன் முதல் மனைவிக்கு, அவனுடைய பாலியல் தேவைகளைப் பூர்த்தி செய்யும் ஆற்றல் கிடையாது.

அதே சமயத்தில், இந்த மண்வாசனைப் படங்கள் மரபு ரீதியான நமது மெலோ டிராமாடிக் வடிவத்திற்குள் இயங்குகின்றன என்பதை வலியுறுத்த வேண்டிய அவசியம் இருக்கிறது. ஏனென்றால், இவற்றின் பிரதான கதாபாத்திரத்தின்

வேட்கையும், செயல்களும், ஒழுக்கத்தை மீறும் இன்பங்களை பார்வையாளர்களுக்கு அளித்தபிறகு, கதை உலகம் தனது கட்டுப்பாடுடைய நிலையை மீட்டெடுக்கிறது. குறிப்பாக, (பெண்ணின்) பாலியல் வேட்கையை மையப்படுத்தும் இந்த வகையில் கதையின் தார்மீக உலகம் மீட்டெடுக்கப்பட வேண்டுமென்றால், ரயான்ஸ் டாட்டரின் இறுதி கட்டத்தில் வருவதுபோல், ஒரு இரணகளம் உருவான பிறகே அது சாத்தியமாகிறது. ஏனென்றால், அந்த படத்தில் வருவதைபோல், குறியீடு தந்தையின் (Symbolic Father) ஆதிக்கம் ஏதாவது ஒரு கட்டத்தில் நிலைகுலைந்த சூழலிலோ அல்லது அது துவக்கத்திலேயே இல்லாத சூழலிலோ மட்டுமே மண்வாசனை படங்களின் பாலியல் வேட்கை தனது செயலைத் துவங்குகிறது.

தனது 'டோடம் அண்ட் டாபூ' (Totem and Taboo, 1913) என்ற நூலில் பாலியல் விதிகள் மானுட கலாச்சாரத்தில் எவ்வாறு கட்டமைக்கப்பட்டன என்பதை தெளிவுபடுத்த, ஃபிராயிட் ஒரு கருத்து பரிசோதனையை (thought experiment) செய்து பார்த்தார். அதன்படி, சர்வ வலிமைபெற்ற ஆதி தந்தை (primal father) எல்லா பாலியல் இன்பத்தையும் தான் மட்டுமே அனுபவிக்க வேண்டும் என்ற நோக்கத்துடன் தன் அதிகாரத்தை நிலைநாட்டி, மகன்கள் எந்த பெண்ணையும் தொடுவதை தடை செய்துவிடுகிறார். இதனால், கொதிப்படைந்த அந்த வாலிபர்கள் திட்டம் தீட்டி அந்த ஆபாச தந்தையை (obscene father) கொன்றுவிடுகின்றனர். ஆனால், இந்தகொலைபாதகசெயலால்இறந்ததந்தை, குற்றஉணர்வும்தன்னிலக்கும் (ego-ideal) பிணைந்துஇயங்கும் (punitive agency of the super-ego) குறியீடாக அல்லது உருவகமாக (paternal metaphor) அவர்களுடைய தன்னிலையில் குடிபுகுந்துவிட அந்த ஆவேசமான உணர்வை அமைதிப்படுத்த அல்லது திருப்திப்படுத்த, அவர்கள் பாலியல் விதிகளை உருவாக்கி, தங்களது இன்பத்தை தள்ளிப்போட்டு, யார் எந்தப் பெண்ணுடன் எந்த உறவுமுறையின் அடிப்படையில், வரையறுக்கப்பட்ட கலாச்சார எதிர்பார்ப்புக்களை / நிபந்தனைகளை / இலக்குகளை (cultural mandates) பூர்த்தி செய்தபிறகு, பாலியல் இன்பத்தை அனுபவிக்கலாம் என்ற ஒழுக்கத்தை கட்டமைத்து விடுகின்றனர். இதனால்தான், லக்கான், உயிருடன் இருக்கும் தந்தையைவிட, இறந்த தந்தையின் ஆவேசமும், பலமும் மிகவும் அதிகம் என்று வலியுறுத்துகிறார். இந்த பலத்திற்கு முக்கியமான காரணம் என்னவென்றால், ஈடிபல் கலாச்சார இயந்திரத்தினுள் ஒரு குழந்தை நுழைவதற்குமுன் தாயும், பிள்ளையும் இரட்டிப்பு (dyadic) பிணைப்புக்குள் இயங்குகின்றனர். அதாவது, அந்த தருணத்தில் தாயின் வேட்கையின் இலக்காக தன்னையும், தன்னுடைய

வேட்கையின் இலக்காக தாயையும் குழந்தை கருதுகிறது. ஆனால், தந்தையினால்தான் தாய் அடிக்கடி காணாமல் போய்விடுகிறாள் என்று தெரிந்ததும், மொழியையும் அதனுடன் சேர்ந்த கலாச்சார குறிகளையும் அத்தருணத்தில் முழுமையாக உள்வாங்காத குழந்தை, ஒரு கற்பிததந்தையுடன் (*imaginary father*) போராடுகிறது. இந்த போராட்டம் இருமுனைகளை கொண்டது. ஒரு முனையில் அந்த தந்தையை தனது ஜன்மவிரோதியாக கருதி ஆக்ரோஷமாக அவரை எதிர்கொள்கிறது. மறுமுனைக்கு அந்த போராட்டம் செல்லும்போது அங்கு அந்த ஆக்கோரஷம் தணிந்து தன்னையும், தன் வேட்கையையும் போற்றி காக்கக்கூடிய, பாசமிகுந்த தந்தையாக அந்த கற்பித தந்தையை கருதுகிறது.

"நான் விரும்பவதை நீ விரும்பக் கூடாது" என்று குறியீடு தந்தையின் இடத்திலிருந்து அந்த குழந்தையின் நிஜத்தந்தை (*Real father*) அழுத்தம் திருத்தமாக எப்பொழுது குறுக்கீடு செய்கிறாரோ, அந்த தருணத்தில் தாயின் மீது இருக்கும் தன் வேட்கையை கைவிட்டு அல்லது அந்த குறியீடு காயடிப்பிற்கு (*symbolic castration*) தலை வணங்கி, அந்த குழந்தை, கலாச்சாரத்தின் மதிப்பீடுகளை உள்வாங்கிய பிரஜையாக மாறுகிறது. இந்த தருணத்தில் தாய் வேட்கைக்கு பதிலியாக குறியீடு தந்தையின் உருவகத்தை (*paternal metaphor*) அல்லது குற்ற உணர்வு மற்றும் தன்னிலக்கு குறியீடை உள்வாங்குகிறது. ஆனால், அதேசமயம், இப்படி தாயின் வேட்கை ஒடுக்கப்படும்போது, குறியீடுதந்தையின் உருவகத்திற்கு அந்த வேட்கையின் பாதிப்பையும், பலத்தையும், வேகத்தையும் ஈடிபல் கலாச்சார இயந்திரம் அளித்துவிடுகிறது.

இதில் நிஜத்தந்தை, பாலியல் விதியை அறிமுகம் செய்யும் தருணத்தில் மட்டுமே, குறியீடு தந்தையின் இடத்தை தற்காலிகமாக நிரப்புகிறார். ஆனால், ஈடிபல் இயந்திரத்தை கடந்ததும், வெகுவிரைவில் லிங்க அதிகாரம் (*Phallic Authority*) தன் நிஜத்தந்தையிடம் நிரந்தரமாக இல்லை என்பதை அறிந்து, பீதியடைந்த அந்த பிரஜை அவருடைய லிங்கஅதிகாரத்தை மீட்டெடுக்க முயலும்போது, அந்த அதிகாரத்தின் நிரந்தர பதிலியாக பெரிய பிறிதை (*Big Other*) [அதாவது மதம் அல்லது இனம், சமூகம் அல்லது தேசம் அல்லது ஊர், அல்லது தான் மதிக்கும் நண்பர்கள் அல்லது ஒரு சமூக குழுவினரை] ஏற்றுக்கொண்டு அவற்றுடன் தன்னை அடையாளப்படுத்திக் கொள்கிறது. இருப்பினும், லக்கான் சுட்டிக்காட்டுவது போல் அந்த அதிகாரம் யாரிடமோ அல்லது எந்த இடத்திலோ நிரந்தரமாக இல்லாதது மட்டுமல்லாமல், தற்காலிகமாககூட இல்லை என்பதே உண்மை. ஏனென்றால், அந்த லிங்க

அதிகாரம் இறுதியில் ஒரு கலாச்சார மாயை அல்லது ஒரு மாபெரும்பொய், அல்லது ஒரு குறியீடு புனைவு (*symbolic fiction*). அதாவது, என்று ஒரு மதமோ, இனமோ, சமூகமோ, தேசமோ, கலாச்சாரமோ, ஊரோ கலைக்கப்படுகிறதோ, அல்லது ஒரு சமூகம் ஒரு சரித்திர நிலையிலிருந்து மற்றொரு நிலைக்கு மாறும் தருணத்திற்கு வருகிறதோ, அல்லது ஒரு சமூக குழுவினர் மீதிருக்கும் மதிப்பை அந்த பிரஜை இழக்கிறதோ அன்று அந்த அதிகாரம் ஆட்டம் காண்கிறது அல்லது அது யாரிடமும் எந்த இடத்திலும் இல்லை என்ற உண்மை புலப்படுகிறது. அப்படி ஆட்டம் காணும்போது சமூக ஒப்புதலுக்குள் ஏற்பட்ட ஓட்டை, விரிசல் அல்லது வெறுமை, அது யாரிடமுமில்லை என்ற உண்மை இரணகள வேதனையையும், பீதியையும் உருவாக்குகிறது. இப்படி கலைக்கப்பட்ட இடத்தில், மறுபடியும் ஒரு சமூக ஒப்புதல் அல்லது ஒரு குழு உருவாகும்போது, அந்த இடைவெளியில் வெறுமையாக இருந்த இடத்தை குறியீடு தந்தையின் லிங்க அதிகாரம், புதிதாக உருவாகிய பெரிய பிறிதின் (*Big Other*) அல்லது குறியீடு சமூகத்தின் (*symbolic community*) வழியாக மறுபடியும் நிறப்பும்போது அந்த வெறுமையான இடத்திற்கு மற்றொரு தற்காலிகமான பதிலி (*temporary substitute*) கிடைக்கிறது. ஆனால், எந்த சமூக சரித்திர காரணிகளால் எந்த கட்டத்தில் இந்த புதிய பதிலி மற்ற பதிலிகளைபோல, தனது நியாயத்தையும் பலத்தையும் இழக்கும் என்று முன்கூட்டியே சொல்ல முடியாது.

இதில் ஒரு வேடிக்கை என்னவென்றால், பாலியல் வேட்கையை மையப்படுத்தும் மண்வாசனை படங்களில் வரும் பிரதான கதாப்பாத்திரங்கள் எல்லோருமே தங்களது தந்தையை இழந்தவர்கள். உதாரணம், 'அன்னக்கிளியில்' அன்னமும், 'பதினாறு வயதினிலேவில்' மயிலும் தத்தம் தந்தையை இழந்தவர்கள். 'ரோசாப்பூ ரவிக்கைகாரியில்' கதாநாயகன் செம்பட்டையும் தன் தந்தையை இழந்தவன். இதற்கு மாறாக எதாவது ஒரு பிரதான பாத்திரத்திற்கு இந்த படங்கள் ஒன்றின் கதை உலகத்தில் தந்தை இருந்தால் அவர் அதிகாரமற்றவராக இருப்பார் அல்லது பாலியல் வேட்கையை தூண்டும் காரணிகளை தற்செயலாக உருவாக்குபவராக இருப்பார். உதாரணத்திற்கு, 'கல்லுக்குள் ஈரத்தில்' (1980) காசை வாங்கி குடித்துவிட்டு அந்த காசை தந்தவரையே ஏசும் கதாநாயகி சோலையின் தந்தையாக கவுண்டமணியின் கதாப்பாத்திரம் அமைகிறது என்றால் 'ரோசாப்பூ ரவிக்கைகாரியில்', கதாநாயகி நந்தினியின் தந்தை அவளுடைய வேட்கையை உசிப்பிவிடும் காரணிகளை அறிமுகம் செய்பவராக இருக்கின்றார். இவர்களுக்கு மாறாக, ஓரளவுக்கு

அதிகாரமுள்ளவர்களாக அந்த தந்தைகள் ஆரம்பத்தில் இருந்தால், கதை முடிவதற்குள் அவர்கள் இறந்துவிடுவார்கள். உதாரணம், 'கல்லுக்குள் ஈரத்தில்' வரும் இரண்டாவது கதாநாயகி குட்டியின் தந்தை, நாயனம் வாசித்துக்கொண்டே இரத்தவெள்ளத்தில் இறப்பது அல்லது 'கிழக்கே போகும் ரயிலில்' (1978) வரும் கதாநாயகனின் தந்தை தன் குரல்வளையை தானே தன்னுடைய சவர கத்தியில் அறுத்து தற்கொலை செய்துகொள்வது. இந்த உதாரணங்களுக்கு நேர் எதிராக, பிரதான கதாபாத்திரமே தந்தையாக இருந்தால், அவன் எல்லா பாலியல் இன்பத்தையும் தானே அனுபவிக்கவேண்டும் என்ற ஒரு ஆபாச தந்தையாக இருப்பான். உதாரணம், 'உதிரிப்பூக்களில்' (1979) வரும் விஜயனின் கதாபாத்திரம்.

இறுதியில், குறியீடு தந்தையின் விதிமுறை அந்த விதி குலைந்த கதை உலகத்தின் மீது சுமத்தப்படும் போது அதீத ஆக்ரோஷத்துடன் அது தனது அதிகாரத்தை நிறுவி, மறுபடியும் அந்த உலகத்தை அந்த விதி இயங்கும் கட்டுப்பாடுடைய நிலைக்கு திருப்புகிறது. இதில் கதை உலகத்தின் பாத்திரங்களுக்கும், நிகழ்வுகளுக்கும் ஏற்றவாறு அந்த இறுதிக்கட்ட இரணகளத்தில் புதிதாக அவதரிக்கும் குறியீடு தந்தையின் ஆவேச கருவியாக கதாநாயகி, அல்லது கதாநாயகன், அல்லது பெரிய பிறிதின் பிரதிநிதியாக இயங்கும் மற்றொரு கதாபாத்திரமோ அல்லது ஊர் மக்களோ, அந்த இறுதி கட்டத்தில் செயல்படுவார்கள். உதாரணத்திற்கு 'அன்னக்கிளியில்' கதாநாயகி இந்த பொறுப்பை ஏற்றாள் என்றால், 'பதினாறு வயதினிலே'வில் கதாநாயகன் ஏற்கிறான். 'கல்லுக்குள் ஈரத்தில்' கதாநாயகியின் முறைமாமன் (ரயான்ஸ் டாட்டரில் வரும் கிராமத்து முட்டாள் மக்களின் மறுஅவதரிப்பான இவன்) தனது மீன்பிடிக்கும் ஈட்டியினால் நகரத்திலிருந்து வந்த கதாநாயகனை கொன்றுவிட, அந்த ஊர்மக்கள், வேட்கையின் விதைகளை தூவிய அந்த திரைபட குழுவினரை ஊரைவிட்டு விரட்டிவிடுவார்கள். 'கிழக்கேபோகும் இரயிலில்' வரும் பிற்போக்கான ஊரில் பகுத்தறிவின் பிரதிநிதியாக வெளிப்படும் இராணுவவீரன், தன் உயிரை கொடுத்து அந்த காதலர்கள் அங்கிருந்து தப்பிப்பதற்கு வழிவகுப்பான்.

ஏனென்றால், கதாநாயகன் ஊரில் இல்லாத சமயத்தில், கதாநாயகியை துகில் உரித்து நிர்வாணமாக்கிய குற்றத்திற்கு அவனை தவிர அந்த ஊர்மக்கள் எல்லோருமே இதில் காரணமாக இருக்கிறார்கள். 'உதிரிப்பூக்களில்' பிரதான கதாபாத்திரமான கதாநாயகனே ஆபாசதந்தையாக

இயங்குவதால், தன் விருப்பத்திற்கு ஏற்றவாறு இரண்டாவது மனைவி அவனுக்கு அமைந்தபிறகும், மற்றவனுக்கு மனைவியாக நிச்சயக்கப்பட்ட தனது முதல் மனைவியின் தங்கையை, துகில் உரித்து பார்த்துவிடுகிறான். இதனால், இறுதிகட்டத்தில் அந்த ஊரின் ஆண்கள் அவனை ஆற்றுவெள்ளத்தில் இறங்கி உயிரைவிடும்படி கட்டளையிடுகின்றனர். இந்ததருணத்தில், மரணம் நிச்சயம் என்றறிந்தவன், தன் குழந்தைகளிடம், “அப்பா குளிக்கப் போகிறேன் நீங்கள் வீட்டுக்கு போங்கள்,” என்று சொல்லும்போது, இறந்த தந்தையின் குறியீடாக, அதாவது குற்ற உணர்வின் குறியீடாக அல்லது உருவகமாக அந்த ஆண்களின் தன்னிலையில் அவன் குடிபுகுந்துவிட அந்த ஊரின் நிலை குலைந்த பாலியல் விதிகளின் ஒழுக்கம் மறுபடியும் மீட்டெடுக்கப்படுகிறது. ஃபிராயிட் தனது ‘டோட்டம் அண்ட்டாபூ’ என்ற நூலில் செய்து பார்த்த கருத்து பரிசோதனையின் மறுபிரதியாக ‘உதிரிப்பூக்கள்’ இப்படி அமைந்து விடுவது வியப்பாக இருக்கிறது. அதாவது, ஆற்றில் இறங்குவதற்கு முன் அவன் அந்த ஆண்களிடம், ‘நான் செய்ததிலேயே மிகவும் பெரிய தப்பு உங்களை என்னை போல் மாற்றிவிட்டதுதான்’ என்று கூறுவான். ஆனால், குற்ற உணர்வின் குறியீடாக அவனது இறப்பை அவர்கள் உள்வாங்கிய பிறகு, அவனைபோல் இருப்பது அவர்களுக்கு சாத்தியமற்ற ஒன்றாக மாறிவிடுகிறது என்பதே நிஜம்.

அன்னக்கிளியில், கதாநாயகனுக்கு திருமணம் நடந்து முடிந்த பிறகும் கதாநாயகியின் வேட்கையும், கதாநாயகனின் வேட்கையும் ஏக்கமாக உருவெடுத்து தலைதூக்கி அவர்கள் மறுபடியும் சந்திக்கும் வாய்ப்பை ஏற்படுத்துகிறது. ஆனால், அதற்குபிறகு அவளுடைய வேட்கைக்கு பக்தி போர்வையை போர்த்தி, தூரத்தில் விலகி நின்று ஆண்டாளைபோல் கதாநாயகனை அவள் பூஜிக்கிறாள் என்று அதை அந்தபடம் தடம் புரட்டிவிடுகிறது. அப்படியே அந்த நிலையிலேயே அதை நிறுத்திவிட்டால் கட்டுப்பாடுகளை மீறும் அந்த வேட்கை இன்னும் உயிருடன் இருக்கிறது என்பது உறுதியாகிவிடும் என்பதாலும், கதை உலகத்தில் வரும் குடும்பம் என்ற சமூகநிறுவனத்திற்கு அது என்றும் ஒரு அச்சுறுத்தாலாக இருக்கும் என்பதாலும், அந்த குடும்பத்தின் வாரிசை காப்பாற்றும் முயற்சியில் இறுதியில் அவளே உருவாக்கிய இரணகளத்தில் அவள் இறக்க, அத்துடன் அவள் வேட்கைக்கு ஒருமுற்று புள்ளிவைக்கப்பட்டு அந்தகதை உலகம் தனது கட்டுப்பாடுடைய முந்தைய நிலைக்கு திருப்பப்படுகிறது. இதில் என்ன ஒரு வேடிக்கை என்றால், இன்றைய ஜனநாயக உலகில் வேட்கைக்கு

ஒருவெளியாக இயங்கக்கூடிய குணத்தைபெற்ற சினிமா அரங்கமும், அதாவது அந்த ஊரில் இருக்கும் டெண்ட் சினிமா கொட்டகையும், அவளுடனும், கதாநாயகியை வன்புணர்ச்சி செய்ய முனைந்த அந்த கொட்டகையின் முதலாளியுடனும் எரிந்து சாம்பாலாகிவிட, ஒழுக்கத்திற்கு எதிரான எல்லா பாலியல் காரணிகளும் அந்தகதை உலகத்தைவிட்டு இறுதியில் வெளியேற்றப்படுகின்றன.

இந்த மண்வாசனை படங்களை தமிழ் சினிமா சரித்திரத்தில் ஒருபெரும் திருப்புமுனையாக மாற்றியதில், தேவராஜ்-மோகனின் படங்களைவிட பாரதிராஜாவின் படைப்புகளுக்கு ஒரு பெரிய பங்கிருக்கிறது என்று சொன்னால் அது மிகையாகாது. அவருடைய படைப்புகளில் 'பதினாறு வயதினிலே' (1977) என்ற படத்திலிருந்து 'கடலோர கவிதைகள்' (1986) வரை, ரயான் ஸ்டாட்டரின் தாக்கத்தை பட்டியலிட்டு சொல்ல முடியும் என்றாலும் 'பதினாறு வயதினிலே' என்ற படத்தைபற்றி மட்டுமே இங்கு சில குறிப்புகளை பகிர்ந்துகொள்ள முடியும். முதலாவதாக, ரயான்ஸ் டாட்டரில் வரும் ரோஸியின் பருவத்தில் மயில் இருக்கிறாள். அதில் ஒரு சிறுவித்தியாசம் என்னவென்றால், ரோஸி பள்ளிபடிப்பை முடித்துவிட்டாள் என்றால், மயில் அதை முடிக்கும் கட்டத்தில் மட்டுமில்லாமல் கதை துவங்கிய பிறகுதான் அவள் பூப்படைகிறாள். ரோஸியை போலவே ஒரு கனவுலகில் பவனிவரும் இவள் கோட்டு சூட்டணிந்த நகர்புற கற்பித காதலனுக்காக ஏங்குகிறாள். மேலும், ரயான்ஸ் டாட்டரில் மனைவியை இழந்த ரோஸியின் தந்தை ஒரு மதுபான விடுதியை நடத்தி வருகிறார் என்றால், இதில் கணவனை இழந்த மயிலின் அன்னை குருவம்மா, ஊரிலிருக்கும் ஒரே பெட்டிக்கடையை நடத்தி வருகிறாள்.

குறிப்பாக, ரயான்ஸ் டாட்டரில் வரும் கிராமத்து முட்டாள் மக்களை, அச்சு பிசகாமல் ஒத்திருக்கும் சப்பாணி. இவர்களைத் தவிர, வாலிப மிடுக்குடைய வசீகரமான வில்லன், பரட்டை. அன்னக்கிளியில் வரும் தேங்காய் சீனிவாசனின் கதாபாத்திரத்தைபோல் இறுதியில் தனது வேட்கையையும், வீரியத்தையும் கதாநாயகியின்மீது இவனும் திருப்புகிறான். மற்றும், பரட்டையின் பேச்சிலும் செயலிலும் அவ்வப்போது நகைச்சுவையுடன் பின்னூடல் செய்யும் கவுண்டமணியின் கதாபாத்திரம், கூத்து.

இவர்களுக்கு நடுவே, நகரத்திலிருந்து அந்த ஊருக்கு புதிதாக வரும் கால்நடை மருத்துவன். ரயான்ஸ் டாட்டரிலிருக்கும் டோரியனுக்கு பதிலாக உருவாக்கப்பட்ட பாத்திரம் இந்த

கால்நடை மருத்துவன் என்றாலும், அவனைபோல் இவனுக்கு உளவியல் பிரச்சனைகள் ஏதுமில்லை என்பது இந்த படத்தின் மெலோடிராமடிக் வடிவத்தை கோடிட்டுக் காட்டுகிறது. மற்றும், மயிலின் கனவை சட்டென்று புரிந்துகொண்டு அவளை வசியப்படுத்திவிட முடியும் என்று எண்ணும் இவன், மேடம் போவரியில் வரும் ரூடால்ஃபை ஒத்திருப்பது ஒரு வியப்பை அளிக்கிறது. ஒரு ளை, பாராதிராஜா இந்தப் படம் உருவான சமயத்தில் அந்த நாவலை படிக்காமலே இருந்திருந்தாலும்கூட இந்த கதாபாத்திரத்தின் வடிவம் தற்செயலாக உருவான ஒரு செயலல்ல. அதாவது, ஒரு பெண் - இரு ஆண்கள் முக்கோண காதல் கதைகளில், பெண்ணின் வேட்கைக்கு இலக்கான மற்ற ஆணின் கதாபாத்திரத்தை முதல் பாகத்தில் உயர்த்தி நிறுத்திவிட்டு, இரண்டாவது பாகத்தில் எதோ ஒரு காரணத்தை உருவாக்கி அவனை கீழே இறக்கி, மரணத்தின் மூலம் வெளியேற்றுவது நமது சினிமாவின் மெலோடிராமாடிக் வடிவத்தின் முக்கியமான மரபுகளில் ஒன்று.

பாரதிராஜவின் இந்த முதல் படைப்பில் வரும் ஒரு வித்தியாசம் என்னவென்றால் அந்த கால்நடை டாக்டரின் குணத்திற்கு அவனுடைய நடை, உடை, பாவனை, செயல் போன்றவற்றால், அவனை பார்வையாளர்களுக்கு அறிமுகம் செய்யும் கட்டத்திலேயே ஒரு கருப்பு சாயம் பூசப்படுகிறது. மயில் அவனுடைய உண்மையான குணத்தை அறியும் கட்டம் மட்டும் தள்ளிபோடப்படுகிறது. அதாவது அவனுடைய குணத்தை பற்றிய அறிவு அவளுக்கு மட்டும் தடைசெய்யப்படுகிறது. இதனால், அதை அவள் அறியும்வரை, ஒழுக்கத்தை மீறும் இன்பங்களை, அந்த இடைவெளியில் அவர்கள் இருவருக்கும் ஏற்படும் சந்திப்புகளின் வழியாக, பார்வையாளர்களுக்கு இந்த படத்தில் உருவாக்க முடிகிறது. எந்த கட்டத்தில் அவனுடைய உண்மையான நோக்கம் அவளுக்கு புரிந்துவிடுகிறதோ, அவன் மீது ஏற்பட்ட காதலை அவள் மறுத்துவிட, உடனே மயிலுக்கு அவள் அன்னை குருவம்மா ஒரு வரனை ஏற்பாடு செய்யும் முயற்சியில் இறங்கிவிடுகிறாள்.

ஆனால், பரட்டையின் செயலால் அந்த வரன் ஊரைவிட்டு மயிலை பெண்பார்க்காமலே சென்றுவிட, அவமானம் தாங்க முடியாமல் குருவம்மா இறந்துவிடுகிறாள். இந்த தருணத்தில், சப்பாணியை விட்டால் தனக்கு ஆதரவாக அந்த ஊரில் யாருமில்லை என்றறிந்த மயில் அவனை சீர்திருத்தி அவன் மூலம், பரட்டையையும், பட்டணத்தில் திருமணம் செய்துகொண்டு ஊருக்கு திரும்பிய அந்த கால்நடை

மருத்துவனையும், அவமானப்படுத்தி பழிவாங்கிவிடுகிறாள். இப்படி கோபாலாக அவள் மாற்றிய சப்பாணியை அவள் மணமுடிக்கவும் துணிந்துவிடுகிறாள். ஆனால், அவன் பக்கத்து ஊருக்கு தாலிவாங்க சென்றிருக்கும்போது பழிவாங்கும் நோக்கத்துடன் பரட்டை அவளை வன்புணர்ச்சி செய்யமுயல, ஒழுக்கத்தை மீறும் பார்வையாளர் இன்பத்திற்கான மற்றொரு வாய்ப்பு இந்த காட்சியின் மூலம் படத்தில் உருவாக்கப்படுகிறது.

இந்த சமயத்தில் ஊர்திரும்பிய சப்பாணி, அவளை காப்பாற்றும் முயற்சியில், கதவிடுக்கில் வைக்கப்பட்டிருக்கும் பாறையால் பரட்டையை அடித்து கொன்றுவிடுகிறான். இந்த இரணகளத்தின் வழியாக ஒரு வீரியமுடைய ஆணாக அவன் அவதரித்ததும், சிறைக்கு அவன் சென்ற திசையை பூஜித்து தனியாக அவள் நிற்கிறாள். இப்படி மயிலும் தனிமையாக்கப்பட்டு தண்டிக்கப்பட, அந்த கதையில் உள்ள எல்லா பாலியல் காரணிகளும் அத்துடன் காலாவதியாகின்றன. இறுதியாக, கிராமத்து மண்ணை சேர்ந்தவள், நகர்புறம் அவள் திருப்பிய அவளது பாலியல் வேட்கையை ஒடுக்கி, அந்த கிராமத்தின் ஒழுக்கத்தோடு ஒன்றி, அந்த அவதார புருஷனின் வருகைக்காக காத்திருப்பதே அவளுடைய ஒரே இலக்காக மாறிவிடுகிறது.

இந்த படத்திற்கு மாறாக, ரயான்ஸ் டாட்டரில் எவ்வாறு ஒரு சரித்திர பின்னணியில் ஒரு முக்கோண காதல்கதை பிண்ணப்பட்டதோ, அதே மாதிரி 'ரோசாப்பூ ரவிக்கைகாரியும்' ஒரு சரித்திர பின்னணியில் தன்கதையை பின்னுகிறது. பர்மாவில் வேலைசெய்ய ஆட்கள் எடுப்பதை பற்றி ஒரு குறிப்பு இந்த படத்தில் வருகிறது என்றாலும், கதை நடக்கும் காலம் 1930ம் வருடம் என்பதை உறுதிப்படுத்தும் நிகழ்வு என்னவென்றால் கதாநாயகன் செம்பட்டை, நாட்டு விவரங்களைபற்றி தேனாற்றங்கரை பண்ணையாரிடம் பேசும்போது, உப்புசத்தியாகிரகம் செய்யபோவதாக காந்தி அறிவிப்பு விட்டிருப்பதாக அவரிடம் கூறுகிறான்.

பர்மாவில் வேகமாக வளர்ந்துவந்த விவசாயத்திற்கும் தொழிற்துறைக்கும் இங்கிருந்து ஆட்களை திரட்டும் முயற்சி 1852லேயே சிறிதாக துவங்கினாலும், அந்தநாடு ஆங்கிலேய இறையாண்மைக்குகீழ் 1886ல் முழுமையாக வந்தபிறகு சூடுபிடித்து 1930ல் நிறைவடைகிறது. காரணம், 192களின் இறுதியில் உலகெங்கும் ஏற்படும் பொருளாதார சரிவின் சூழலில் பர்மாவில் இனகொதிப்பு உருவாக, புலம்பெயர்ந்தவர்கள் பலர் அங்கு கொல்லப்படுகின்றனர். இந்த நிகழ்வுகளுக்கு

பிறகு, இங்கிருந்து ஆட்களை திரட்டும் முயற்சியை ஆங்கிலேய நிறுவனங்கள் அந்த 1930ம் வருடத்தோடு கைவிடுகின்றன. உப்புசத்தியாகிரகத்தைபற்றி இந்த படம் குறிப்பிடுவதால் 1930ல்தான் கதை நடக்கிறது என்று திட்டவட்டமாக சொல்ல முடிகிறது என்றாலும், அந்த காலத்தில் ஏற்பட்ட பொருளாதார சரிவை பற்றியோ அல்லது பர்மாவில் நடந்த இனக்கொதிப்பை பற்றியோ அந்தபடம் சற்றுக்கூட கவலைப்படவில்லை.

இதற்கு மாறாக ரயான்ஸ் டாட்டரில் 1916ல் ஐயர்லாந்தில் உருவான ஈஸ்டர் எழுச்சியின் வீச்சும், புரட்சி கூறுகளும் முக்கியமான இடத்தை வகிக்கின்றன. இதற்கு காரணம், ‘ரோசாப்பூ ரவிக்கைகாரியில்’ வரும் சரித்திர போர்வைக்கு இரண்டு இலக்குகள் மட்டும்தான் இருக்கின்றன. ஒன்று பாலியல் வேட்கை அதிகமுள்ளவளாக வர்ணிக்கப்படும் தன் மனைவி நந்தினியை அடக்கி ஆளத்தெரியாத கதாநாயகன் செம்பட்டையை தண்டிப்பதற்காக கதையில் ஒரு வாய்ப்பு ஏற்படுத்துவது மற்றொன்று, அவன் வாழும் வண்டிசோலை என்ற கற்பித கிராமத்தில் இருக்கும் பெண்களுக்கு ரவிக்கை, பாடி என்றாலே என்னவென்று தெரியாது என்பதற்கு நம்பக்கூடிய ஒரு காரணத்தை அல்லது காலகட்டத்தை உருவாக்கி பார்வையாளர்களுக்கு ஒரு கிளுகிளுப்பை ஏற்படுத்துவது.

இதில் என்ன ஒரு பிரச்சனை என்றால், ஏப்ரல் 21ம் தேதி 2008ல் டைம்ஸ் ஆஃப் இந்தியா நாளிதழில் குறிப்பிடுவதுபோல், சேலம் மாவட்டத்தில் இருக்கும் சேர்வராயன் மலைதொடர்ச்சியில் உள்ள ஓமலூர் தாலுக்காவில் வசிக்கும் தொட்டிநாயக்கர் சமூகத்தை சார்ந்த பெண்கள் இன்றும் ரவிக்கை, பாடி அணிவது கிடையாது. காரணம், அவற்றை அணிவது அவர்கள் வணங்கும் பெண் தெய்வமான பொம்மக்காவுக்கு எதிரான செயலாக அல்லது ஒரு தெய்வகுற்றமாக அந்த குலத்தின் விதிகள் கட்டமைக்கப்பட்டுள்ளன.

படத்தில் இந்த உண்மை மறைக்கப் படுவதால், அவர்களை நாகரீகமற்றவர்களாக கருதுவது சுலபமாகிவிடுகிறது.

ஆனால் அவர்களை அப்படி கருதுவது, கலாச்சாரமற்றவர்கள் என்று சொல்வதற்கு ஈடாகும். மாறாக, அவர்களுடைய கலாச்சார தளங்கள் சிலவற்றில் மட்டும் நவீனத்தை வரவேற்பதற்கு எதிரான முட்டுக்கட்டைகள் இருக்கின்றன என்று சொல்வதே ஒரு நியாயமான கருத்தாக இருக்க முடியும். மேலும், இந்த வழக்கத்தைபற்றி பேசும் மேற்குறிப்பிட்ட அந்த டைம்ஸ் அஃப் இந்தியா கட்டுரை அந்த விடாபிடியான மரபினால்

ஏற்படும் சோகமான விளைவொன்றை விவரிக்கிறது. அதாவது ரவிக்கையும், பாடியும் அணிய முடியாது என்பதால், அந்த தொட்டிநாயக்கர் சமூகத்தை சார்ந்த பெண்களுக்கு ஆரம்ப பள்ளிகல்வியை முடித்தபிறகு, சீருடை அணிந்து உயர்நிலை பள்ளிக்கு செல்லும் வாய்ப்பு கத்தரிக்கப்பட, அவர்களுடய கல்வி அத்துடன் முடிந்துவிடுகிறது. ஆகையால், அந்த சமூகத்தின் கலாச்சார நுணுக்கங்கள் பற்றியோ அல்லது அந்த வழக்கத்தின் சோகமான விளைவுகளை பற்றியோ இந்த படத்திற்கு எந்தவித கவலையுமில்லை என்பது உறுதியாகிறது.

காட்சிப்பிழை இதழ்கள், நவம்பர், 2010.

5

டேவிட் லீனின் ரயான்ஸ் டாட்டரும் (1970) மண்வாசனை சினிமாவின் கமர்ஷியல் வடிவமும் (நான்காவது பாகம்)

போன பாகத்தின் இறுதியில், ரவிக்கை அணியக்ககூடாது என்ற விதியின் சோகமான விளைவுகளைபற்றி பேசும் போது, ரவிக்கை அணிய முடியாததால், அந்த தொட்டிநாயக்கர் சமூகத்தை சேர்ந்த பெண்களின் கல்வி எவ்வாறு கத்தரிக்கப்படுகிறது என்றும், 'ரோசாப்பூ ரவிக்கைகாரி' அந்த சோகத்தை பற்றி எந்த கவலையையும் வெளிப்படுத்தவில்லை என்றும் சுட்டிக்காட்டப்பட்டது. அதன் அடிப்படை காரணம் என்னவென்றால், நவீன நாகரீகம் என்பது இந்தப் படத்தில், கதாநாயகி நந்தினியின் வருகைக்கும், அவளைபோல் உடைகள் உடுத்த நினைக்கும் சில கிராமத்து பெண்களின் செயலுக்கும் சுருக்கப்பட்டு பெண்வேட்கையுடன் பிணைக்கப்படுகிறது. இறுதி கட்டத்தில் வரும் ஒரு காட்சியில் நந்தினியைபோல் ஒரு பெண் ஜாக்கெட் அணிந்ததால், மாற்றான் மனைவி என்று தெரிந்திருந்தும், அவளை ஒருவன் கைபிடித்து இழுத்துவிடுகிறான். அதை தவிர, ஆண்களை பொறுத்தவரை நந்தினிமேல் அவர்களுக்கு ஏற்படும் இச்சைக்கு அது சுருக்கப்படுவதாலும், நவீனமும், நாகரீகமும் இந்த படத்தில் பொதுவாக பாலியல் வேட்கையின் வெளிப்பாடாக மாறிவிடுகிறது. கதாநாயகன் செம்பட்டை, ஊர் பெண்களுக்கு ரவிக்கை, உள்பாடி

போன்றவற்றை வாங்கி விற்பனை செய்த குற்றத்திற்கும், ஒரு கங்காணியைப்போல் சேலத்தில் இருக்கும் வெள்ளைக்கல் தொழிற்சாலைக்கு ஆள் எடுப்பதாக அவன் கூறிய சேதியால், அதை நம்பி தங்கள் பெயர்களை அந்த வெள்ளைக்கார துரையின் மானேஜர் மாணிக்கத்திடம் பதிவுசெய்தவர்கள் பர்மாவுக்கு கடத்தப்பட்டதாலும், மாமியார்களாக இருக்கும் பெண்களின் வன்சொற்களாலும், ஆண்களாலும், ஊர்ப் பஞ்சாயத்தாலும் அவன் தண்டிக்கப்படுகிறான். அப்பொழுது, அவன் மேல் மதிப்பும் மரியாதையும் வைத்திருக்கும் தேனாற்றங்கரை பண்ணையார் ஊர்ப் பஞ்சாயத்திற்கு அந்த தொகையைகட்டி அந்த வெறிபிடித்த கும்பலிடமிருந்து அவனை காப்பாற்றுகிறார். அதை அவர் செய்யும்போது, வர நாகரீகம் வந்துகொண்டுதான் இருக்கும், ஊரைவிட்டு வேறு வாய்ப்புகளை தேடி செல்பவர்கள் அப்படி சென்றுகொண்டுதான் இருப்பார்கள் என்று கூறி, ஊரை கட்டுப்படுத்த நினைப்பவர்களால் உலகத்தை கட்டுப்படுத்த முடியாது என்ற ஒரு எச்சரிக்கையை அறிவித்துவிட்டு செம்பட்டையை அங்கிருந்து அழைத்துச் செல்வார். இப்படி அவர் சொல்வதற்கு முக்கியமான காரணம் என்னவென்றால், அவர் பெண்ணை மணமுடிக்க போகிற டவுன் மாப்பிள்ளையின் வேண்டுகோளின்படி அவள் ரவிக்கை, பாடி அணிவதற்கு, அவரும், அவருடைய மனைவியும் ஒப்புக்கொண்டதே இருப்பினும் இவர் செய்கையால், நவீனத்தை வரவேற்காத பட்டிக்காட்டு ஜனங்கள் என்று அவர் கதாபாத்திரத்தின் வழியாக, அந்த ஊர்மக்கள் மீது ஒரு மதிப்பீடு சுமத்தப்பட்டாலும் படத்தின் கதை உலகம் இறுதிக் கட்டத்தில் பாலியல் வேட்கையின் எல்லா காரணிகளையும் வெளியேற்றி, தனது கட்டுப்பாடுடைய முந்தைய நிலைக்கு திரும்பிவிடுகிறது.

தினமும் தன் தலையில் கூடையை சுமந்து தனது இரண்டு எடுபிடிகளுடன் டவுனுக்கு சென்று ஊர்மக்களுக்கு தேவையான பொருட்களை வாங்கிவந்து விற்பது, கதாநாயகன் செம்பட்டையின் தொழில். இவன், ‘ரயான்ஸ் டாட்டர்’இல் வரும் கிராமத்து முட்டாள் மைக்கலை போல கள்ளம் கபடமற்றவன். இதனால், அவனுக்காக படத்தில் உருவாக்கப்பட்ட அறிவுத்தடை இயல்பானதாக தோன்றுகிறது. மற்றும், இவன் இந்த குணத்தையுடைவனாக இருந்தால்தான், ஊர் பெண்களில் சிலர் அவனை ரவிக்கை, உள்பாடி போன்ற பொருட்களை வாங்கிவந்து தரச் சொல்லும்போது, அது எந்த விளைவை அந்த ஊரில் ஏற்படுத்தும் என்பதை சிந்திக்காமல் அவனால் அவ்வாறு செய்ய முடியும். இந்த குணத்தின் முக்கியமான மற்றொரு அங்கமாக, தன் மனைவியை அடக்கி

ஆளக்கூடிய வலிமையற்றவனாக அவனுடைய கதாபாத்திரம் அமைக்கப்பட்டுள்ளது. முதலாவதாக, சிறுவயதில் தனது தூரத்து உறவான நந்தினியுடன் அவன் அம்மா, அப்பா விளையாட்டு விளையாடும்போது நந்தினி, அவள் அம்மாவாக இருக்க முடியாது, அப்பாவாகத்தான் இருப்பேன் என்று கூற, அதை செம்பட்டை ஒப்புக்கொண்டு அவளுடன் விளையாடுகிறான். அவன் நந்தினியை திருமணம் செய்தபிறகு இந்தகுணம், ஊர்மக்களின் எதிர்ப்புகளுக்கும், தனது அன்னை ஆவுடையம்மாளின் எதிர்பார்ப்புக்கும் ஏற்றவாறு தன் மனைவியை அடக்கி ஆள தெரியாதவன் என்ற ஒரு பொருளை பெறுகிறது. தன் பிள்ளை எப்படி இருக்க வேண்டும் என்ற தாய் வேட்கையுடன், அவனைபற்றி ஊர் எண்ண நினைக்கிறது என்பது பிணைந்திருப்பது ஒரு தற்செயலான நுட்பமில்லை. அந்த இரண்டு எதிர்பார்ப்புகளும் குற்ற உணர்வை உருவாக்கும் இறந்த தந்தை குறியீடின் ஆவேச பிரதிநிதிகளாக இந்த படத்தில் இயங்குகின்றன. குறிப்பாக எப்பொழுதெல்லாம், இந்த படத்தில் காமம் வெளிப்படுகிறதோ அந்த தருணத்தில், ஒரு தாய் கையில் குச்சி ஏந்தியவாறு ஒழுக்கத்தை மீறும் தன் மகன் மாணிக்கத்தை தேடுவாள். முதன் முதலில் உடம்பற்ற அசரீரி குரலாகவே அவள் தோன்றுவாள், அதுவும் கதாநாயகனும், கதாநாயகியும் அவர்களது முதலிரவு ஊடலை துவங்கும் தருணத்தில். பிறகு எப்பொழுதெல்லாம் கதாநாயகி ஒழுக்கத்தை மீறுகிறாளோ, அல்லது எப்பொழுதெல்லாம் பாலியல் வேட்கையும் செயல்களும் வெளிப்படுகிறதோ, அப்பொழுதெல்லாம் அந்த குரல் ஒலிக்கும்.

அவன் நந்தினியை மணமுடித்து, அவள் அந்த ஊரில் காலெடுத்து வைக்கும்போது ஊர்மக்களில் ஒருவன், அவள் டவுனில் ஒரு மாதிரி என்பதால் அவளை செம்பட்டைக்கு திருமணம் செய்துவைத்து விட்டார்கள் என்று சொல்வான். இப்படி அவள் மீது ஏற்கனவே ஒரு கருப்பு சாயம் பூசப்பட அவளுடைய குணத்தை பற்றிய அறிவு பார்வையாளர்களுக்கு வெட்ட வெளிச்சமாக விளக்கப்படுகிறது. ஆனால், செம்பட்டை அதை அறியும் தருணம், அவன் கள்ளம் கபடமற்றவன் என்பதால் படத்தின் இறுதி கட்டம்வரை தள்ளிப் போடப்படுகிறது. ஏனென்றால், இந்த அறிவுத்தடையினால், மெலொடிராமடிக் மரபுக்கேற்றவாறு அந்த இடைவெளியில் ஒழுக்கத்தை மீறும் இன்பங்களை பார்வையாளர்களுக்காக கதையாடலில் உருவாக்க முடிகிறது. திருமணத்திற்குப் பிறகு, செம்பட்டைக்கும் நந்தினிக்கும் இருக்கும் உறவு கிட்டத்தட்ட மேடம் போவரியில் சார்லஸுக்கும் அவன் மனைவி எம்மாவிற்கும் இருக்கும் உறவை போன்றது. சார்லஸைப்போல் அவள் அழகிலும்,

அவள் அவனுக்கு அளிக்கக்கூடிய சுகத்திலும் மயங்கியவன், செம்பட்டை. அவனைப் போலவே இவனும் ஊரில் யார் என்ன சொன்னாலும் அவள்மேல் தளராத நம்பிக்கையுடையவன். நந்தினி, எம்மாவை போலவும், ரயான்ஸ் டாட்டரில் வரும் ரோஸியைப் போலவும் கொஞ்சம் படித்தவள் என்பதால், அவளுடைய கனவுலகத்தில், செம்பட்டைக்கு நிரந்தரமான இடமில்லை. மேடம் போவரியில் எம்மாவிற்கும், சார்லஸின் அன்னைக்கும் அடிக்கடி ஏற்படும் சச்சரவுகள்போல செம்பட்டையின் அன்னை ஆவுடையம்மாளுக்கும், நந்தினிக்கும் அடிக்கடி சச்சரவுகள்வர, செம்பட்டை அவன் அன்னை, அவனது மற்ற குடும்பத்தினரான அண்ணன் சடையன், அண்ணி மற்றும் அவனுக்குப் பிரியமான அவர்களின் சிறிய மகளிடமிருந்தும் பிரியவேண்டிய நிர்ப்பந்தம் ஏற்படுகிறது. மேடம் போவரியில், மனைவியின் பக்கம் சார்லஸ் அதிகமாக சாய்கிறான் என்று தெரிந்ததுமே அவனுடைய தாய் அவர்கள் வீட்டிற்கு வருவதை நிறுத்திவிடுவாள். இந்தக் கதையில், ஒரு கட்டத்தில் நந்தினி கோபித்துக்கொண்டு தன் ஊருக்குச் சென்றுவிடுவாள். அந்த தருணத்தில் அவளுடைய தந்தை தனிக்குடித்தனம் போனால் மட்டுமே இந்த பிரச்சனைக்கு ஒரு தீர்வு கிடைக்கும் என்று செம்பட்டையை எச்சரிக்கிறார். சில நாட்கள் கழித்து, இந்த பிரிவினால் ஏக்கமடைந்த செம்பட்டை அவன் அண்ணனுடன் டவுனுக்கு சென்று அவளை தன் வீட்டிற்கு திருப்பி அழைத்துவர போகிறான். அங்கு அவர்களை வழியனுப்பி வைக்கும் நந்தினியின் தந்தை, அவளுக்கு ஒரு கிராமஃபோன் பெட்டியையும் சில இசைத் தட்டுகளையும் வாங்கித் தருகிறார்.

அந்த சமயம், செம்பட்டைத் தான் வாங்க வேண்டிய பொருட்களை வாங்கிக்கொண்டு ஊருக்குத் திரும்புவதாக சொல்லி, நந்தினியை அண்ணன் சடையனுடன் ஊருக்கு அனுப்புகிறான். ஊருக்குள்ளே அந்த கிராமஃபோன் பெட்டியுடன் அவள் வந்ததுமே கூட்டம் கூடிவிட வீட்டை அடைந்தவள் அந்த பெட்டியை இயக்கி அதில் ஒரு இசைத்தட்டை பொருத்துகிறாள். அந்த கூட்டத்தை பார்த்து வெறுப்படைந்த ஆவுடையம்மாள், நந்தினியிடம், "இதென்ன குடியிருக்கிற வீடா இல்ல தேவிடியா வீடா?" என்று கேட்க, அவள், "எனக்குத் தெரியாது...இது உன் வீடுதான? நீயே சொல்லு," என்ற எதிர்க் கேள்வியை எழுப்புகிறாள். இதனால், கோபமடைந்த ஆவுடையம்மாள் நந்தினியின் தொடையில் சூடு வைத்து விடுகிறாள். இரவு வீட்டிற்கு திரும்பிய செம்பட்டை நந்தினியை காணவில்லை என்றதும் பதறிப்போய் அவளை

தேடசெல்கிறான். வழியில் படத்தில் வரும் அசரீரி குரலுக்கு சொந்தக்காரியான பக்கத்து வீட்டுத்தாய், சிறுவன் மாணிக்கத்தை குச்சியால் அடித்து இழுத்துக்கொண்டு வருகிறாள். அவர்களிடம், நந்தினியைபற்றி செம்பட்டை கேட்க, வைக்கல்போரின் அருகே அவளை பார்த்ததாக அவன் அழுதுகொண்டே சொல்கிறான். அங்கு செம்பட்டை நந்தினியை சந்தித்து விபரமறிந்ததும், தன்னுடய தாயுடன் அவன் மல்லுக்கட்ட, அடுத்தநாள் அவன் நந்தினியுடன் தனிக்குடித்தனம் அமைப்பதற்கு ஏற்றவாறு, ஊர்ப் பெரியவர்கள் ஒன்றுகூடி சொத்துக்களை அண்ணனுக்கும் தம்பிக்கும் சரிபாதியாக பிரித்து, பெற்ற கடனுக்கு தாய்க்கு அவர்கள் இருவரும் என்ன பொருள் உதவி செய்யவேண்டும் என்பதையும் கூறிவிடுகின்றனர். இந்த முடிவை கண்கலங்கியவாறு ஏற்றுக்கொள்ளும் அவனது தாய், “இந்த கெழவியோட அருமை ஒனக்கு ஒருநாள் ஒரைக்கும்லே,” என்று சொல்கிறாள்.

குறியீடு தந்தையின் பிரதிநிதியான அவளுடைய அதிகாரம் அவ்வாறு பல்பிடுங்கப்பட்டவுடன், ஒழுக்கத்தை மீறும் பாலியல் வேட்கைக்கான வாய்ப்புகள் கதை உலகத்தில் அதிகரிக்கின்றன. அவனுக்காக ஒதுக்கப்பட்ட இடத்தில் புதிய வீட்டை அமைத்து நந்தினியுடன் அவன் குடிபுகும் நாளன்று சடங்குகள் முடிந்தவுடன், ஊர்ப் பெரியவர்களுக்கு அவன் விருந்தளிக்கிறான். அதில் பங்கேற்க அவனுடைய தாயையும், அண்ணனையும் அவன் வலியச் சென்று அழைத்தாலும் அவர்கள் வர மறுத்துவிடுகின்றனர். பிறகு அங்கு வேட்டைக்கார உடையில், மாணிக்கம் புதிய விருந்தினராக வர, அவனை சேலத்தில் வெள்ளைக்கல் தொழிற்சாலை நடத்தும் ஆங்கில துரையின் மானேஜர் என்று செம்பட்டைக்கும், நந்தினிக்கும் அவள் தந்தை அறிமுகம் செய்து வைக்கிறார். அவனுடைய நடை, உடை, மற்றும் அவன் அவ்வப்போது ஆங்கிலச் சொற்களை உதிர்ப்பதும், அவன் உணவு உட்கொள்ளும் விதமும் நந்தினியைக் கவர செம்பட்டையின் செயல் ஒவ்வொன்றும் அவளுக்கு அருவருப்பைத் தருகிறது. அதேசமயம், எம்மா போவரியில் வரும் ருடால்ஃபை ஒத்திருக்கும் மாணிக்கத்திற்கு, அவளை எளிதில் வசியப்படுத்திவிட முடியும் என்று தோன்றுகிறது. இவனுக்கும், ரயான்ஸ் டாட்டரில் வரும் டோரியனை இருப்பதைபோல் உளவியல் பிரச்சனைகள் எதுவும் கிடையாது என்பதால் அவனை ஒரு திருட்டு பூனையாக கட்டமைப்பது கதைக்கு சுலபமாகிவிடுகிறது. மற்றும், தன் அன்னையின் கட்டுப்பாடை மீறும் சிறுவன் மாணிக்கத்தின் பெயரும் இவனுடைய பெயரும் ஒத்திருப்பதும் தற்செயலாக உருவாக்கப்பட்ட ஒரு நுட்பம் அல்ல.

சில நாட்கள் கழித்து, அந்த ஊரில் அந்த வெள்ளைக்கார துரையுடன் கூடாரம் அடித்து தங்கிய மாணிக்கம், செம்பட்டையையும், நந்தினியையும் அவருக்கு அறிமுகம் செய்துவைத்து, அவருடய வெள்ளைக்கல் தொழிற்சாலைக்கு ஆள் திரட்ட அங்கு அவர்கள் தங்கியிருப்பதாக அவர்களிடம் கூறுகிறான். அந்த ஆள் திரட்டலுக்கு கங்காணியாக செம்பட்டை வேலை செய்தால் அவனுக்கு கிடைக்கும் கமிஷன் மூலம் பணம் நிறைய சம்பாதிக்கலாம் என்று மாணிக்கம் சொல்கிறான். அதற்கு செம்பட்டை, தனக்குத் தெரிந்த தொழிலை அவனால் விடமுடியாது என்றாலும், அக்கம்பக்கத்தில் இருக்கும் ஊர்களில் பொருள்விற்கப் போகும்போது தொழிற்சாலைக்கு ஆள் எடுக்கும் தகவலை பலருக்கு அவனால் சொல்ல முடியும் என்று கூறுகிறான்.

உடனே அந்த வெள்ளைக்கார துரை மாணிக்கத்திடம், அப்படி செம்பட்டை அனுப்பிவைக்கும் ஆட்களிடம் வெத்து பேப்பரில் ஒப்பந்தம் பதிவுசெய்து கொண்டால், அவர்களை பர்மாவிற்கு எளிதாக கப்பலேற்றிவிட முடியும் என்று ஆங்கிலத்தில் கூறுகிறான். இதற்கு பிறகு அவர் அந்த ஊரைவிட்டு சென்றுவிட, ஆட்கள் எடுப்பதற்காக, மாணிக்கம் அந்த கூடாரத்தில் தங்கி தன் வேலையை செய்துவருகிறான். செம்பட்டை அனுப்பிவைக்கும் ஆட்களை தனியாக அவன் கணக்கெடுப்பதால், அதற்கான கமிஷனும் செம்பட்டைக்குச் சேருகிறது. பிறகு, எதாவது ஒரு காரணத்திற்காக செம்பட்டை இல்லாத தருணத்தில் நந்தினியை மாணிக்கம் தேடிவருவது ஒரு வழக்கமாக மாறுகிறது. ஒருமுறை, ஊர்த் திருவிழாவிற்கு செம்பட்டையையும், நந்தினியையும் அவள் தந்தை அழைத்தாக சொல்ல அவர்கள் வீட்டுக்கு வருகிறான். இந்த சேதியை வீட்டுக்கு திரும்பிய செம்பட்டையிடம் அவள் சொல்ல, அவனுக்கு வேலை அதிகம் இருப்பதால், மாணிக்கத்துடன் அவன் ஜீப்பில் அந்த விழாவிற்கு செல்லும்படி அவன் கூறுகிறான். ஆனால் மாணிக்கம், ஜீப்பை துரை எடுத்துக்கொண்டு போய்விட்டதாகச் சொல்லி, அவளை மோட்டர் சைக்கிளில் அழைத்து செல்கிறான். இது ‘ரயான்ஸ் டாட்டர்’ இல் ரோஸியும், டோரியனும் முதன் முதலில் குதிரைசவாரிக்கு செல்லும் காட்சியை தழுவி எடுக்கப்பட்ட ஒன்று. மோட்டர் சைக்கிளில் செல்லும்போது, ‘இஃப் யு டோண்ட் மைன்ட்’ என்று அடிக்கடி சொல்லியபடி அவளுடன் மாணிக்கம் நெருங்கிவிட, பிறகு அழகான இடம் ஒன்றை அந்த மலைத்தொடரில் அவளுக்கு காண்பிப்பதற்காக வண்டியை நிறுத்துகிறான். இந்த வாய்ப்பினால், அவர்கள் இருவரும் நெருங்கி உடல் உறவில்

ஈடுபட, அவர்களுடைய ‘கள்ளக்காதல்’ அதிலிருந்து வளர்கிறது. தினமும் டவுனுக்கு பொருள் வாங்கப் போகும் செம்பட்டைக்கு நேரம் அதிமாகிவிட்டால் வண்டிச்சோலை கிராமத்துக்கு வரும் வழியிலுள்ள தேனாற்றங்கரையில் இருக்கும் பண்ணையார் வீட்டில் இரவைக் கழிப்பது வழக்கம் என்பதால், அதுவும் இந்தக் காதலர்களுக்கு வசதியாக அமைந்துவிடுகிறது.

கதாநாயகனுக்கு, நேர்எதிராக வீரியமிக்க ஆணாக இந்த கதையில் தோன்றுபவன் திருச்செங்கோடன். ஒரு காட்சியில் அவனுடைய மனைவி, நந்தினியைபோல் அவளுக்கு ரவிக்கை, உள்பாடி வேண்டும் என்றுகேட்க, மரத்திலிருந்து அவன் இறக்கிக்கொண்டிருந்த கள்ளை கீழே இறக்கிவைத்த மற்றொரு பானையின்மீது அவன் போட்டுடைக்க அந்த பானைகளிலிருந்த கள் அவளுடைய முகத்தில் தெரித்து அவளை அசிங்கப்படுத்திவிடுகிறது. ஒருமுறை, அவன் செம்பட்டையின் எடுபிடிகளிடம், நந்தினியை மாணிக்கத்துடன் சம்பந்தப்படுத்தி, அவள் முந்தானையில் மண் விழுந்துவிட்டதாக கூறுவான். இந்த சேதியை செம்பட்டை அறிந்தவுடன், அவன் திருச்செங்கோடானை மல்லுக்கு இழுக்க இருவரும் ஆவேசத்துடன் ஒருவரை ஒருவர் மண்ணில் புரட்டி எடுக்கின்றனர். தக்க சமயத்தில், ஊர் பயில்வான் அந்த சண்டையை நிறுத்தி திருச்செங்கோடானை எச்சரித்து அங்கிருந்து அனுப்பிவிடுகிறார். அன்று இரவு, தேனாற்றங்கரை பண்ணையார் வீட்டில் தங்கும்போது, அவர் மகனின் வேண்டுகோளுக்கிணங்கி, செம்பட்டை செங்கோடனின் சொற்கள் ஏற்படுத்திய மனவேதனையில் அந்த ‘உச்சி வகுந்தெடுத்து பிச்சிப்பூ வெச்ச கிளி’ என்ற பாட்டை பாடுவான். அந்தப் பாட்டில் வரும் சொற்களும், காட்சிகளும், இவன் நந்தினிமேல் எப்படி ஒரு அசைக்க முடியாத நம்பிக்கை வைத்திருக்கிறான் என்றும் கனவுலகில் மிதக்கும் பாலியல் வேட்கை பேய் பிடித்த அவள் எப்படி ஹிஸ்டிரியா வந்து தலைவிரி கோலத்துடன் ஆடுகிறாள் என்பதையும் ஒன்றுக்கு ஒன்று ஒப்பிடும் வகையில் தொகுக்கப்பட்டிருக்கும்.

நாளடைவில் பண்ணையார் மகளின் திருமணம் நெருங்க, அங்கேயே இரண்டு நாட்கள் தங்கி வேலைகளை கவனிக்க வேண்டிய நிர்ப்பந்தம் செம்பட்டைக்கு ஏற்படுகிறது. திருமணம் நடப்பதற்கு முந்தைய நாளன்று, ஊரில் ரவிக்கை அணிந்த ஒரு பெண்ணை மாற்றான் மனைவி என்று தெரிந்தும் ஒருவன் கைப்பிடித்து இழுத்துவிட, அன்றிரவு ஊர்பஞ்சாயத்து கூடுகிறது. அதில் பெண்கள் ஊருக்குள் செம்பட்டை விற்கும் பொருள்களால்

எந்த விபரீத விளைவுகள் ஏற்படுகின்றன என்று புகார்கூற அவனுடைய கங்காணிதனத்தால் தொழிற்சாலைக்கு வேலைக்கு சென்றவர்கள் எப்படி பர்மாவுக்கு கடத்தப்பட்டார்கள் என்று ஆண்கள் அவன்மீது குறை கூறுகின்றனர். இந்த சமயத்தில், பண்ணையார் வீட்டில் சாப்பிட கைநனைக்க போன செம்பட்டையை, பஞ்சாயத்தார் அழைப்பதாக ஒருவன் வந்து கூற, உணவை அப்படியேவிட்டு அவனுடன் செம்பட்டை அங்கு போகிறான். அங்கே ஒருபுறம் பெண்கள் அவனை ஏச, ஆண்கள் அவனை அடித்து உதைத்துவிடுகின்றனர். இது போதாது என்று பஞ்சாயத்து அவனுக்கு ஒரு பெரிய தொகையை அபராதமாக செலுத்த கட்டளையிட்டு அவனை தண்டிக்கிறது. தக்க சமயத்தில், பண்ணையார் வந்து அந்த தொகையை செலுத்தி அவனை அந்த மக்களிடமிருந்து காப்பாற்றி அழைத்துச் செல்கிறார். இப்படி அவருடைய வீட்டிற்கு திரும்பியவனுக்கு அவர்கள் மறுபடியும் உணவு பரிமாறி சாப்பிடச்சொல்ல, அவர்கள் எவ்வளவு வற்புறுத்தியும் மனவேதனையில் அந்த உணவை உட்கொள்ள செம்பட்டை மறுத்துவிடுகிறான். விடிந்தால் எல்லாம் சரியாகிவிடும் என்று அவனை படுக்கச் சொல்லிவிட்டு பண்ணையாரும் அவர் குடும்பத்தினரும் உள்ளே சென்றுவிட நந்தினியிடம் ஆறுதல்தேடி அவர்களிடமிருந்து விடைபெறாமலேயே தனது கூடையை எடுத்துக்கொண்டு செம்படை வீட்டுக்குப் போகிறான்.

ஆனால், நள்ளிரவில் அவன் வீட்டை அடையும்போது, உள்ளே இருவர் பேசிக்கொள்ளும் சத்தம் கேட்கிறது. உடனே ஜன்னலருகே சென்று தீக்குச்சியை கிழித்து அவன் பார்க்க, அந்த வெளிச்சத்தில் மாணிக்கமும் நந்தினியும் உடலுறவில் ஈடுபட்டுக் கொண்டிருக்கும் அதிர்ச்சியான காட்சி அவன் கண்களுக்கு தெரிந்துவிடுகிறது. அவர்களும், அவனை பார்த்துவிட, வேகமாக தனது உடைகளை அணிந்துகொண்டு மாணிக்கம் அங்கிருந்து ஓடிவிடுகிறான். வீட்டிற்குள் செல்ல விரும்பாத செம்பட்டை நீரில் மூழ்கி தற்கொலை செய்துகொள்கிறான். அவன் சென்ற பிறகு, நந்தினிக்கு கூறையின் மேல் தொங்கும் கயிறு அவள் கண்களுக்குப்பட, அது ஒரு தூக்குகயிறின் வடிவத்தை பெறுகிறது. இப்படி செம்பட்டையின் கண்களுக்கு நந்தினிக்கும், மாணிக்கத்திற்கும் இருக்கும் உறவு வெட்ட வெளிச்சமாகும் இந்த காட்சியைபோல் ஒரு காட்சி, 'ரயான்ஸ் டாட்டர்'ரிலும் இருந்தாலும், அது அந்த படத்தில் அரங்கமைக்கப்படும் விதம் வேறு. அதில் ரோஸிக்கும் டோரியனுக்கும் கள்ளத் தொடர்பிருக்கிறது என்பதற்கான தடையங்கள் பல சார்லஸுக்கு ஏற்கனவே கிடைத்துவிட்ட

பிறகு ஒருநாள் இரவு, அவன் உறங்கும்போது வீட்டிற்கு வெளியே சென்று அந்த மலைமேட்டின்மீது டோரியனை ரோஸி சந்திக்க, அவர்கள் இருவரும் ஒருவரை ஒருவர் தழுவி முத்தமிட்டுக் கொள்வதை வீட்டிற்குள் இருக்கும் சார்லஸ் ஜன்னல் வழியாக பார்க்க நேரிடுகிறது. அச்சமயம், அவன் மௌனமாக சிந்தனையில் மூழ்குவதை காமிரா ஜன்னலுக்கு வெளியே இருந்து நமக்குகாட்ட, அவன் முகத்தில் விருப்பு வெறுப்பில்லை, ஆனால் ஏமாற்றம்தான் இருக்கிறது என்பது தெளிவாக தெரிகிறது. மாறாக இந்தப்படத்தில், செம்பட்டை வெளியே இருந்து ஜன்னல் வழியாக உள்ளே நடப்பதை பார்க்க, அவனுக்கு ஏற்படும் பாதிப்பை உள்ளே இருந்து ஜன்னல் வழியாக நந்தினியின் பார்வை இருக்கும் இடத்திலிருந்து காமிரா பதிவு செய்கிறது. அப்படி காட்சி தரும் அவனுடைய குளோஸப் பிம்பத்தில், லக்கான் ஒரு இடத்தில் சுட்டிக்காட்டுவதுபோல், அவன் பார்வையில் அவள் அழிவு தெளிவாக எழுதப்பட்டிருக்கிறது. ஏனென்றால் அந்த பார்வையினால் செம்பட்டை அவளை சுட்டு காயடித்துவிடுகிறான். பிறகு அவளை வேறு எந்தவிதத்திலும் தண்டிக்காமல், அவன் தற்கொலை செய்து கொள்வதால், மானஸ்தன் என்ற பெயருடன் அவன் இறக்கிறான். இதனால், அவனுடைய சாவை கண்டு அவன் அன்னை உள்பட அந்த ஊரே புலம்புகிறது. நந்தினியின் இறப்புக்கு அந்த விதமான தகுதி எதுவும் கிடையாது என்பதே அவளுக்கு அளிக்கப்படும் மற்றொரு தண்டனை. ஆனால், அவளுடைய மரணத்துடன், பாலியல் காரணிகள் எல்லாம் அந்த ஊரிலிருந்து விரட்டப்பட அந்த ஊர் தன் முந்தைய கட்டுப்பாடுடைய நிலைக்கு திரும்ப, குறியீடு தந்தையின் அதிகாரம் இந்த ரணகளத்தில் மீட்டெடுக்கப்படுகிறது.

மகேந்திரன் உருவாக்கிய ‘பூட்டாத பூட்டுகள்’ என்ற படமும் ‘ரயான்ஸ் டாட்டரிலிருந்து’ பல நுட்பங்களை இரவல் வாங்குகிறது. கதாநாயகன் உப்பிலி ஒரு சிறிய சிற்றுண்டி கடையை கதை உலகத்தில் வரும் ஊரில் நடத்திவருகிறான். அவனுக்கு கன்னியம்மாள்போல் அழகான மனைவி இருந்தாலும், தனது ஆண்மையான தோற்றத்தில் இருக்கும் கவர்ச்சியினால் மற்ற பெண்களின் கவனத்தை அவனால் ஈர்க்க முடிகிறது. ஆனால், உப்பிலிக்கும் கன்னியாம்மாளுக்கும் பிள்ளைபெறும் வசதி கிடையாது. அவனால், உடலுறவுகொள்ள முடியும் என்றாலும், அவளை திருப்திபடுத்தும் வகையில் அவனால் அதில் ஈடுபட முடிவதில்லை. மற்றும், அவளுக்கு பிள்ளை பெற்றுதரும் அருகதையற்றவன் அவன். இந்த குறைபாடை நீக்க அவன் நாட்டு வைத்தியம் உள்பட பல முயற்சிகளை எடுக்க

தனக்கு பிள்ளை வேண்டும் என்பதற்காக, கன்னியம்மாள் பல கடுமையான விரதங்களை கடைப்பிடிப்பாள். இந்த சூழலில், தியாகராஜன் அந்த ஊருக்கு புதிய காட்டிலாக்கா அதிகாரியாக வருகிறான். எம்மா போவரியில் வரும் ருடால்ஃபை ஒத்திருக்கும் இவனுக்கும், 'ரயான்ஸ் டாட்டர்'இல் வரும் டோரியனுக்கு இருப்பது போல் எந்த உளவியல் பிரச்சனைகளும் கிடையாது. ஏனென்றால், அப்படி அந்த பிரச்சனைகள் அவனுக்கு இல்லாமல் இருந்தால்தான் 'ரோசாப்பூ ரவிக்கைகாரி'யில் வரும் மாணிக்கத்தைபோல் அவனுக்கு கருப்பு சாயம்பூசி அவனை கீழே இறக்குவது சுலபமாகும். கன்னியம்மாவை அவன் பார்த்ததும் அவளை வசியப்படுத்திவிட முடியும் என்று அவனுக்கு தோன்ற பலமுறை அவளுடன் உறவுகொள்ள முயல்கிறான். இறுதியில் அவள் அதற்கு தன் ஒப்புதலை அளித்து அவனுடன் கூடிவிட அவர்களுடைய 'கள்ளக்காதல்' வளர்கிறது. இந்த விஷயம் நாளடைவில் உப்பிலிக்கு தெரிந்துவிட, அவன் அதைபற்றி அவளிடம் கேட்க, முதலில் அவள் மௌனமாக இருக்கிறாள். ஆனால், அவளை அவன் மிரட்டியதும் கொதிப்படைந்தவள், தன் சேலையை கழட்டி எரிந்தபடி அவனால் அவள் எந்த சுகம் அடைந்தாள் என்று கேட்க, அவள் மீது கையை ஓங்கியவன் அவளை அடிக்காமல் விட்டுவிடுகிறான். இதற்கு பிறகு அவனுடன் வசிக்க முடியாது என்ற முடிவுக்கு வந்த கன்னியம்மா, நள்ளிரவில் தியாகராஜன் வீட்டிற்கு செல்கிறாள். அங்கு அவளை ஏற்றுகொள்ள அவனும் அவனுடைய குடும்பத்தினரும் மறுக்க, அவள் அந்த ஊரைவிட்டு ஓடிவிடுகிறாள். இதனால், அந்த 'கள்ளகாதல்' தொடர்பு ஊர்முழுவதும் தெரிந்துவிட, அவள் திரும்பினால் மறுபடியும் அவளை சேர்த்துக்கொள்ளக் கூடாது என்ற நிபந்தனையை அந்த ஊர் பெரியவர்கள் உப்பிலியின்மீது விதித்துவிடுகின்றனர்.

இப்படி மானத்தை இழந்தவனுடய செல்வாக்கை அந்த ஊர்மக்களின் கேலி சொற்களும், கிசுகிசுப்புகளும் அழித்துவிட அவனது வியாபாரமும் மந்தமடைந்துவிடுகிறது. இந்த துயரங்களை அவன் அனுபவித்தாலும் 'ரோசாப்பூ ரவிக்கைகாரியில்' வருவதற்கு மாறாக, அவளுக்கும் தியாகராஜனுக்கும் இருக்கும் உறவு அவனுக்கு தெரிந்துவிட்டாலும் அவள் இல்லாமல் அவனால் இருக்க முடியவில்லை என்பதால் அவனுக்கு அவள்மேல் பாலியல் வேட்கையை மீறிய பாசமிருப்பதாக அவனுடைய குணங்கள் கட்டமைக்கப்படுகின்றன. சிலகாலத்திற்குபிறகு, அவள் வேறொரு ஊரில் ஒரு செங்கல் சூளையில் வேலை செய்வதை அறிந்தவன், அவளை ஊரின் நிபந்தனையை மீறி விட்டுக்கு அழைத்து வருகிறான். ஆனால்,

தங்கள் உறவை பிரித்துகொள்வதே இருவருக்கும் நல்லது என்று அவனிடம் அவள் திட்டவட்டமாக கூறிவிடுகிறாள். இந்த பிரச்சனையில் குறுக்கிடும் தியாகராஜன், அவள் உப்பிலியுடன் வாழ்வதே அவளுக்கு நல்லது என்று புத்திமதி சொல்ல இதனால் அவளுக்கு பயங்கர கோபம்வர, தனது ஆவேசம் அடங்கும்வரை அவனை துடைப்பத்தால் அடித்து சாணியை வாரி அவன்மீது கொட்டிவிடுகிறாள். இதனால், கன்னியம்மாவை மறுபடியும் உப்பிலி வீட்டில் சேர்த்துக்கொண்டது ஊருக்குத் தெரிந்துவிட, அவனை கண்டனம் செய்து அவளை ஊரைவிட்டு விரட்டும்படி ஊர்பஞ்சாயத்து அவனுக்கு மறுபடியும் கட்டளையிடுகிறது. முதலில் அதை எதிர்த்தவன், பிறகு வேறுவழியின்றி அந்த ஊர்க் கட்டுப்பாட்டுக்கு இணங்கி அவளை அந்த ஊரைவிட்டு போகும்படி கூறவேண்டிய நிர்ப்பந்தம் ஏற்படுகிறது. ஆனால், அவனும் அந்த ஊரில் அதற்குமேல் வாழ்வது பயனில்லை என்பதை நன்கு உணர்ந்தவன். அவள் பின்னே சென்று தன்னையும் அவளுடன் அழைத்து செல்லும்படிகூற இருவரும் அந்த ஊரைவிட்டு வெளியேறுவது, 'ரயான்ஸ் டாட்டர்'இல், சார்லஸூம், ரோஸியும் ஒன்றாக ஊரைவிட்டு வெளியே போவதை ஒத்திருக்கிறது.

இந்தப் படத்தில் தன் கணவனிடம் கிடைக்காத திருப்தியும், வாழ்க்கையும் அவளுக்கு தியாகராஜனிடம் அமையும் என்று எண்ணி அவனுடன் கன்னியம்மா கூடும்போது அந்த ஊரின் தார்மீக ஒழுக்கவிதிகள் தனது திடத்தை இழக்கின்றன. வழக்கமான ஒரு பெண், இரு ஆண்கள் முக்கோண காதல்கதையில் வருவதைபோல், பெண்ணின் வேட்கைக்கு காரணமாக இருந்த அந்த மற்றொரு ஆண், தனது தகுதியை அவள் பார்வையிலும், பார்வையாளர்களின் பார்வையிலும் இழப்பது ஒரு மரபு என்று ஏற்கனவே எழுதப்பட்ட பாகங்களில் சுட்டிக்காட்டப்பட்டது. இந்தபடத்தில், தியாகராஜனின் குணம், மாற்றான் மனைவியுடன் உறவுகொள்ள நினைக்கும் அவனுடைய முயற்சிகளில் பார்வையாளர்களுக்கு ஏற்கனவே தெரிந்துவிட அவனுடைய உண்மையான சுபாவத்தை அவள் அறியும் கட்டம் தள்ளிப்போடப்படுகிறது. அவளுக்கு அவனை பற்றி ஏற்படும் இந்த அறிவுதடையினால், ஒழுக்கத்தை மீறும் இன்பங்களை இந்தப் படத்தில் அந்த இடைவெளியில் உருவாக்க முடிகிறது. ஆனால், அவளை தன் இஷ்டத்திற்கு பயன்படுத்தியவன் ஒரு கட்டத்தில் அவனை நம்பி அவள் தன் வீட்டைவிட்டு அவனிடம் அடைக்கலம் புகுந்தபோது, அவன் அவளை ஏற்க மறுத்ததும் பிறகு, வெகுநாட்கள் கழித்து ஊருக்குத் திரும்பியவளை அவள் கணவனுடன் வாழ்வதுதான்

சரி என்று அவன் புத்திமதி கூறுவதும் அவனுடைய சுயநலத்தை அவளுக்கு வெளிச்சம்போட்டுக் காட்டிவிட அவனை அவள் வெறிகொண்டு தாக்கிவிடுகிறாள். இந்த ஆவேச செயலினால், அவனைவிட எல்லா விதத்திலும் சிறந்தவனான உப்பிலியுடன் அவள் ஒன்றுசேர்ந்து வாழ வாய்ப்பிருக்கிறது என்ற நிலை இந்த கதையில் உருவாக இருவரும் ஒன்றாக ஊரைவிட்டு வெளியேற முடிகிறது. அதாவது, 'ரயான்ஸ் டாட்டர்'-ல் வரும் சார்லஸைபோல் அவளுடைய 'கள்ளக்காதல்' உறவைபற்றி அவன் அறிந்திருந்தாலும், அதை மன்னிக்கும் நிலைக்கு அவன் வருகிறான். குறிப்பாக அந்த படத்தில், ஊர்மக்கள் ரோஸியை தாக்கும்போது அவளை காப்பாற்ற அவன் செய்யும் முயற்சியைபோல், ஊர்கட்டளைக்கு உடனே இணங்காமல் உப்பிலி இருப்பது அமைகின்றது. அதாவது, இவன் சார்ல்ஸைபோல 'ஆண்மையற்றவனாக' இருந்தாலும், அவனைபோல் இவனும் ஒரு நல்ல மனிதன் என்ற மதிப்பீடுடன் கதை நிறைவடைகிறது. மற்றும், இறுதிக்கட்டத்தில் அவளை பின்தொடர்ந்து செல்லாமல், அவன் ஊருக்குள்ளேயே இருந்துவிட்டால், இவனும் செம்பட்டையைபோல் தற்கொலை செய்துகொள்வதைத்தவிர வேறு வழியேதுமில்லை. ஆகமொத்தம், இறுதிக்கட்டத்தில் கன்னியம்மாவிற்கு தியாகராஜன்மீது உருவாகும் வெறித்தனமான கோபமும், ஊர் அவள்மேல் விதிக்கும் தண்டனையும் பெரிய பிறிதின் அல்லது குறியீடு தந்தையின் பிரதிநிதிகளாக செயல்பட, அந்த ஊரிலிருந்த எல்லா பாலியல் காரணிகளும் ஒடுக்கப்பட்டு அந்த உலகத்தின் தார்மீகநிலை அந்த கட்டத்தில் மீட்டெடுக்கப்படுகிறது.

இருப்பினும், உப்பிலியுடன் அவள் ஊரைவிட்டுச் செல்வது தமிழ்சினிமாவிற்கு முற்றிலும் மாற்றமுள்ள முடிவாக கருதி பல விமர்சனங்கள் இந்தப் படத்தை பாராட்டியுள்ளன. ஆனால், இந்தப் படத்தின் தலைப்பை ஆய்வுக்கு உட்படுத்தும்போது அந்த மேல்பூசலின் உட்கருத்து வெளிப்படுகிறது. அதாவது, "பூட்டாத பூட்டுகள்" என்ற சொற்றொடருக்கு ஒன்றுக்கு ஒன்று எதிரான இரண்டு பொருள்களை சொல்ல முடியும். ஒன்று 'பூட்ட முடியாத பூட்டுகள்', அதாவது எந்த முயற்சியினாலும் பூட்ட முடியாத பூட்டு. மற்றொன்று 'பூட்டாமல் விடப்பட்ட பூட்டுகள்', அதாவது சுதந்திரமாக திறந்துவிடப்பட்ட பூட்டுகள். இந்த இரண்டு பொருள்களிலும் அதே சமயத்தில், பூட்டு என்பது பெண்வேட்கையின் உருவகமாக அமைகிறது என்பதால், படத்தில் வரும் நிகழ்வுகளின்படி அவள் வேட்கைக்கு காரணியான மற்றொரு ஆணை தரக்குறைவாக அவள் துடைப்பத்தால் அடித்து இழிவுபடுத்தி விடுவதால், அவள்

கணவனால் பூட்ட முடியாத அவளது வேட்கையை அவளே பூட்டிவிடுகிறாள் என்ற நிறைவுடன் படம் முடிவடைகிறது. அதாவது, மேடம் போவரி என்ற புதினத்தில் வரும் எம்மாவைப்போல் ஓர் உறவு முறிந்த பிறகு மற்றொரு உறவை அவள் ஏற்படுத்திக்கொள்வதில்லை. மேலும், இந்தத் தலைப்பும், இந்த கதையாடலின் மெலோடிராமாடிக் நுட்பங்களும் ஒழுக்கத்தை மீறும் இன்பங்களை பார்வையாளர்களுக்கு அளித்துவிட்டு மறுபடியும் கதை உலகத்தை முந்தைய நிலைக்கு திருப்பும் மரபுடன் சம்பந்தப்பட்டவை. இருந்தாலும், மற்ற மண்வாசனை படங்களைப்போல், இறுதிக்கட்டத்தில் யாருடைய உயிரையும் காவு வாங்காமல் இந்த படம் நிறைவடைவது அந்த மரபிற்கு சற்று மாறானதே. அதாவது, அவள் வேட்கைக்கு ஒருவிதமாக அவளே படத்தின் இறுதிக்கட்டத்தில் முற்றுப்புள்ளி வைத்தாலும் அவள் ‘கள்ளக்காதல்’ கணவனுக்கு தெரிந்தபொழுது, குற்ற உணர்வின் உச்சக்கட்டத்திற்கு சென்று ‘ரோசாப்பூ ரவிக்கைகாரியில்’ வரும் நந்தினியைபோல் தற்கொலை செய்துகொள்ளாமல், மனஉறுதியுடன் தன் வாழ்கையை ‘ரயான்ஸ் டாட்டர்’ல் வரும் ரோஸியைப்போல் அவளே நிர்ணயிக்க முயல்வதும் இந்த விஷயம் வெளிப்பட்ட பிறகு முதலில் வேதனை அடைந்த அவள் கணவன், அந்த ஆங்கிலப்படத்தில் வரும் சார்லஸை போல், ஊரை எதிர்த்து அவளுக்கு ஆதரவளிக்க முயல்வதும், அவளுடன் மறுபடியும் தொடர்பு வைத்துக்கொள்ளும் தாராளத் தன்மையும், தமிழ் சினிமாவில் சொல்லப்படாத கருத்து. ஆனால், இந்த கருத்துக்கு முரணாக அதே சமயத்தில் “பூட்டாத பூட்டுகள்” என்று பன்மையில் அமைக்கப்பட்ட தலைப்பு, அந்த மாதிரியாக இருக்கும் பெண்களின் வேட்கையை பூட்ட முடியாத ஆண்களின் நிலை எப்படி இருக்கும் என்பதற்கு, ஒரு மறைமுக எச்சரிக்கையாக அமைந்துவிடுவதால் இந்தக் கதைக்கு இந்தத் தலைப்பு இருக்கவேண்டுமா என்ற கேள்வி எழுகிறது.

1970களின் இறுதிக் கட்டங்களில் தோன்றிய மண்வாசனைப் படங்கள் ‘ரயான்ஸ் டாட்டரில்’இருந்து எவ்வாறு தனது மையக்கூறுகளை இரவல் வாங்கி இங்கு இயங்கிவரும் மெலொடிராமாடிக் மரபுகளுடன் பிணைத்தன என்று இதுவரை பார்த்தோம். இப்படி அமைந்த இந்த வடிவத்தின் கதையமைப்பின் கூறுகள், ஒரு கற்பித கிராமத்தின் சூழலில் ஸ்டூடியோவிற்கு வெளியே ஒளிப்பதிவு செய்யப்பட்ட காட்சிகளாக வெளிப்படும்போது, அந்தக் காட்சி அமைப்புகள் மரபை முறிக்காவிட்டாலும், அவை வெளிப்படுத்திய சூழலின் ‘புதுமையின்’ *(novelty)* மூலம் பார்வையாளர்களுக்கு

மற்றொரு இன்பத்தை அளித்து பார்வையாளர்களின் வரவேற்பை பெற்றன. அதாவது, இந்த மண்வாசனைப் படங்கள் உருவான காலத்தில்தான் சில காட்சிகளின் ஒளிப்பதிவுக்கும் தியேட்டர்களில் கைதட்டல் கிடைக்கத் துவங்கியது. குறிப்பாக, மேற்கூறிய இந்த நுட்பங்கள் மரபுரீதியான ஜனரஞ்சக கூறுகளுடன் பிணைக்கப்பட்டது. அந்த ஜனரஞ்சக கூறுகள் நடிப்பு, வசனம், நகைச்சுவை, இசை போன்ற நிகழ்த்தல் இன்பங்களுடன் (Performative Pleasures) சம்பந்தப்பட்டவை. இவற்றில், இந்த படங்களில் தோன்றிய புதுமுகங்கள் நடிகர்களின் நடிப்பில் தோன்றியமாற்றம் குறிப்பாக சில உதிரி கதாபாத்திரங்கள் வெளிப்பட்ட விதம், வசனங்களில் வெளிப்பட்ட புதுமை, இளையராஜாவின் இசை அமைப்பு உருவாக்கிய பெரியதோர் மாற்றம், மலேசியா வாசுதேவன், கங்கைஅமரன், இளையராஜா, ஜானகி, போன்றவர்களின் குரல்களில் ஒலித்த பாடல்கள், வைரமுத்து, கங்கை அமரன் போன்றவர்கள் எழுதிய பாடல் வரிகள், மற்றும் பாக்கியராஜ், கவுண்டமணி, செந்தில் போன்றவர்கள் தங்களது நகைச்சுவையில் வெளிப்படுத்திய புதுமைகள் குறிப்பிடத்தக்கவை. இவ்வகையான நிகழ்தல் இன்பங்களை மேற் விளக்கப்பட்ட கதையாடல் கூறுகள் அளிக்கும் இன்பங்களுடன் பிணைத்து தனது நுகர்பொருள் வடிவத்தை கட்டமைத்து, இந்த மண்வாசனை திரைப்படங்கள் தமிழ்சினிமா சூழலில் ஒரு மாபெரும் தாக்கத்தை ஏற்படுத்தின. இந்த செயலுக்கு, 'ரயான்ஸ் டாட்ட'ரும், அதில் தோன்றிய பாத்திரங்களும், நிகழ்வுகளும், அது மையப்படுத்திய பெண்ணின் பாலியல் வேட்கையும், ஒரு பெரும் ஊன்றுகோளாக அமைந்தது என்பதை நிறுவ பல உதாரணங்கள் இந்தக் கட்டுரையில் இதுவரை சுட்டிக்காட்டப்பட்டுள்ளது.

குறிப்பாக, இந்த மண்வாசனை படங்களுக்கு முன்பு தமிழ்சினிமாவில் பாலியல் வேட்கையை மையப்படுத்தி உருவாக்கப்பட்ட படங்கள் மிகவும் குறைவு. அவை, கே.எஸ். கோபாலகிருஷ்ணனின் 'சாரதா' (1962) மற்றும் ப. நீலகண்டனின் 'பூமாலை' (1965). 'சாரதா' என்ற படத்தில் கதாநாயகனுக்கு ஏற்படும் விபத்தின் காரணமாக அவன் இதயம் மிகவும் பலவீனமடைந்துவிட்டதால் அவன் உடலுறவில் ஈடுப்பட்டால் அவன் உயிருக்கு ஆபத்து என்ற நிலை உருவாகிறது. கலைஞர் வசனம் எழுதிய 'பூமாலை'யில் குடிபோதையில் கதாநாயகன் கதாநாயகியை வன்புணர்ச்சி செய்துவிட்டு ஓடிவிட மறுபடியும் அவர்கள் எவ்வாறு ஒன்று சேருகிறார்கள் என்பதே அந்தப் படத்தின் கதையாக அமைகிறது. பிறகு பத்தாண்டுகள் கழித்து 1970களின் இறுதி கட்டங்களில் உருவான

மண்வாசனைப் படங்கள் பெருமளவில் பாலியல் வேட்கையை முதன்மைப்படுத்தக் காரணம் என்ன?

சினிமாவின் ஒட்டுமொத்தமான சரித்திரத்தை புரட்டிப்பார்க்கும்போது அமெரிக்காவிலும், ஐரோப்பாவிலும் பாலியல் வேட்கையை பெருமளவில் மையப்படுத்தும் படங்களும், குறிப்பாக பாலியல் காட்சிகளை வெளிப்படுத்தும் படங்களும் 1959ல் சிறிதாகத் துவங்கி 1965க்குள் ஒரு வேகத்தை பெறுகின்றன. முதலில் இவை இரண்டு விதமான படங்களில் வெளிப்படுகின்றன. ஒன்று ஐரோப்பிய கலைப்படங்கள் மற்றொன்று அமெரிக்காவில் 1960களில் பெருமளவில் தோன்றிய செக்ஸ்ப்ளாய்டேஷன் (sexploitation) 'பி' படங்கள். அமெரிக்காவில் இது சாத்தியமாவதற்கு 1957ல் பத்திரிகை துறையை சார்ந்து உருவான ஒரு பெரும் வழக்கு மிக முக்கிய காரணமாக அமைகிறது. அந்த வழக்கில் தீர்ப்பு வழங்கிய அந்நாட்டின் உச்சநீதிமன்றம், ஆபாசமும் பாலியலும் ஒன்றல்ல என்று தெளிவுபடுத்த, பெண்களின் நிர்வாணப் படங்களுடன் வெளிவரும் பத்திரிகைகள் ஒரு பக்கம் அதிகரிக்க, 1959லிருந்து அங்கு நிர்வாணக் காட்சிகளையும், செக்ஸ்காட்சிகளையும் உள்ளடக்கிய 'பி' படங்கள் வெளிவந்து, 1965லிருந்து ஆளுமை ஹாலிவுட் வடிவத்திலும் இந்த மாதிரியான காட்சிகள் உள்ளடக்கப்பட்டன. மேலும், 1950களுக்கு பிறகு அந்த நாடுகளில் விவாகரத்து என்பது அடிக்கடி நடக்கும் ஒரு வழக்கமாக மாறிவிட்டதால் பாலியல் வேட்கையைப்பற்றி பேசுவதற்கான ஒரு புதிய சூழல் உருவானது. இந்த சரித்திர நிகழ்வுகளின் பின்னணியே 'ரயான்ஸ் டாட்டரி'ல் ரோஸியும் டோரியனும் உடலுறவு கொள்ளும் அந்த நீண்ட காட்சி வெளிப்படுவதற்கு ஒரு முக்கிய காரணமாக இருந்தது.

இந்த ஹாலிவுட் சினிமா மற்றும் ஐரோப்பிய சினிமாவின் தாக்கத்தினால், 1970களின் துவக்கத்தில் இந்தி சினிமாவிலும் பாலியல் காட்சிகளை உள்ளடக்கிய 'தோரஹா' (1971) போன்ற படங்கள் தோன்றினாலும், 1973ல் மாபெரும் வெற்றியை தழுவிய, அமிதாப்பச்சன் நடித்த 'ஜன்ஜீருக்கு' பிறகு, சமூகநிலைமீது கோபத்தையும் ஆவேசத்தையும் வெளிப்படுத்திய இளைஞனை மையப்படுத்தி படங்கள் அங்கு உருவாகத் தோன்றின. குறிப்பாக 1974ல் உருவான பொருளாதார நெருக்கடி மற்றும் 1975ல் அமுலாக்கப்பட்ட அவசரநிலைக்கு பிறகு இந்த படங்களின் உற்பத்தி தங்களது முழு வேகத்தைப்பெற்று மாபெரும் வெற்றி அடைந்துவந்தன. ஆனால் அதே காலகட்டத்தில் தமிழ்சினிமாவில், அதாவது 'அன்னக்கிளி' தோன்றிய 1976ல் இருந்து பெண்வேட்கையை மையப்படுத்திய மண்வாசனைப்

படங்கள் வெற்றிபெறுவதற்கு எந்த சமூக, கலாச்சார, சரித்திர, பொருளாதார, நிகழ்வுகள் காரணிகளாக இருந்தன என்ற முக்கியமான கேள்வி இந்த ஆய்வில் தொக்கி நிற்கிறது. குறிப்பாக, இந்த படங்கள் தோன்றிய காலம் முதல், தமிழ்சினிமாவில் அவை அடுத்த பத்தாண்டுகாலம் (1976-1987) தம் நிலமையை நிலைநிறுத்திக்கொண்ட காலம் முழுவதும், மக்கள் ஆட்சியை அமுல்படுத்துவதாகக்கூறி ஆட்சிக்கு வந்த எம்.ஜி.ஆர்அரசு 197-லிருந்து 1989 வரை இங்கு செயல்பட்டது என்றபோது, அந்த கடினமான கேள்விக்கான பதிலை தேடுவதற்கு மேலும் பல ஆய்வுகள் செய்யவேண்டிய தேவை இருப்பதால் மண்வாசனை படங்களின் கமர்ஷியல் வடிவத்திற்கும், 'ரயான்ஸ் டாட்டரு'க்கும் இருந்த தொடர்புகளை ஆய்வு செய்ததோடு இந்தக் கட்டுரை முடிகிறது.

காட்சிப்பிழை இதழ்கள், ஜனவரி 2011,

◆◆◆

பின்குறிப்பு:

இந்த ஆங்கில படம் 1973ல் சென்னையில் வெளிவந்திருந்தாலும், அதன் அதிர்வுகள் எழுபதுகளின் இறுதி கட்டத்திலிருந்து என்பதுகளின் இறுதி வரை தமிழ் சினிமாவில் எதிரொலித்தது என்று சொன்னால் அது மிகையாகது.

பாகம் - II

தொன்னூறுகளில் எழுச்சிப்பெற்ற வலதுசாரி தேசியவாதம்

- மணிரத்னமும் சினிமா அரசியலும்
- மாறி வரும் தமிழ் சினிமாவும் அதன் இந்துத்துவ பிரதிபலிப்பும்

சுவடுகள்

6

மணிரத்னமும் சினிமா அரசியலும்

"**சி**னிமாவைப் புரிந்துகொள்வது சுலபம். ஆனால் அதற்கு விளக்கம் அளிப்பது கடினம்."

- கிறிஸ்டியன் மெட்ஸ்.

இன்றைய தமிழ் சினிமாவை வடிவமைக்கும் சக்திகளாக ஹாலிவுட் பாணி வியாபாரம், மாநில அடையாளங்களை அழிக்கும் மறு தேசியவாதம் இரண்டும் உள்ளன. இந்தியா முழுவதும் புகழேணியின் உச்சியில் நிற்கும் ஒரு பெயர் மணிரத்னம். 'ஏ' கிளாஸ் என்று குறிப்பிடப்படும் நடுத்தர வர்க்க ரசிகர்களிடம் ஓர் அதீத தொழில்நுட்ப சாதனையின் பிரதிபிம்பமாக அந்தப் பெயர் விளங்குகிறது. மற்ற எல்லா திரைப்படங்களும் எட்டிப்பிடிக்க வேண்டிய ஒரு முன்மாதிரியாகவும், அளவுகோலாகவும் அந்த சாதனை நமது பத்திரிகைகளில் எடுத்துரைக்கப்படுகிறது. இந்த பிரதிபிம்பத்தின் காலச்சுவட்டை 'மணிரத்ன யுகம்' என்று அடையாளம் கூறி பெருமைப்படாதவர்கள் நம்மிடையே குறைவு. சினிமா ஆய்வாளர்களிடையே இது ஒரு பெரிய சர்ச்சைக்குரிய பெயராகவும் இருக்கிறது.

மணிரத்னத்தின் புகழுக்கு காரணமாயிருப்பவை அப்பெயருடன் தொடர்புள்ள திரைப்படங்கள். அவரது திரைப்படங்களே அந்த சாதனையின் வெளிப்பாடுகள்.

அந்த வெளிப்பாடுகளை நாம் இங்கு அலசும் முன்பு ஒன்றை தெளிவுபடுத்துவது அவசியம்.

ஒரு படைப்பு, ஒரு மொழி, ஒரு கலாச்சாரம் இவற்றை ஒரு தனி மனிதன் ஒரு கட்டுக்குள்ளே அடக்கிவிட முடியாது என்பதால் அவற்றிற்கு அந்த படைப்பாளியே ஒரே மூலகர்த்தாவாக இருக்க முடியாது. காரணம், ஒரு படைப்பின் வழியாக பேசுவது ஒரு கலைஞன் மட்டுமல்ல. ஒரு கலாச்சாரமே பேசுகிறது. அதன் பின்னணியாக விளங்கும் ஆதிக்க அல்லது ஆதிக்கமற்ற அமைப்புகளும் பேசுகின்றன. தனி மனித திறமைகளைவிட இவற்றை அடையாளம் காணுவது ஓர் ஆய்வின் ஜனநாயக பொறுப்பு.

மணிரத்தின யுகமும் அந்த யுகத்தைச் சார்ந்த தொழில்நுட்ப சாதனையும் எண்பதுகளின் இறுதியில் எவ்வாறு சாத்தியமாகின? நடுத்தரவர்க்க பார்வையாளர்களிடம் அதிகமான வரவேற்பை பெற்றுவரும் ஹாலிவுட் ரியலிசத்திற்கும் (Hollywood Realism) இந்த யுகத்திற்கும் உள்ள தொடர்பு என்ன? ஹாலிவுட்டை எட்டிப் பிடித்துவிட்டோம் என்ற எண்ணம் மமதையா, நிஜமா? நிஜமென்றால் ஹாலிவுட் இலக்கணத்தில் சூழ்ந்துள்ள அரசியல் - கலாச்சார - சித்தாந்த வடிவங்கள் நமது சூழலில் மறுபிரதி செய்யப்படுகின்றனவா? அல்லது நமது சினிமா கலாச்சாரத்தில் ஆழமாக புதைந்து செயல்படும் சில அம்சங்கள் ஹாலிவுட்டையும் எங்கள் பாணியில் கொடு, இல்லையென்றால் வெளியேறு என்று சொல்கிறதா? இந்த புதியயுகம் தமிழ் சினிமாவின் சரித்திர ஓட்டத்தின் ஒரு தொடர்ச்சியான பரிணாம வளர்ச்சியா? அல்லது அத்தொடர்ச்சியில் ஏற்பட்ட பல முக்கியமான முறிவுகளில் பிளவுகளில் இதுவும் ஒன்றா? அப்படியென்றால் தமிழ் சினிமா என்ற பொது மன்றத்தில் (Public Sphere) ஒரு புதிய ஆதிக்க மாயையை இந்த யுகம் துவங்கி வைக்கிறதா? என்று பல கேள்விகள் எழுகின்றன.

இந்தியா விடுதலை பெற்ற சூழலில் ஹாலிவுட்டை நோக்கி தமிழ் சினிமா விரைந்து கொண்டிருந்தது. ஒரு பக்கம் அமெரிக்கரான எல்லிஸ் ஆர்.டங்கன், மறுபக்கம் தென் இந்தியாவின் மிகப்பெரிய ஸ்டூடியோவான விஜயா-வாகினியின் பி.என்ரெட்டி, பலமுறை வெளிநாடு சென்று திரும்பி மாடர்ன் தியேட்டர்ஸை நிறுவிய டி.ஆர். சுந்தரம். இந்த மூவரின் திரைப்படங்களிலும் பிம்ப அமைப்பு மற்றும் பிம்பத் தொடர்ச்சிகளில் ஹாலிவுட் இலக்கணமும் அணுகுமுறைகளும் பரவலாகத் தென்படுகின்றன. இவையே தொழில்நுட்ப ரீதியில் தென்னிந்திய சினிமாவிற்கு ஒரு முக்கிய அடித்தளத்தை அமைத்துக் கொடுத்தன. இந்தச் சூழலில்

ஹாலிவுட் அணுகுமுறைகளை நிர்வாக ரீதியாகக் கூட கதை - இலாகா, ஜூனியர் - ஆர்டிஸ்ட் தேர்வு, பிரம்மாண்டமான கூட்டங்கள், செட்டிங்குகள், காட்சியமைப்பு போன்றவை கொண்ட ஒரு சினிமா தொழிற்சாலையாக சிசில் பி.டெமிலின் பாணியை முன்னிறுத்தி செயல்பட்டது ஜெமினி ஸ்டூடியோ. பெருங்கூட்டங்களையும் பிரமாண்டமான காட்சியமைப்பையும் கொண்ட எஸ்.எஸ். வாசனின் சந்திரலேகா *(1948)* என்ற படம் ஏற்படுத்திய ரிகார்டை இன்னும் தென்னிந்தியாவில் வேறு எந்தப் படமும் முறியடிக்கவில்லை. பம்பாயில் கே. அசிப் இயற்றிய 'மொகலே ஆஜம்' *(1960)* என்ற படம்தான் அதனை முறியடித்தது. ஆனால் இன்றும் தமிழ் சினிமாவில் சந்திரலேகா ஏற்படுத்திய ரிகார்டை முறியடிக்க பல முயற்சிகள் எடுக்கப்படுகின்றன. 1948-க்குப் பிறகு கிட்டத்தட்ட நாற்பது வருடங்கள் கழிந்து இம்முயற்சிகள் தோன்றுவதற்கான காரணங்கள் என்ன? இடைவெளியில் என்ன நடந்தது? மேற்கூறிய மூவர் ஏற்படுத்திய இலக்கண மரபுகள் என்னவாயின?

1949-ல் திரைக்கு வந்தது அறிஞர் சி.என். அண்ணாதுரை எழுதிய வேலைக்காரி. அதில் ஊற்றாகப் பிறந்த திராவிட இயக்கப்படங்களின் பாணி கலைஞரின் கைவண்ணத்தில் 1952-ல் பராசக்தி என்ற படத்தின் மூலமாக ஒரு வெள்ளமாக உருவெடுத்தது. மக்களிடம் பெரும் வரவேற்பை பெற்ற திராவிட அலையை தங்களுக்குச் சாதகமாக்கிக்கொள்ள இந்த இயக்கத்திற்கு அப்பாற்பட்ட பலர் துடித்தனர். இம்முயற்சியில் வெற்றி கண்டவரில் ஒருவர் மாடர்ன் தியேட்டர்ஸ் டி.ஆர். சுந்தரம். இவர் இயற்றிய திரும்பிப்பார் *(1953)* என்ற படத்தில் ஹாலிவுட் பிம்ப அமைப்பும் தொடர்ச்சியும் இருப்பினும் கலைஞரின் வசனம் முன்நின்றது. திராவிட இயக்க வசன பாணி மொழியை விரிவுபடுத்தி ஒரு புதிய பேச்சு வகையை *(New Speech Genre)* ஏற்படுத்தியது. இன்றும் தமிழ் சினிமாவில் வசனத்திற்கு ஒரு இடமிருக்கிறது என்பதற்கு 1994-ல் வெளிவந்த 'நாட்டாமை' ஒரு சான்று. ஆக பிம்பம் பின்வாங்க சொல் முன் நின்றது. வசனமில்லையேல் வரவேற்பில்லை என்பது ஊர்ஜிதமாயிற்று. இதற்கு கொஞ்சம் முரணாக இயங்கியவை எம்.ஜி.ஆரின் படங்கள். இருப்பினும் இவருடைய படங்களில் திராவிட இயக்கக் கருத்துகள் நிறைந்திருந்தன. எழுத்து ரீதியில் திராவிட இயக்கத்திற்கு அக்காலத்தில் ஒரு முக்கிய பங்காற்றிய கவிஞர் கண்ணதாசன் தீட்டிய மதுரை வீரன் *(1956)*, எம்.ஜி.ஆரை ஒரு பாட்டாளி வர்க்க மற்றும் தாழ்த்தப்பட்ட சாதிகளின் கதாநாயகனாக மாற்றியதில் முக்கியமானது. ஆக இயக்குநர்கள் பின்வாங்க, எழுத்தாளர்கள் முன்னணியில் நின்றார்கள்.

திராவிட இயக்கத்தின் போக்கை சித்தாந்த ரீதியிலும், வியாபார ரீதியிலும் 'ஔவையார்' (1953) என்ற ஜெமினியின் படம் திசைதிருப்ப முயன்றது. பிரம்மாண்டமான புராணப் படமான இது வியாபார ரீதியாக வெற்றி பெற்றாலும், திராவிட அலையை அடக்கவில்லை. காரணம் சினிமாவிற்கு அப்பாற்பட்டும் இந்த இயக்கம் மக்கள் மத்தியில் ஏற்படுத்திய தாக்கம். மேலும் இதன் விளைவால் சினிமா உலகில் இருபெரும் நட்சத்திரங்கள் உருவாகிவிட்டனர். இரண்டாம் உலகப் போரின் ஒரு விளைவாக உருவாக்கப்பட்ட நட்சத்திர அமைப்பை (Star System) முழுமையாக நிலைநாட்டி ஆண் நட்சத்திர ஆதிக்கத்தை அதற்கு அடிமைப்படுத்தி தமிழ் சினிமாவை 25 ஆண்டுகள் ஆட்டி வைத்தனர் இவ்விருவரும். ஒருவர் சிவாஜிகணேசன், அடுத்தவர் எம்.ஜி.ஆர். அவர்களின் ஆதரவைப் பெறாத நிறுவனங்கள், தயாரிப்பாளர்கள், இயக்குநர்கள், சில காலத்தில் மறைந்துபோயினர். இவர்களின் ஆத்திரத்திற்கு ஆளான சக நடிகர்கள், இயக்குநர்கள், தயாரிப்பாளர்கள் அழிந்தே போயினர். ஜெமினி ஸ்டூடியோ கூட இவர்களிடம் ஒரு கால கட்டத்தில் உறவு எடுத்துக்கொள்ள வேண்டியிருந்தது.

திராவிட பாணி திரைப்படங்களில் ஒருபுறம் நாத்திகமும், பொது உடமை கருத்துக்களும் வெளிப்பட்டாலும் தமிழ்மொழி, தமிழ் கலாச்சாரம், தமிழர் அடையாளம் போன்றவைதான் ஆழமாக வெளிப்பட்டன. திராவிட இயக்கத்தின் நாத்திகத்தை முழுமூச்சுடன் எதிர்த்தாலும் 'நாம் தமிழர்' என்ற அடையாளத்தை நிலைநிறுத்தியதில் கணிசமான பங்கு ஏ.பி. நாகராஜனின் பல ஜனரஞ்சக புராணப் படைப்புகளுக்கு உண்டு. இன்றும் ஆடி வந்தாலும், அமாவாசை வந்தாலும் தவறாமல் ஒலிபரப்பப்படுகிறது திருவிளையாடல் படத்தின் வசன / இசைத்தட்டுகள். இவ்வாறு திராவிட பாணி படங்களுடன் சேர்ந்து ஏ.பி.என். எடுத்த திரைப்படங்கள் ஏற்படுத்திய தாக்கத்தில் ஒரு முக்கிய அறிகுறியாக மகாகவி காளிதாஸ் (1966) என்ற படத்தை எடுத்துக் கொள்ளலாம். இதில் நாயகன் தமிழில் பேச ஔவையார் வடிவத்தில் (கே.பி. சுந்தராம்பாள்) சக்தி உருவெடுத்து புறநானூறு பாணியில், 'சென்றுவா மகனே வென்றுவா... எனப் பாடுகிறார். சிவாஜியின் நடிப்பிலும் வசன உச்சரிப்பிலும் தமிழ்ப் புலமையை பிளந்துகட்டும் இந்த காளிதாஸை தமிழ் திருக்கோயில்களை சுற்றியே முடித்துவிடுகின்றனர். ஏதோ சப்பைக் கட்டாக அங்குமிங்கும் சில வடக்கத்திய பெயர்கள். அந்நாளில் இம்மாதிரியான முயற்சி ரியலிசத்திற்கு எதிராக உள்ளதே என்று குரல் எழும்பியிருந்தால் அவை சொற்பமாகவே இருந்திருக்க வேண்டும்.

இந்த தாக்கத்தின் அரசியல் - கலாச்சார பின்னணியை அறிய மேலும் ஒரு படத்தை அடையாளம் காண வேண்டும். அது 1939-ல் கல்கி எழுதி கே. சுப்ரமணியம் இயற்றிய தியாகபூமி. ஹரிஜன மக்களின் பிரச்சனையை முன்வைத்து சாதிக் கொடுமையையும் அத்துடன் வறுமையை முன்வைத்து ஜமீன்தாரியத்தையும் தாக்கியது காந்தியம். இந்தக் காந்தியத்தை பிரச்சாரம் செய்த காங்கிரஸ் வேகமாக முன்னேறி பரவலாக எங்கும் வரவேற்பை பெற்றது. தியாகபூமி இந்த பிரச்சாரத்தின் ஒரு வெளிப்பாடு. ஒருபுறம் அது ஜமீன்தாரியத்தை தாக்கி ஜஸ்டிஸ் கட்சி உறுப்பினர்களை கேவலப்படுத்தி கேலி செய்தது. மறுபுறம் ஹரிஜன மக்களை சுய ஆற்றல் இல்லாதவர்களாகவும் மேலிருப்பவர்களின் போதனையால் மட்டும் முன்னேறக் கூடியவர்களாகவும் சித்தரிக்கிறது.

இதற்கெதிராக தலித்துகளை ஆக்கமும், ஆற்றலுடையவர்களாகவும் காட்டியது 50-களில் வெளிவந்த மதுரைவீரன்.

கம்யூனிஸ்ட்கள் ஒடுக்கப்பட்டதால் அவர்களிடம் இருந்த தொடர்பு மூலம் திரும்பிப்பார் படத்தில் பாட்டாளி வர்க்கப் பிரச்சினை வெளிப்பட்டது. என்.எஸ்.கே.யின். 'நல்லதம்பி'யில் ஜஸ்டிஸ் கட்சி ஜமீன்தாரியத்திலிருந்து விடுபட்டு, காந்தியத்தை உள்வாங்கி, 'வேலைக்காரி' 'பராசக்தி' மூலம் ஒரு சமூக அமைப்பை எதிர்த்து கேள்வி கேட்கும் துணிச்சலையும் ஏற்படுத்தி திராவிட இயக்கம் வேகமாக முன்னேறியது. அதாவது 1930-40-களிலும் வெளிவந்த தேசியவாத படங்கள் காலனிய ஆட்சியை எதிர்த்து அதன் வழியாக கலாச்சாரத்தை விரிவடைய செய்தன. திராவிட இயக்கப் படங்களோ அந்த தேசியவாதம் மழுங்கடித்த அம்சங்களையும் மாநில அடையாளத்தின் முக்கியத்துவத்தையும் வெளிப்படுத்தி அக்கலாச்சாரத்தை மேலும் விரிவடைய செய்தன. திராவிட இயக்கத்தின் தாக்கத்தை பல படங்கள் முழுமையாக முறியடிக்க நினைத்தாலும் அவை அதை செய்யாமல் போனதற்குக் காரணம் தேசியவாதத்தை கேள்விக்கு உட்படுத்தாததுதான். இந்த வரிசையில் சோவின் 'முகமது பின் துக்ளக்', கே.பாலசந்தரின் 'அச்சமில்லை அச்சமில்லை' போன்ற படங்கள் முக்கியமானவை. இவற்றிற்கு மாறாக நடைமுறையில் திராவிட இயக்கம் ஏற்படுத்திய சில இன்னல்களை ஓர் ஆழமான விசாரணைக்கு உட்படுத்தியதில் பங்கு பாரதிராஜாவின் 'என்னுயிர்த் தோழனு'க்கு உண்டு.

ஒரு ஜனநாயக அமைப்பில் தேசிய அடையாளம் (National Identity) பிரச்சினைக்குள்ளாக்கப்பட வேண்டியது அவசியம்

என்றால் 'தமிழர் அடையாளமும்' விமர்சிக்கப்பட வேண்டியது அவசியம். மண்டல் கமிஷனுக்குப் பிறகு இந்திய சினிமாவில் மறுபடியும் தேசிய அடையாளம் பல மாற்றங்களுடன் முன் வைக்கப்படுகிறது. 'வானமே எல்லை, ரோஜா, ஜென்டில்மேன், ஐ லவ் இந்தியா, பம்பாய், இந்திரா, ஆசை' போன்ற படங்கள் இந்த வரிசையில் வருகின்றன. ஒருவிதத்தில் மணிரத்தின யுகம் ஒரு மறு தேசியவாத யுகம் எனலாம்.

திராவிட இயக்கப் படங்கள், ஏ.பி. நாகராஜன், கே.எஸ். கோபாலகிருஷ்ணன், கே. பாலசந்தர், பி. மாதவன், விசு முதலானோர் திரைப்படங்கள் மூலம் தமிழ் சினிமாவில் வசனம் முன்னின்று இயங்கியது. ஏ.பீம்சிங், சி.வி. ஸ்ரீதர், கிருஷ்ணன் - பஞ்சு போன்றவர்களின் படங்களில், சுந்தர் போன்றவர் ஏற்படுத்திய ஹாலிவுட் பிம்ப அமைப்பு இலக்கணம் தொடர்ந்தது. ஆனால், 50-களில் இந்தியாவில் நடந்த முதல் திரைப்பட விழாவின் விளைவாக பிரம்மாண்டத்தை அகற்றி மனித நேயத்தை முன் நிறுத்தி தத்ரூபமாக நடைமுறை வாழ்க்கைச் சிக்கல்களை எடுத்துரைக்கும் ஐரோப்பிய கலை சினிமாவின் தாக்கம் இந்திய சினிமாவில் பிரதிபலிக்கத் துவங்கியது. பிமல்ராய், ராஜ்கபூர், குருதத் போன்றவர்கள் இந்தி சினிமாவில் இந்த தாக்கத்தைக் கொண்டு வந்தனர். வங்காளத்தில் சத்தியஜித்ரேயும் ரித்விக் கடக்கும் இதற்கு காரணமாயிருந்தனர்.

60-களில் ஒரு புதிய முயற்சி அலை வீச ஆரம்பித்தது. பல காரணங்களால் இந்தப் புதிய அலை தமிழ் சினிமாவில் பெருமளவில் காணப்படவில்லையென்றாலும், அதன் பாதிப்புகள் பல படங்களில் வெளிப்பட்டன. தென்னிந்தியாவைப் பொறுத்தவரை ராமு காரியத் இயக்கி மார்க்ஸ் பார்ட்லே ஒளிப்பதிவு செய்த 'செம்மீன்' என்ற மலையாளப் படம் இந்த வரிசையில் முக்கியமானது. இதன் அபார வெற்றி ஒரு பக்கம் அதனுடைய தத்ரூபமான காட்சியமைப்பு நடைமுறை வாழ்க்கையை ஒட்டிய கதையமைப்பு இரண்டையும் வலியுறுத்தியது. ஆயினும் தொழில்நுட்ப ரீதியில் வெளிப்புற காட்சிகளுக்கும் கலர் பிலிமுக்கும் உள்ள ஒரு தொடர்பைத்தான் அது ஆணித்தரமாக முன்னிறுத்தியது. இந்த புதிய அலையின் விளைவாக கே. பாலச்சந்தரின் அரங்கேற்றம், பீம்சிங்கின் சில நேரங்களில் சில மனிதர்கள், ஜான் ஆபிரகாமின் அக்கிரகாரத்தில் கழுதை, ருத்ரைய்யாவின் அவள் அப்படித்தான், பாபு நந்தன் கோடின் தாகம், தேவராஜ் மோகனின் அன்னக்கிளி, மகேந்திரனின் உதிரிப்பூக்கள், ஜெயபாரதியின் குடிசை,

ராபர்ட் ராஜசேகரின் பாலைவனச்சோலை போன்ற படங்கள் இம்மியளவாவது சாத்தியமாயின. இதற்கு இன்னொரு முக்கியக் காரணம் முன்சொன்ன இரு பெரும் நட்சத்திரங்களுக்கும் மிகவும் வயதாகிவிட்டதால் வியாபார ரீதியில் அவர்கள் மவுசு குறைந்ததே ஆகும். இவர்கள் இருவரும் காலி செய்த இடத்தில் வேறு யாரும் உடனடியாக முழுமையாக வரவில்லை. இவர்களை வைத்துப் பண முதலீடு செய்யும் வியாபார தர்க்கம் ஆட்டம் காண தமிழ் சினிமாவில் 25 ஆண்டுகளுக்குப் பிறகு ஒரு பெரிய இடைவெளி ஏற்பட்டது. பெரும் நிறுவனங்கள் தங்கள் தலையை சொரிய ஆரம்பித்தன. ஏ.வி.எம், விஜயா, வாகினி மௌனம் சாதித்தன. ஜெமினி வலுவிழக்கத் தொடங்கிவிட்டது. ஒரே ஒரு சிறிய நிறுவனம் மட்டுமே வேகமாக முன்னேறியது. அது பிரசாத் ஸ்டுடியோஸ், கருப்பு - வெள்ளை வெளியேறி கலர்ப் பட காலம் தொடங்கி விட்ட காலகட்ட மாற்றத்தைப் புரிந்துகொண்டு பிரசாத் கலர் பிலிம் லெபராட்டரி அமைத்தது.

கலர் பட வளர்ச்சிக்கு ஒரு பக்கம் ரசிகர்களிடம் கிடைத்த வரவேற்பும், மறுபக்கம் இதை சாத்தியமாக்கிய தொழில்நுட்ப கலைஞர்களும்தான் காரணம். பழைய ஒளிப்பதிவாளர்களில் பலர் கலர் பிலிமை நன்கு அறிந்திருக்கவில்லை. இதில் தேர்ந்தவர்களான மார்கஸ் பார்ட்லேயும், வின்ஸன்ட்டும் கோடாக் பிலிம் தவிர மற்ற எந்த கச்சா பிலிமுக்கும் முக்கியத்துவம் அளிக்கவில்லை. இந்நிலையில் பிலிம் இன்ஸ்ட்டிட்யூட் மாணவரான நிவாஸ் மலிவான ஆர்வோ (Orwo) பிலிமில் துணிச்சலுடன் ‘பதினாறு வயதினிலே’ என்ற படத்தை ஒளிப்பதிவு செய்து வெற்றி கண்டார். ஆனால் காட்சியமைப்பில் ஹாலிவுட் தாக்கத்தைவிட செம்மீனில் தொடங்கிய ஐரோப்பிய தாக்கம்தான் பிரதிபலித்தது. இந்த தாக்கத்திற்கு பாலுமகேந்திராவும், அசோக்குமாரும் மேலும் மெருகேற்ற ஒளிப்பதிவில் திரைப்படக் கல்லூரி மாணவர்கள் நிரந்தர இடத்தைப் பிடித்தனர். பாரதிராஜாவின் நுணுக்கங்களிலும் ஹாலிவுட் தொடர்ச்சிக்கு எதிரான காட்சியமைப்புகளும், அவருக்குரிய வரவேற்கத்தகுந்த பாணியில் அமைந்தன. இங்கு எம்.டி.வி. வருமுன்னே அவர் படப் பாடல்களின் மூலம் அந்த ஹாலிவுட தொடர்ச்சியை அவர் கைவிட்டது முக்கியம் வாய்ந்தது.

பாரதிராஜாவின் மண்வாசனை கலந்த வசன, பிம்ப மாற்றங்களுக்கு சரிசமமாக சவால்விட்டது இளையராஜாவின் இறை காஸட் (Cassette) தொழில்நுட்பத்துடன் அவரின் இசை ஒன்று சேர்ந்ததும் ஒரு ஆடியோ தொழில் வளர்ச்சிக்கு அஸ்திவாரத்தை அமைத்துக் கொடுத்தது.

இந்த இடைவெளிக்கால கட்டம் பல புதுமுகங்களும் நடிப்பாற்றல்களும், இயக்குநர்களும் தோன்ற சாத்தியமாக இருந்தது. அப்பொழுது மீண்டும் ஒரு பெரும் நட்சத்திரங்கள் தோன்றுவதற்கான சாத்தியக் கூறுகள் ஏற்பட, நீண்ட இடைவெளிக்குப் பிறகு வேட்டியை வரிந்து கட்டிக்கொண்டு களத்தில் இறங்கியது ஏவி.எம். இவர்களின் தயாரிப்பிலிருந்து ரஜினிகாந்த் 'முரட்டுக்காளை' மூலம் சூப்பர் ஸ்டார்-1 ஆகவும், கமல் சகலகலாவல்லவன்' மூலம் சூப்பர் ஸ்டார் - 2 ஆகவும் உருவானார்கள். நட்சத்திர வியாபாரம் தலையை தூக்க, புதிய வாய்ப்புகளுக்கு மீண்டும் கதவுகள் தாளிடப்பட்டன. இதன் விளைவாக மாற்றங்கள் வரவேண்டுமானால், அது தொழில்நுட்ப ரீதியில்தான் என்பது ஊர்ஜிதமானது. விரைவில் வீடியோ பூம் துவங்க வீடியோ பைரசி (Piracy) தலைதூக்க ஆரம்பித்தது. இதனால் திரைப்படத் தொழில் பாதிக்கப்பட்டது. மேல் நாட்டில் இத்தகைய பாதிப்பை பிரம்மாண்ட தயாரிப்புகள் புதிய தொழில்நுட்ப உதவியுடன் (ஸ்டீல் பெர்க் போன்றவர்களால்) மேற்கொள்ளப்பட்டன. இங்கு பிரசாத் அந்த முயற்சியில் இறங்கியது. பல நவீன தொழில்நுட்ப கருவிகளை இறக்குமதி செய்தது. 70 எம்.எம் ஒலிப்பதிவு தியேட்டரை உருவாக்கி நவீன காமிராக்களையும் அதைச் சார்ந்த லென்சுகள், ஸ்டெடிகாம், பதிய வண்ண உஷ்ண (Colour Temperature) எச்.எம்.ஐ. விளக்குகளையும் அறிமுகம் செய்தது.

அதுவரை மௌலி இயக்கிய படங்களில் மட்டும் பணியாற்றிதான் அறிந்த தொழில்நுட்ப நுணுக்கங்களைப் பயன்படுத்த முடியாமல் இருந்த ஸ்ரீராம் இக்கருவிகளின் உதவியுடன், பிரதாப் போத்தன் இயக்கிய 'மீண்டும் ஒரு காதல் கதை வழியாக அக்ஃபா கேவார்ட் (Agfa Gevart) பிலிமிலும் கைதேர்ந்த ஒளிப்பதிவையும் தனக்குரிய நுட்பங்களையும் செழுமையாக வெளிப்படுத்த முடியும் என்று செய்து காட்டினார். இந்தப் படத்தின் இயக்கத்திலும் ஒளிப்பதிவிலும் ஐரோப்பிய சினிமாவின் தாக்கம்தான் அதிகம். இந்தத் தாக்கத்திற்கு செம்மீன் ஒரு துவக்கம் என்றால், சியாம் பெனகலின் ஆங்கூர் (1973), மந்தன் (1976) போன்ற படங்கள் அந்த தாக்கத்தை நிலைநிறுத்தின.

'மீண்டும் ஒரு காதல் கதைக்குப் பிறகு இரண்டு வருடம் கழித்து திரைப்படக் கல்லூரியிலிருந்து ஆபாவாணன் குழுவினர் 1986 - ல் விஜயம் செய்து ஹாலிவுட் பிரம்மாண்டத்தை இங்கு மறுபிரதி செய்வதற்கான ஒரு அடிக்கல்லை 'ஊமை விழிகள்' படம் மூலம் நிறுவினர். சினிமாஸ்கோப்பில் தயாரான

இந்த படத்திற்கு அது தயாரிப்பு நிலையில் இருந்தபொழுது வரவேற்பில்லை. இதற்கு முன்னே 'இராஜராஜ சோழன்' என்ற படம் படுதோல்வியடைந்ததால், சினிமா ஸ்கோப் ராசியில்லை என்று நிர்ணயித்தது நமது சினிமா உலகம். எனவே இக்குழுவினர் படத்தைவெளியிடும் முன் அந்த தியேட்டருக்குள் சென்று அங்கு ப்ரொஜக்டர்களில் சினிமா ஸ்கோப் லென்சுகளைப் பொருத்தினர். இப்படத்தில் திரைக்கதை பழைய பாணியில் இருந்தாலும், அகலத்தையும் அதைச் சார்ந்த காட்சியமைப்புகளின் புதுமையும் ஒரு பெரிய வரவேற்பை ஏற்படுத்தியது. இன்று திரைப்படங்கள் என்றால் அவை சினிமா ஸ்கோப்பில் இருக்கவேண்டும் என்பது ஐதீகமானது. ஆனால் ஊமை விழிகள் என்ற படத்தின் மூலம் ரியலிசத்தை வெளிக்கொணர ஒரு முயற்சி செய்யப்பட்டாலும் அது முழுமையாக வெற்றி பெறவில்லை.

இம்மாதிரியான முயற்சிகள் ஒருபுறமிருக்க 80-களில் வேறு விதமான ஒரு தாக்கமும் இங்கு சென்னையில் நடக்க ஆரம்பித்தது. தொலைக்காட்சியின் முன்னேற்றத்தினால் விளம்பரப் படங்களின் தேவை அதிகரிக்க நிறுவனங்கள் பம்பாய்க்கு அப்பாலும் தொழில்நுட்ப கலைஞர்களைத் தேட ஆரம்பித்தன. அதாவது அறுபதுகளிலும், எழுபதுகளிலும் பெரிய விளம்பரப் படத்தை தயாரித்தவர்கள் யாரும் இங்கு கிடையாது. சிறு சிறு படங்களே இங்கு உருவாயின. 80-களின் தேவைக்கேற்ப இந்த விளம்பர வளர்ச்சியில் இங்கு முதலில் இறங்கியவர் டெலிவிஷ்வல் பரத் என்பவர். இதனால் மது அம்பாட், ஸ்ரீராம் போன்ற வித்யாசமான கலைஞர்களுக்கும் வாய்ப்புகள் பெருகின. சினிமாவிற்கு மட்டும்தான் விளம்பரம் என்று இருந்த வேளையில் பலநுகர் பொருள் நிறுவனங்கள் தாங்கள் என்றோ தயாரித்த விளம்பரப் படங்களையே மறுபிரதி எடுத்து வெளியிட்டுக் கொண்டிருந்தன. ஆனால் தொலைக்காட்சியின் வருகையால் அதை அடிக்கடி மாற்ற வேண்டிய தேவை ஏற்பட்டது. இதனால் இப்படங்களின் தேவை பன்மடங்காக அதிகரிக்க மேலும் பல நிறுவனங்கள் தோன்றின. ஒளிப்பதிவாளர் ஸ்ரீராமும் ஜயேந்திராவும் துவக்கிய ஜெ.எஸ். நிறுவனமும், ராஜிவ் மேனன் துவங்கிய ராஜீவ் அஸோஸியேட்ஸ் என்று நிறுவனமும் இவற்றில் சில. இந்நிறுவனங்கள் தயாரித்த விளம்பரப் படங்களுக்கு இசையமைத்ததில் ஏ.ஆர். ரஹ்மானுக்கும் மகேஷிற்கும் முக்கிய பங்கு உண்டு.

விளம்பரப் படங்கள் தொழில்நுட்ப ரீதியில் போட்டிபோட வேண்டிய கட்டாயத்தால் கம்ப்யூட்டர் கிராபிக்ஸ் போன்ற

பல சாதனங்களை இங்கு இறக்குமதி செய்ய வேண்டிய தேவை ஏற்பட்டது. அவ்வாறு இறக்குமதி செய்யப்படாத சூழலில் படத்தை மட்டும் இங்கு ஒளிப்பதிவு செய்துவிட்டு பம்பாய் சென்று மற்ற வேலைகளை முடித்துக் கொண்டனர். இதிலும் சென்னையில் முந்திக் கொண்டது பிரசாத் நிறுவனம். வீடியோ அனிமேஷன் மற்றும் கம்ப்யூட்டர் கிராஃபிக்ஸ் தளத்தை நிறுவியது. தொழில்நுட்ப அமைப்புகளும் (Technological Infrastructure) தொழில்நுட்ப அறிவும் (Technical Knowledge) மற்றும் அதை செயலாக்கம் செய்யும் கலைஞர்களை உருவாக்கக்கூடிய திரைப்படக் கல்லூரிகளும் ஏற்பட்டுவிட்ட பின்னணியினால் மணிரத்னயுகம் பிறப்பதற்கான எல்லா வாய்ப்புகளும் ஏற்பட்டன. இன்று மணிரத்னத்தையும் தாண்டி சங்கர் போன்றவர்கள் அறிமுகமாவதற்கும் அது வழி செய்துள்ளது.

மிகுந்த பொருட்செலவில் உருவாகும் இவர்களின் படைப்புகளுக்கு பொருளாதார ரீதியிலும், வியாபார ரீதியிலும் வாய்ப்புகள் என்ன என்பது நமது அடுத்த கேள்வி. எதற்கும் இணங்காமல் அதீத உஷாரான நிலையில் இயங்கும் வியாபார உலகில் புதிய முயற்சிகளுக்கு என்றும் முட்டுக்கட்டை உண்டு. ஆனால் இப்படி படமெடுத்தும் பணம் சம்பாதிக்க முடியும் என்ற நிலையை உருவாக்கினால் ஒரு தயாரிப்பாளர் படையே பின்னால் திரண்டு வரும். உதாரணமாக 'நாயகன்' படத் தயாரிப்பாளர் முக்தா சீனிவாசனுக்கும் மணிரத்னத்திற்கும் செலவு பற்றி எழுந்த வாக்குவாதம் முற்றி படத் தயாரிப்பே நின்றுவிடும் நிலையில் ஜீ.வி உதவியால் படம் முடிந்த பின் வெற்றியைத் தழுவியது என்பது பரவலான செய்தி. ஒரு பெரிய நடிகரை வைத்து ஹாலிவுட் ரியலிச அடிப்படையில் எடுக்கப்பட்ட 'நாயகன்' ஒரு குறிப்பிட்ட முயற்சி என்றால் அதே பாணியில் புதுமுகங்களையோ அல்லது அதிகம் பணம் வாங்காத ஆனால் ஓரளவு திறமையுள்ள நடிகர்களை வைத்து மிகுந்த பொருட் செலவில் காட்சியமைப்புகளை உருவாக்குவது வேறு விதமான முயற்சி. முதல் வகையை சேர்ந்த படம் 'ரோஜா'. இரண்டாம் வகையைச் சேர்ந்த படம் 'ஜென்டில்மேன்'. குறிப்பாக 'காதலன்' படத்திற்கான செலவைவிட 'ரோஜாவின் செலவு குறைவானாலும், 'வானமே எல்லை' என்ற படத்தின் செலவு அதனினும் பாதிதான் என்பதை நினைவு கொள்ளவேண்டும்.

'ரோஜா', 'காதலன்', 'பம்பாய்' என்ற மூன்று படங்கள் தமிழ் சினிமா வியாபார தர்க்கத்தை இன்று மாற்றியுள்ளன. இந்த மூன்று படங்களின் ஆடியோ காஸெட்டுகளின் உரிமை

தமிழில் மட்டும் ஒரு கோடியிலிருந்து இரண்டு கோடிவரை சம்பாதிக்க முடியும் என்ற நிலை உருவாகியுள்ளது. அதனால் உரிமையைத் தனக்கே தரவேண்டும் என்ற நிபந்தனையில் இயங்கி வந்த இளையராஜா கொஞ்சம் முரட்டுத்தனமாக பின் தள்ளப்பட்டுள்ளார். ஒரு தமிழ்ப்படம் வியாபார ரீதியில் நல்ல தகுதியுடையதாக இருந்தால் அதனுடைய தெலுங்கு இந்தி டப்பிங் உரிமைகளை இரண்டு கோடிக்கு விற்க முடியும். ஆக விநியோகஸ்தர்களிடம் மேற்கூறிய உரிமைகளின் மூலம் இம்மாதிரியான படத்தின் மொத்த வரவு 7.5 கோடி வரை செல்ல வாய்ப்புண்டு. இம்மாதிரியான படத்திற்கு சராசரி செலவு வட்டியுடன் சேர்த்து 4.5 அல்லது 5 கோடிகளாகும். இதில் லாபம் 2.5 கோடி என்பது 50 சதவிகிதத்தை எட்டி விடுகிறது. நேரடியாக தயாரிப்பு நிறுவனமே விநியோகம் செய்தால் 9 கோடி வரை எட்டலாம். ஆனால் சினிமா வட்டாரத் தகவலின்படி 'ரோஜா'விற்கு ஏற்பட்ட செலவு 80 லட்சம். இதன் வரவு என்ன என்பதை வாசகரின் கணிப்பிற்கே விட்டு விடுவோம்.

முன்பு தமிழில் ஒரு படம் வெற்றி பெற்றால் அதை தெலுங்கிலும், பிறகு இந்தியிலும் தயாரிக்கும் வழக்கத்தை ஜெமினி, ஏவி.எம்., விஜயா, வாகினி, பிரசாத் போன்ற நிறுவனங்கள் கடைப்பிடித்து வந்தன. இதற்கு மாறாக ஒரே சமயத்தில் மூன்று மொழி ரசிகர்களையும் கவரக்கூடிய முகங்களையோ, திறமைகளையோ கலந்து கதையையும் அதற்கேற்றாற்போல் அமைத்தால் ஒரே கல்லில் மூன்று மாங்காய் என்ற நிலை 'ரோஜா', 'காதலன்', 'பம்பாய்' என்ற படங்களினால் உருவானது. இம்மாதிரியான முயற்சிக்கு செலவு 5 கோடி என்றால் வரவு 13 கோடிக்கும் மேல் செல்ல வாய்ப்புண்டு. இது உரிமைகளுக்குப் பெறும் தொகை மட்டுமே. இதைத் தவிர சினிமா கொட்டகைகளில் வரும் நிஜமான வசூல் அதையும் தாண்டிய ஒரு பெரிய தொகையாகும். 'பம்பாய்' படம். இந்தியா மற்றும் வெளிநாட்டு வரவிலிருந்து 30 கோடி வசூல் செய்ததாக கேள்வி. இம்மாதிரியான வியாபார தர்க்கத்திற்கு இன்னொரு காரணம் தமிழை மட்டும் நம்பி அதிக தொகை செலவு செய்து எடுத்த படம் படுத்துவிட்டால் பலபேர் கையை சுட்டுக்கொள்ள நேரிடும். ஒரே சமயத்தில் மூன்று மொழி என்றால் தயாரிப்பாளருக்கும் ஒரு பாதுகாப்பு இருக்கிறது.

இந்த புதிய வியாபார தர்க்கத்தினால் ஒரு கலாச்சார கட்டாயம் ஏற்பட்டுள்ளது. மும்மொழி படங்களும் வெற்றிபெற வசதியான, ஒரு பொது தேசிய அடையாளம் (*convenient national Identity)* தேவையாகிறது. இத்தேவையால் மாநில வித்யாசங்களும், அடையாளங்களும் *(Regional Differences and Identities)* வெளியேற்றப்படுகின்றன. அல்லது மாநில அடையாளத்தையும் தேசிய அடையாளத்திற்குள் சுருக்கிவிடும் நிலை ஏற்படுகிறது. இன்றைய அரசியல் மற்றும் பொருளாதார சூழல் தேசத்துக்கே பொதுவானது. இத்துடன் நேருவின் சோஷலிசம் கைவிடப்பட்டதின் ஒரு நேர்முக எதிரொலியாக புதிதாக வந்துள்ள 'வியாபாரத்துக்கு வசதியான தேசீய அடையாளம்' செயல்பட ஆரம்பித்துள்ளது. மண்டல் கமிஷனும் பாபர் மசூதித் தகர்ப்பும் வடக்கே பெரியார் அலையைக் கிளப்பவே, அதை சித்தாந்த ரீதியில் இந்து தேசியவாதமும் பொருளாதார அடிப்படையில் தாராளமயமாக்குதல் என்ற தத்துவமும் கட்டுப்படுத்தப் பார்க்கின்றன. இன்று பல மாநிலங்களில் வெடித்தெழும்பும் உரிமைக் குரல்களை சிறுபான்மையினரின் தேசிய விரோத தீவிரவாதம் *(Minority anti – national terrorism)* என்று பெயரிட்டு கட்டுப்படுத்தப் பார்க்கின்றன. இதற்கேற்ப இன்றைய சினிமாவின் தர்க்கம் செயல்பட்டு ஒரு பன்முக ஜனநாயக அடையாளத்தை அகற்றி நடுத்தர வர்க்க ஆசைக்கேற்ற தேசிய அடையாளத்தை நிலைநிறுத்த உதவுகிறது. இந்த மறுதேசிய வாதத்தின் பிரதிபிம்பமாக 'ரோஜா' மற்றும் 'பம்பாய்' போன்ற படங்களை அடையாளம் காணலாம்.

திராவிட இயக்கப் படங்களின் தாக்கத்தால் சொல் முன் நின்று பிம்பம் பின்நின்ற காலம் மாறிவிட்டது. குறிப்பாக தமிழ் சினிமாவில் பாலுமகேந்திராவின் 'அழியாத கோலங்கள்' 'மூடுபனி' 'மூன்றாம்பிறை' போன்ற படங்களில் வசனம் குறைக்கப்பட்டு, பிம்பத்திற்கும் காட்சியமைப்பிற்கும் முக்கியத்துவம் அளிக்கப்பட்டது. பார்வையாளர்களிடையேயும் இந்த பிம்ப அமைப்புகள் வரவேற்பைப் பெறத் தொடங்கின. பாலு மகேந்திராவின் இந்தப் பாணி மணிரத்தினத்தின் படத்திற்கு ஒரு முன்னோடி என்றாலும் அடிப்படையில் ஒரு வித்தியாசம் உள்ளது. பாலுவின் பிம்ப அமைப்பில் முன் நிற்பது ஐரோப்பிய தாக்கம். இதற்கு எதிராக மணிரத்தினத்தின் பிம்ப அமைப்பில் முன் நிற்பது ஹாலிவுட் ரியலிசத்தின் தாக்கம். இருவருக்கும் பொதுவான பாணி வசன குறைப்பு. ஆக மணிரத்தினத்தின் படங்களில் வரும் ஒவ்வொரு பிம்பத்திற்கும் ஏற்படும் செலவு பாலுவின் படங்களில் ஏற்படுவதைவிட பல மடங்கு அதிகம். நாம் ஹாலிவுட் ரியலிசம் என்று இங்கு எதைக் குறிப்பிடுகிறோம்? கொளுத்தும் வெய்யிலில் கூட நகரத்தின் ஒரு பகுதியை வெள்ளை பனி படர்ந்த இடமாக மாற்றக்கூடியது ஹாலிவுட். முக்கியமாக இதனுடைய

அணுகுமுறையின்படி படத்திற்காக போடப்படும் செட்டிங் செயற்கையாகத் தெரியக்கூடாது. இந்த அடிப்படையில்தான் ரமேஷ் சிப்பியின் 'ஷோலே' உருவாக்கப்பட்டு, பெங்களூர் அருகே ஒரு கிராமத்தையே அமைத்தது. தமிழில் இந்த அணுகுமுறை 'நாயகன்' படத்திற்காக அமைக்கப்பட்ட பம்பாய் சேரி ஒன்றின் செட்டிங்ஸ் வழியாக அறிமுகமாகிறது. ஹாலிவுட் ரியலிசத்தின் கதையமைப்பு என்பது நேர்கோடானது. இதில் தமிழ் சினிமாவிலிருப்பது போல் உப கதையாடல்கள் கிடையாது. இந்த உப கதையாடல்கள் (பாடல்கள், காமெடி டிராக்) ஆதிக்கக் கருத்துக்களை எதிர்க்கும் வசதி வாய்ந்தவை. கலைவாணர் என்.எஸ். கிருஷ்ணன் முதல் தமிழ் சினிமாவில் ஸ்பெஷல் நாடகத்தின் ஒரு பாதிப்பாக தொடர்ந்து வரும் மரபு இது. பார்வையாளர்களுக்கு தேவை என்பதால் மணிரத்தினத்தின் படங்களில் பாடல்களை வெளியேற்ற முடியவில்லை. காமெடி டிராக்குகளை பொறுத்தவரையில் ஸ்பெஷல் நாடக பரிச்சயம இல்லாதவர் என்பதால் மணிரத்னம் பட காமெடியில் சராசரிப் படங்களையும் விட மட்டமானகருத்துக்களே வெளிவருகின்றன. அதாவது சமுதாயத்தில் கீழ்த்தளத்தில் உள்ளவர்கள் ப்ளூ-பிலிம் பார்ப்பவர்கள், உரத்த குரலில் பேசுபவர்கள், மட்டமான வார்த்தைகள் உபயோகிப்பவர்கள் என்று தட்டையாக கட்-அவுட் மாதிரி மட்டுமே சித்தரிக்கப்படுகின்றனர். வலுக்கட்டாயமாக திணிக்கப்பட்ட இவற்றில் சீராகக் கருத்துக்களை அமைக்க முடியாததில் மணிரத்தினத்தின் தவிப்பு வெளிப்படுகிறது. மேலும் ஹாலிவுட் பாணியில் நேர்கோடாக அமைக்கப்படும் அவருடைய கதை அமைப்புகளில் இதற்கு இடமில்லை. இந்தச் சூழலில்தான் பாடல்களையும், வெளியேற்றிவிட்டதாக ஹாலிவுட்டை முழுக்கப் பின்பற்ற முயற்சிக்கும் கமல்ஹாசனின் குருதிப்புனல் மார்தட்டிக் கொள்கிறது.

இன்று ஹாலிவுட் ரியலிசம் முழு பிரமையை (*Total Illusion*) உருவாக்கும் சக்தியைப் பெற்றுவிட்டது. ஒரு கம்யூட்டரின் உதவியோடு டிஜிட்டல் மோடில் (*Digitalmode*) ஒரு அம்பை தயாரித்து ஒருவனின் உடலில் படுவேகமாக செலுத்தி அது மறுபக்கம் அவன் குடலை பிய்த்துக்கொண்டு பறப்பதைப்போல் நிஜத்தைவிட பயங்கரமாக ஒரு காட்சியை அமைக்கலாம். ஹாலிவுட்டில் உருவாகிய 'ஸ்டார் வார்ஸ்' (*Star Wars*) 'ஏலியன்' (*Alien*) போன்ற படங்கள் கையாளும் யுக்திகளுக்கு இந்த அணுகுமுறை ஒரு அடித்தளம். அதாவது 'ஹாலிவுட் ரியலிசம்' என்றால் யதார்த்தமல்ல. நிஜத்தை போன்ற ஒரு பிரமை என்பதே. இந்த பிரமையை உருவாக்கும் முதல் கட்டத்தில் இன்று தமிழ் சினிமா தேர்ச்சி பெற்றுவிட்டது. அதனுடைய

இரண்டாவது கட்டத்திற்கான செலவு மிகவும் அதிகமாக உள்ளதால் அந்த அளவு நம்மால் செலவு செய்ய முடியாமல் இருப்பதால் மட்டுமே அந்தக் கட்டம் இங்கு இன்னும் சாத்தியமாகாமல் இருக்கிறது,

சினிமா என்பது ஒரு கனவுத் தொழிற்சாலை. அதில் உண்மையைக் காண பார்வையாளர்கள் வருவதில்லை என்ற கணிப்பு ஒரு பக்கம் உண்மை. அதே சமயம் சினிமாவை ஒரு பொதுமன்றம் (Public Sphere) என்று பார்க்கும்போது அந்த மன்றத்தில் பல கருத்துக்கள், ஏக்கங்கள், உணர்வுகள், ஆசைகள், அடையாளங்கள் ஒன்றுக்கொன்று போட்டி போடுவதைக் காணலாம். என்னதான் வியாபார தர்க்கம் எல்லாவற்றையும் சமப்படுத்தி வடித்தாலும் ஒரு கலாச்சாரத்தை விரிவடையச் செய்யக்கூடிய படங்கள் அவ்வப்போது சிறிய அல்லது பெரிய இடைவெளிகளில் வருகின்றன. இத்தருணத்தில் மேற்கூறிய பல பின்னணிகளின் விளைவாக உருவாகிய மணிரத்தின யுகமும் அதை சார்ந்த திரைப்படங்களும் தொழில்நுட்ப சாதனையில் கொடிகட்டிப் பறக்கலாம். ஆனால் ஜனநாயகத்தையும், கலாச்சாரத்தையும் விரிவடையச் செய்யக் கூடியவையாக இருக்கின்றனவா என்ற முக்கியமான கேள்விக்கு நாம் பதில் தேட வேண்டும்.

'தினமணி', பொங்கல் மலர், 1996

7

மாறிவரும் தமிழ் சினிமாவும், அதன் இந்துத்துவ பிரதிபலிப்பும்

பிரெஞ்சு புரட்சியின் உச்சக்கட்டமான 1789-ல் 'மனித உரிமைகள் அறிவிப்பு' (Declaration of Man's Rights) வெளியிடப்பட்டபொழுது மனிதர்கள் எல்லோருக்கும் ஒரே நீதி, ஒரே சட்டம் என்ற கோட்பாடு முன்வைக்கப்பட்டது. இதைத்தான் இன்று நாம் அரசியல் நவீனத்துவம் (Political Modernity) என்று புரிந்து கொள்கிறோம். மக்களுக்காக என்று குரல் கொடுத்த இதே சமூகம், மன்னராட்சியை வீழ்த்தி மக்களாட்சியை நிலைநாட்டிய இந்த ஜனநாயக வித்து அப்பொழுதே யூதர்கள், முஸ்லிம்கள் போன்ற சிறுபான்மையினரும், கறுப்பர்கள் கலோனிய ஆட்சியின் கீழ் வாழ்ந்த ஏனைய மக்களையும் குடியாண்மைக்கு தகுதி அற்றவர்களாக வெளியே நிறுத்தியது. மனிதர்களை இனரீதியாக கூறுபோடுவதை விஞ்ஞான / சித்தாந்த ரீதியாக நியாயப்படுத்தியது. 18-ம் நூற்றாண்டில் இந்த ஜனநாயக கோட்பாடு உருவாகும்போது பிற்போக்கான கருத்தாக்கம் ஊடுருவியதால் ஒரு சமதர்ம சமுதாயத்தில் வித்தியாசமான மனித அடையாளங்களுக்கு இடமில்லாமல் போயிற்று.

மாறாக 1951-ல் இந்திய அரசியல் சாசனம் நிறுவப்பட்டபொழுது சிறுபான்மையினரும், தாழ்த்தப்பட்ட ஜாதியினரும், பழங்குடியினரும் தங்கள் குடியுரிமைகளையும்

வாழ்க்கை முறைகளையும் முழுமையாக அனுபவிக்க அரசு பல அடிப்படை சலுகைககள், செய்து தர வேண்டும் என முன்னிறுத்தி, மேற்கூறிய அரசியல் நவீனத்துவத்தின் குறை நிறைவு செய்யப்பட்டது. இதனால் பெரும்பான்மையினரின் கோலோச்சில் சிறுபான்மையினரின் உரிமைகளும், பழக்க வழக்கங்களும் அழிந்து போய் விடாமல் பாதுகாக்க ஏது உண்டாயிற்று. பிரெஞ்சு புரட்சியில் நிறுவப்பட்ட 'ஒரே நீதி, ஒரே சட்டம்' என்ற கோட்பாட்டில் உள்ள சிக்கல்களுக்கும் 'பன்முக நீதி, பன்முக சட்டம்' என்று ஜனநாயக ரீதியாக காணப்பட்ட முற்போக்கான தீர்வு இது.

20-ஆம் நூற்றாண்டின் மத்தியில் நிறுவப்பட்ட இந்தத் தீர்வை அதே நூற்றாண்டின் இறுதியிலிருந்து Common Civil Code (ஒரே நீதி, ஒரே சட்டம்) என்ற கோட்பாட்டின் வாயிலாக மீண்டும் 18 ஆம் நூற்றாண்டில் உருவாக்கப்பட்ட பிற்போக்கான நிலைக்கு பின்தள்ளும் முயற்சிகள் நடந்து வருகின்றன. இத்துடன் மண்டல் கமிஷன் எதிர்கொண்ட எதிர்ப்புகள், பாபரி மஸ்ஜித் தகர்ப்பு மற்றும் இந்திய அரசியல் சாசனத்தில் அடிப்படை மாற்றங்கள் வேண்டும் என்ற ஆவேசம் இந்துத்துவ சக்திகளின் வளர்ந்துவரும் வெளிப்பாடாகும். 1984-ல் அயோத்தியில் துவங்கி, 1987-ல் இந்தியத் தொலைக்காட்சியில் 'ராமாயண'த் தொடராகி, இன்று நம் திரைப்படங்களில் ஓங்கி ஒலிப்பதும் இம்முயற்சிகளை முன்னிறுத்தும் இந்துத்துவ சக்திகளின் சித்தாந்தமே.

இதன் பின்னணியில் தமிழ் சினிமா சிறுபான்மையினரை எவ்வாறு சித்தரிக்கிறது என்று ஆராய்ந்தால், பொதுவாக 1932-லிருந்து, 1980-களின் இறுதிவரை கதாபாத்திரங்களாக வந்த சிறுபான்மையினர், பெரும்பான்மையினரின் வெறுப்புக்குப் பாத்திரமாக ஆக்கப்படவில்லை. இதனால் அவர்களைப் பற்றிய பூரணமான புரிதலை தமிழ் சினிமா உருவாக்கியது என்று அர்த்தமில்லை. அவர்கள் இருப்பை இச்சமூகத்தில் அங்கீகரித்தது. உதாரணமாக, ஞானசௌந்தரி, பாக்தாத் திருடன், அலிபாபாவும் 40 திருடர்களும், ராஜா தேசிங்கு, குலேபகாவலி, ஞானி ஒளி, பாவ மன்னிப்பு, சங்கர் - சலீம் - சைமன், அடுத்தாத்து ஆல்பர்ட், அலைகள் ஓய்வதில்லை போன்றவையை கூறலாம். இதைப்போன்ற முயற்சிகளாலேயே நாகூர் அனிபா, ஜிக்கி, பி.லீலா போன்றோர் பாடிய சிறுபான்மை மத பக்திப் பாடல்கள், பரவலாக மக்களால் பாடப்பட்டது. அதே காலகட்டத்தில் முரணான சில படைப்புகள். இருப்பினும் 1992-க்குப் பிறகு வந்தவைபோல் அவை விஸ்வரூபம் எடுக்கவில்லை.

1992! டிசம்பர் 6ஆம் தேதி பாபரி மஸ்ஜித் இடிபட்டு, அதைத் தொடர்ந்து பம்பாயில் குருதிப்புனல் ஓடிய ஆண்டு, இக்கிளர்ச்சியினால் அதிகம் பாதிக்கப்பட்டவர் இஸ்லாமிய மக்களே என்பதை ஜஸ்டிஸ் கிருஷ்ணாவின் அறிவிப்பு திட்டவட்டமாக தெரிவிக்கிறது. இத்துடன் முன்கூறப்பட்ட 18-ஆம் நூற்றாண்டின் பிற்போக்கு நிலைக்கு சிறுபான்மையினரை அந்நியமாக்கி பின்தள்ளும் முயற்சி முழு வீச்சை அடைகிறது.

அதே *1992!* தமிழ் சினிமாவின் சூழலில் மட்டும் அல்லாது இந்திய சினிமாவிலேயே பெரும் மாற்றத்தை ஏற்படுத்திய ஆண்டு!

சிறுபான்மையிரை அந்நியமாக்கும் கட்டம் தமிழ், தெலுங்கு, ஹிந்தியில் வெளிவந்த ரோஜா (1992) - ல் துவங்குகிறது. கதையின் முன்னணி பாத்திரங்கள், காஷ்மீர் தீவிரவாதி லியாகத் அலிகானுக்கு ‘காந்தீய’ பண்புகளை கற்பிக்கும் ரிஷிகுமார், கடத்தப்பட்ட தன் கணவனை மீட்க ‘அரசையே பணியவைக்கும் கிராமத்துப் பெண் ரோஜா, அந்நிய நாட்டிலிருந்து ஊடுருவிய தீவிரவாதி வாஸிம்கான் மற்றும் அரசுப் பிரதிநிதி இராணுவ அதிகாரி கரியப்பா. இவர்களில், ரிஷிகுமார் அடிக்கடி உரக்கக் கேட்கும் காஷ்மீர் பண்டிட்களை ஏன் வெளியேற்றினீர்கள்?” என்ற கேள்வியால், காஷ்மீர் இளைஞர்கள் இன்று ஏன் துப்பாக்கி தூக்கும் நிலைக்குத் தள்ளப்பட்டனர் என்ற கேள்வி மறைக்கப்படுகிறது. கேட்கப்படாத இந்த கேள்விக்கு வாஸிம்கான் போன்ற பாகிஸ்தானிய ஊடுருவல்தான் என்ற சுலபமான பதிலும் படத்தில் உள்ளது. இந்த விடை ரோஜாவிற்கு தரும் உரிமையால் அவர் வாஸிம்கானிடம்,“எங்கிருந்து வந்தியோ அங்கேயே (பாகிஸ்தான் என்று வாசிக்கவும்) திரும்பிப்போ” என்று கட்டளையிட முடிகிறது. இப்படத்தில் வைக்கப்படும் கருத்துக்களுக்கு மாறாக சம்பந்தப்பட்ட எல்லோரும் (பாகிஸ்டதான், இந்தியா, காஷ்மீர் மக்கள் / பிரதிநிதிகள்) சேர்ந்து ஒரு மும்முனை உரையாடலில் ஈடுபட்டாலே காஷ்மீர் பிரச்சனைக்கு முழுமையான தீர்வு கிட்டும் என்ற கருத்து இன்று அரசியல் / சமூக விஞ்ஞானிகளிடையே நிலைத்து வருகிறது.

பெரும்பான்மையினரிடையே வசிக்கும் சிறுபான்மையினருக்கு பூரண உரிமைகளும், சுதந்திரம், பாதுகாப்பும் இருக்கும் கட்டத்திலேயே, சிறுபான்மையினர் ஆட்சி செய்யும் மாநிலங்களில் சிறிய எண்ணிக்கையில் உள்ள பெரும்பான்மையினரின் இருப்பும் உறுதியாகும். இதை இப்படம் முன்னிறுத்தாமல், காஷ்மீர் பெரும்பான்மையினரின் நிரந்தர சொத்து போல் விளக்கமளிக்கிறது. இதனால்

பெரும்பான்மையினர் வரையறுக்கும் அகண்ட பாரத தேசம்தான் எல்லைக்கோடாக நிறுத்தப்படுகிறது. ரோஜா என்ற திரைப்படம் காங்கிரஸ் ஆட்சியை குற்றம் சாட்டுவதைவிட, அன்று சூழலில் இருந்த நேருவின் அரசமைப்பைத்தான் அதிகம் தாக்குகிறது. இந்த அரசமைப்பிற்கு எதிராக ஜனநாயகமும், மக்கள் உரிமைகளும் ஓங்கி வளர்க்கக்கூடிய மாற்று அமைப்பு தேவை என்பதற்கு மாறாக, தாராள மயமாக்குதல் என்ற சூழலில் அரசமைப்பே ஒரு இந்து தீவிரவாத அரசமைப்பாக இருக்க வேண்டும் என்று அறைகூவல் விடுகிறது. இதனால் அஹிம்சையும், பொறுமையும் கடைப்பிடிக்க வேண்டிய பொறுப்பு ‘வழி தவறி சென்ற’ சிறுபான்மையினருக்கே என்று முற்றுப்புள்ளி வைக்கிறது.

இப்படத்தின் அமோக வெற்றியைத் தொடர்ந்து: பம்பாய், ஐ லவ் இந்தியா, ஜெய் ஹிந்த், செங்கோட்டை, குருதிப்புனல், ஜென்டில்மேன், காதலன், இந்தியன், கள்ளழகர், ஹேராம், ஜெமினி வரை இதைப்போன்ற ஒடுக்குமுறை அரசமைப்பை நியாயப்படுத்தும் பல படங்கள் வரத்தொடங்கி விட்டன. இவை அனைத்துமே பெரும்பான்மையினரின் சித்தாந்தத்தையே நாட்டின் சித்தாந்தமாக முன்வைத்து, ‘ஒரே நீதி, ஒரே சட்டம்’ என்ற பிற்போக்கான கருத்தை நிலை நாட்டுகின்றன.

1994-ல் வெளிவந்த ‘பம்பாய்’ என்ற படத்தை எடுத்துக்கொண்டால் அதன் காமிரா தமிழ் முஸ்லிம்கள் மீது திருப்பப்படுகிறது. தமிழ்நாட்டில் குடியமைப்புகள் நெடுங்காலமாகவே ஜாதி ரீதியாக பிரிக்கப்பட்டு இருப்பினும், மதரீதியாக வேலிகள் போடப்பட்டதாக சரித்திரமில்லை. ஆனால் இப்படத்திலோ முஸ்லிம்கள் ஏதோ ஒரு ஒதுக்குப்புறத்தில் வாழ்வதாக சித்தரிக்கப்படுகின்றது. படம் சொல்வதுபோல் பாபரி மஸ்ஜித் தகர்க்கப்பட்ட மறுகணமே பம்பாயில் முஸ்லிம்கள் கிளர்ச்சியில் இறங்கவில்லை. மாறாக, ஊர்வலம் சென்ற முஸ்லிம்கள் மீது இந்துத்துவாக்கள் வன்முறையை ஏவினர். கலவரம் பெரிதானபொழுது தப்ப முயன்ற முஸ்லிம்களை மதமயமாக்கப்பட்ட காவல்துறையின் துப்பாக்கி குறி வைத்ததற்கான சான்றுகளும் பல உள்ளன.

ஆனால், படத்திலோ இதே காவல்துறை உன்னதமான மதசார்பற்ற பாதுகாப்பு கவசமாக சித்தரிக்கப்படுகிறது. அக்கிளர்ச்சியோ, மதவெறி கொண்ட ஒரு முஸ்லிம் தலைவராலும், சுயலாபம் தேடும் ஒரு இந்து அரசியல்வாதியாலும் மூட்டப்படுவதாகக் காட்டப்படுகிறது. கலவரத்தின் உச்சகட்டத்தில் கதாநாயகனும், வயோதிக இஸ்லாமியப் பெண்மணியும்,

"இந்தியாவில் இந்துக்களாகவும், முஸ்லிம்களாகவும் இல்லாமல் முதலில் இந்தியர்களாக இருங்கள்!" என்று உபதேசித்த உடன் அடங்கியும் விடுகிறது.

இந்த உபதேசம் பெரும்பான்மையினருக்கு மிகச் சுலபமானது. காரணம், இந்தியா ஒரு இந்து நாடாக கட்டமைக்கப்படும்போது, இந்துக்கள்தான் நிஜ இந்தியர்கள் போன்றும், சிறுபான்மையினர் அனைவரும் தங்கள் மத அடையாளங்களை ஒதுக்கி வைத்தே தங்களை இந்தியர்கள் என நிரூபிக்க வேண்டிய நிர்பந்தம் உண்டாகிறது.

அயோத்தியில் ராமர் கோவில் கட்டுவதற்கு, நிதி திரட்ட உண்டி குலுக்குவதாகவும், மஹா ஆரத்திப் பூஜை செய்வதாகவும் சில பெரும்பான்மையினர் சித்தரிக்கப்பட்டு இருப்பினும் அவர்கள் செயல்களையோ, அவர்கள் சார்ந்திருக்கும் அரசியல் சித்தாந்தத்தையோ இந்த படம் ஆழமான கேள்விக்கு உட்படுத்துவது இல்லை.

இவ்வாறாக இந்துத்துவ சித்தாந்தத்தை ஆதரிக்கும் படங்கள் வரவேற்பையும், வெற்றியையும் பெற்றுவர 2001-ஆம் ஆண்டு திரைக்கு வந்த ஹேராம்!

டிசம்பர் 6-ஆம் தேதி வந்தாலே தமிழ்நாட்டில் இந்துக்களுக்கும், முஸ்லிம்களுக்கும் இடையே கலவரம் வெடிக்கும் என்றும், அதில் முஸ்லிம்கள் முன்னணி வகிப்பர் என்றும் ஒரு மிகப்பெரிய பொய்யை முன்வைத்தது இப்படம். 1997-ல் கோயம்புத்தூரில் நடந்த மத கிளர்ச்சியையும், தொடர்ந்த குண்டுவெடிப்பையும் 1946-47-ல் நடைபெற்ற பிரிவினை கலவரத்தின் ஊடாக இப்படம் செல்வது ஏன்? வெவ்வேறு காரணங்களால் உருவாக்கப்பட்ட இருவேறு சரித்திர நிகழ்வுகளுக்கு ஒரே காரணத்தை கூறத்தானே? 1946-ல் நடந்த கலவரத்திற்கு முஸ்லிம்களை மட்டும் பல சான்றுகளை வைத்து காரணம் காட்டுவது வழக்கமாக இருந்தாலும், அம்மாதிரி கலவரம் ஏற்பட்டதற்கான அடிப்படைக் காரணம் கலோனிய ஆட்சி இந்துக்கள் பெரும்பான்மையான மேற்கு வங்காளத்தையும், முஸ்லிம்கள் பெரும்பான்மையான கிழக்கு வங்காளத்தையும் இருவேறு மாநிலங்களாக கடந்த நூற்றாண்டின் துவக்கத்தில் பிரித்த சூழ்ச்சியே. ஆகையால் இப்படம் சொல்லும் கதைக்கும், கருத்துக்கும் ஏற்ப, இந்துக்களையும் முஸ்லிம்களையும் தன் வசதிக்காக பிரித்த கலோனிய ஆட்சி மீது எந்த விமர்சனமும் அதில் இல்லை.

1990-களிலிருந்து இந்துத்துவ சக்திகளுக்கு ஆதரவு மக்களிடையே பெருகிவர எந்த ஒரு திரைப்படத்திலும் சமஸ்கிருத

சுலோகம் சொல்லியாக வேண்டும். வலுக்கட்டாயமாக ஒரு சிறுபான்மையினரின் கதாபாத்திரம் கேவலமான நகைச்சுவைக்காகவாவது திணிக்க வேண்டும் என்பது இன்றைய மரபாகிவிட்டது. உதாரணத்திற்கு ஜெமினி! சமஸ்கிருத சுலோகம் ஒலிக்க, போலீஸ் இன்ஸ்பெக்டர் சிங்கபெருமாள் நரசிம்ம அவதாரம் எடுக்க ஒருபுறம் கதாநாயகன் ஜெமினிக்கு துரோகம் செய்து கத்தியால் தாக்குவது சிலுவை தெரியும்படி சட்டைக்கு வெளியே அணிந்துவரும் ஐசாக் என்ற கிருத்துவர், மறுபக்கம் காமெடி டிராக்கின் முற்றுப்புள்ளியாக வரும் கசாப்புக் கடைக்காரர் தாவூது இப்ராகிம் என்ற முஸ்லிம்.

ஆக சமூகத்தில் ஏற்படும் மாற்றங்களே சினிமாவையும் ஆக்கிரமித்துக் கொள்கிறதே தவிர, சினிமாவினால் சமூகம் மாறிவிடுவதில்லை. மற்ற ஊடகங்களைப்போல் சமூகத்தை மாற்றியமைக்க சினிமாவால் குரல் கொடுக்க முடியுமே தவிர, ஒரு சமூகத்தையே அடிப்படையாக மாற்றிவிடும் சக்தி அதற்குக் கிடையாது. மாற்று சமூகம் உருவாகும்பொழுதே முழுமையான மாற்று சினிமாவும் உருவாகும். இதனால் இன்று தமிழ் சினிமாவால்தான் தமிழ் சமூகம் சீரழிந்துவிட்டது என்று நம்மிடையே வைக்கப்படும் ஒரு பரவலான கருத்து எய்தவனை விட்டு அம்பை ஏசுவதற்கு சமமாகும்.

தமிழ்நாட்டு மக்கள் தங்களின் ஆத்மார்த்தமான அரசியல் பிரதிநிதிகளை தமிழ் சினிமா கதாநாயகர்கள் / நட்சத்திரங்களிடையே இருந்து இன்று தேட வேண்டிய நிலைக்கு கொண்டு வந்துவிட்டது என்ன? சுதந்திரம் அடைந்து அரை நூற்றாண்டுகளுக்கு மேலாகியும் அடிப்படை அநீதிகளும் சுரண்டல்களும் ஒழியாதது தானே? இந்திய அரசியல் சாசனத்தில் செய்யப்பட்ட சாத்தியங்கள் முழுமையாக நிறைவேறாதபொழுது, மக்கள் தங்கள் துயருக்கான மோட்சத்தை லாட்டரி சீட்டிலும், சினிமா நட்சத்திரங்களிடையேயும் தேடும்படி செய்வதற்கு இந்த சமூக அநீதிகள் தானே காரணம்?

'ஒற்றுமை', செப்டம்பர் 1, 2002

◆◆◆

பின்குறிப்பு:

இக்கட்டுரைக்கான கருத்து பரிமாற்றங்களில் கடந்த பல ஆண்டு காலமாக பலவிதமாக பங்கேற்ற நண்பர்கள்: எம்.எஸ். எஸ். பாண்டியன், ரவி வாசுதேவன், மாதவ் பிரசாத், தேஜஸ்வனி, நிரஞ்ஜனா மற்றும் ப்ரீதம் சக்ரவர்த்தி.

பாகம் - III

மற்றொரு திசை – தமிழ் சினிமாவில் சாதிய கதாநாயகர்களின் எழுச்சி

- ராசுக்குட்டி – தேவர் மகன்
- சினிமாவில் சாதியைப் பற்றிப் பேசலாமா
- தலித் மக்களைத் திராவிட இயக்க சினிமா எப்படி சித்தரித்தது
- மண்வாசனைப் படங்கள் சாதியத்திற்கு எதிராக என்ன செய்தன

சுவடுகள்

8

ராசுக்குட்டி தேவர்மகன்

அதே கோபிச் செட்டிப்பாளையம். அன்றாட மனிதனின் பலவீனங்களை நாசூக்காக பிரதிபலிக்கும் அதே பாக்யராஜ். 'எங்க சின்ன ராஜா' கொஞ்சம் மருவி 'ராசுக்குட்டி'யாக அவதரிக்கிறார். காதுகள் தொங்கும் புல்லட் வண்டி. குடைப்பிடிக்க மண்ணாங்கட்டிக்கு மேல் ஒரு அடி எடுத்து வைக்கும் செம்புள்ளி. வெங்காய சரிகை ஜிப்பாவும், பட்டுக்கரை வேட்டியும், கண்ணாடியுமாக நமது பாக்யராஜ் பவனி வர, ஜிப்பாவை கிழிக்காமல் அந்த எடை மிகுந்த புலிநக சங்கிலியும் கூடவே வருகிறது. பஞ்சாயத்துக்கு வருகை தருவதுபோல் தோன்றும் ராசுக்குட்டி. மைனர் தம் மோதிர விரல்களால் சீட்டுக்கட்டை விரிக்க சிரிப்பொலி அரங்கத்தை தழுவுகிறது. ஆக மொத்தம் பாக்யராஜ் ரசிகர்களுக்கு ஏமாற்றம் அதிகமில்லை என்றாலும் கொஞ்சம் ஏமாற்றம்தான். இருந்தாலும் படம் எல்லா இடங்களிலும் நன்றாக ஓடுகிறது.

இதற்கு ஒரு காரணம் பாக்யராஜின் வழக்கமாக ரசிகர்கள் மட்டும் நம்பி ஒரு படம் வெளிவந்தால் அது வெற்றி பெற வாய்ப்பில்லை. பெயர்போன புரட்சித் தலைவரின் படங்களும் இதற்கு விதிவிலக்கு அல்ல. ஏ.பி.சி. என்ற வினியோகஸ்தர்கள் சினிமா சந்தையை பிரித்தாலும், 'பி' அண்ட் 'சி'யின் ஆதரவில்லாமல் எந்த சினிமாவும் நாலு காசு சம்பாதிக்க வழியில்லை என்ற நிலை இருந்தாலும், தமிழ்நாட்டு பிரஜைகளான நம் எல்லோருக்கும் உள்ளே ஒரு பாக்யராஜ் ரசிகனோ அல்லது

ஒரு கமல் ரசிகனோ ஓகே என்று சொன்னால்தான் படம் ஓகே. டபுள் ஓகே என்றாலோ படம் சூப்பர் ஹிட். தீபாவளி அன்று வெளிவந்த படங்களில் ஓகே என்ற இடத்தை 'ராசுக்குட்டியும்' டபுள் ஓகே என்ற இடத்தை 'தேவர் மகனும்' பிடித்துள்ளன. இப்படங்கள் வீச்சரிவாள் வேகத்தில் வசூலை வாரிக்குவித்துக் கொண்டிருப்பதாக செய்திகள் வந்த வண்ணம் உள்ளன.

தமக்குள்ளே ஒரு பாக்யராஜ் ரசிகனோ, கமல் ரசிகனோ அல்லது ஒரு சினிமா ரசிகனோ இருப்பதாக ஒத்துக்கொள்ள பல நடுகலாச்சார, மேல் கலாச்சார நபர்கள் கூச்சப்படுவது வழக்கம். ஆனால் எந்த ஒரு பிரஜையும் ஒரு மொட்டையான சினிமா ரசிகன் அல்ல. ஒரு துவாரத்தின் மூலம் நம் பார்வையை செலுத்தி பல ஒளி மிகுந்த பிம்பங்களின் ஆட்டத்தில் சிற்றின்பம் காண்பது மட்டும் நமது ரசிப்புத்தன்மையாக இருந்தால் ப்ளூ பிலிம்ஸ் ஒன்றுதான் மார்க்கெட்டில் வெற்றி பெற முடியும். இருந்தாலும் கொஞ்சம் பட்டும், படாமலும், விட்டும் விடாமலும் இருந்த ஒரு மரபு முற்றிலும் மாற்றமடைந்து, வெளிப்படையாக எல்லாவற்றையும் செய்ய வேண்டும் என்ற ஒரு குறிக்கோளை நோக்கி நமது நுகர்பொருள் எதிர்பார்ப்புகள் வேகமாக இன்று வளர்ந்து கொண்டிருக்கின்றன. மது நாயகர்கள் அண்ணாமலை(களாக) இருந்தாலும் சரி, சிங்காரவேலன்(களாக) இருந்தாலும் சரி காமிராவும், கவர்ச்சியான உடைகளும், குஷ்புவின் மேனியை பல கோணங்களில் விவரிக்க இந்த நாயகர்கள் தங்கள் வார்த்தைகளாலும், செய்கைகளாலும் வெளிப்படையாக விவரிக்கின்றனர். இந்தக் கூத்தில் பார்வையாளர்களான நமக்கும் பெரும் பங்குண்டு. வெளிப்படையாக குஷ்புவை பேசுவது போல் நாம் கடந்த முப்பது ஆண்டுகளாக எந்த ஒரு சினிமா கதாநாயகி பற்றியும் பேசியதில்லை. ஆனந்த விகடன் கவிதை போட்டியில் ஆரம்பித்து, தீபாவளி தொலைக்காட்சி தரிசனம் வரையில் பேசிவிட்டோம். இந்த பேச்சின் பல தளங்களையும், வளைவுகளையும் புரிந்துகொள்ளும் முயற்சியில் ஈடுபடாமல், ஒருவிதமான மேல் கலாச்சார ஆங்கில வர்ணனையின் மூலம் 'இந்து' பத்திரிகை, இந்த விஷயத்தை மேலும் கோரமாக கொச்சைப்படுத்தியுள்ளது. ஆனால், குஷ்பு இருந்தும், ரஜினி இருந்தும், 'பாண்டியன் இன்னும் நாட் ஓகே இடத்திலிருந்து மீளவில்லை. 'பாண்டியன்' பற்றி இதற்கு மேல் என்னால் பேசமுடியாது. காரணம் தீபாவளி ரிலீஸில் இதுவரையில் ராசுக்குட்டியையும், தேவர் மகனையும் மட்டும்தான் பார்க்க எனக்கு வாய்ப்பு கிட்டியுள்ளது. ஆகையால் 'ராசுக்குட்டி' மற்றும் 'தேவர் மகன்' வெற்றியை புரிந்துகொள்ள இங்கு ஒரு சிறிய முயற்சியில் ஈடுபடுகிறேன்.

கிராமப்புறம் Vs நகர்ப்புறம், பட்டினம் Vs பட்டிக்காடு, நவீன நாகரீகம் Vs தமிழ்ப் பண்பாடு, மானம் Vs அவமானம், மரியாதை Vs அவமரியாதை, கடமை Vs காதல் போன்ற முரண்பாடு மிகுந்த பரிமாணங்களை சினிமா குறிப்பான்கள் (Cinematic Signifiers) கலாச்சார குறிப்பான்கள் (Cultural Signifiers) அவை குறிப்பிடும் அர்த்தங்கள் (Signified) கதையாடல் மரபுகள் (Nerrative Conventions) காட்சியமைப்பு, காட்சித் தொகுப்பு, ஒலியமைப்பு மரபுகள் (cinematic Conventions) பழைய தமிழ் சினிமாவின் தாக்கம் + வெளிநாட்டு சினிமாவின் தாக்கம் போன்றவை மூலம் ஒன்றை உயர்த்தி, மற்றதை தாழ்த்தி, முரண்பாடுகளை சமப்படுத்தி, எதற்கும் அடங்காத குறிப்பான்களின் விளையாட்டை சில அர்த்த தளங்களில் ஆழமாக ஆணி அடித்து, தமது ஆசையை பூர்த்தி செய்வதோடல்லாமல், அதனை அதிகார இடிபல் தளத்திற்குள் அடக்கும் ஒரு கருவியாகத்தான் பெரும்பாலும் நமது சினிமாவும், மற்ற சினிமாவும், இயங்கி வருகின்றன. பல பேர்போன கலைப் படங்களும் இதற்கு விதிவிலக்கல்ல என்பது சரித்திரம் கண்ட உண்மை.

இம்மாதிரியான அதிகார சூழலிலிருந்து நாமோ, நமது சமூகம் முழுமையாக மாறாதபோது, நமது சினிமா மட்டும் மாறவேண்டும் என்று நம்மில் சிலர் துடிப்பது தற்சமயம் இயலாத காரியம். அன்றைய ரோம சாம்ராஜ்யத்தில் ஐம்பதாயிரம் போர் வீரர்கள் ஒருவரை ஒருவர் கத்தியால் குத்திக் குடலை உருவி அரங்கமே ரத்தகளமாகியதைப் பார்த்து ரசித்த அந்த ரோமர்களும், மனித ஜீவிகள்தான். இன்றைய தொலைக்காட்சியில் கல்ஃப் போரையோ, அல்லது பல திரைப்படங்களில் ரத்தம் பீறிடும் காட்சிகளையோ கண்டு களிக்கும் நாமும் மனித ஜீவிகள்தான். ஆம், நமது தற்காதல் மிகுந்த பார்வைக்கு பலவிதமான தீனிகள் தேவைப்படுகின்றன. இந்த தற்காதல் வேண்டாம் என்று சொல்கின்ற சில உயர்ந்த தத்துவங்களும் அந்த காதலிலேயே அகண்டத்தின் ஆட்டத்தை மறைமுகமாக அடக்கிவிடுகின்றன. இருப்பினும் தமிழ் சினிமா நூற்றுக்கு நூறு கொடூரமானது என்று நான் சொல்லமாட்டேன். ஏனென்றால் நாம் எல்லோரும் நூற்றுக்கு நூறு கொடூரமானவர்கள் அல்ல. அப்படி இருந்திருந்தால் என்றோ அழிந்து போயிருப்போம் அல்லது மற்றவர்களை அழித்துக் கொண்டிருப்போம்.

பார்வைகளிலே பலவிதமான பார்வைகள் உண்டு. தற்காதல் பார்வை ஒன்று. மற்றவர்களை காதல் வயப்படுத்தி நம் ஆசைக்குள்ளே அடக்கும் பார்வை ஒன்று. அல்லது கடவுள் போல் ஒருவரை மேல் நோக்கும், நீசம் என்று சிலரை கீழ்நோக்கும் பார்வைகளும் உண்டு. இவற்றிற்கெல்லாம் மேல்

ஜனநாயக ரீதியில் ஒருவனை ஒருவன் மனிதனுக்கு மனிதனாக நேருக்கு நேர் பார்க்கும் பார்வையும் உண்டு.

தற்காதல்பார்வை என்றவுடன் சட்டென்று நினைவுக்குவருவது ராசுக்குட்டி. தமக்குள் இருக்கும் தற்காதலை கூச்சமில்லாமல் ராசுக்குட்டி வெளிப்படுத்துகிறான். கண்ணாடியில் தன்னை பார்த்து மகிழ்வதும், விதவிதமான ஆடைகளில் தன்னை படம் பிடித்து பிரேம் செய்வதும் இவனுக்கு ஒரு ஆனந்தமான பொழுதுபோக்கு. பல ஆயிரங்ளை செலவழித்து ஊர் டாக்கீஸில் எம்.ஜி.ஆர் படங்களைப் பார்த்து ரசிப்பான். இப்படி தன்னை ரசிப்பதிலேயே மூழ்கியிருக்கும் ஒருவன், ஒருத்தியின் படத்தைப் பார்க்க, அந்த படத்திலிருப்பவளின் பார்வை இவனை நோக்க, இவன் காதல் வயப்பட்டு ஏங்குகிறான். இக்காட்சியை பார்க்கும் நாமும் கூடுவிட்டு கூடு பாய்ந்து, இவனுடன் சேர்ந்து ஏங்குகிறோம். பல திருப்பங்கள், பல சிக்கல்கள், இந்த ஏக்கம் முழுமையாக பூர்த்தியடைவதை தள்ளிப் போடுகின்றன. மதன காமராஜன் கதையைப்போல், முதலிரவை ஏதாவது ஒரு பாணியில் தள்ளிப்போடுவது பாக்யராஜ் படங்களுக்கு ஒரு முக்கிய டெக்னிக். முதலில் ஒரு பிரச்சினையில் ஆரம்பித்து அதன் தீர்வை கடைசி வரை தள்ளிப் போடுவது ஆதிக்க கதையாடல் மரபு. ஆனால் தீர்வே இல்லாமல் பல கதைகள் உள்ளன என்பதை நாம் இங்கு மறந்துவிடக்கூடாது. ராசுக்குட்டியின் அபிமான காதலி பி.எஸ்சி. (அக்ரி) படித்தவள். நவீன நாகரீகத்தின் பிரதிபிம்பம். முதலாளி வர்க்கத்தின் பிரதிநிதி. ராசுக்குட்டியும் ஒரு முதலாளிதான். ஆனால் அதிகம் படிக்காதவன். அவன் உண்மையில் ஒரு அனாதை என தெரிய வரும்போது ரசிகர்களின் அனுதாபத்தையும் பெறுகிறான். ஆனால் ராசுக்குட்டியும், அவன் காதலியும் ஒன்று சேரவேண்டும் என்றால் இரு துருவங்களும் ஒன்று சேர்ந்தால்தால் முடியும். சமூகவியல் நோக்கில் குலம், மதம் அல்லது வர்க்க கலாச்சார ஒற்றுமைகள் இருந்தால்தான் சில தொடர்புகள் நடைமுறையில் ஏற்பட வழிகள் உண்டு அல்லது ஒரு கொடூரமான சூழ்நிலையிலிருந்து தப்பிக்க ஒரு ஆணோ, பெண்ணோ தனக்கு ஆதரவு அளிக்கும் எந்த நபருடனும் ஓடிப்போவதும் உண்டு.

ராசுக்குட்டியை பொறுத்தவரையில், தான் ஆங்கிலம் படிக்காததாலேயே அவளிடமிருந்து வேறுபடுகிறான். அதையும் கூட ஒரு எல்.கே.ஜி. குழந்தைப்போல் கற்றுக்கொள்ள தயார் என்பதை பரிதாபமான தொனியில் வேடிக்கையாக வெளிப்படுத்துகிறான். இது மேல் கலாச்சார ஆங்கிலவாதிகளுக்கு சற்று கொச்சையாகத் தோன்றலாம். ஆனால் ஒரு 'பெரிய

இடத்துப் பெண்' போலவோ அல்லது 'சகல கலா வல்லவன்' போலவோ நவீன - ஆங்கில தாக்கமுடைய கலாச்சாரத்தில் தேர்ச்சி பெற்று அவள் மதிப்பை பெறாமல், எந்த நிலையிலும் தோல்வியை ஒத்துக்கொள்ளாமல் விடாப்பிடியாக செயல்படுவது அவனுடைய வெற்றிக்கு மூலகாரணமாக அமைகிறது. அவன் ஒரு அனாதை என்றவுடன் அவளுடன் உள்ள மற்ற ஒற்றுமைகளும் (குலம் + வர்க்கம்) தளர்ந்து விடுகின்றன. ஆனால் அதற்கு முன்பே அவன் மீது அவளுக்கு மதிப்பும், மரியாதையும், ஆவலும் பிறந்துவிட, காதலுக்கு 'குலமென்ன வர்க்கமென்ன' என்றொரு சினிமா மரபு வழியில் கதை தடம் புரளுகிறது. இவற்றை எல்லாம் பின்தள்ளும் வகையில் தந்தையின் மானப் பிரச்சினை வேறு விஸ்வரூபம் எடுக்கிறது. ஆக, ரியலிசத்திற்கும், ராசுக்குட்டிக்கும் தூரம் சற்று அதிகம். இது ஓரளவு மனக்கசப்பை ஏற்படுத்தினாலும் ஹாலிவுட் ரியலிஸத்தின் பல விளைவுகளை இன்று கட்டவிழ்த்துக் கொண்டிருக்கும் சூழ்நிலையில் ரியலிஸத்தை இன்றும் முழுமையாக தழுவாத நமது சினிமா ஒருவித ஆறுதலை அளிப்பது உண்மையே.

ஆம் ராசுக்குட்டி சற்று மிகைப்படுத்தப்பட்ட கற்பனைக் கதைதான். ஆனால் அது கற்பனை கதை என்பதை மறைக்க பெரும் தொழில்நுட்ப முயற்சிகள் எதுவும் எடுத்துக்கொள்ளப்படவில்லை.

படம் துவக்கத்தில், ரியலிஸ்டிக்காகத்தான் தொடங்குகிறது. ஒருவன், காரியமே கண்ணாக கொளுத்தும் வெயிலில் விறகு வெட்டுகிறான். அவனடைய தாய் அவனுக்கு உணவளிக்க பலமுறை குரல் கொடுத்து, அவன் சட்டை செய்யாமல் வேலையில் கவனமாக உள்ளான். அந்த தாய் அவனுடைய குழந்தையை வெயிலில் கொண்டு போட, அந்த குழந்தையின் அலறலில் அவன் பதறுகிறான். 'உன் குழந்தை என்றவுடன் நீ கவலைப்படுகிறாயே, நீ என் குழந்தையல்லவா, நீ மட்டும் வெயிலில் காயலாமா?" என்கிறாள் அந்தத் தாய். திரைக்கதை, வசனம், இயக்கம் - பாக்யராஜ் என்ற டைட்டில் கார்ட் அந்த ரியலிஸ நிலையை கோடிட்டுக் காட்டி குலைத்து விடுகிறது. பாக்யராஜின் வழக்கமான முன்னுரைக்கோ, குட்டிக் கதைக்கோ அதற்கு பின்னால் வரும் படக்கதைக்கும் ஒரு ஆழமான பிணைப்பு இருக்கும். 'ராசுக்குட்டியில் அது இல்லை. பாக்யராஜ் ரசிகர்களின் ஏமாற்றத்திற்கு இதுவே காரணம்.

மைனஸ், துரத்தல், நிச்சயித்தல் கடந்து திருமணம் என்ற கட்டத்தில்தான் எதேச்சையாக அவன் படிக்காதவன் என நாயகி அறிகிறாள். திருமண பத்திரிகையை கிழித்து ராசக்குட்டியின் தந்தையின் முகத்தில் எறிந்துவிட்டு செல்கிறாள். அப்போதும்

ராசுக்குட்டிக்கு எப்படியேனும் அவளின் காதலை வெல்ல வேண்டும் என்ற குறியே. அவள் மனம் மாறப் போகிறாள். பங்காளிகள் தூண்டுதலில் ராசுக்குட்டி ஒரு அனாதை என்ற உண்மையை தந்தை வெளியிடுகிறார். அதுவரையில் 'பொறுப்பில்லாமல்' பவனி வந்த ராசுக்குட்டி, மறுநாள் பெற்றோரின் பாதங்களை வணங்கி மாட்டுத் தொழுவத்தில் சாணி எடுக்கிறான். சாம்பிராணி காட்டுகிறான். இது அவனுள் வந்துள்ள ஒரு மாற்றத்தை அழுத்தமாக குறிக்கிறது. தந்தை மானத்தைக் காக்க, அவர் பார்த்த பெண்ணை மணக்க தயார் என்கிறான்.

காதல் தீபமேற்றியவனைக் காக்க கதாநாயகி வந்து திருமணத்தை நிறுத்துகிறாள். பங்காளிகள் பகடைக்காய்களை நகர்த்த, அவர்களிடமிருந்த தந்தையை காக்க அவனது சாகஸங்களும், நாயகியின் லீலைகளும், படத்தை ஒரு தீர்வுக்குக் கொண்டு வருகிறது. கெட்டவர்கள் மன்னிக்கப்பட, சேலை தரித்த நாயகியும் காலில் விழுந்து மன்னிப்பு கேட்க மானம் இழந்தவர்கள் மரியாதை பெற, அனாதை மகன், உன்னத மகனாக மாறுகிறான். பண்பாடு காப்பாற்றப்பட கதாநாயகியின் ஏக்கம் தீர்ந்து, கூடவே நம் ஆவலும் பூர்த்தியாகிறது.

நவீன ஆடைகளை முதலில் உடுத்தும் பெண், இறுதியில் சேலை அணிவது என்பது 'பெரிய இடத்துப் பெண்' போன்ற படங்களிலிருந்து தொடர்ந்து வரும் ஒரு சினிமா மரபு. நவீன ஆடைகளை மாற்றி அவளை கட்டுப்படுத்தும் தமிழ் சினிமா, பெண் நவநாகரீகமாக இல்லாவிட்டாலும் ஆண்களுக்கு அடங்கத் தேவையில்லை என்பதை மறப்பது ஏன், ஆனால் 'திருவிளையாடலில்' இருந்து 'சகலகலா வல்லவன்' போன்ற படங்களில் சக்தியை சிவனுக்கு அடிமையாக்கிக் கொண்டுதான் உள்ளது. கதையின் வேகத்தில் நாம் இதையெல்லாம்கவனிப்பதில்லை. மேலும் பல சமூக முரண்பாடுகளை பங்காளி பிரச்சினைளாக மாற்றிப் பார்ப்பது 'பாகப் பிரிவினை' முதற்கொண்டு இன்று வரையில் தொடரும் மரபு. இவ்விரண்டு மரபுகளுக்கு உள்ளே 'ராசுக்குட்டி' இயங்குகிறது. மேலும் 'கடமை' வரும்போது 'காதலை முழுவதும் மறக்க வேண்டும் என்ற எம்.ஜி.ஆர். பட மரபைத் தாண்டி, தன் காதல் ஏக்கத்தை கட்டுப்படுத்த முடியாமல் தவிக்கும் ராசுக்குட்டி அன்றாட மனிதன். தமிழ் சினிமாவில் ஓரளவுக்கு நேருக்கு நேர் பார்க்கக்கூடிய கதாநாயகர்களை உருவாக்குவதில் பாக்யராஜ் படங்களுக்கு பங்கு இருந்தாலும், அவர் படங்கள் ஏனோ 'என்னுயிர் தோழன்' போன்ற பிரச்சினைகளை தொட இன்னமும் முன்வரவில்லை.

மேற்கூறிய இரண்டு மரபுகளும் 'தேவர் மகனில்' வேறுவித தளத்தில் பரிமாணிக்கின்றன. ராசுக்குட்டியின் தோழன் செம்புள்ளி என்றால் தேவர் மகனுக்கு இசக்கி. இரண்டு படங்களிலும் தோழர்கள் மூலமே சில முக்கியமான திருப்பங்கள் உண்டாகிறது. முதலாவதில் நகைச்சுவையை மையமாக வைத்து வரும் திருப்பம் என்றால், இரண்டாவதில் விபரீத விளைவுகளை ஏற்படுத்துகிறது.

'தேவர் மகனி'ல் நாம் முதலில் பார்க்கும் பிம்பம் நேதாஜியின் புகைப்படம். அடுத்ததாக தோன்றுவது முத்துராமலிங்கத் தேவரின் புகைப்படம். மூன்றாவதாக பேரப் பிள்ளைகளுடன் பெரியசாமி தேவராக நடிகர் திலகம் அவதரிக்கிறார். மரியாதைக்குரிய அடக்கம், ஒழுக்கம், ஆழமான அமைதி, நல்ல மெருகேறிய ஒரு மௌனமான ராஜகம்பீரம். 'போற்றிப் பாடடி பெண்ணே... தேவர் காலடி மண்ணே...' என்று ஒரு பாணன் பாடினால், அதற்கேற்ற எல்லா குணங்களையும் சிதறவிடாமல் பிரதிபலிக்கும் கண்கள். நம்மை முழுமையாக வென்றுவிட, அவருக்கு முன்னே வந்த இரண்டு பிம்பங்களையும் நாம் மறந்து விடுகிறோம். சித்தப்பன் வருகையை எதிர்பார்க்கும் பேரப்பிள்ளைகளும் மகனின் வருகையை எதிர்பார்த்து தேவரும் காத்திருக்க, அந்த கிராமப்புற தூவலூரின் அமைதியை கிழித்துக்கொண்டு பூதாகரமான ரயில் வண்டி நம்மை நோக்கி வருகிறது. ஸ்டேஷனை அடைந்ததும், காமிரா என்ற ஜன்னலின் வழியே நமக்கு தெரிவது அந்த ரயில் பெட்டியின் ஜன்னல். அதில் முதலில் கிளுகிளுப்பு ஊட்டும் உடைகளில் பானு தோன்றுகிறாள். சக்தியின் கைகளை மட்டும்தான் நாம் பார்க்கிறோம். அவன் வண்டியிலிருந்து இறங்கும்போது அவனுடைய பங்க் ஹேர்ஸ்டைலும், நடையுடை பாவனைகளும் தேவருக்கு எதிர்ப்பதமாக இருப்பதை அறிகிறோம். தேவர் இருக்கும் இடத்திற்கு கூடு விட்டு கூடு பாய்ந்து விட்ட நாம் தேவருக்கும், அவர் மகனுக்கும் இருக்கும் இடைவெளி எப்பொழுது குறையப்போகிறது என்ற கேள்வியில் கவனம் செலுத்துகிறோம்.

பழைய தலைமுறை - இளைய தலைமுறை. அதுவும் கொஞ்சம் எக்கச்சக்கமாக படித்துவிட்ட இளைய தலைமுறை என்று ஒன்று இருந்தால் இருவருக்கும் உள்ள இடைவெளி குறுகுவது கடினம் என்பது ஒரு சமூகவியல் கருத்து. இந்த இடைவெளியின் சோகமான விளைவுகளை 'அபராஜித்தோ' *(Aparajito)* - வில் சத்யஜித்ராய் மிக துல்லியமாக வெளிப்படச் செய்திருக்கிறார். ஆனால் எது நடக்காதோ, அது நடந்தாக வேண்டும் என்ற ஆவலை வைத்து சினிமா இயங்கும் வரை,

நம் எதிர்பார்ப்புகள் அம்மாதிரியான கதையாடல்களின் தூண்டுதலில்தான் இயங்கும். நம் மதிப்பை பெற்றுவிட்ட தேவர் இடத்திற்கு வர ஆரம்பத்தில் சக்திக்கு ஈடுபாடில்லை. பட்டிணம் சென்று பானுவுடன் பல ஹோட்டல்கள் திறப்பதில்தான் அவன் கவனம். வந்தவன் எப்பொழுது ஊரை விட்டு போகலாம் என்ற தவிப்பில் இருக்க, ஊர்கோயிலை பானுவுக்கு காட்ட, இசக்கியின் உதவியை சக்தி நாடுகிறான். இசக்கி பூட்டை உடைக்க, பதிலுக்கு மாயத்தேவனின் ஆட்கள் இசக்கியின் கையை துண்டிக்கிறார்கள். வெட்டப்பட்ட கையை படு சாதாரணமாக எடுத்துக்கொள்ளும் இசக்கியின் மனப்பாங்கு நம்மை உசுப்புகிறது. விளைவுகள் ஒன்றின் பின் ஒன்றாக தொடர, மயாத்தேவனின் ஆட்கள் களத்துமேட்டில் களியாட்டம் ஆடுகிறார்கள். விளைவு? வெள்ளத்தினால் ஒரு கொடூரமான சேதம் ஏற்படுகிறது. வெள்ளத்தில் இறந்துவிட்ட குழந்தையை தூக்குவதற்காக, சேற்றில் இறங்க தனது டிஸைனர் கெட்ஸை (Designer Keds) சக்தி கழட்டுகிறான். தேவர் இருக்கும் இடத்தை நோக்கி அடி எடுத்து வைப்பதற்கு இது முதல் அறிகுறி. ஜப்பானிய இயக்குநர் குரோசோவாவின் 'ஏழு போர்வீரர்கள்' (Seven Samurai) என்ற படத்தை நினைவுபடுத்துகிறது இறந்த குழந்தையை கமல் கையில் தாங்கி அழும் காட்சி. தேவர் மகனின் கதையமைப்பும் குரோசோவாவின் 'சிவப்பு தாடி' (Red Beard) -யை ஞாபகப்படுத்துகிறது. ரெட் பியர்டில், மேற்கத்திய மருத்துவத்தில் தேர்ச்சி பெற்ற ஒருவன், கிராமப்புற டாக்டரின் மருத்துவமனைக்கு பயிற்சிக்காக வருகிறான். வந்ததிலிருந்து, அங்கிருந்து கிளம்ப வேண்டும் என துடிக்கிறான். அதனால் மருத்துவமனையின் சீருடையை அணிய மறுத்துவிடுகிறான். ஆனால், நோயாளிகளின் துயர்களையும், அதற்கு ரெட்பியர்ட் எடுத்துக்கொள்ளும் முயற்சிகளையும் கவனித்து, கொஞ்சம் கொஞ்சமாக மனம் மாறி, சீருடை அணிந்து, அவருடன் கைகோர்ந்து செயல்படுகிறான்.

தேவர் மகனைப் பற்றிய சில விமர்சனங்களில் 'காட் ஃபாதர்' குறிப்பிடப்பட்டாலும் இரண்டும் வெவ்வேறு திசையிலிருந்து இயங்குபவை. மைக்கேலுக்கும், டான் கார்லியானின் செயல்களில் முதலில் ஈடுபாடு இல்லை. அவன் அரியாசனம் ஏறிய பிறகு ஒரு ஆழ்ந்த மௌனத்தில் செயல்படும் ஒரு மிருகமாக மெதுவாக மாறுகிறான். 'ப்ரூடலைஸேஷன் ஆஃப் ஃப்ரான்ஸ் ப்ளும்' (Brutalisation of Franz Blum) என்ற ஜெர்மானிய படத்தைப் போன்ற கதைக் கருவில் இயங்கும் படம்தான் 'காட் ஃபாதர்'. இதற்கு மாறாக தேவர் மகனில் தன்னுள் உறங்கும் மிருகத்தை தட்டி எழுப்ப வேண்டாமென்று மாயத் தேவனின் கையாளிடம்

துவக்கத்திலேயே சக்தி சொல்கிறான். இறுதியில் மாயத்தேவன், அந்த மிருகத்தை தட்டி எழுப்ப வேறு வழியில்லாமல் சக்தி அவனை வெட்டி வீழ்த்துகிறான். தான் செய்த செயலுக்கு முழு பொறுப்பையும் ஏற்றுக் கொள்கிறான். இங்குதான் சக்தி, அந்த நாயகனான வேலு நாயக்கரையும் மிஞ்சிவிடுகிறான். தேவர் மகனாக நமது பூரண ஆதரவையும் பெறுகிறான். சக்தியாக அவதரிக்கும் கமலின் நடிப்பு இங்கு உச்சகட்டத்தை எட்டுகிறது என்று சொன்னால் அது மிகையில்லை.

குரோசோவாவை திட்டவட்டமாக நினைவுக்கு கொண்டு வருவது மாயத்தேவனின் பாத்திரப் படைப்பு. முன் வைத்த காலை பின்வைக்காமல் ஒரே குறியாக இயங்குவது குரோசோவின் வில்லன்களின் முக்கிய குணாதிசயம். மற்ற பட வில்லன்களைப்போல் எசகுபிசகான பழக்கங்களில் மாயத்தேவன் மாட்டாமலிருப்பது, அவனுடைய கதாபாத்திரத்தை வலுப்படுத்துகிறது. அந்த வலிமையை நாசரின் நடிப்பு பிரதிபலிப்பது நிச்சயமாக போற்றத்தக்கதே!

தேவர் மகனின் முடிவை பொறுத்தமட்டில் எந்த ரெயிலில் ஊரை விட்டு திரும்பிச் செல்ல துடித்தானோ, அதே ரயிலில் சக்தி தேவராக பிரியாவிடை பெறுவது அழுத்தமாக உள்ளது. இருந்தும் ரத்தக்கறை படிந்த உடைகளை மாற்றி தேவருக்கான சீருடையில் அவன் ரயிலேறும்போது, அதில் வரும் பின்னணிப் பாடல் மட்டும் இல்லாவிட்டால் நிச்சயமாக இன்குலாப் போன்ற படங்களின் முடிவை நினைவுக்கு கொண்டு வரும். ஆக சக்தி தேவரை, கடவுள்போல் மேல் நோக்கி பார்க்கும் பார்வையில் நாம் மாட்டிக் கொள்கிறோம்.

முதலில் வந்த பிம்பங்களைப்போல், சக்தி அரியாசனம் ஏறும்போது கதையின் இடையில் வரும் பிம்பங்களை நாம் இங்கு குறித்தாக வேண்டும். சேற்றில் இறங்கி நடப்பவன், தேவரின் மரணத்திற்குப் பின் தனது பங்க் ஹேர் ஸ்டைலை சிதைக்கிறான். உள்ளே மேஜையில் ரவிவர்மா பாணியில் தேவரின் படம், அருகே பெரியாரின் புகைப்படம், அதற்கு அருகே 'பகவத் கீதை' புத்தகம். அதற்கருகில் இருக்கும் தேவரின் தங்கச் சங்கிலியை எடுத்து அணிவது அவன் எதற்கு வாரிசாகிறான் என்பதை குறிக்கின்றன. நிஜ வாழ்க்கையில் எளிதில் ஒன்று சேரமுடியாத பெரியாரும், பகவத்கீதையும் இங்கு ஒன்றாக இருப்பது, அம்மாதிரியான ஒரு ஆவலைக் குறிக்க, தேவரின் படம், மற்றும் தங்கச் சங்கிலி, சக்தி தேவரை வாரிசு என்று குறிக்க, 'சிவாஜியின் வாரிசு கமல்' என குறிக்கும் ஒரு தொனியும் தெரிகிறது. 'ராசுக்குட்டியில்' பாக்யராஜ்தான் யாருடைய வாரிசு என்று பலமுறை சுட்டிக்காட்டுகிறார்.

ஆனால் யார் யாருடைய வாரிச என்பதை நிச்சயிக்க என்னை விட எதிர்காலத்திற்குதான் அருகதை அதிகம் உள்ளது.

ஆக மொத்தம் ராசுக்குட்டியைப்போல் தேவர் மகனிலும் பண்பாடு வெல்கிறது. கடமை என்ற பெயரில் காதல் தியாகம் செய்யப்படுகிறது. 'பஞ்ச வர்ணத்தை திருமணம் செய்யும் முன் அவள் அனுமதியை கோரும் சக்திக்கு பானுவின் அனுமதியை கேட்க கதையில் வாய்ப்பில்லை. இங்கு பானு மறுபடியும் தூவலூருக்கு வரும் பொழுது சேலை அணிந்திருப்பது அவருக்கு ஒரு அடக்கமான தோற்றத்தை அளிக்கிறது.

இறுதியில் பஞ்சாயத்தும், வீச்சருவாளும், பின்வாங்கி சட்டத்தின் நியாயம் மேலோங்குவதில் ஒரு தர்மம் இருந்தாலும், இப்படத்தில் போலீஸ்காரர்கள் ஒன்று கையாலாகாதவர்களாக இருப்பதோ, அல்லது நியாயத்தின் மௌன பிம்பமாக இருப்பதோ, நிஜத்திற்கு சற்று முரண்பாடாகவே படுகிறது.

தொழில்நுட்ப ரீதியில் ராசுக்குட்டியை விட தேவர் மகனில் பல முக்கிய கலை நுணுக்கங்கள் தென்படுகின்றன. சினிமாஸ்கோப் ப்ரேம்கள் நன்றாக அமைக்கப்பட்டு அதற்கேற்ற சற்று அடக்கமான முறையில் தொகுக்கப்பட்டும் உள்ளன. ஒலி, பிம்பத்தை பல இடங்களில் எதிர்மறையாக தாக்குவது குறிப்பிட வேண்டிய ஒன்று. இசையைப் பொறுத்தவரையில் சூழலுக்கேற்ற பாடல்களும், தேவை இருக்கும் இடத்தில் மட்டும் அமைதியாக பின்னணி இசையும் ஒலிப்பது, தேவர் மகனுக்கு மேலும் மெருகேற்றுகிறது.

இந்த விமர்சனத்தின் முதலில் கூறிய பரிமாணங்களை ராசுக்குட்டியும், தேவர் மகனும் எவ்வாறு மதிப்பீடு செய்கின்றன என்பதை ஓரளவுக்குப் பார்த்தோம். மேற்கூறிய பரிமாணங்களை மட்டும் வைத்து தமிழ் சினிமா இயங்குவதில்லை. நமது சமூகத்திலுள்ள பல பரிமாணங்களை தமிழ் படங்களில் காணலாம். ஆனால் சமூகம், அதில் உள்ள அதிகார சூழல்களையும், நாகரீகத்தையும், அதைச் சார்ந்த எதிர்ப்புகளையும் கட்டுப்படுத்துவதும், மரபுக்குள்ளேயே புதுமைகளை அடக்குவதும் உலகில் உள்ள மற்ற படங்களுக்கும், தமிழ் படங்களுக்கும் பொதுவான ஒரு அம்சம்.

'சுபமங்களா', டிசெம்பர் 1992.

◆◆◆

9

சினிமாவில் சாதியைப் பற்றிப் பேசலாமா?

விடுதலை அடைந்ததிலிருந்து 1990 வரை பரவலாக முன் வைக்கப்பட்ட கருத்து அல்லது கனவு, சாதி மத வித்தியாசங்களைக் கடந்து நாம் ஒன்றுபட்டால் நமது சமூகம் ஒரு பெரும் வளர்ச்சியைப் பெற்றுவிடும் என்பது சில சமயங்களில் இந்தக் கருத்து அகில இந்திய தேசியத்தை மையப்படுத்தியும், மற்ற சமயங்களில் தமிழ் தேசியத்தை மையப்படுத்தியும் வெளிப்பாடு செய்யப்படுகிறது. அண்ணாதுரையின் 'வேலைக்காரி' இரண்டாவது வகையைச் சார்ந்தது என்றால், சுகாசினியின் 'இந்திரா' முதல் வகையைச் சார்ந்தது. இரு சொல்லாடல்களிலும் சாதிய வித்தியாசங்களைக் கடந்து ஒன்றுபடுவது முற்போக்கான கருத்தாகக் கையாளப்படுகிறது. ஆனால் பல சமூகங்களுக்கிடையேயுள்ள வித்தியாசங்களை சமப்படுத்தி, எல்லோரையும் ஒற்றை அடையாளத்தில் அடக்கி ஒரு ஆதிக்க / அதிகார அரசை ஏற்படுத்துவதுதான் தேசியத்தின் பிரதான செயல்பாடு என்று பல சமூகவியல் ஆய்வுகள் தெளிவுபடுத்துகின்றன. ஆகையால், சினிமாவில் சாதியைப் பற்றிப் பேசலாமா என்ற கேள்விக்கு பல கோணங்களில் பதிலைத் தேட வேண்டிய ஜனநாயகத் தேவை இருக்கிறது. முதல் கட்டமாக, சாதிய அரசியலில் தோற்றத்தையே வெவ்வேறு கோணங்களில் பார்ப்பது அவசியம்.

மேல்சாதிகளும், மத்திய சாதிகளும் தங்களுக்குக் கீழ் இருக்கும் சமூகங்களின் மேல், மரபு ரீதியாகக் கொண்டாடும் உரிமைகள் தேவையற்றது. நியாயமற்றவையும் கூட. இந்த மோசமான

சலுகைகளை நிலைநாட்ட இழிவான அடையாளங்களைச் சில சமூகங்களின் மீது திணித்து நியாயப்படுத்தி அவர்களைச் சமுதாயத்திற்கு வெளியே 'தீண்டத் தகாதவர்களாக நிறுத்தியது. மனித நேயத்தை ஆதரிக்கும் யாராலும் ஏற்றுக்கொள்ள முடியாத ஒரு கொடூரச் செயல். நியாயமற்ற அடிமைச் சங்கிலிகளைக் குறிக்கும் கலாச்சாரக் குறியீடுகள், செயல்பாடுகள் என்றோ, கழற்றி எறியப்பட்டிருக்க வேண்டியவை.

சாதீய அமைப்பை நியாயப்படுத்தும் சமயங்கள், இஸ்லாம் மற்றும் கிருத்துவத்தின் வருகையால் கேள்விக்குட்படுத்தப்பட்டு, மக்கள் பலர் மதம் மாறியதால், ஓரளவுக்கு தகர்க்கப்பட்டாலும், வைதீக, மரபுக்கு எதிரான சமணம் போன்ற சமயங்களில் எப்படி சாதீய ஏற்றத் தாழ்வுகள் உட்புகுந்தனவோ, அப்படியே புதிதாக வருகை தந்த மதங்களிலும் இடம் பெற்றுவிட்டன. கலோனிய காலத்தில், அதன் ஆட்சிய உறுதிப்படுத்திக் கொள்ள ஆங்கிலேய அதிகாரம் சாதீய ரீதியாக மக்கள் தொகையைக் கணக்கெடுத்தபோது, நூற்றுக்கும் மேலான சாதியச் சமூகங்களைச் சார்ந்தவர்கள். எங்கு எப்படி எந்த வேறுபாடுகளுடன் தங்களுடைய அன்றாட வாழ்க்கையை, நடைமுறையில் வாழ்ந்து வருகிறார்கள் என்பதை ஒரு முறையான கள ஆய்வின் மூலம் பதிவு செய்யவில்லை. மாறாக மேலை நாடுகளில் விஞ்ஞானம் என்ற போர்வையில் உருவாக்கப்பட்டு நியாயப்படுத்தப்பட்ட சமூக டார்வினிய இனவாத கோட்பாடுகள் வழியாகவும், பார்ப்பனீய நூலான மனுதர்ம சாத்திரத்தின் அடிப்படையிலும் சாதீய அமைப்பைக் கருத்தாக்கம் செய்து இங்கிருந்த சமூகங்களைக் கூறுபிரிக்க ஆரம்பித்தது. இறுகிப்போன சாத்திரத்திற்கும், நடைமுறை வாழ்க்கையில் இருந்த முரண்களுக்கும் உள்ள ஒரு பெரிய இடைவெளி பூசி மெழுகப்பட்டது. நூற்றுக்கும் மேலான சமூகங்களை நான்கு வர்ணங்களுக்குள் அடக்க முடியவில்லை. இந்தப் பிரச்சனைக்குத் தீர்வு காண ஆங்கிலேய அதிகாரம் இங்கிருந்த சமூகங்களைப் பார்ப்பனர் / பார்ப்பனரல்லாதோர் என்று இரு கூறுகளாகப் பிரித்து பார்ப்பனர்களை ஆரியர்களாகவும், பார்ப்பனரல்லாதோரை திராவிடர்களாகவும் கருத்தாக்கம் செய்து வர்ணாசிரம அடிப்படையில் பார்ப்பனரல்லாதோரை ஒட்டு மொத்தமாக சூத்திரர் என்ற முத்திரை குத்தியது. இதனால் பாதிக்கப்பட்ட சமூகங்களைச் சார்ந்தவர்கள் அன்றுவரை நடைமுறையில் அவர்கள் அனுபவித்து வந்த தகுதிகளை, அடையாளங்களை, மீட்டெடுக்க ஆங்கிலேய அரசுடன் பெடியூஷன் போர்களைத் தொடுத்தனர். தத்தம் சாதிகளின் புராணங்களையும், வரலாறுகளையும் தங்களுடைய நடைமுறை சமூக வாழ்க்கையை விளக்குவதற்காக எழுதினார்.

மறுபக்கம் 1857-க்குப் பிறகு கிழக்கிந்திய கம்பெனி ஆட்சி முடிவடைந்து, ஆங்கிலேயப் பேரரசின் நேர் - அதிகாரத்தின் கீழ் இந்தியா வந்தது. அப்போது நவீனமயமாக்குதலால் ஏற்பட்ட பல விளைவுகளில் குலத்தொழில் என்ற சிறையிலிருந்து விடுபட்டு, கல்வி ரீதியாகவும், பொருளாதார ரீதியாகவும் வளர்ச்சியடைய வாய்ப்புகள் உருவாகின. அவற்றிற்கு எல்லா சாதிகளைச் சார்ந்த மக்களும் போட்டியிடக்கூடிய சூழ்நிலை உண்டானது. ஆனால், இந்தப் போட்டி எல்லா மக்களையும் சம நிலையில் நிறுத்தி முடுக்கிவிடவில்லை. ஆதிக்க சாதிகளைச் சார்ந்த மக்கள், குறிப்பாக சென்னை மாகாணத்தில் மக்கள் தொகையில் மூன்று விழுக்காடே இருந்த பார்ப்பனிய சமூகங்களைச் சார்ந்தவர்கள், பெருமளவில் இந்த வாய்ப்புகளைத் தட்டிச் சென்றனர். இப்படி உருவான சமூக முரண்களுக்குத் தீர்வு காண 19-ஆம் நூற்றாண்டின் இறுதிக் கட்டங்களிலும், 20-ஆம் நூற்றாண்டின் துவக்கத்திலும் ஒரு எழுச்சி ஏற்பட்டது. சாதீயச் சங்கங்களும் வெகுசன இயக்கங்களும் தோன்றின.

இந்தச் சங்கங்களும், இயக்கங்களும் எழுப்பிய கோரிக்கைகளின் தருணத்தில் ஆங்கிலேய அரசு முதலில் சிறுபான்மையினரான இஸ்லாமிய சமூகங்களில் பின்தங்கி இருந்தவர்களுக்கு கல்வி கற்க உதவித் தொகை வழங்கிற்று. பிறகு தலித் சமூகங்களைச் சார்ந்தவர்களுக்கும் இந்த வசதியை வழங்கிற்று. இந்தச் சலுகைகள் பெரிதாக இல்லாவிடினும் மற்ற சமூகத்தினரிடையே இதனால் ஒரு சலனம் ஏற்பட்டது, ஒரு பக்கம் இஸ்லாமிய சமூகங்களைச் சார்ந்தவர்கள் மீது காழ்ப்புணர்ச்சி வளர, மறுபக்கம் தலித்துகள் மீது செலுத்தப்பட்டு வந்த வன்மம் தீவிரமடைந்தது. குறிப்பாக 1920-களில் வந்த சீர்திருத்தங்களினாலும், அதனால் அமலுக்கு வந்த இரட்டை ஆட்சியினாலும், தாழ்த்தப்பட்ட மக்களுக்கு மேலும் சில சிறிய பலன்கள் சென்றடைந்தன. இதனிடையே பொருளாதாரத்தில் ஏற்பட்ட மாற்றங்களினாலும் கிருத்துவ கல்வி நிர்வாகங்கள் ஏற்படுத்திய வாய்ப்புகளினாலும் தாங்களே அனுபவ ரீதியாக அறிந்திருந்த உத்வேகமான வியாபார நுணுக்கங்களினாலும் நாடார் சமூகத்தைச் சார்ந்த ஒரு கணிசமான தொகையினர், விரைவாக முன்னேற ஆரம்பித்தனர். மேற்கூறிய சலுகைகளினால் தலித் சமூகங்களிலும் சிலர் ஓரளவுக்கு முன்னேற, இவர்களெல்லாம் அவர்தம் சமூகங்களின் மனித உரிமைகளைத் தட்டிக்கேட்க மேலிருந்து சாதிகளின் அதிகாரம் விரிசல் அடையத் துவங்கியது. இந்தச் சூழலில்தான், நிகழ்கால சாதிக் கலவரங்கள் தென் மாவட்டங்களில் தோன்றின. அக்கலவரங்களின் வன்முறை, குறிப்பாக முதலில் நாடார் சமூகத்தினர் மீதுதான் ஏவி விடப்பட்டது.

19 ஆம் நூற்றாண்டின் இறுதிக் கட்டங்களில் தோன்றிய அகில இந்திய தேசியம், 1920-களில் வலுவடைய அதில் இங்கு முன்னிலை செலுத்திய பார்ப்பனீய அறிவு ஜீவிகள், ஆங்கிலேய அதிகாரம் மக்களை இனவாத ரீதியாக கருத்தாக்கம் செய்ததையோ, செல்லரித்துப்போன மனுதர்ம சாத்திரத்தைத் தூசி தட்டி மறுபிரயோகம் செய்ததால் ஏற்பட்ட புதிய கோளாறுகளையோ, கண்டுகொள்ளவில்லை. பதிலாக, தாங்களெல்லாம் ஆங்கிலேயர்களுடனும், ஐரோப்பியர்களுடனும் தோளுரசக்கூடிய தகுதியைப் பெற்ற ஆரியர்கள் மற்றவர்களெல்லாம் திராவிடர்கள் / சூத்திரர்கள் என்ற மமதையில் மிதக்க ஆரம்பித்தனர். இந்த மமதையை அன்னிபெசன்ட் அம்மையார் தலைமையில் இயங்கிய பிரம்மஞான சபை பார்ப்பனியர்களை அடுத்து உருவாகப்போகும் பிரமாண்டமான யுகத்தின் ஆன்மீக அதிகார இனத்தின் பிரதிநிதிகளாக கற்பனை செய்து மேலும் இறுகச் செய்தது. இந்த அதீத தற்காதல் சித்தாந்தம் மாக்ஸ் முல்லர் போன்ற கீழ்த்திசைவாதிகள் எழுதிய நூல்களினால் மேலும் வீரியமடைய, இன்னும் பல தொன்மங்கள் உருவாகின. இந்திய துணைக் கண்டமே ஆரிய பூமி என்பதும் அது இந்துக்களின் புண்ணிய பூமி என்பதும், சமஸ்கிருதமே உயர்ந்தமொழி என்பதும், அதைப் பேசத் தெரிந்த ஆரியமே உயர்ந்த இனமென்பதும் இந்திய கலாச்சாரத்தின் வரலாறே பிரமிக்க வைக்கும் வைதீக மரபின் இடைவெளியற்ற தொடர்ச்சி என்பதும் இந்து தேசியத்தால் முதன்மைப்படுத்தப்பட்டன.

இந்திய வளைகுடாவில் பல காலகட்டங்களில் பலவிதமான சமூகங்களைச் சார்ந்த மக்கள், பலவிதமாக குடியேறியுள்ளனர். மானுடவியல் கணக்கெடுப்புப்படி இன்று இங்கு 4675 சமூகங்கள் இருக்கின்றன. இவற்றில் தமிழ் நாட்டில் மட்டும் 465 சமூகங்கள் வசிக்கின்றன.

ஜனநாயக அமைப்பில் எந்த ஒரு குறிப்பிட்ட சமூகத்திற்கும் இந்தியாவைத் தன்னுடைய சொத்தாகக் கொண்டாடும் உரிமை கிடையாது. உலகம் மானுடத்தின் சொத்தல்ல. அது இயற்கைக்கும், அதனால் உருவான கோடானு கோடி ஜீவ ராசிகளுக்கும் இருக்கும் ஒரே புகலிடம். இதை மதிக்காமல் போனதால்தான் இன்று இயற்கை சீரழிந்து, அதில் வாழும் எல்லா ஜீவராசிகளும் பாதிப்புகளுக்கு உள்ளாகி வருகின்றன. எந்த ஒரு சமூகத்திற்கும் மற்ற ஒரு சமூகத்தை அவர்கள் பல காலங்களாக வாழ்ந்து வரும் இடத்தில் இருந்து விரட்ட உரிமையில்லை. இருப்பினும், இன்றும் இந்தக் கொடுமைகள் சாதி, மத, இனக் கலவரங்களில் மட்டுமல்ல, சில சமயம் வளர்ச்சி

என்ற பெயரிலும் மற்ற சமயத்தில் புரட்சி என்ற பெயரிலும் நடத்தப்பட்டு வருகின்றன.

மொழியியல் வழியாகக் கிடைக்கும் ஆதாரங்களின்படி, எந்த மொழியும் மற்றொரு மொழியைவிட உயர்ந்ததுமல்ல, தாழ்ந்ததுமல்ல. ஒரு மொழி - அமைப்புக்குத் தேவையான நுண்ணியமான இலக்கணக் கூறுகள் இல்லாத மொழியே கிடையாது. அந்த குணங்களிருப்பதால் எந்த ஒரு மொழியிலும் புது அர்த்தங்களை உருவாக்க முடிகிறது. இந்தத் தன்மையைத்தான் நாம் ஒரு மொழியில் எழும் பேச்சின் கவிநய இயல்பாகவோ அல்லது இலக்கியத் தன்மையாகவோ, அடையாளம் காண்கிறோம் மற்றும் ஒரு சமூகம் என்று பொருளாதார அடிப்படையில் ஒரு அதிகார அமைப்பாக மாறுகிறதோ, அன்றுதான் அதன் மொழி எழுத்துருவம் பெறுகிறது. ஆகையால்தான், பொருளாதார அமைப்புக்கு மாறாத அல்லது அதிலிருந்து ஒதுங்கி வாழும் பழங்குடி சமூகங்களில் எழுத்திலக்கியம் இல்லை. அவர்கள் பேசும் மொழியின் கவிநயமும், இலக்கியத்தன்மையும் நாட்டார் வழக்காறுகளாகப் புழங்கி வருகின்றன.

சமஸ்கிருதம்தான் உயர்ந்த மொழி என்று கூறுவது ஒரு மாபெரும் பொய் மட்டுமல்ல. ஒரு ஜனநாயக அமைப்புக்கு எதிரான அராஜகம். அதைவிட அராஜகமான செயல் இங்கு சமஸ்கிருதம் தெரியாதவர்கள்கூட தங்கள் தெய்வ வழிபாடுகளை அந்த மொழியில்தான் கையாள வேண்டுமென்பது. இது ஒரு மேல் சாதிச் சமூகம், மற்ற சாதிச் சமூகங்களின் மேல் செலுத்தும் ஒரு அதிகாரத் தாண்டவம். இந்தத் தாண்டவத்தின் உச்சகட்டம். கலப்பு இந்துஸ்தானியிலிருந்து பாரசீக மற்றும் உருது மொழிக் கூறுகளை அறவே அகற்றிவிட்டு, சமஸ்கிருத மையமாக்கப்பட்ட இந்தியை தேசிய மொழியாக கருதுவது. இதனால்தான் இந்தச் செயல்களை எதிர்த்து நடத்தப்பட்ட போராட்டங்களிலும் நடத்தப்படுகின்ற போராட்டங்களிலும் ஒரு அடிப்படை நியாயமிருக்கிறது. ஒரு மொழி, மற்றொரு மொழியைவிட உயர்ந்ததோ, தாழ்ந்ததோ அல்ல என்றால் அதன் அடிப்படைப் பொருள், ஒரு மொழியைப் பேசும் சமூகம் மற்றொரு மொழியைப் பேசும் சமூகத்தைவிட உயர்ந்ததோ, தாழ்ந்ததோ அல்ல என்பதே.

மரபணு ரீதியாகவும், மானிட சமுதாயத்தை உயர் இனம் கீழ் இனம் என்று கூறியிருப்பதும் புனைவே. ஒவ்வொரு சமூகத்திற்கும் தன் மரபணுக் கூறுகளைப் புதுப்பித்துக் கொள்ளும் இயல்பு இருக்கிறது. அந்த மரபணுக் கூறுகள் ஆரோக்கியமான பரிமாணங்களைக்காண மற்ற மரபணுக் கூறுகளுடன் கலக்க வேண்டும். ஆக, ஒரு சமூகம் மற்ற சமூகத்தோடு கலந்தால்தான்

வளர்ச்சி எல்லா மனித உடல்களிலுமே பல சமூகங்களுடன் கலந்த மரபணுக்களின் கூறுகள் இருக்கிறதே தவிர, ஒற்றை அடையாளத்தைக் கொண்ட கூறுகள் இல்லை. எதிலும் கலக்காத தூய்மையான இனம் என்பது தென்மங்களிலும், சித்தாந்தங்களிலும்தான் இருக்கிறது. இயற்கையில் இல்லை. உடம்பின் வெளித்தோற்றத்தை வைத்து, ஒரே சமூகத்திற்குள் கட்டிப்போடும்போது, அந்த சமூகத்தின் மரபணுக்கள் தங்களைப் புதுப்பித்துக் கொள்ளும் வாய்ப்பை இழக்கின்றன.

மொழியும் ஒரு குறுகிய கலாச்சார வட்டத்திலிருந்து விடுபட்டு, புதிய பரிமாணங்களைக் காண, மற்ற மொழிகளுடன் மோதிக் கலந்து வளர வேண்டும். உதாரணத்திற்கு தமிழ்மொழி, ஆங்கிலம் போன்ற ஐரோப்பிய மொழிகளுடன் மோதிக் கலக்கவில்லை என்றால், தமிழில் புதினமோ, புதுக் கவிதையோ, சிறுகதையோ படைக்க முடியாது. பல அரிய படைப்புகளைத் தமிழில் மொழிபெயர்க்கவோ அல்லது பௌதீக அறிவியலிலும், சமூக அறிவியலிலும் உருவாகும் கடினமான கருத்துகளையும், பரிணாம மாற்றங்களையும் எளிமையான தமிழில் எழுத முடியாது.

இதனால்தான் எந்த ஒரு மொழியும் அதைத் தாய்மொழியாக கொண்ட சமூகத்தின் சொத்தல்ல என்கிறார்கள். ஆங்கிலம் ஆங்கிலேயர்களின் சொத்தல்ல. அதைப் பேசத் தெரிந்த அல்லது அவர்கள் அடிமைப்படுத்திய எல்லா கலாச்சாரங்களுக்கும் அதன்மேல் உரிமை இருக்கிறது. ஆங்கிலத்தை தத்தம் மொழி இலக்கண இயல்புகளுக்கும், வழக்காறு குணங்களுக்கும் ஏற்றபடி வளைக்கவும், இந்த கலாச்சாரங்களுக்கு உரிமையுண்டு. மொழி கலாச்சாரப் பின்னணிக்கு ஏற்ப ஆங்கிலத்துக்குப் புதிய பரிமாணங்களை அளித்த கருப்பர்கள் எழுத்தும், பல ஆசியப் படைப்பாளிகளின் எழுத்தும் இன்று ஒரு பெரும் முக்கியத்துவத்தைப் பெற்றுள்ளன.

கிட்டத்தட்ட 360 மொழிகளில் பேசுகின்ற நான்காயிரத்திற்கும் மேலான கலாச்சாரங்களைச் சார்ந்தவர்கள் இங்கு வாழும்போது எப்படி அவர்களில் பெரும்பான்மையினர், நிரந்தரமாக ஒரே மதத்தைச் சார்ந்தவர்களாக இருக்க முடியும்? இங்கு பல சமயங்களும், மார்க்கங்களும் ஆயிரக்கணக்கான கிராம மற்றும் குல தெய்வங்களும், பழங்குடி கடவுள்களும் இருக்க 12-ஆம் நூற்றாண்டில் சிந்து நதியைக் கடந்து வந்த முகலாய அரசுகள் நதிக்கு அப்பால் இருந்த எல்லா மக்களையும் பொதுவாக 'இந்து' என்றழைத்தது. பிறகு வந்த ஐரோப்பிய கிருத்துவ பாதிரிமார்கள், சமணத்தையும், பௌத்தத்தையும், இஸ்லாமையும், கிருத்துவத்தையும் ஒரு பக்கம் வைத்து,

மறுபக்கம் மற்ற மரபுகளையும், சமயங்களையும், எண்ணற்ற வழிபாடுகளையும் ஒன்றாக முடித்து, 'இந்து மதம்' என்று பெயர் சூட்டினர். ஆங்கிலேய அரசு அந்த வரையறுப்பைத் தனது மக்கள் தொகைக் கணக்கெடுப்பில் சேர்த்தது. இதனால், அந்த அடையாளம் பிறப்புச் சான்றிதழில் குடிபுகுந்துவிட்டதல்லாமல், இந்து தேசியவாதத்திற்கு ஒரு அடித்தளத்தையும் ஏற்படுத்திக் கொடுத்துள்ளது.

'இந்து என்ற அடையாளமே புனைவாக இருக்கும்போது இந்தியாவை இந்துக்களின் நாடென்று எப்படிக் கூற முடியும். எந்த மனித சமூகமும் குடியேறாத காலகட்டத்தில், இந்தியா பூமியில் ஏற்பட்ட நிலப்பரப்புகளில் ஒன்று. பல சமூகங்கள் குடியேறிய பிறகு பல நாடுகளாகவும், ஊர்களாகவும் உருவெடுத்தன. ஆங்கிலேயர்கள் அந்தப் பிரதேசங்களை ஒவ்வொன்றாக தங்கள் ஆட்சிக்குக் கீழ்ப்படியவைத்து மக்களை பல விதங்களில் சுரண்ட திட்டங்கள் வகுத்து நிலப்பரப்புகளை அளந்து, எல்லைகளை வகுத்து, அவற்றை பூகோள வரைபடங்களாகப் பதிவு செய்யாவிட்டால், இன்று இந்தியா என்று சுட்டிக்காட்ட எந்த இடமும் இருக்காது.

எண்ணற்ற வழிபாடுகள் கலாச்சாரங்களிலிருந்தும், வைதீக மரபின் இடைவெளியில்லாத தொடர்ச்சியாகக் கருதி, பல கீழ்த்திசைக் கூறுகளுடன் 19-ஆம் நூற்றாண்டில் தோன்றிய இந்து தேசியம்தான் ஒற்றைப்படுத்தியது. இந்த தொன்மம் அல்லது கட்டுக்கதை. பல சிறிய மரபுகளின் வரலாற்றை மட்டுமல்லாமல் கிட்டத்தட்ட 1500 ஆண்டுகள் ஓங்கித் தழைத்திருந்த பௌத்த சமயத்தின் வரலாற்றை புதை குழியில் தள்ளியது. கிருஷ்ண தேவராயர் காலத்திலும் ஆங்கிலேய அரசு உட்புகுந்த பிறகும் வைதீக மரபுக்குத் தன்னை மறுபிரதி செய்துகொள்ள வாய்ப்புகள் அதிகரிக்கிறது. இவ்வளவு பெரிய ஒட்டையை கால இடைவெளியை இந்து தேசியம் இரண்டு தொன்மங்களை உருவாக்கி, சுலபமாக அடைத்தது. அவை, ஆதிசங்கரரிடம் வாதம் செய்து தோற்றதின் விளைவாக ஆயிரக்கணக்கான புத்த பிக்குகள் தீக்குளித்து, பௌத்தம் அழிந்ததென்றும், முகலாய அரசுகளின் வருகையினாலும் அந்த அரசுகள் 800 ஆண்டுகள் ஆட்சி செலுத்தியதாலும் வைதீகம் நிலை குலைந்ததும் என்பதே.

முகலாயப் படைகள் அழித்தது அன்று கொடி கட்டிப் பறந்து கொண்டிருந்த பௌத்த ஸ்தூபங்களையும், மடங்களையும்தான். முதலில், நாளந்தா தரைமட்டமாக்கப்பட்டது. பிறகு இந்தப் படைகள் கங்கை கழிமுகத்தைக் கைப்பற்ற, பலுகிஸ்தானிலிருந்த பௌத்த அமைப்புக்கும், திபெத்திலிருந்த பௌத்த அமைப்புக்கும் உள்ள தொடர்பும், இந்த இரு அமைப்புகளுடன் மற்ற

இடங்களிலிருந்த பௌத்த அமைப்புகள் கொண்டிருந்த உறவுகளும் துண்டிக்கப்பட்டது. அவைகளுக்கு வழக்கமாகச் செல்லும் மானியமும் தடைப்பட்டது. பௌத்தம் இந்தக் காரணங்களினால் வடக்கே தன் வலிமையை இழந்தது. தெற்கே சைவத்தின் வன்மத்தால், அது முகலாயரின் வருகைக்கு முன்பே ஒடுக்கப்பட்டது. ஆனால், ஆதிசங்கரர் எட்டாம் நூற்றாண்டில் மறைந்த பிறகும், பௌத்தம் 300 ஆண்டுகள் வடக்கில் வலிமையுடன் வாழ்ந்து கொண்டிருந்தது. மேலும், சங்கரரின் அத்வைதத்திற்கும், பௌத்த தத்துவத்திற்கும் அடிப்படை ஒற்றுமைகள் பல இருப்பதால், இரண்டிற்கும் தர்க்க ரீதியான முரண்கள் கிடையாது. இந்தக் கூற்றையும், இந்து தேசியத்தை ஆதரிக்கும் தத்துவ வல்லுநர்கள் மறுத்தே வந்திருக்கிறார்கள். தீக்குளித்து பௌத்தம் வலிமை இழந்ததென்பதும் வெறும் கட்டுக்கதை.

பல தொன்மங்களுடன் வளர்ந்த இந்து தேசியம், இருபதாம் நூற்றாண்டின் துவக்கத்தில் நடுத்தர வர்க்க மேல் சாதிகளிடையே வலிமை பெற்றது. காந்தியின் வருகை,வடக்கில் அதன் வீரியத்தைத் சில காலங்களுக்குத் தடுத்து நிறுத்தியது. தெற்கில், திராவிட இயக்கக் கூறுகளின் முன்னோடியான நீதிக்கட்சி, வெகுசன சாதிகளின் கோரிக்கைகளை முன்வைத்து, இந்து தேசியத்துக்கு ஒரு முட்டுக்கட்டையாக விளங்கியது. இதனால் அகில இந்திய அளவுக்கு அதன் கூறுகளின் வீச்சு பதியவில்லை. ஒருவேளை, காந்தி வராமலிருந்திருந்தால், சாவர்க்கர் போன்ற இந்து தேசியவாதிகளின் கையும், காங்கிரஸில் சனாதனவாதிகளின் கையும் வலிமை பெற்றிருக்கும். காந்தியின் மறைவுக்குப் பிறகு சில ஆண்டுகள் கழித்து ஜவகர்லால் நேரு ஆர்.எஸ்.எஸ்ஸை ஒரு சமூக இயக்கம் என்று வர்ணித்து, அதன் மேலிருந்த தடையை நீக்கினார் என்பதை இங்கு நினைவு கூர்வது அவசியம்.

நாடு விடுதலை பெற்ற சூழலில், பெரியார் எழுப்பிய குரலாலும், அம்பேத்கர் ஆற்றிய பணியாலும், இட ஒதுக்கீடு ஓரளவுக்கு சாத்தியமாகி, பல போராட்டங்களில் படிப்படியாக உயர்ந்து, இன்று 69 விழுக்காடை அடைந்துவிட்டாலும், பிரச்சனைகள் தீராமல் இருப்பதற்கு காரணம் விடுதலை பெற்று ஐம்பது ஆண்டுகளுக்கு மேலாகியும், 35 விழுக்காடு மக்கள் வறுமைக்கோட்டுக்குக் கீழே, தீராத அவதிப்படுகின்றனர் என்பதால்தான். வறுமைக் கோட்டுக்கு வெளியே ஓரளவு தலைமை நீட்டித் தத்தளித்துக் கொண்டிருக்கும் பலகோடி மக்களும், பெருமளவில் அந்த வகுப்புகளைச் சார்ந்தவர்களே. பல கிராமப்புறங்கள் வளர்ச்சியடையாததால், சலுகைகளை அடித்தள மக்கள் முழுமையாகப் பயன்படுத்துவதில்

சிக்கல்களுண்டு. 30,000 இலவச ஆரம்பப் பள்ளிகள் இருக்கும் ஒரு மாநிலத்தில் இலவச உயர்நிலைப் பள்ளிகள் 8000 தான் இருப்பது முதல் சிக்கல். இரண்டாவதாக, பிற்படுத்தப்பட்ட மிகவும் பிற்படுத்தப்பட்ட வகுப்புகளில் இருப்பவர்கள் நூற்றுக்கும் மேலான சக சாதிகளுடன் போட்டியிட வேண்டிய தேவை இருக்கிறது. வளர்ச்சியடையாத தொகுதிகளிலுள்ள தலித், பழங்குடி சமூகத்தவர்கள் வளர்ச்சி அடைந்த தொகுதியில் இருக்கும் தங்கள் சமூகத்தினருடனேயே போட்டியிட வேண்டி இருக்கிறது.

இந்தச் சூழலில் தேசிய கட்சிகளுக்கு ஆதரவு அளித்து வந்த மக்கள், அவற்றின் மீது நம்பிக்கை இழந்து, 1960-களிலிருந்து மாநிலக் கட்சிகளை படிப்படியாக ஆதரிக்கத் தொடங்கினர். 1990களின் இடையிலிருந்து தேசிய கட்சிகளின் வலிமை குறைந்து, மத்தியில் கூட்டாட்சிதான் அமைக்க முடியும் என்ற நிலை உருவாகியது. இன்று இந்த மாநிலக் கட்சிகளின் மீதும் நம்பிக்கை குறைய, மக்கள் அவர்தம் சமூகங்களின் பிரதிநிதிகளை ஆதரிக்க, சாதிய அடிப்படையில் கட்சிகள் உருவாகி, மாநிலத்திலும் கூட்டாட்சி என்ற நிலை உருவாகி வருகிறது. மாநிலக் கட்சிகளின் வளர்ச்சியும், சாதீயக் கட்சிகளின் வளர்ச்சியும் அரசியல் கட்சி அமைப்பு கட்டுமானத்தை குறுகிய அதிகார மையத்திலிருந்து விடுவித்து, அகலப்படுத்தி ஆழப்படுத்துகிறதே தவிர, அசிங்கப்படுத்தவில்லை. சாதிகளின் பிரதிநிதித்துவத்தை வெளிப்படுத்தும் சாதீயக் காட்சிகளை, சாதி வெறியை வளர்க்கும் அமைப்புகளாக கருத்தாக்கம் செய்வது சரியல்ல.

தலித் சிந்தனையாளர்கள் இன்று காந்தியை மட்டுமல்லாமல் பெரியாரையும் சேர்த்து ஒதுக்குவதற்குக் காரணம், சாதி வெறியல்ல. அவர்களுடைய பிரதிநிதித்துவமும்,மக்கள் அளிக்கும் ஆதரவும் இவர்கள் இருவரின் பெயர்களை பயன்படுத்தும் கட்சிகளால் சிதறவிடாமல் தடுப்பதற்கே இருப்பினும், எந்த சாதீயக் கட்சியும் அது பிரதிநிதித்துவம் செய்யும் மக்கள் பெரும்பான்மையாக இருக்கும் தொகுதிகளில்கூட, அங்கிருக்கும் மற்ற சமூக மக்களின் ஆதரவைப் பெற்றால்தான் தேர்தலில் வெற்றிபெற்று சட்டசபையிலோ, மக்கள் சபையிலோ தங்கள் பிரதிநிதித்துவத்தை தக்கவைத்துக்கொள்ள முடியும். ஓரளவுக்கு மக்கள் தொகை எண்ணிக்கையில் அதிகமாக இருக்கும் சமூகங்களால் மட்டுமே சாதீய அடிப்படையில் கட்சிகளை அமைக்க முடியுமே தவிர, எல்லா சாதிச் சமூகங்களுக்கும் இதைத் சாத்தியமாக்கவும் வழியில்லை.

எப்படி நமது அரசியல் வரலாற்றை சாதீயக் கூறுகளை அகற்றி விளக்க முடியாதோ, அதேபோல் இந்தி சினிமாவாக

இருந்தாலும் சரி, மாநில சினிமாவாக இருந்தாலும் சரி. சாதீயக் கூறுகள் இல்லாத திரைப்படங்களே கிடையாது. எப்படி பாலின - பாலியல் கூறுகளில்லாமல் ஒரு திரைக்கதையை படைக்க முடியாதோ, அதேபோல் சமூக அடையாளங்களான சாதி அல்லது இனம், வர்க்கம் போன்ற குறிகளை மீறி, மனிதர்களை மையப்படுத்தும் ஒரு கதையை அமைக்க முடியாது. ஆனால், இந்த அடையாளங்களை தத்தம் சித்தாந்த குறிக்கோள்களுக்கு ஏற்ப, ஒவ்வொரு கதையாடலிலும் திரிக்க முடியும். இங்கு 'இனம்' என்று குறிப்பிடப்படுவது, ஒரு சமூகத்தின் உடல் அமைப்பு, அந்த உடலின் முன் அணிந்திருக்கும் குறிகள். அந்த உடம்பை வெளிப்பாடு செய்யும் விதம் அல்லது உடல்மொழி அதன் பாலின - பாலியல் பாகுபாடுகள், அந்தச் சமூகத்தினர் தம் தாய் மொழியையோ அல்லது அவர்கள் உள்வாங்கிய வேறொரு மொழியையோ பேசும் விதம், அவர்களின் வாழ்க்கை முறைகள், வழிபாடுகள், சடங்குகள், வழக்காறுகள், சரித்திரங்கள் மற்றும் பல காரணங்களால் ஏற்பட்ட மாற்றங்களோ அல்லது மாற்றம் அடைந்து வரும் குறிகளோதான். ஒவ்வொரு சாதியும் இந்த் பன்முக அர்த்தத்தில் ஒரு இனம் ஒரு தனிப்பெரும் அடையாளங்களுடைய சமூகம், ஆனால், பழங்குடி மக்களுக்கும், நாடோடி சமூகங்களுக்கும் இன அடையாளங்கள் இருக்கிறதே தவிர, ஏற்றத்தாழ்வுகளைக் குறிக்கும் வாழ்க்கை முறைகளோ, சாதீய அடையாளங்களோ கிடையாது. அதனால்தான் நரிக்குறவர்களை ஷெட்யூல் இனப்பிரிவில் சேர்ப்பதற்குப் பதிலாக, மிகவும் பிற்படுத்தப்பட்ட சாதிகளின் வகுப்பில் அரசாங்கம் சேர்த்திருப்பது ஒரு கொடுமையான செயலாகத் தோன்றுகிறது.

மற்றவர் மேல் ஆதிக்கம் செலுத்தும் வாழ்க்கை முறைகளை, நியாயமற்ற சமூக வேலிகளை, சாதிய சமூகங்கள் விழிப்புணர்வு பெற்று ஒரு மனப்பக்குவத்தை அடைந்துவிட்டால், தகர்த்தெறிந்து விடுவார்கள் என்று காந்தி, பெரியார் மற்றும் அம்பேத்கர் நன்கு அறிந்திருந்தாலும், அவர்கள் தத்தம் கண்ணோட்டத்திற்கும், கொள்கைகளுக்கும் ஏற்றவாறு வெவ்வேறு வழிகளைக் கடைப்பிடித்தனர்.

வைதீக சமயத்தில் பற்று வைத்திருந்த காந்தி, அதன் சில மரபுகளை மட்டும் தகர்த்துவிட்டால், சாதீய சமுதாயத்திலிருந்து ஒதுக்கப்பட்ட தலித் சமூகங்களை அதற்குள் கொண்டு வந்துவிடலாம் என்று நினைத்தார். ஆனால் தலித் வாழ்க்கை முறைகளின் பரிமாணங்களை நன்கறியாமல் இருந்ததால், அந்த அடையாளங்களை மேல்சாதி நடுத்தர வர்க்க ஒழுக்க கட்டுப்பாடுகளுக்குள் மேலிருந்து திருத்தி அமைக்கப் பார்த்தார்.

இதனால் அவர் எடுத்த முயற்சிகள், மேல் மட்டத்திலேயே இறுக, தலித் மக்களை ஆக்கமுள்ள மனிதர்களாக கருத்தாக்கம் செய்வதற்கு மாறாக, மற்றவர்களால் சீர்திருத்த வேண்டிய கைப்பொருளாக கருத்தாக்கம் செய்து, அவர்களை புதுவிதமான அடிமைக்குழியில் தள்ளின.

பெரியார் பல ஆலயப் பிரவேசங்களை வெற்றிகரமாக நிகழ்த்தி, பார்ப்பனர்களை காரசாரமாக விமர்சித்து, அந்த சமூகத்தின் பிரதிநிதிகள் ஆடும் ஆரியக் கூத்தை அம்பலமாக்கி, அவர்களை முதன்மைப்படுத்தும் வைதீகச் சடங்குகளை மாற்று வாழ்க்கை முறைகளால் தடம் பெயர்த்தால்தான் சாதீய ஏற்றத் தாழ்வுகளை அன்றாட வாழ்க்கையிலிருந்து அகற்ற முடியும் என்று ஆலயங்களில் சமஸ்கிருத அர்ச்சனைகளை அகற்றப் பாடுபட்டு, சுய மரியாதைத் திருமண முறையைச் செயல்படுத்தி, எவரும் சொல்லாத புதிய கருத்துக்களைச் சொல்லி, பெண்கள் விடுதலை பெற உழைத்து, வைதீகக் கடவுள்களை செருப்பு மாலையால் அலங்கரித்து நகர்வலம் வந்தார். ஆனால் ஒரு பெரும் மாற்றத்தை அவரால் உருவாக்க முடியவில்லை.

எல்லா விதமான சாதீய இம்சைகளையும் அடித்தளத்திலிருந்து அனுபவித்து, தலித் சமூகங்களின் வாழ்க்கையில் அடிப்படை மாற்றங்களை ஏற்படுத்தத் துடித்தாலும், காந்தியும் பெரியாரும் சந்தித்த முட்டுக் கட்டைகளைவிட, பாபாசாகிப் அம்பேத்கர் சந்தித்தவை அதிகம். இதில் காந்தியே அவருக்கு ஒரு பெரிய முட்டுக்கட்டையாகத்தான் இருந்தார். இந்தக் காரணங்களால் பாபாசாகிப் பிரச்சனையை வேறு கோணத்தில் பார்த்தார். அன்றாடம் மிதிபடும் சமூகங்களால், மற்ற சமூகங்களை ஒட்டுமொத்தமாக மாற்றமுடியாது என்று தாழ்த்தப்பட்ட சமூகங்களின் நலன்களைப் பாதுகாக்க அயராது உழைத்து, அவர்களின் உரிமைகளை நிலைநாட்ட பல தளங்களில் விடாப்பிடியாக குறுக்கீடு செய்து தொழில்சங்கம் அமைத்து, சட்டங்கள் ஏற்படுத்திப் போராடினார். தொடர்ந்து போராடினால் தலித் மக்கள் வெற்றி பெற்று முன்னேற முடியும் என்ற தன்னம்பிக்கையையும், மன உறுதியையும் ஏற்படுத்தினார். வெவ்வேறு தலித் சமூகங்கள் ஒரு ஒருங்கிணைந்த குரலைத் தொடர்ந்து எழுப்பவில்லை என்றால், அவர்களுக்கு ஒரு முழுமையான விடுதலை கிடைக்காது என்று வைதீக சமயத்திற்கு எதிரான பௌத்த சமயத்தைத் தழுவி, எல்லா தலித் சமூகங்களும் அதற்கு மதம் மாற உழைத்தார்.

ஒருவேளை, தலித் மக்கள் ஆலயப் பிரவேசப் போராட்டங்களில் பங்கேற்காமல் பௌத்த சமயத்தை

முழுமையாகத் தழுவியிருந்தால், இந்துத்துவத்தின் ஆள் பலம் இவ்வளவு கூடியிருக்க வாய்ப்பில்லை. ஆனால் ஆலயப் பிரவேசங்களைச் செய்யாதிருந்தால், இந்த மக்கள் வாழும் தொகுதிகளில் இருக்கும் ஆலயங்கள் மீது, சக மனிதர்களாக அவர்களிருக்கும் உரிமைகளை இன்று அவர்களால் தட்டிக் கேட்க முடியாது. இன்று தலித் மக்கள் பௌத்த சமயத்திற்கு மதம் மாறி வந்தாலும், அதை தலித் சமூகங்களைச் சார்ந்த எல்லா மக்களும் ஒட்டுமொத்தமாக செய்ய முடியாமல் இருப்பதற்குக் காரணம், வைதீக மரபுகளுக்கு மாறாக இருக்கும் தலித் சமூகங்களின் வாழ்க்கை முறைகள். பௌத்த வாழ்க்கை முறைகளுக்கும் மாறாகத்தான் புழங்கி வருகின்றன. விவசாயத்தை குலத்தொழிலாகக் கொண்ட தலித் சமூகங்களுக்கும் மற்ற குலத் தொழில்களை கொண்ட தலித் சமூகங்களின் வாழ்க்கை முறைகளுக்கும் பல வித்தியாசங்கள் இருக்கின்றன. இந்த வாழ்க்கை முறைகளிலும் சாதீய ஏற்றத் தாழ்வுகளைக் குறிக்கும் கூறுகள் பின்னி வளர்ந்துவிட்டன. வெவ்வேறு மாநிலங்களைச் சார்ந்த தலித் சமூகங்களுக்கு மொழி வித்தியாசங்களும் இருக்கின்றன. மதம் மாறினால் மட்டும் பிரச்சனை தீராதென்று பெரியார் சொன்ன வாக்கை இங்கு கவனிப்பது அவசியம். ஆனால் அவர் செய்ததைப்போல எல்லோரும் நாத்திகர்களாக மாறிவிட்டால் பிரச்சனை தீராதா என்ற கேள்வி எழும்போது பௌத்தமும் ஒரு நாத்திக அமைப்புதான் என்றும் கல்வி அறிவு பெற்று பொருளாதார ரீதியில் ஓரளவு சுதந்திரத்தையாவது அனுபவிக்க நடுத்தர வர்க்கத்தையாவது எட்டிப் பிடித்தால்தான், நவீன நாத்திகக் கொள்கைகளைக் கடைப்பிடிக்கும் வாய்ப்புகள் அதிகம் என்பதும் கவனிப்பது அவசியம்.

தலித் சமூகங்கள் ஒருங்கிணைந்த குரலை எழுப்ப, சில முட்டுக்கட்டைகள் இருந்தாலும், வழியே இல்லை என்ற சொல்ல முடியாது. இன்று தலித் மக்கள் பல வழிகளைக் கையாண்டு வருகிறார்கள். சிறுபான்மையினராக சிதறுண்டு கிடக்கும் தலித் மக்கள் பல வழிகளைக் கையாண்டு வருகிறார்கள். கணிசமான பலமிருக்கும் தலித் சமூகங்கள் அரசியல் கட்சி அமைத்து போராடி வருகிறார்கள். சிறுபான்மையினராக சிதறுண்டு கிடக்கும் தலித் சமூகங்கள் சங்கங்களையோ அல்லது மற்ற சமூக அமைப்புகளையோ உருவாக்கி போராடி வருகின்றனர். தலித் சிந்தனையாளர்கள் பல தளங்களில் குறுக்கீடு செய்து தலித் சமுதாயத்திற்கு சார்பான கருத்துகளை பேச்சு மூலமோ எழுத்து மூலமோ பதிவு செய்கின்றனர். தலித் சமூகங்களைச் சார்ந்தவர்களிடையே சாதீயம் உருவாக்கிய அநியாயங்களைப் பற்றிய விழிப்புணர்வு அதிகரித்து வருகிறது.

இந்த விழிப்புணர்வு ஒரு முழுமையைப் பெறும்பொழுது அவர்களின் குரல் ஒருங்கிணையும். மற்ற சாதிச் சமூகங்களைச் சார்ந்தவர்களிடமும், விழிப்புணர்வு வளர்ந்து வருவதால், தலித் சமுதாயத்திற்கு மேலிருந்து திணிக்கப்படும் முட்டுக்கட்டைகளும் தங்கள் நிரந்தரத்தை இழக்கத்தான் போகின்றன.

இருப்பினும் தாறுமாறாக வளர்ச்சி பெற்று வரும் இன்றைய சமநிலையற்ற சுரண்டல் பொருளாதார அமைப்பில் இருக்கும் குறைவான வாய்ப்புகளுக்கு எல்லா சாதி மக்களும் போட்டி போட வேண்டிய சூழலில் சாதிய காழ்ப்புணர்வுகளும் தங்கள் கோரப்பற்களை காட்டாமலுமில்லை. ஆகையால்தான் ஒரு பக்கம் தலித்துகளுக்கு ஆதரவான வன்கொடுமைச் சட்டம் அமுலுக்கு வந்தும் பல கொடுமையான செயல்களுக்கு தலித் மக்கள் ஆளாகி வருகின்றனர். மண்டல் கமிஷன் அறிக்கை வெளியானபோது தில்லியில் மேல் சாதி மாணவ மாணவிகள் சிலர் தீக்குளித்ததும் இந்தக் காழ்ப்புணர்வின் மறுபக்கமே.

இப்படி சாதீய அரசியலுக்கே பல கோணங்கள் இருக்கும்பொழுது சினிமாவில் சாதியைப் பற்றிப் பேசலாமா? என்ற கேள்விக்கும் ஒரு ஒற்றைக்கோண பதிலைச் சொல்ல முடியாது.

'குமுதம், தீராநதி', செப்டம்பர், 2003

◆◆◆

10

தலித் மக்களைத் திராவிட இயக்க சினிமா எப்படி சித்தரித்தது?

சாதிய, இன, வர்க்க, பாலின - பாலியல் கூறுகள் இல்லாத படங்கள் சாத்தியமில்லை என்ற அடிப்படையில் அவற்றை ஏதாவது ஒரு வகையில் வெளிப்பாடு செய்யாத படங்கள் இல்லை எனலாம். ஆகையால், சினிமாவில் சாதியைப் பற்றிப் பேசலாமா? என்ற கேள்வியே ஒரு தவறான புரிதலின் அடிப்படையில் எழும் ஒன்று.

இதற்கு பதிலாக சாதி - இனக் கூறுகளின் வித்தியாசங்களை, ஏற்றத் தாழ்வுகளை, வாழ்க்கை முறைகளை, வழக்காறுகளை, சரித்திரங்களை, அவற்றில் உருவாகும் மாற்றங்களை, நமது திரைப்படங்கள் எவ்வாறு வெளிப்பாடு செய்கின்றன? எந்த சாதி அல்லது சாதிகளின் வாழ்க்கை முறைகளுக்கும், கண்ணோட்டங்களுக்கும், கருத்துகளுக்கும் பரவலாக முதன்மை வழங்கப்படுகிறது மற்றும் இதில் வரும் மாற்றங்கள் என்ன? சாதியத்தை எதிர்க்கும் கருத்தாக்கங்களிலும் சித்தாத்தங்களிலும் எதற்கு முதன்மை வழங்கப்படுகிறது? இந்தக் கேள்விகளை முன்வைத்து விவாதிப்பது பிரச்சினையை பல கோணங்களில் அணுக உதவும்.

இந்திய சினிமாவில் காந்திய கருத்துகளுக்கு வழங்கப்பட்ட முக்கியத்துவம், இடம், அம்பேத்கரின் கருத்துகளுக்கு வழங்கப்படவில்லை. இன்று காந்திய கருத்துகளும் ஒதுக்கப்பட்டு

இந்துத்துவ கருத்துகள் மேலோங்கத் தொடங்கியுள்ளன. தமிழ் சினிமாவில் காந்திய கருத்துகளுக்கும், திராவிட இயக்க கருத்துகளுக்கும் வெவ்வேறு காலகட்டத்தில் முதன்மை அளிக்கப்பட்டன. ஆனால், பெரியாரின் கருத்துகளுக்கு அளிக்கப்பட்ட இடம், மிகவும் குறைவு. பாபாசாகிப் அம்பேத்கரோ தமிழ்ப் படங்களில், போலீஸ் ஸ்டேஷன் செட்டிலோ அல்லது அரசு அலுவலக செட்டிலோ, புகைப்பட உருவத்தில் சுவர்களை மட்டும் அலங்கரிப்பார். இதற்கு மாறாக தமிழ்நாட்டில்தான் அம்பேத்கருக்கு அதிகமாகச் சிலைகள் இருக்கின்றன என்பதும் உண்மை.

மௌனமாக இருந்த இந்திய சினிமா, பேச ஆரம்பித்து, 1930-களில் கடகடவென்று ஒரு பெரிய தொழில்துறையாக முன்னேறியபோதுதான் விடுதலை இயக்கமும் ஒரு உச்சகட்டத்தை அடையத் துவங்கியது. எழுத்து, நாடகம் போன்ற துறைகளில் அப்பொழுது என்ன பாதிப்புகள் ஏற்பட்டதோ அதே தாக்கம் சினிமாவிலும் ஏற்பட்டது. விடுதலை இயக்கத்தில் காந்தி முன்னிலை வகித்ததால் அவருடைய கருத்துகளை முதன்மைப்படுத்தி திரைப்படங்கள் எடுக்கப்பட்டன. அம்பேத்கர் போன்றவர்களின் கருத்துகள் விளிம்பு நிலைக்குத் தள்ளப்பட்டன. அப்போது அம்பேத்கரின் இயக்கம் தலித் மக்களுக்காக உருவாக்கப்பட்ட நாடு தழுவிய இயக்கமாக இருந்தாலும், அது ஒரு தேசிய இயக்கமல்ல. ஆகையால் ஏற்கனவே சாதி அடிப்படையில் பிரிந்திருந்த மற்ற சமூகங்களின் ஆதரவு அம்பேத்கரின் இயக்கத்திற்குக் கடுகளவுகூட இருந்ததா என்பது கேள்விதான். இருப்பினும் அவர் தொழிற்சங்கம் நடத்திய காலகட்டத்தில் அவருக்கு ஆதரவு இருந்தது.

அம்பேத்கரின் இயக்கத்திற்கு மாறாக, திராவிட இயக்கம் ஒரு உபதேசிய இயக்கம் என்பதால், துவக்கத்திலிருந்தே மேடைப் பேச்சு, எழுத்து, நாடகம் போன்ற தளங்களில் செயல்பட்டு வந்தது. 1949 இல் இந்த இயக்கம் பிளவடைந்து, திமுக உருவாகி, தேர்தல் அரசியலில் ஈடுபட்டது. எழுத்து, நாடகம், போன்ற துறைகளில் அந்த இயக்கம் ஏற்படுத்தியிருந்த தாக்கம் அதிகரித்து சினிமாவிலும் ஒரு பெரிய பாதிப்பை ஏற்படுத்தியது. கிட்டத்தட்ட அடுத்து முப்பது ஆண்டுகளுக்குத் தமிழகத்தின் கலாச்சாரத்தில் அது ஆழமாகப் பாய்ந்தது. 1970களின் நடுவில் எம்ஜிஆர் படங்களுக்கு மோகம் குறைந்தபோதுதான் அதன் வீச்சு, தளரத் துவங்கியது. இந்தத் தாக்கம் ஏற்படுத்திய மாற்றங்களில் முக்கியமான ஒன்று, ஒற்றை இந்திய தேசிய அடையாளத்திற்கும்,

தமிழ் மொழிக்கும் பெற்றுத் தந்த மரியாதை மற்றும் இளங்கோவன் போன்ற எழுத்தாளர்கள், ஏற்கனவே நிலைத்திருந்த பார்ப்பனிய, சமஸ்கிருத வாடையுடைய மணிப்பிரவாளத்திற்கு எதிராக எடுத்த முயற்சியை விரிவடையச் செய்தது. தமிழ் சினிமாவின் வசனத்திற்கு தி.மு.க எழுத்தாளர்களான அறிஞர் அண்ணாவும், கலைஞர் கருணாநிதியும் புத்துணர்ச்சி ஊட்டினர். ஆனால், தேர்தல் அரசியலை முன்னிறுத்தி உருவாக்கப்பட்ட இந்த திராவிட இயக்க திரைப்படங்களில் தோன்றிய தமிழில், மேடைப் பேச்சின் பாணியும், மேடை நாடக மொழியும் உயர்ந்து நின்றதே தவிர, தமிழ்நாட்டிலுள்ள பல சமூகங்களின் பேச்சுத் தமிழுக்கோ, வழக்காறுகளுக்கோ அல்லது தமிழ் இலக்கியத்தில் வந்த பல மாற்றங்களுக்கோ இடமில்லாமல் போனதால் இந்தப் படைப்புகளில் தமிழ் அடையாளம் ஒற்றை வடிவத்தைப் பெற்றது.

இந்திய தேசியமாக இருந்தாலும் சரி அல்லது தமிழ் தேசியமாக இருந்தாலும் சரி, காலம் ஒற்றை வடிவத்தைப் பெற்று தன் பன்முகத்தை இழந்து, தேசம் என்று அழைக்கப்படுகிறது. ஒரே ஒரு சமூகம் இருப்பது போலும் அதற்கு ஒரே ஒரு இறந்த காலமும், நிகழ்காலமும், எதிர்காலமும் இருப்பது போலும் தோன்றும். இதனால் பல சமூகங்களின் சரித்திரங்கள் ஓரங்கட்டப்படுவது மட்டுமல்லாமல் ஏதாவது ஒரு சமூகம் அந்த தேசத்தின் வெளியே நிறுத்தப்படும். இந்து தேசியம், இந்தியாவை ஆரிய பூமியாகக் கருதி, பல்வேறு சமூகங்களை இந்துக்கள் என்று ஒற்றைப்படுத்தி, அதே சமயத்தில் பல இஸ்லாமிய சமூகங்களையும், கிருத்துவ சமூகங்களையும் ஒற்றைப்படுத்தி, தனது எதிரிகளாக வெளியே நிறுத்தியது தமிழ்தேசியம். தமிழர்களை திராவிடர்களாகக் கருதி, இங்கிருக்கும் பல சமூகங்களை ஒற்றைப்படுத்தி, அதே சமயத்தில் பல பார்ப்பன சமூகங்களையும் அவர்களோடு சேர்த்து தமிழ்நாட்டில் வாழும் பல வடக்கத்திய சமூகங்களையும் ஒற்றைப்படுத்தி தனது எதிரிகளாக வெளியே நிறுத்தியது. இன்று, நமது அரசியல் சாசனத்தில் தேசம் என்பது எழுத்தளவிலும், சட்ட அமைப்பிலும் பன்முக வடிவத்தைப் பெற்றிருந்தாலும் அதை ஒற்றை வடிவமாக மாற்ற சங்பரிவார் வேகமாகச் செயல்பட்டு வருகிறது.

தமிழ் சினிமாவில், திராவிட இயக்கப் படைப்புகளில் 'நல்ல தம்பி' (1949) படத்தில் கலைவாணர் என்.எஸ்.கிருஷ்ணன் நடத்தும் கிந்தனார் சரித்திரம் மற்றும் கண்ணதாசனின் 'மதுரை வீரன்' (1956) இவை இரண்டிலும் தலித் கதாபாத்திரங்கள், விடுதலை இயக்கப் படங்களில் இருப்பதுபோல் மேல்மட்டத்தில்

இருப்பவர்களின் சீர்திருத்த கைப்பொருளாக இல்லாமல், சுய ஆக்கமும், சுய மரியாதையும் உள்ளவர்களாகச் சித்தரிக்கப்படுவது விடுதலை இயக்கப் படங்களுக்கும், திராவிட இயக்கப் படங்களுக்கும் உள்ள ஒரு பெரிய வித்தியாசத்தைக் குறிக்கிறது என்றால் விடுதலை இயக்கப் படங்கள் 'தீண்டாமைக்கு' எதிராக ஒன்றுமே சொல்லவில்லையா அல்லது சொன்னதெல்லாம் பயனற்றதா என்ற கேள்வி எழலாம். நமது அளவுகோல், ஒரு திரைப்படம் 'தீண்டாமைக்கு' எதிராக எவ்வளவு பேசுகிறது என்பதைவிட, எப்படி அதிகார உறவுகளைக் கருத்தாக்கம் செய்கிறது அல்லது வெளிப்பாடு செய்கிறது என்பதே. விடுதலை இயக்கப் படங்கள், மேல் சாதிகளின் குறுகிய பார்வையையும், செயல்பாடுகளையும் விமர்சித்தாலும், தாழ்த்தப்பட்ட சமூகத்தைக் குறிக்கும் கதாபாத்திரங்களை, மேல்சாதி கதாபாத்திரங்களின் சீர்திருத்த கைப்பொருளாகவே வெளிப்பாடு செய்தன. இதனால் மேல்சாதிகளுக்கும், தாழ்த்தப்பட்ட சாதிகளுக்கும் இருக்கும் உறவு, மரபு ரீதியான வட்டத்தைவிட்டு ஒரு நவீன தேசிய சித்தாந்தத்திற்கு தடம் புரள்கிறது. அடித்தளத்தில் இருக்கும் கதாபாத்திரங்கள், மேலிருப்பவர்களின் சொல்படிதான் செயல்படுகிறார்களே தவிர, சுய ஆக்கம் படைத்தவர்களாகச் சித்தரிக்கப்படவில்லை. ஆகையால், மரபு ரீதியாக உருவான அதிகார உறவுகளில், 'தீண்டாமை' விலகுவதுபோல் சித்தரிக்கப்பட்டாலும், மேல் இருப்பவர்களின் உபதேசங்களைக் கேட்டு அடித்தளத்தில் இருப்பவர்கள் தங்களை அவர்களைப்போல் மாற்றிக் கொள்வதில் தங்களுடைய சுய ஆக்கத்தை மட்டுமல்ல, சுய அடையாளங்களையும் இழந்துவிடுகின்றனர். இதனால் அதிகார உறவுகள் ஒரு புதிய உடையை உடுத்திக்கொள்கிறதே தவிர, அடிப்படை மாற்றங்களைக் காண்பதில்லை.

கல்கி எழுதி, கே. சுப்பிரமணியம் இயக்கிய 'தியாக பூமி'யில் (1939), காந்திய பண்புகளைப் பெற்றிருக்கும் பிரதான கதாபாத்திரங்களாக வரும் சம்பு சாஸ்திரி, அவர் மகள் சாவித்திரி, பேத்தி சாருவை தவிர மற்ற எல்லா பார்ப்பன கதாபாத்திரங்களும் குறுகிய சாதியப் பார்வை உடையவர்களாக இருக்கிறார்கள். அல்லது அதற்கு எதிராகக் குரல் எழுப்ப முடியாதவர்களாக இருக்கிறார்கள். 'தியாக பூமி' புதினத்திலும், திரைப்படத்திலும் குறுகிய நோக்கமுடைய பார்ப்பன பாத்திரங்கள் சரிசமமாக விமர்சிக்கப்பட்டாலும் கதையில் வரும் நெடுங்கரை கிராமத்தில் பார்ப்பனர்களும், தலித் சமூகத்தைச் சார்ந்தவர்களும் தவிர, இந்த இரண்டு சமூகங்களுக்கும் இடையிலுள்ள சாதி சனங்கள் இல்லை. பலத்த மழையினால்

ஏரி உடைந்து, ஊருக்குள் வெள்ளம் பாய்ந்து சேதம் ஏற்படுகிறது. கோயில் மண்டபத்திற்குள் தஞ்சம் புகுகிறார்கள் தலித் மக்கள். அவர்களுக்கு ஆதரவாக சம்பு சாஸ்திரி வாதாடியும், அவர்களை மற்ற பார்ப்பனர்கள் விரட்டியடிக்கின்றனர். பிறகு சம்புவும் சாவித்திரியும் அவர்களுக்கு தங்கள் வீட்டிலுள்ள மாட்டுக் கொட்டகையில் அடைக்கலம் கொடுக்கிறார்கள். ஆனால் அந்த மக்களுக்கு அவர்கள் வீட்டில் இருக்கும் நான்கு சுவர்களுக்குள் இடமளிக்கவில்லை. புதினமும் படமும் மாறாக நெடுங்கரை அக்கிரகாரம், சம்புவையும் அவர் குடும்பத்தையும், அவர்கள் சேரி மக்களுக்கு அடைக்கலம் அளித்ததால் சாதியை விட்டு ஒதுக்கிவிடுகிறது என்பதின் மேல் கவனம் செலுத்துகிறது. படத்தின் இறுதிக் கட்டங்களில் எல்லாவற்றையும் இழந்து, சென்னை மாநகரங்களில் அலையும் சம்பு சாஸ்திரிக்கு அடைக்கலம் அளிக்கின்றனர். சாவடிக்குப்பத்தின் தலித் மக்கள். அவருடைய காந்திய சுவடுகள் அந்தக் குப்பத்தில் பதிந்த உடனேயே குப்பத்திலுள்ளவர்கள் மாறிவிடுவார்கள். ஒருபக்கம் கள், சாராயம் குடிப்பதை சம்புவின் உபதேசப் பாடல்களைக் கேட்டுப் படிப்படியாக நிறுத்த மறுபக்கம் அவர்கள் வளர்க்கும் பன்றிகளும், வாத்துகளும் சொல்லிக் கொள்ளாமலே எங்கோ மறைந்துவிடுகின்றன.

சாவடிக்குப்பம் ஆறே மாதத்திற்குள் காந்திய ஒழுக்கத்தின் சின்னமாக உருவெடுக்கிறது. தலித் மக்கள் எல்லோரும் நூல் நூற்று கதர் “நெய்வதில் மூழ்கிவிடுகின்றனர். இப்படி இந்த மக்களின் ஆக்கமும், அடையாளங்களும் அழிக்கப்படுகிறது. சுகாசினியின் ‘இந்திரா’வில் *(1995)* வரும் தலித் கதாபாத்திரங்கள் ஆக்கமுள்ளவர்களாக இருப்பதுபோல் சித்தரிக்கப்படுகிறார்கள். கதையில் உதிரி பாத்திரங்களாகத் தோன்றும் பார்ப்பனர்களை எதிர்த்துக்கொண்டு தலித் சிறுவர்கள் குளத்தில் குதித்து ஆரவாரம் செய்யும் காட்சியும் படத்தில் உண்டு. ஆனால், தலித் மக்களும் அவர்களுக்குப் பிரச்சினை அளிக்கும் மத்திய சாதி மக்களும், எந்த தலித் சமூகத்தை அல்லது எந்த மத்திய சாதி சமூகத்தைச் சேர்ந்தவர்கள் என்பதைப் பற்றிப் படம் மௌனம் சாதிக்கிறது. ‘இந்திரா’, வெளிவந்த சூழலின் அடிப்படையிலும், மத்திய சாதி கதாபாத்திரங்கள் அமைந்த விதத்திலும் தென் தமிழ்நாட்டில் ஏற்பட்ட கலவரங்களைத் தழுவி எடுக்கப்பட்ட படம் என்பது சுலபமாக அடையாளம் காணப்பட்டது. இதில் பிரதான தலித் பாத்திரங்களாக வரும் இந்திராவும் அவள் குடும்பமும், வைதீக சடங்குகளைச் செய்து அதில் பங்கேற்பதைப் போல் சித்திரித்திருப்பதில் தலித் சமூகங்களின்

சுய அடையாளங்கள் அழிக்கப்படுகின்றன. 'இந்திரா' தலித் மக்களின் வாழ்க்கை முறைகளை ஒதுக்கி, அவர்களை ஒரு ஒற்றை இந்திய இந்து தேசியத்தில் மையப்படுத்துகிறது.

'தியாக பூமி' ஏற்படுத்திய இந்த மரபிற்குள், ராஜாஜி எழுதிய 'திக்கற்ற பார்வதி (1973), 'நத்தையில் முத்து' (1973), ஜெயபாரதியின் 'குடிசை' (1979), தவிர இன்னும் எத்தனையோ படங்கள் இருக்கின்றன.

தலித்துகளின் திரை பிரதிநிதித்துவம் இந்தப் படங்களில் இப்படியிருக்க, பார்ப்பனரல்லாத முதல் மற்றும் மத்திய சாதிகளின் திரை பிரதிநிதித்துவம் எவ்வாறு பிரதிபலிக்கப்படுகிறது என்ற கேள்வியும் இருக்கிறது. விடுதலை இயக்கத்தைப்போல், திராவிட இயக்கமும் தலித் மக்களின் நலன்களை மட்டும் முன்னிறுத்தி கட்டப்பட்ட இயக்கமல்ல. அது ஒரு தென்னிந்திய திராவிட தேசிய இயக்கமாகத் தோன்றி, 1950-களில் மொழிவாரியாக மாநிலங்கள் பிரிக்கப்பட்டபோது, தமிழ் தேசியமாக மாறியது. 1963-இல் பிரிவினருக்கு எதிராக, நேருவின் மத்திய அரசு, சட்டம் ஏற்படுத்தியதால் அதைக் கைவிட்டு விட்டு, அது முதல் மாநில சுய ஆட்சியை முன்னிறுத்தி இயங்கி வருகிறது. திராவிட முன்னேற்றக் கழகம் தேர்தல் அரசியலில் ஈடுபடத் துவங்கிய உடனே ஏற்கனவே ஓரம் கட்டப்பட்ட பெரியார், மேலும் ஓரம் கட்டப்பட்டார். ஆகையால் 'வேலைக்காரி' (1949), 'பராசக்தி' (1952) போன்ற படங்களில் தோன்றும் நாத்திகம் பிறகு மற்ற படைப்புகளில் பின்வாங்க, சைவ சமய கூறுகள் உட்புகுந்து ஒரு ஒற்றை சமய அடையாளம் முதன்மைப்படுத்தப்பட்டது. 'வேலைக்காரியின் இறுதியிலேயே சாதிய வித்தியாசங்கள் கடக்கப்பட்டு, வர்க்க வித்தியாசங்கள் ஒதுக்கப்பட்டு, தமிழ் தேசியத்தில் மையம் கொண்டு, 'ஒன்றே குலம் ஒருவனே தெய்வம்' என்ற திருமூலரின் சைவ சமய வாக்கில் கலந்தது. இதிலிருந்து தி.மு.க. படங்கள் எந்தத் திசையை நோக்கிச் செல்லக்கூடியவை என்பதற்கான ஒரு அறிகுறி அன்றே இருந்தது என்று சொல்லலாம். நாளடைவில் திராவிட இயக்கப் படைப்புகளில் பெரியாருக்கும் மறைமலை அடிகளுக்கும் இருந்த கருத்து வேறுபாடுகளுக்கும், தமிழகத்திலுள்ள பன்முக, சமய அடையாளங்களுக்கும் இடமில்லாமல் போனது. 'நாடோடி மன்ன'னுக்கு (1958) பிறகு 1960-களில் எம்.ஜி.ஆரின் கை மேலும் வலுவடையத் தொடங்கியது. 'நல்ல தம்பியின் இறுதிக் காட்சியில் கலைவாணர் தனது தெய்வங்களாக முன்வைக்கும் புத்தன், ஏசு, காந்தியின் பெயர்களை பேச்சளவிலும், பாட்டளவிலும் மட்டும் மக்கள் திலகம் உச்சரித்தார். 'திரும்பிப் பார்' (1953) போன்ற

படங்களிலிருந்த இடதுசாரி பொது உடைமை கருத்துகளின் தாக்கமும் ஓரங்கட்டப்பட்டது. தனிமனித நட்சத்திர கதாநாயக வழிபாடு தொடங்கி, இறுதியில் திராவிட முன்னேற்றக் கழகத்தையே இரண்டாகப் பிளந்து விட்டது.

பெண் விடுதலைக்காக பெரியார் முன்வைத்த புரட்சிகரமான கருத்துகள் ஓரங்கட்டப்பட்டதால், கற்புக்கரசி கண்ணகி, பல புதிய அவதாரங்களை எடுத்து திராவிட இயக்கத்தின் தாக்கத்தை பின்நோக்கி இழுத்தாள். பெரியார் கருத்துகளை ஓரளவுக்கு உள்வாங்கிய, எம்.ஆர்.ராதாவின் 'இரத்தக் கண்ணீர்' (1954) படத்தில் கதாநாயகன் தன் மனைவியை, அவள் ஒரு கட்டத்தில் வெளிப்படையாக ஆசைப்படுவதற்குச் சாதகமாக, தன் நண்பனுக்கே புரட்சிகரமாக கட்டி வைக்கிறான். ஆனால், அவளும் இறுதி வரை கற்புடையவளாக இருப்பதும், விலைமாதுவாக வரும் காந்தாவின் பாத்திரப் படைப்பும், பெரியாரின் கருத்துக்கு முரணாகவே இருக்கின்றன. சினிமாவில் இந்த நிலை இருந்தாலும், தி.மு.க. ஆட்சி பொறுப்பேற்றபோது, இடஒதுக்கீட்டிலும், ஆலய நிர்வாகங்களிலும், மற்ற பல திட்டங்களிலும் அது பெரியாரின் கருத்துகளை முன் வைத்து செய்த மாற்றங்களை மறுக்க முடியாது.

திராவிட இயக்கப் படங்களுக்கு எதிரான குரல்களும், கருத்துக்களும், முயற்சிகளும் எங்கிருந்தெல்லாம் வந்தன என்பதையும் கவனிப்பது அவசியம். 'தியாக பூமியில் பார்ப்பனரல்லாத மத்திய சாதி கதாபாத்திரங்கள் நெடுங்கரை கிராமத்தில் இல்லாவிட்டாலும், சம்பு சாஸ்திரி சென்னை வந்து பாட்டு வாத்தியாராக உழைக்கலாம் என்று முடிவெடுத்து வேலை தேடும்போது, அவர் செல்லும் வீடுகளெல்லாம், பார்ப்பனரல்லாத மேல் மற்றும் மத்திய சாதிகளைச் சார்ந்த கதாபாத்திரங்களாக இருக்கிறார்கள். ஆனால், அவர்கள் எல்லோருமே ஏதாவது ஒரு வகையில் அவருடைய சாஸ்திரீய சங்கீதத்தை கிண்டல் செய்வதன் மூலம் இசை ஞானமற்றவர்களாக அல்லது கர்நாடக சங்கீதத்திற்கு பதிலாக இந்துஸ்தானியை விரும்புபவர்களாக அடையாளம் காணப்படுகிறார்கள். சம்புவின் மகள் சாவித்திரி. பம்பாய் சென்று, உமாராணி என்ற ஒரு பணக்கார சீமாட்டியாக மாறி, சென்னையில் இருக்கும் மீனாட்சி மருத்துவமனைக்கு ஐந்து லட்சம் நன்கொடை வழங்குகிறார். சென்னை கார்ப்பரேஷன் அவருக்கு ஒரு சான்றிதழை வழங்க முடிவெடுத்து ஒரு சிறப்பு வரவேற்பை நிகழ்த்துகிறது. அந்நிகழ்ச்சியில் பார்ப்பனரல்லாத மேயர், வரவேற்புரையை முதலில் ஆங்கிலத்தில் படிக்கிறார். 'தமிழ்', 'தமிழ்' என்று பார்வையாளர்கள் முழங்குகிறார்கள்.

வடக்கிலிருந்து வந்த உமாராணி அவரைப் பார்த்து, 'நீங்கள் தமிழிலேயே உரையைப் படிக்கலாம்' என்று சொல்லவும் அரங்கத்தில் கரகோஷம் எழும்புகிறது. தட்டுத் தடுமாறிய மேயர், வேறு வழியில்லாமல் தமிழில் உரையைப் படிக்கிறார். இந்த இரண்டு காட்சிகளும், நீதிக் கட்சியையும் அதை ஆதரித்த பார்ப்பனரல்லாத முதல், மத்திய சாதிகளையும் விமர்சிப்பதையே நோக்கமாகக் கொண்டிருக்கின்றன.

'திவான் பகதூர்' (1943) படம் முழுக்க முழுக்க நீதிக் கட்சியை விமர்சித்து எடுக்கப்பட்ட படம். இதில் முதலியார் சமூகத்தைச் சார்ந்தவன்போல் நடிக்கும் கதாநாயகனிடம் லாட்ஜில் வேலை செய்யும் கேரள இளைஞன் ஒருவன், அவன் என்ன சொல்கிறான் என்பதைப் புரிந்துகொள்ள முடியாமல், 'நீங்கள் என்ன பறையன்னு சாரே?' என்று மலையாளத்தில் கேட்கிறான். உடனே, 'என்னை பறையன்னா சொல்றே' என்று கதாநாயகன் குதிக்க ஆரம்பித்து விடுகிறான். 1952-இல் 'பராசக்தி', ராஜாஜியின் காங்கிரஸ் ஆட்சியையும் தாக்கி திரைக்கு வந்தபோது, அதற்கு எதிர்ப்புகள் பல திசைகளிலிருந்தும் வந்தன. ஒருபக்கம் காங்கிரஸ் பிரதிநிதிகள் அதைத் தடை செய்யக் கோரினர். மறுபக்கம் சமய சார்புகளுடைய பல சாதி மக்கள் அதற்கு எதிராக பல பெட்டிஷன்களைக் கொடுத்தனர். இவர்களில் இந்திய கத்தோலிக்க சங்கத்தின் தலைவரும் ஒருவர்.

கோயம்புத்தூரில் பாட்டாளி மக்களிடையே இந்தத் திரைப்படம் ஒரு பெரிய பரபரப்பை ஏற்படுத்த, முதலாளி வர்க்கமும் படத்தைக் கண்டு பயந்தது. அப்பொழுது மாநில தணிக்கை அதிகாரியாக இருந்த பி. பாலசுப்பிரமணியம் படத்தைத் தடை செய்ய விடாப்பிடியாக மறுத்துவிட்டார். மாநில அரசு, மத்திய அரசுடன் ஆறு மாதங்கள் தொடர்ந்து போராடிய பிறகு படத்தில் சில காட்சிகள் தணிக்கை செய்யப்பட்டன. ஆனால், அதற்குள் படம் நூறு நாட்களைத் தாண்டி ஓடிவிட்டது. 'பராசக்தி'யின் வெற்றியை செயலிழக்கச் செய்ய, பார்ப்பன சமூகத்தைச் சேர்ந்த எஸ்.எஸ்.வாசன், பல மூட நம்பிக்கைகளையும், பெண் அடிமை வாதத்தையும் முன்வைத்து, ஔவையாரின் (1953) பன்முக அடையாளத்தை ஒற்றைப்படுத்தி, அவரை சைவ சமயக் கோட்பாடுகளுடன் ஒருங்கிணைத்து, அப்படி உருவாக்கப்பட்ட கதாநாயகிக்குப் பார்ப்பனரல்லாத அரசர்களையெல்லாம் அடிபணிய வைத்து, பிரமாண்டமான காட்சிகளைப் படைத்து மக்களை வியப்பில் மூழ்க வைத்தார். 'ஔவையார்' பெரும் வெற்றியைப் பெற்றபோதும், அதனால் திராவிட இயக்கத்தின் வீச்சை தடுத்து நிறுத்த முடியவில்லை. எஸ்.எஸ்.வாசன் அடையாளம் காட்டிய பாதையில் பார்ப்பன

சமூகத்தைச் சார்ந்த மற்ற இயக்குனர்களும், பார்ப்பனரல்லாத கதாநாயகர்களின் மூலமாகத் தங்கள் கருத்துக்களைச் சொன்னால்தான் திராவிட இயக்கத்தை விமர்சிக்க முடியும் என்று தங்கள் திரைப்படங்களையும் படைக்கத் துவங்கினர்.

ஒரு ஜனநாயக அமைப்பில் எதைப் பற்றியும் யார் வேண்டுமானாலும் விமர்சிக்க உரிமை இருக்கிறது. ஆனால், உரிமைக்குடைய பொறுப்புடன் செயல்படாமல் இந்த இயக்குனர்களும், தயாரிப்பாளர்களும் தங்கள் விமர்சனப் பார்வையை ஒற்றை தேசிய சித்தாந்தத்தில் சுருக்கி, திராவிட இயக்கத்தை எப்படியாவது வீழ்த்திட வேண்டும் என்ற முயற்சியில், மற்ற சமூகங்களைச் சார்ந்த பார்வையாளர்களின் விமர்சன கண்ணோட்டத்தை மட்டுமல்ல, தங்கள் சமூகத்தைச் சார்ந்த பார்வையாளர்களின் சுயவிமர்சனப் பார்வையையும் மழுங்கடித்தனர். இதில் சோ.இராமசாமியின் படங்களுக்கும் கே.பாலசந்தரின் படங்களுக்கும் பெரிய பங்கு இருக்கிறது. இப்படி பார்ப்பனர் / பார்ப்பனரல்லாதோர் வளர்ந்த காழ்ப்புணர்வின் வெறியாட்டத்தில், தலித் சமுதாயத்தின் பிரச்சனைகள் ஓரங்கட்டப்பட்டன.

இந்தக் காழ்ப்புணர்வின் வளர்ச்சிக்கு ஒரு சில திராவிட இயக்கப் படங்களும் காரணமாக இருக்கத்தான் செய்தன. குறிப்பாக 'மந்திரிகுமாரியில்' (1950) நடக்கும் எல்லா தீமைகளுக்கும் ஒரே ஒரு பார்ப்பன ராஜகுருவும் அவன் மகன் மட்டும்தான் காரணமாக இருக்கிறார்கள். மகன் கதாநாயகியால் 'குண்டலகேசி' பாணியில் மலையிலிருந்து தள்ளப்பட்டு உயிர் துறக்கிறார். ராஜகுரு ஒரு மிருகத்தைப்போல் கூண்டில் அடைக்கப்பட்டு வீதியில் இழுத்து வரும்போது, மக்கள் அவனை கல்லால் அடிக்கின்றனர். 'மனோகரா'வில் (1954), வடக்கத்து பார்ப்பனனின் மனைவியான வசந்தசேனா, தென்னகத்து அரசனை தன் நடனத்தால் மயக்கி ஆட்சியைப் பிடிக்க முயலும்போது, அவளால் கண்டுண்டு கிடக்கும் மனோகரன், 'கைபர் கணவாய் வழியாக வந்த குள்ளநரிக் கூட்டமே' என்று அவளை நோக்கி குமுறுகிறான். மறுபக்கம் மணிரத்னத்தின் 'இருவர்' (1996), திராவிட இயக்கம் பார்ப்பனர்கள் மீது காட்டிய காழ்ப்புணர்வை மட்டும் முன்னிலைப்படுத்தி, பார்ப்பனியமும், பார்ப்பனிய பிரதிநிதிகளும் திராவிட இயக்கத்தின் மேல் காட்டிய காழ்ப்புணர்வை மறைத்து, எம்.ஜி.ஆரை உயர்த்தி, கலைஞரை வில்லனாக்கி தனிப்படுத்தி புலம்ப வைக்கிறது.

பார்ப்பன சமூகத்தைச் சார்ந்தவர்கள் ஒரு சுயநலமற்ற, சுயவிமர்சனப் பார்வையுடன் படமே எடுக்கவில்லையா?

தமிழ் சினிமாவில் இல்லாவிட்டாலும், தமிழ் இலக்கியத்திலோ அல்லது மற்ற மாநிலங்களின் சினிமாவிலோ மாற்றுப் படைப்புகளே இல்லை என்று முடிவுக்கு வந்துவிட முடியாது. வங்காளத்தைச் சார்ந்த சத்தியஜித்ரேயும், ரித்விக் கட்டக்கும் பார்ப்பன சமூகத்தில் பிறந்தவர்கள்தான். இவர்கள் இருவரும் சாதிப் பிரச்சனைகள் குறித்து படங்கள் எடுத்தபோது, மற்ற சாதி சமூகங்களைச் சார்ந்தவர்களை விமர்சிக்காமல் அல்லது சுகாசினியின் 'இந்திரா'வில் இருப்பதுபோல ஒப்புக்குச் சப்பாணியாக வரும் ஓரிரு பார்ப்பன உதிரி பாத்திரங்களை போகிற வாக்கில் விமர்சனம் செய்யாமல், தங்களின் மையத் தாக்குதலையே ஒரு பிரதான பார்ப்பன கதாபாத்திரத்திற்கு எதிராக முடுக்கிவிடுகின்றனர். மட்டுமல்லாமல் கதையை ஒரு ஒற்றை தேசிய சித்தாந்தத்திற்குள் சுருக்கவும் மறுக்கின்றனர்.

சத்தியஜித்ரேயின் 'சத்கதி' (1981) குறும்படத்தில், ஒரு கிராமத்தில் சகல வசதியுடன் வாழ்ந்து கொண்டிருக்கும் பார்ப்பன புரோகிதனை, ஒரு நாள் அன்று காலை பூப்படைந்த தனது இளம் பெண்ணுக்கு சடங்குகளை நடத்தக்கோரி, ஓர் இடையன் வேண்டுகிறான். அந்தப் புரோகிதன், அதிகாலையில் பச்சைத் தண்ணீர்கூடக் குடிக்காமல் வந்தவனிடம், பல கடினமான வேலைகளை வாங்குகிறான். கடைசியில் வேறு வேலை எதுவும் இல்லை என்றபோது, கொல்லைப்புறத்தில் என்றோ சாய்ந்து விழுந்த மரத்தை மழுங்கிய கோடாரியைக் கொடுத்து, வெட்டி விறகாக்கச் சொல்கிறான். அந்த மரத்துடன் போராடத் துவங்கிய இடையன், உச்சி வெயில் வானத்தில் ஏறும்போது, மாரடைத்து அந்த இடத்திலேயே இறந்துவிடுகிறான். இதனால் தன் வீடு தீட்டடைந்து விட்டதாகப் பதறும் புரோகிதன், இடையனின் சாதி சனங்களை அழைக்கிறான். அவர்கள் மட்டுமல்ல, கிராமமே அவனுக்கு உதவ மறுக்கிறது. இறுதியில் இடையனின் சடலத்தை அந்தப் புரோகிதனே, கொட்டும் மழையில் ஊர் எல்லையில் இருக்கும் சுடுகாட்டிற்குத் தனியாக இழுத்துச் செல்ல வேண்டியிருக்கிறது.

ரித்விக் கட்டக்கின் 'சுபர்ணரேகா' (1962) 'சத்கதி'யை விட மேலும் ஒரு படி செல்கிறது. இந்தப் படத்தில் வரும் நாயகன் பார்ப்பன குலத்தைச் சார்ந்திருந்தாலும், குலத்தொழில் செய்யும் புரோகிதன் அல்ல. ஓரளவுக்குப் படித்தவன். நாடு விடுதலையடைந்த சூழலில் ஏற்பட்ட கலவரத்தினால் கிழக்கு வங்கத்திலிருந்து மேற்கு வங்கத்திற்கு வாலிப வயதில், சிறு வயதிலிருக்கும் தன்னுடைய தங்கையுடன் தப்பித்து வந்தவன். தப்பித்து வரும்போது, தாழ்த்தப்பட்ட சமூகத்தைச் சார்ந்த

அவனுடைய நண்பன், கூட்டத்தில் காணாமல் போய்விட, அவனுடைய ஆதரவற்ற சிறிய தம்பிக்கும் அடைக்கலம் அளிக்கின்றான். எங்கோ ஒரு ஊரில் இருக்கும் சுண்ணாம்புத் தொழிற்சாலையில் கணக்குப்பிள்ளை உத்தியோகம் கிடைக்க, அவனுடைய சிறிய வருவாயில் தன் தங்கையையும், அந்தச் சிறுவனையும் படிக்க வைக்கிறான். அவர்கள் இருவரும் வளர்ந்து பள்ளிப் படிப்பை முடிக்கின்றனர். ஒருவரையொருவர் காதலிக்கவும் ஆரம்பித்து விடுகின்றனர். இந்தச் சமயத்தில் அதுவரை புதைந்து கிடந்த சாதிய உணர்வுகளும், தங்கையின் மேல் வைத்திருக்கும் வெறித்தனமான பாசமும் கதாநாயகன் கண்களை மறைக்கிறது. அவன் அவர்களின் திருமணத்திற்குத் தடை விதிக்கிறான். காதலர்கள் கல்கத்தாவிற்கு ஓடி திருமணம் செய்து கொள்கின்றனர். அங்கு பஸ் ஓட்டும் தொழிலைக் கற்று, அரசு நிர்வாகத்தில் இயங்கும் நிறுவனத்தில் பணியில் அமரும் காதலன், ஒரு விபத்தில் இறந்துவிட, கைக்குழந்தையுடன் காதலி விபச்சார விடுதியில் சரணடைந்து விடுகிறாள். சில வருடங்கள் கழித்து கதாநாயகன் ஒரு அலுவலக காரணத்திற்காக கல்கத்தா வரும்போது அவன் தன் தங்கை இருக்கும் விபச்சார விடுதிக்குச் செல்ல நேருகிறது. அண்ணனை அந்த இடத்தில் நேரில் பார்த்தவள் உடனே தற்கொலை செய்து கொள்கிறாள். இதனால் குழந்தையைக் கூட்டிக்கொண்டு கதாநாயகன் திரும்புகிறான். ஊர் எல்லையைத் தொடும்போது, சிறுமியான அவன் தங்கையும், சிறுவனான அவன் நண்பனின் தம்பியும் முதன் முதலில் அந்த ஊருக்கு வந்தபோது அதைப் பற்றி என்ன கேள்வி கேட்டார்களோ, அதே கேள்விகளை இந்தச் சிறுவனும் கேட்கிறான். தள்ளாத வயதைத் தொட்டுக் கொண்டிருக்கும் நிலையில் அவன் செயலாலேயே மறுபடியும் ஒரு பெரிய பாரத்தை சுமக்க வேண்டிய சூழலில், இந்தக் கேள்விகள் ஒவ்வொன்றும் கதாநாயகனை இடிபோல் தாக்குகின்றன.

ஒரு திரைப்படம் எல்லா சாதி மக்களையும் கண்டிப்பாகத் தன் கதையாடலில் பிரதிநிதித்துவம் செய்யவேண்டும் என்பதல்ல. அது ஒரு குறிப்பிட்ட சாதி மக்களைப் பற்றி மட்டும்கூட இருக்கலாம். ஆனால், அப்போது அதில் ஒரு நேர்மையான சுயவிமர்சன பார்வை இருப்பது ஒரு ஜனநாயக அமைப்புக்கு அவசியம். தமிழ் சினிமாவில் கே. பாலசந்தரின் ‘அரங்கேற்றம்’ (1973) திரைக்கு வந்தபோது, பார்ப்பன சமூகத்தைப் பற்றிய சுயவிமர்சன பார்வையுடனும், பார்ப்பனரல்லாதவர் மீதும், திமுக. பிரதிநிதிகளின் மீதும் காழ்ப்புணர்வு இல்லாமலும் அமைந்திருந்தது. ஆனால் அந்த சயவிமர்சன பார்வையுடனும், பார்ப்பனரல்லாதவர் மீதும், தி.மு.க. பிரதிநிதிகளின் மீதும்

காழ்ப்புணர்வு இல்லாமலும் அமைந்திருந்தது. ஆனால் அந்த சுயவிமர்சன பார்வை பார்ப்பனர்களின் சாதிய பார்வையை ஒரு முழுமையான கேள்விக்கு உட்படுத்தாமல், இடஒதுக்கீடுக்கு எதிராக ஒரு மௌனமான தயக்கத்தையும் வெளிப்படுத்தியது. பிறகு வந்த 'அச்சமில்லை அச்சமில்லை' *(1984)* போன்ற படங்களில் ஒற்றை இந்திய தேசியத்தின் அடிப்படையில் திராவிட இயக்கத்தைப் பார்ப்பனரல்லாத கதாநாயகனின் மூலம் விமர்சித்து கேவலப்படுத்தவும், 'தில்லுமுல்லு' *(1981)* போன்ற படங்களில் 'நீ முதலில் இந்தியனாக இரு. பிறகு தமிழனாக இரு' என்று பார்வையாளர்களுக்கு உபதேசம் செய்யவும்தான் அவர் படங்களுக்கு நேரமிருந்தது. பாலச்சந்தராவது மூடிய கண்ணை ஓரளவுக்குத் திறந்து டக்கென்று உடனே மூடிக்கொண்டார். 'முகமது பின் துக்ளக்' *(1971)* போன்ற படங்களையும், 'எங்கே பிராமணன்' போன்ற புத்தகங்களையும் எழுதிய சோ. இராமசாமிக்கோ தன் சமூகத்தைப் பற்றி கடுகளவுக்குக் கூட சுயவிமர்சனப் பார்வை இல்லை. சும்மாவா அவருக்கு சங்பரிவார் ஒரு பெரிய பட்டத்தை அளித்து கௌரவப்படுத்தும்?

இவர்களின் முயற்சிகளைத் தவிர, திராவிட இயக்கப் படங்களுக்கு எதிராக நேர்முகமாகவோ அல்லது மறைமுகமாகவோ பல படங்கள் வந்தன. இவற்றில் பல, சிவாஜி கணேசன் தி.மு.க.விலிருந்து விலகி காங்கிரஸில் சேர்ந்தபிறகு உருவான படைப்புகளே. அவருடைய கதாநாயக பிரதிநிதித்துவத்தில் மாநில அடையாளத்தை ஓரம்கட்டி, ஒரு அகில இந்திய தேசத்தை முதன்மைப்படுத்தி, வந்த படங்கள் தன்னுடைய சித்தாந்த வேலைகளைச் செய்தன. 'வீரபாண்டிய கட்டபொம்மன்' *(1959)*, 'கப்பலோட்டிய தமிழன்' *(1961)*, 'பாரத விலாஸ்' *(1973)*, 'ராஜபார்ட் ரங்கதுரை' *(1973)* போன்ற பல படங்கள் இதில் சேர்க்கை. வீரபாண்டிய கட்டபொம்மன் - ஒரு பாளையக்காரரை பாண்டிய பேரரசனாக கற்பனை செய்து, விடுதலை இயக்கத்தின் முன்னோடியாகப் புனைவுசெய்து, கதாநாயகனின் பாத்திரத்தை வடித்தது. கிழக்கிந்திய கம்பெனி அட்டூழியங்கள் செய்து வந்த காலத்தில், பூகோள வரைபட ரீதியாகக்கூட உருவாகாத இந்தியா ஒரே நாடு என்ற காலகட்டத்தை உருவாக்கியது. இதனால் அந்தப் படத்தில் வரும் பாத்திரங்களின் சரித்திரத்தை மட்டுமல்ல, கட்டபொம்முவின் சாதி / இன / மொழி அடையாளங்களையும் இந்தப் படம் மழுங்கடித்தது. 'கப்பலோட்டிய தமிழனிலோ, காந்திய கருத்துகளுக்கு எதிராக பாலகங்காதர திலகர் முதன்மைப்படுத்திய இந்து தேசிய அடிப்படை வாதத்தைத்தான் வ.உ.சி, பாரதியார், சுப்பிரமணிய சிவா, வாஞ்சிநாதன்

போன்றவர்கள் ஆதரித்தார்கள் என்ற முக்கியமான உண்மையை மறைத்தது. இவர்களெல்லாம் மேல்சாதிகளைச் சார்ந்தவர்கள் என்பதன் மீதும் படம் கவனம் செலுத்தவில்லை. இதனால் சிவாஜிக்கு பார்ப்பன நடுத்தர வர்க்க ரசிகர்களிடம் ஒரு பெரும் வரவேற்பு இருந்தது. 'வியட்நாம் வீடு' (1970) போன்ற படங்களில் பார்ப்பன கதாபாத்திரங்களை சிவாஜி ஏற்று நடித்தது இந்த ஆதரவை மேலும் தக்க வைத்துக் கொண்டது. 'நாம் தமிழர் இயக்கத்தைச் சார்ந்த ஏ.பி.நாகராஜன், திராவிட இயக்கத்திற்கு எதிராக எஸ்.எஸ்.வாசன் பாணியில் சிவாஜியை வைத்து பல புராணப்படங்களைத் தயரித்தார். ஆனால், தமிழ் தேசியத்தை மையமாகக் கொண்டு படைக்கப்பட்ட இவற்றில் பெரும்பாலான படங்கள் சைவசமய கூறுகளுக்கே இடமளித்தன. இதற்கு ஒரே ஒரு விதிவிலக்கு. அவர் படைத்த 'திருமால் பெருமை'. இதன் நடுவே சாதியைப் பற்றிய விமர்சனமோ அவர் படங்களில் எங்கோ ஓடி ஒளிந்து கொண்டன.

'குமுதம், தீராநதி', அக்டோபர் 2003

◆◆◆

11

மண்வாசனைப் படங்கள் சாதியத்திற்கு எதிராக என்ன செய்தன?

தமிழ் சினிமாவில் யாரும் எதிர்ப்பார்க்காத மாற்றங்கள் 1970-களின் இறுதியில் வந்தன. 1965 முதல் 1972 வரையுள்ள ஏழு ஆண்டுகளில்தான் மின்சாரம் தமிழ்நாட்டிலுள்ள எல்லா பகுதிகளுக்கும் சென்றடைந்தது. இதனால், விவசாயம் ஒரு புதிய கட்டத்தைத் தொட்டு, உற்பத்தி பெருகியது. பல சமூக பொருளாதார மாற்றங்களினாலும், அரசாங்க சீர்திருத்தங்களாலும், பல இடங்களில் நிலங்கள் கைமாறி மத்திய சாதிகளைச் சார்ந்தவர்களிடம் சேர்ந்தது, ஒரு சில இடங்களில் நாளடைவில் தலித் சமூகங்களைச் சார்ந்தவர்களிடமும் சேர்ந்தது. இட ஒதுக்கீட்டின் பலன்களாலும், இந்த சாதிகளைச் சார்ந்த மக்கள் ஓரளவு முன்னேற்றம் அடைந்தனர். அதே சமயத்தில், பெண்களின் எண்ணிக்கை கல்வியிலும், தொழில் துறைகளிலும், நிர்வாகங்களிலும் அதிகரிக்க மரபு ரீதியாக ஒரே சமூகத்திற்குள் இயங்கும் திருமண உறவு முறை விரிசல் அடையத் துவங்கியது. ஏற்கனவே விரிசல் அடைந்த வெவ்வேறு ஆதிக்க சாதிகளின் அதிகாரம் இதனால் மேலும் விரிசல் அடைய, கிராமப்புறங்களில் இருக்கும் மக்களின் உணர்வுகள் ஒரு புதிய கொந்தளிப்புக்கு ஆளாகி வந்தன. இந்த மாற்றங்களையும், மாறி வருகின்ற உணர்வுகளையும் எந்த விதத்திலும் பிரதிபலிக்காத அன்றைய தமிழ் சினிமாக்கள் படு தோல்வியைத் தழுவி, திரைப்படத் துறையை திக்குமுக்காடச்

செய்தன. இந்தச் சமயத்தில்தான் அந்த உணர்வுகளை ஓரளவுக்கு உள்வாங்கி, ஒரு கிராமப்புறத்திலேயே முழுமையாகத் தயாரிக்கப்பட்ட 'அன்னக்கிளி' (1976), சினிமாத் துறையில் யாரும் எதிர்பாராத வெற்றியைத் தழுவியது. ஸ்டூடியோக்களைத் துறந்து இயக்குநர்களும், தயாரிப்பாளர்களும் தங்கள் படம் பிடிக்கும் கருவிகளுடன் கிராமப்புறங்களுக்குப் படையெடுத்தனர். இதனால் பல பெரும் நிறுவனங்களும் ஸ்டூடியோக்களும் கடையை மூட, எஞ்சியிருந்த ஓரிரு ஸ்டூடியோக்களிலும் படப்பிடிப்புத் தளங்கள், இந்திய உணவுக் கழகத்தின் (Food Corporation of India) கிடங்குகளாக மாறின. இந்தக் காலகட்டத்தில், கிராமப்புற வாழ்க்கை முறைகளையும், வழக்காறுகளையும் அறிந்திருக்க வேண்டிய கட்டாயம். ஒரு வியாபார நுணுக்கமாக மாற, சென்னை மாநகருக்கு வெளியே இருந்து வரும் திறமைகளுக்குப் புதிய வாய்ப்புகள் ஏற்பட்டன.

இதற்கு ஒரு முக்கிய காரணம், அதுவரை தமிழ் சினிமாவில் பார்க்காத பிம்பங்களும், கேட்காத மொழியும் தமிழ் சினிமா பார்வையாளர்களிடையே ஒரு பெரிய வரவேற்பை பெற்றதுதான். இந்தத் தாக்கத்தினால்தான், பிறகு சாதிப் பெயர்களையே தலைப்பாகக் கொண்ட 'சின்ன கவுண்டர்' (1991), தேவர் மகன் (1992) போன்ற படங்கள் வருவதும் சாத்தியமானது.

இதில் பாரதிராஜா மற்றும் பாக்கியராஜின் படங்கள் தமிழ் சினிமாத் துறைக்கே முன்னோடிகளாக விளங்கின. ஆனால் மறவர் மற்றும் கொங்கு வேளாளர்களின் பேச்சுத் தமிழும், வாழ்க்கை முறைகளும், வழக்காறுகளும், கேளிக்கையை முன்நிறுத்தி வியாபார கோணத்தில் திரிக்கப்பட்டாலும், பெருமளவில் தங்களைப் பதிவு செய்துகொள்ள, தமிழ் கிராமங்களில் இந்த இரண்டு சமூகங்களை விட்டால், வேறு யாரும் இல்லாததுபோல் தோன்ற ஆரம்பித்தது. இந்தப் பின்னணியில், இரண்டு கேள்விகள் எழுகின்றன. ஒன்று நேட்டிவிட்டி, மண்வாசனைப் படங்கள் சாதியத்திற்கு எதிராக எவ்வாறு தங்களைப் பதிவு செய்து கொள்கின்றன? இரண்டு: குறிப்பிட்ட சாதிய பெயர்களைத் தலைப்பாகக் கொண்ட திரைப்படங்களை ஏன் மற்ற சாதிகளைச் சார்ந்த மக்களும் பலமுறை பார்த்து அதற்கு வெற்றியை ஏற்படுத்தித் தருகின்றனர்.

முதல் கேள்வியைப் பொறுத்தவரை, மத்திய சாதிகளின் தாக்கம்தான் அதிகம் வெளிப்பட்டாலும், பாக்யராஜ் படங்களை விட, பாரதிராஜாவின் படங்கள்தான் சாதியத்திற்கு எதிராகப் பல கருத்துக்களைப் பதிவு செய்கின்றன. 'கிழக்கே போகும் ரயில்' (1978) படத்தில் நாவிதனின் மகன் பல எதிர்ப்புகளைச் சமாளித்து

கவிதை எழுதி முன்னேறுவதும், அலைகள் ஓய்வதில்லையில் (1981) கதாநாயகனும், கதாநாயகியும், பூணூலையும், சிலுவையையும் அறுத்து சாதி, மத வேலிகளை ஒரே சமயத்தில் தாண்டுவதும், 'வேதம் புதிதில் (1987) விடாப்பிடியாக தன்னுடைய மரபில் வேரூன்றி நிற்கும் ஒரு பார்ப்பன சிறுவன். பாலுத்தேவரின் கொடூர மரணத்திற்குப் பிறகு பூணூலை அறுத்து எறிவதும், 'என்னுயிர்த் தோழனில் (1989) அடித்தள சாதியை, வர்க்கத்தைச் சார்ந்த சாதாரண வாலிபன் ஒருவன், திராவிட இயக்கக் கட்சிகள் ஏற்படுத்திய தலைவர் வழிபாட்டினாலும், நட்சத்திர கநாநாயக வழிப்பாட்டினாலும் சிக்குண்டு சிதறுவதும் முக்கியமானவை. அதே சமயத்தில் இந்த முயற்சிகள் யாவும் ஒரு குறுகிய ஒற்றை தேசியத்திற்குள்ளும் மாட்டிக்கொள்ளவில்லை. 'தியாக பூமியில் வரும் சாவடிக் குப்பத்தையும், துரையின் பசி (1979) படத்தில் வரும் குப்பத்தையும் விட 'என்னுயிர்த்தோழனில் வரும் கூவம் நதிக்கரையில் அமைந்த குயில்குப்பம், சென்னை வாழ் சேரி மக்களின் அவலமான சூழ்நிலையைப் பெருமளவுக்குத் தத்ரூபமாகப் படம் பிடித்துள்ளது. அதன் சுற்றுச்சூழல் மட்டுமல்ல, கதாநாயகனின் அக்காவாக வரும் வடிவுக்கரசியின் கதாபாத்திரமும் தனக்கென்று ஒரு வித்தியாசமான இடத்தைத் தக்கவைத்துக் கொள்ளுவதே.

ஆனால், பாரதிராஜாவின் கிராமப்புறப் படங்களில் தலித் சமூகத்தைச் சார்ந்த இம்மாதிரியான கதாபாத்திரங்களைப் பார்க்க முடியாது. அங்கு இருக்கும் மத்திய சாதிகளுக்கும், தலித் சமூகங்களுக்கும் உள்ள அதிகார உறவுகளை அவருடைய படங்கள் ஒரு ஆழமான கேள்விக்கு உட்படுத்தியதில்லை. வேதம் புதிதில் பாலுத்தேவரின் வீடே மறவர் அடையாளங்களைப் படிப்படியாக இழந்துவிட்டு பார்ப்பனீய மையத்தில் கரைந்து விடுகிறது. 'அந்தி மந்தாரையோ (1995), தியாக பூமி போல் மேலிருந்து நோக்கும் பாணியில் உயர் சாதி கதாநாயகனுக்கும் தலித் சமூக கதாநாயகிக்கும் உள்ள உறவை கருத்தாக்கம் செய்கிறது. அதில் சாதியத்திற்கு எதிராக வைக்கும் கருத்துக்கள், அகில இந்திய தேசியத்தில் மையம் கொண்டுவிட, அதிகார உறவுகள் தடம் புரள்கின்றனவே தவிர மாறுவதில்லை. நாளடைவில் பாரதிராஜா சாதியத்தில் இறுகி, 'பசும்பொன்' போன்ற படங்களைப் படைத்தது மட்டுமல்லாமல், திருப்பாச்சி அரிவாள் தீட்டிக்கிட்டு வாடா வாடா' என்று கோஷம்போட, பனை மரம்போல உயரமாக வளரவேண்டிய கலைஞன் ஒருவன் எங்கோ வழி தவறி சிதைந்து போகிறான்.

பாக்கியராஜின் படங்களிலோ, 'எங்க சின்ன ராசா'வில் (1987) வருவதுபோல் தனிமனித கதாநாயகனான இவர் மட்டுமே மற்ற

சாதிகளை எதிர்த்து தேரைத் திருப்பி தலித்துக்களின் தெருக்களில் ஓட விடுவார். அதை தலித் கதாபாத்திரங்கள் வேடிக்கைப் பார்ப்பார்கள். தமிழ் சினிமா மரபில் கதாநாயகனுக்கோ அல்லது மற்ற முக்கிய பாத்திரங்களுக்கோ எப்பொழுதும் வேலைக்காரர்களாக வரும் தலித் பாத்திரங்கள் இவர் படத்தில் 'மண்ணாங்கட்டி' எனக் குறிக்கப்படுவார்கள். அதனால் சாதியத்தின் வன்மத்தை இவர் படங்கள் நகைச்சுவை மூலம் மென்மைப்படுத்திவிடுகின்றன. மற்ற தமிழ்ப் படங்களுடன் ஒப்பிட்டுப் பார்க்கையில், பாக்யராஜ் படங்கள் ஏற்படுத்தும் ஒரே ஒரு வித்தியாசம், இப்படி வருபவர்கள் அவ்வப்போது கதாநாயகனின் மிதப்பைச் சுண்டிவிட்டு கீழிறக்கக் கூடியவர்களாக இருப்பர். அத்துடன் அவர்கள் ஆளுமை முடிந்துவிடுமே தவிர, அதிகார உறவுகள் எந்த விதத்திலும் மாறாது. 'இது நம்ம ஆளு' (1988) படத்தில் நாவிதனின் மகனாக வரும் கதாநாயகன், பார்ப்பன மாமனாரின் வைதீக பார்வையில் உயரத் துடிக்கிறானே தவிர, அதிலுள்ள அடிப்படைக் கோளாறுகளைத் தகர்த்து எறிய அல்ல. ஜான் ஆபிரகாமின் அக்கிரகாரத்தில் ஒரு கழுதை (1977) படத்துடன் ஒப்பிட்டுப் பார்த்தால், இது நம்ம ஆளு காலம் காலமாக மற்ற சாதி மக்களை ஒதுக்கி வாழும் அக்கிரகார அமைப்பை எவ்வளவு அழகுபடுத்தி இச்சைக்குரிய பொருளாக மாற்றியிருக்கிறது என்பது சட்டென்று தென்படும். காலத்தை இறுக்கி, நேற்று இன்று நாளை என்ற வித்தியாசங்களின் மாற்றங்களை ஒதுக்கி, வர்ணாசிரம விதிமுறைகளின் அடிப்படையில் அதைத் திரும்ப ஒரே இடத்திற்கு வரும் சக்கரம்போல் சுழலவிட்டு, சாதிய ஏற்றத் தாழ்வுகளை நிரந்தரமாக்குவதுதான் அக்கிரகாரம் என்ற வெளிக்குள்ள செயல்பாடு. இதில் மற்ற மக்களே நுழைய முடியாது என்றபோது ஒரு கழுதை நுழைந்துவிட்டால் என்னாவது, அக்கிரகாரத்தில் இருப்பவர்கள் தங்கள் கோரைப் பற்களைக் காட்டி அந்தக் கழுதையை ஏதாவது ஒரு விதத்தில் பலிவாங்காமல் விடமாட்டார்கள்.

ஆனால், அப்படி அகால மரணமடைந்த கழுதை, தீயில் இறங்கிய நந்தன்போல் உயிர்ப்பித்து எழுந்துவிட்டால், அதைக் கடவுள் என்று தரிசிக்க அக்கிரகாரமே படையெடுக்கும். ஆக, பசுவை தெய்வீக ஜீவனாக முதன்மைப்படுத்தும் பார்ப்பனியத்திற்கு, கழுதையானது அருவருப்பை உண்டாக்கும் ஒரு விகாரமான ஜந்துவாகத் தோன்றுவது மட்டும் பிரச்சனை அல்ல. அதற்கு அது எந்த இடத்தில் இருக்கிறது அல்லது இருக்க வேண்டும் என்பதும் ஒரு பிரச்சனை. அக்கிரகாரத்தில் நுழைந்தால், அது பலி வாங்கப்படும். கோயிலில் உயிர்பித்துத்

தோன்றினால் பூசிக்கப்படும். இதற்கிடையே அது வாழவேண்டும் என்றால் சேரியில்தான் வசிக்க முடியும். இப்படி ஒரு இடத்துடனோ அல்லது ஒரு வெளியிடனோ நிரந்தரமாக சாதிய அடையாளங்களையும், வாழ்க்கை முறைகளையும் முடக்கிவிடும்போது அதைத் தகர்ப்பது எவ்வளவு கடினம் என்று இந்தப் படம் நமக்கு நையாண்டித் தனமாகக் கோடிட்டுக் காட்டுகிறது. மரபு வழியாக இறுகிப்போன வாழ்க்கை முறைகளை, காலத்தை உருக முடியாத பனிபோல் உறைந்துவிட்ட சமுதாயத்தை ஆழமாக விமர்சிக்கிறது.

ஆனால் அக்கிரகாரத்தில் ஒரு கழுதை சென்னையில் ராஜகுமாரி தியேட்டரில் மட்டும் ஒரே ஒருநாள் ஓட, 'இது நம்ம ஆளு' தமிழகமெங்கும் வெற்றி வாகை சூடியது. இதற்கு முக்கியக் காரணம், அக்கிரகாரத்தில் ஒரு கழுதையின் காட்சி அமைப்புகள் தனிமனித கதாபாத்திரங்களை முதன்மைப்படுத்தாமல், சமூக வெளிக்கும் சமமான முக்கியத்துவத்தை அளிக்கிறது. அப்படி உருவாகும் ஜனநாயக காட்சி வடிவத்தால், பார்வையாளர்கள், கதாபாத்திரங்களுக்கும் அவர்கள் வாழும் சூழலுக்கும் உள்ள உறவுகளைச் சிந்திக்க வாய்ப்புகள் அதிகரிக்கிறது. அப்படி சிந்தித்ததால்தான் படத்தின் பல்வேறு தளங்களை அடையாளம் காண முடிகிறது. ஆனால் தோலை உரிக்காமலே பழத்தை உண்ண பார்வையாளர்களைப் பழக்கப்படுத்திவிட்ட ஆதிக்க சினிமாவிலோ, காட்சி வடிவங்கள், தனிமனித கதாநாயகர்களை முன்னிறுத்தி, சூழலின் முக்கியத்துவத்தை ஒதுக்கி அதை அழகுப்படுத்தி பிரமாண்டப்படுத்துகிறது. அப்படி உருவாகும் அராஜக வடிவத்தில் பார்வையாளர்களுக்கு படம் பிரதானப்படுத்தும் பார்வையுடனும், முக்கிய கதாபாத்திரத்துடனும் ஒன்றி, பல கேளிக்கை இன்பங்களை நுகரத்தான் வாய்ப்புகள் அதிகமே தவிர, கதையாடலின் பல தளங்களைப் பற்றி சிந்திக்க அல்ல. இதனால் சாதிப் பிரச்சனைகளும் ஒரு நுகர்பொருளாக மாறுகிறது. மேலும் இப்படி உருவாகும் கதாபாத்திரங்களும் காட்சி அமைப்புகளும் ஒரு மெலோடிராமாடிக் வடிவத்தைப் பெறுகின்றன. இதனால் அன்றாட வாழ்க்கையானது யாரும் எளிதில் வெல்ல முடியாத தீய சக்திக்கும், அதை வீழ்த்தக்கூடிய ஒரே ஒரு மாபெரும் நல்ல சக்திக்கும் நடக்கும் பிரமாண்டமான யுத்தமாக மாற்றப்படுகிறது. இதனால் சினிமாவின் ஈர்ப்பு சக்தி பல மடங்கு கூடுகிறது. ஆகையால்தான், குறிப்பிட்ட சாதியின் பெயரை வைத்து இயங்கும் படங்களுக்கும் மற்ற சாதி சமூகங்களைச் சார்ந்த பார்வையாளர்களிடையே ஒரு எதிர்பாராத வரவேற்பு உள்ளது.

இந்த நிலை மாற, சமூகச் சூழலுக்கு முக்கியத்துவம் அளித்து, அன்றாட வாழ்க்கையை கறுப்பு வெள்ளையாக கூறுபோடுகிற தனிமனித கதாபாத்திரங்கள், நட்சத்திரங்கள் இல்லாமல் காட்சிகளைப் பிரமாண்டப்படுத்தாத மாற்று படைப்புகள் வளர வழிவகுக்க வேண்டும். மறுபக்கம் பார்வையாளர்களின் சமூக விழிப்புணர்வு வளர வேண்டும். பார்வையாளர்கள் விழிப்புணர்வு அடைந்தால் சினிமா மாறும் என்பதில் ஐயமில்லை. 1960-களின் இறுதியில் அமெரிக்காவில் தொலைக்காட்சி ஆதிக்கம் செய்யத் துவங்கிய காலகட்டத்தில், இளைய தலைமுறைதான் அங்கு சினிமாவை ஆதரித்தது. இந்த இளைய தலைமுறையினர், இரண்டாவது உலகப் போருக்குப் பின்னர் உருவாகிய முந்தைய தலைமுறைகளை விட கல்வியை அதிகமாக உள்வாங்கியவர்கள். வியட்நாம் போர் போன்ற கொடூரங்களில் வலுக்கட்டாயமாகப் பங்கேற்கும் சூழல் உருவானதும், அதை எதிர்த்து இளைய சமுதாயமே எழுச்சி பெற்றது. வெள்ளையர்கள், சிவப்பு இந்தியர்களைப் பல தருணங்களில் கொடூரமாக அழித்ததைப் பற்றியும் கறுப்பர்கள் மீது ஏவிவிடப்பட்ட பல வன்முறைகளைப் பற்றியும் ஒரு விழிப்புணர்வும் சேர்ந்து வளர்ந்தது. இதன் விளைவாக 1960-களின் இறுதியில் அமெரிக்க சினிமாவில் மாற்றங்கள் வந்தன. கெளபாய் படங்கள் படு தோல்வியடைந்தன. புதிய ஹாலிவுட் உருவாக இந்த எழுச்சி வழிவகுத்தது. 1969-ல் உருவாக்கப்பட்ட 'மெக்கன்னாஸ் கோல்ட்' என்ற படம் படுதோல்வியடைந்தது. ஆனால் அதே சமயத்தில் நமது சூழலில் அந்தப் படம் பெரும் பெற்றி பெற்று கோலிவுட் கெள்பாய் படங்கள் உருவாக வழி வகுத்தது என்பதும் உண்மை.

1980களின் இறுதியிலிருந்து தமிழ் சினிமாவில் சாதியம் வெளிப்படையாகவே தன் இருப்பை பிரதிபலிக்கத் துவங்கியது. ஒரு புதிய திருப்பம் வெவ்வேறு ஆதிக்க சாதிகள் தொலைந்துபோன தங்கள் அதிகாரத்திற்கு நிரந்தரமாக இரக்கல் தெரிவித்துவிட்டு, சக மனிதர்களாக ஒரு புதிய அத்தியாயத்தைத் துவங்கவில்லை. பதிலாக மீட்டெடுக்க முடியாத அந்தப் பொருளை மீட்டெடுக்கப் பார்க்கின்றன. இந்தப் போக்கை முதலில் ஆரம்பித்து வைத்த படம் 'ஒரே ஒரு கிராமத்திலே' (1987), பார்ப்பன சமூகத்தில் மட்டும்தான் அறிவாளிகள் பிறக்கக்கூடும் என்ற கீழ்த்தரமான கருத்தை முன்னிறுத்தி, ஆள் மாறாட்டத்தையும், சாதி மாறாட்டத்தையும் நியாயப்படுத்தி இட ஒதுக்கீடு என்ற ஜனநாயக சலுகையை கொச்சைப்படுத்தி ஒரு புதிய சாணக்ய தன்மையை உயர்த்திப் பிடிக்கிறது. இந்தப் படம் இதில் மிகவும் கேவலமான அம்சம், இதையெல்லாம் ஒரு

கிருத்துவ பாதிரி பின் நின்று செயல்படுத்தியதாகச் சித்தரித்து இருப்பதே. கதை மட்டும் ஒரு பெண்ணைச் சுற்றி அலையாமல் ஒரு ஆணைச் சுற்றி அமைந்திருந்தால், பல வட்டங்களுக்குப் பிறகு 'ஹேராம்'மில் (2000) உருவானதுபோல் ஒரு பார்ப்பன கதாநாயகன் அன்றே அதீத ஆண்மை ததும்பும் ஒரு புதிய ஷத்திரியனாக உருவெடுத்திருப்பான்.

இட ஒதுக்கீட்டுக்கு எதிராக அமையாவிட்டாலும், 'சின்னகவுண்டர்', 'தேவர் மகன்' போன்ற படங்கள் ஒரு புதிய ஷத்திரிய அடையாளத்தை நிலைநிறுத்தின. மத்திய சாதிகளின் விரிசல் அடைந்த அதிகாரத்தை தகர்த்து, எறிந்து வரும் தலித் மக்கள், இந்தக் கதையாடல்களில் விளிம்பு நிலைக்குத் தள்ளப்பட்டோ அல்லது 'உடல் மண்ணுக்கு உயிர் உங்களுக்கு' என்று கதாநாயகனுக்கு பக்கபலமாக எதையும் தியாகம் செய்யக்கூடிய விசுவாச அடிமைகளாகவோ சித்த்ரிக்கப்படுகின்றனர். 1949-ல் வேலைக்காரியில் துவங்கி, பெரும்பாலும் தமிழ் சினிமாவில் நிலப்பிரபுக்களையும், முதலாளி வர்க்கத்தையும் வில்லன்களாகப் பாவித்து வந்த நிலையை மேற்கூறிய படங்கள் தடம் புரட்டின. இந்த கதாநாயகர்கள் தங்கள் சாதிய அடையாளங்களைப் பெருமையுடன் தாங்கி, புதிய உடையில் பவனி வரத் துவங்கினர். இவர்களுடைய பழைமையும், அதிகார தீர்ப்புகளும் நவீனம் போற்றும் அளவுக்கு முற்போக்கானவையாக இருக்கின்றன. என்று நியாயப்படுத்தப்பட்டன. 'தேவர் மகனில் தோன்றும் இந்தக் கூறுகள் பெரியாரையும், பகவத் கீதையும் ஒன்றாக முடிச்சுப் போட்டன. சுபாஷ் சந்திரபோசின் பிம்பத்தை முன்நிறுத்தி, பசும்பொன் முத்துராமலிங்கத் தேவரின் ஒற்றை அகில இந்திய தேசத்தை நியாயப்படுத்தியது. 'நாட்டாமை' போன்ற படங்கள், அதன் சாதிய கதாநாயகர்களை சோழ மன்னர்களுக்கு ஈடாக, யானை கட்டி போர் அடித்ததுபோல் கற்பனை செய்ய, மத்திய சாதி சமூகங்களின் சுயவிமர்சன பார்வையையும் இந்தப் படங்கள் ஒட்டுமொத்தமாக மழுங்கடித்தன.

ஒரு பக்கம் இந்தப் படங்கள் வெற்றியைத் தழுவினாலும், 'தேவர் மகனி'லிருந்தே இம்மாதிரியான முயற்சிகளுக்கு எதிர்ப்புக் குரல்கள் அதிகரித்து வருகின்றனவே தவிர, குறையவில்லை. இந்த எதிர்ப்பை வேறு விதமாக எதிர்கொள்ள 'பாரதி கண்ணம்மா' (1997) ஒரு புதிய யுக்தியைக் கையாளுகிறது. மறவர் சமூகத்தைச் சார்ந்த கண்ணம்மா, தன் வீட்டில் வேலை செய்யும் பள்ளர் சமூகத்தைச் சார்ந்த விசுவாசமான பாரதியைக் காதலிக்கிறாள். அந்தக் காதல் நிறைவேறாது என்று தெரிந்தவுடன் தனது

திருமண நாளில் அவள் தற்கொலை செய்து கொள்கிறாள். அதுவரை தனது காதலை வெளிப்படுத்தத் தயங்கிய பாரதி, இடுகாட்டில் எரியும் அவள் சடலத்தின் மீது பாய்ந்து உயிர் துறக்கிறான். இதனால் மனம் திருந்திய அம்பலத்துக்காரரான கண்ணம்மாவின் தந்தை, பாரதியின் தங்கை, பேச்சியை தத்தெடுத்து அவள் விரும்பும் மறவர் குல இளைஞனுக்கு அவளை மணம் முடித்து வைக்கிறார். தமிழ் சினிமா மரபில் இந்தப் படம் ஏற்படுத்தும் ஒரு மாற்றம், அதிகார சாதியைச் சார்ந்த ஒரு பெண் தாழ்த்தப்பட்ட சாதியைச் சார்ந்த ஒரு ஆணை விரும்புவதுபோல் கதையை அமைத்திருப்பதுதான். இதனாலேயே தென்மாவட்டத்திலுள்ள முக்குலத்தோர் சமூகத்தைச் சார்ந்தவர்கள் படத்தை எதிர்க்க, அங்கிருக்கும் தலித் சமூக மக்கள் படத்தை ஆதரித்தனர். ஆனால், படம் ஒரு பெரிய புரட்சியைச் செய்துவிட்டதாக எண்ண முடியாது. படத்தில் வெற்றி பெறும் காதலில், ஆண் ஆதிக்க மறவர் குலத்தைச் சார்ந்தவன். பெண் தாழ்த்தப்பட்ட பள்ளர் சமூகத்தைச் சார்ந்தவள். அது மட்டுமல்லாமல் அம்பலக்காரரின் அதிகார சாதிய அட்டூழியத்தைத் துணிந்து எதிர்க்கும் பள்ளர் சமூக மாயனை, அவன் சமூகத்தைச் சார்ந்த பாரதியின் மூலமே படம் தீர்த்துக்கட்டுகிறது. படத்தின் கதையாடலே அம்பலத்துக்காரரின் பார்வையை பிரதானப்படுத்தி அவர் உன்னதத்தையும், தாராளத் தன்மையையும் மீட்டெடுக்க, அவர் எப்படி மனம் திருந்தினார் என்பதில் கவனம் செலுத்துகிறதே தவிர, அதிகார உறவுகளை ஆழமாக விமர்சிக்க அல்ல.

1990-களில் மற்றொரு திருப்பம் ஏற்பட்டது. இத்தத்துவம் இன்றைய சமூகத்திலும், தொலைக்காட்சியிலும், சினிமாவிலும் வேரூன்றி பரவ, 1970களின் இறுதியிலிருந்து வேகமாக வளர்ந்துவந்த தொழில்நுட்ப நுணுக்கங்கள் ஆதிக்க சினிமாவின் ஈர்ப்பை மேலும் அதிகரிக்க உதவின. 'ரோஜா'வில் (1992) துவங்கி இன்று சாமி (2003) வரை சிறுபான்மை மதத்தைச் சார்ந்தவர்களை பயங்கரப்படுத்துவது, பல முகமூடிகளை அணிந்து, தொடர்ந்து வருகிறது. 'பாரதி கண்ணம்மா' ஏற்படுத்திய வழியில் ஒரு சாதியைச் சார்ந்த கதாநாயகனை வைத்தே அந்த சாதியைச் சார்ந்த வில்லனை அழித்து, எந்த வகையிலும் ஜனநாயகத்திற்குக் கட்டுப்படாத ஒரு தீவிரவாத அரசை கருத்தாக்கம் செய்து நியாயப்படுத்துகின்றன. இதனால் பார்ப்பனியம் தன்னைப் புதுப்பித்துக் கொள்ள வாய்ப்புகள் அதிகரிக்கிறது. ரோஜாவுக்குப் பிறகு 'ஜென்டில்மேனி'-ல் மண்டல் கமிஷன் அறிக்கை எதிர்க்கப்பட்டு, பார்ப்பனரல்லாத சமூகத்தைச் சார்ந்த வில்லன் கொடூரமாகவும், விகாரமாகவும் கொல்லப்பட, பார்ப்பனரல்லாத குலத்தில் பிறந்த கதாநாயகன்,

பார்ப்பனனாக மாற்றப்பட்டு, ஆண்மை ததும்பும் ஷத்திரியனாக விஸ்வரூபம் எடுக்கிறான்.

இந்தச் சூழலில், 'மதுரை வீரனை'ப்போல் தலித் பாத்திரங்களைப் பிரதானப்படுத்தியோ அல்லது அவர்கள் சந்தித்த பிரச்சனைகளை மையமாக வைத்தோ சில படங்கள் வரத்தான் செய்கின்றன. ஆனால் அவை தெளிவாக அந்தப் பாத்திரங்களின் சரித்திரத்தையும், சமூகவெளியையும் பதிவு செய்யாததால் செயலிழந்து போகின்றன. தஞ்சாவூர் மாவட்டத்தில் 1967-ல் கீழ் வெண்மணியில் தலித் சமுதாயத்திற்கு எதிராக நடந்த கொடூரமான சம்பவத்தை முன் வைத்து இந்திரா பார்த்தசாரதி 'குருதிப்புனல்' என்ற ஒரு முக்கியமான நாவலை எழுதினார். இது 'கண் சிவந்தால் மண் சிவக்கும்' (1983) என்ற ஒரு திரைப்படமாக உருவானபோது வர்க்க பிரச்சனை மேலோங்கி, சாதிய கொடூரம் ஓரங்கட்டப்பட்டு அதன் கோரமான சரித்திரச் சுவடுகள் அழிக்கப்பட்டன. இதற்கு மாறாக 'இரணியன்' (1999) படத்தில் வர்க்கம் முன்னிறுத்தப்பட்டு அந்தப் பாத்திரத்தின் சரித்திரம் குழப்பப்பட்டாலும் இறுதியில் அவன் மக்களை வைத்தே ஆதிக்க சக்திகள் அவனை அழிக்கும்போது அந்த மக்களின் கோபம் என்றாவது ஒரு நாள் விழிப்புணர்வு பெற்று அந்த சக்திகளை எதிர்க்காமல் விடாது என்று கதாநாயகன் சொல்வது அழுத்தமாகப் பதிவாகிறது. கோவில்பட்டி வீரலட்சுமி (2003) படமோ, அவளுக்கும் அரசு அதிகார சக்தியான காவல்துறைக்கும் இருந்த பிரச்சனையே அளவுக்கு மீறி முன்னிலைப்படுத்தி, அவள் எந்த ஆதிக்க சாதிகளை எதிர்த்துப் போராடினாள் என்ற சரித்திரத்தை ஒதுக்கி, சிம்ரன் என்ற நட்சத்திர நாயகியின் வடிவில், அவள் வீரத்தையும், சோகத்தையும், அழகுபடுத்தி, நுகர்பொருளாக மாற்றி விற்று விடுகிறது.

சினிமாவில் சாதியைப் பற்றிப் பேசலாமா என்ற கேள்வியை 'சண்டியர்' படத்தைச் சுற்றி எழுந்திருக்கும் பிரச்சனையின் சூழலில் சிந்திக்க வேண்டிய தேவையும் இருக்கிறது. இந்தப் பிரச்சனை முன்பே 'ராசு படையாச்சி' என்ற படத்தைச் சுற்றியும் எழுந்தது. அப்பொழுது அந்தப் படத்தின் பெயர் 'மறுமலர்ச்சி' என்று மாற்றப்பட்டது. பிறகு 'வாத்தாக்குடி இரணியன்' என்ற படம் பிரச்சனை வர, அதில் 'வாத்தான்குடி' என்ற பெயர் மாற்றப்பட்டது. வெவ்வேறு பகுதிகளில் ஆதிக்க சாதிகளாக விளங்கும் சமூகங்களில் புழன்று வரும் பெயர்கள், 'தேவர் மகன்' அல்லது 'சின்ன கவுண்டர்' என்று முதன்மை பெறும்போது அதை ஜனநாயக முறையில் எதிர்க்க

தாழ்த்தப்பட்ட சமூகங்களைச் சார்ந்த மக்களுக்கு சகல உரிமை உண்டு. ஆனால் படப்பிடிப்பை கும்பல் சக்தியால் நிறுத்துவதோ அல்லது தியேட்டரில் புகுந்து படச்சுருள்களை அகற்றுவதோ நமது அரசியல் சாசனத்தில் இருக்கும் அடிப்படை ஜனநாயகக் கோட்பாடுகளுக்கு மட்டும் எதிரான செயல்கள் அல்ல. எந்தச் சமூகத்தினர் இன்று இதைச் செய்கின்றனரோ நாளை அவர்கள் படைப்புகளுக்கும், இது மாதிரி பிரச்சனைகள் ஏற்படலாம். இதனால் ஜனநாயகப் பண்புகள் சீர்குலையுமே தவிர, வளராது. சமூக உரிமைகள் எவ்வளவு முக்கியமோ அதேபோல தனிமனித ஜனநாயக உரிமைகளும் முக்கியமானவை. ஒரு தனிமனிதனுக்கு தன்னுடைய சமூகத்தை விமர்சிக்க மட்டுமல்லாமல், மற்ற சமூகங்களையும் விமர்சிக்கவும் உரிமை உண்டு. அந்த உரிமை இல்லாவிட்டால் நம்மிடையே ஒரு பெரியாரோ, அம்பேத்கரோ தோன்றியிருக்க மாட்டார்கள்.

அராஜகங்கள் அழிந்து ஜனநாயகம் வளர வேண்டும் என்றால், சாதி மத கொடூரங்களைப் பற்றி ஒரு ஆழமான விழிப்புணர்வை ஏற்படுத்தி, பார்வையாளர்களை காழ்ப்புணர்வுகளின் அடிப்படையில் கூறு போடாத சினிமா மொழியும், வடிவமும் நமக்குத் தேவை. அதைக் கண்டெடுக்கும்போது தமிழ் சினிமா மட்டுமல்ல, தமிழ் சமுதாயமும் குறுகிய பார்வைகளை அகற்றி, பல தரப்பட்ட விடுதலைகளுக்கு வழி வகுக்கக்கூடிய ஒரு புதிய அத்தியாயத்தைத் துவங்கும். அன்று வீச்சரிவாளுக்கும், வெடி குண்டுக்கும் வேலை இருக்காது. கவிதை பாடத்தான் நேரமிருக்கும்.

'குமுதம், தீராநதி', நவம்பர், 2003

பாகம் - IV

கதாநாயக பிம்ப வழிப்பாடு, ரசிகர் மன்றம், எம்.ஜி.ஆர், திராவிட இயக்கம்

- *பிம்பச் சிறை: திரையிலும், சினிமாவிலும் எம். ஜி.ராமச்சந்திரன்*
- *இருவர் (நுகர்பொருளாக மாறும் சரித்திரம்)*
- *அரசியல் Vs சினிமா*
- *திராவிட இயக்கம் ஒரு சமூக இயக்கம்*

சுவடுகள்

12

பிம்பச் சிறை: திரையிலும் அரசியலிலும் எம்.ஜி.ராமசந்திரன் நூல் மற்றும் நுலாசிரியர் பற்றி

'பிம்பச் சிறை: திரையிலும் அரசியலிலும் எம்.ஜி.ராமசந்திரன்' என்ற இந்த நூலின் தலைப்பிலிருந்தே ஒரு முக்கியமான கேள்வி எழுகிறது. அது, எவ்வாறு ஒரு அழகியல் பிம்பம் ஒரு மக்களின் அரசியல் பிரதிநிதியாக உருவாகியது என்பது. இந்த கேள்வியை இரண்டு கேள்விகளாக பிரித்தால், அதில் முதல் கேள்வி: திரையில் எம்.ஜி.ஆர் ஒரு அதீத கதாநாயக பிம்பமாக உருவாகி அதில் ஆழமாக வேரூன்றவில்லை என்றால் அரசியலில் அவர் நுழைந்திருக்க முடியுமா என்பது. இரண்டு: அதே சமயம் தமிழ் திரை அரசியல்மயமாக்கப் படவில்லை என்றால் அதில் ஒரு பிரதான தகுதியை மட்டும் பெற்றவரால் அரசியலில் நுழைந்திருக்க முடியுமா என்பது. இதில் முதல் கேள்வியை எடுத்துக்கொண்டால், அவரைப்போல் பாய்ஸ் கம்பெனிகளில் இருந்து வந்த நடிகர்கள் எல்லோரும் ஏதாவது ஒரு விதத்தில் சினிமாவில் நுழைந்திருக்கிறார்கள். ஆனால் அதில் பலர் சிறுசிறு வேடங்களில் தோன்றி மறைந்தனர். அது எம்.ஜி.ஆருக்கும் நடந்திருக்கக்கூடும், சிவாஜிக்கும் நடந்திருக்கக்கூடும். அப்படி இருந்திருந்தால் அவர்கள் இறுதிவரை ஏதாவது ஒரு கட்சியில் தொண்டர்களாக மட்டும் இருந்து மறைந்து போனவர்கள் போல் அவர்களும் மறைந்து போயிருப்பார்கள். அப்படி அவர்கள் மறைந்து போகவில்லை என்பதற்கு பொதுபுத்தியின்

அடிப்படையில், அவர்களுக்கு கிடைத்த அதிர்ஷ்டம் மற்றவர்களுக்கு கிடைக்கவில்லை என்ற ஒரு விளக்கத்தை அளித்துவிட்டு, அதற்குமேல் இந்த கேள்வியில் சிந்திக்க ஒன்றும் இல்லை என்று முற்றுப்புள்ளி வைத்திருந்தால் இன்று நாம் இங்கு கூடுவதற்கான சந்தர்ப்பம் உருவாகி இருக்காது.

1967ல் நடந்த தேர்தலில் 138 தொகுதிகளில் வென்று ஆட்சிக்கு வந்த திராவிட முன்னேற்ற கழகம், 1971ல் மார்ச் மாதத்தில் நடந்த தேர்த்தலில் முன்பைவிட மாபெரும் வெற்றி பெற்று 182 இடங்களை கைப்பற்றி மறுபடியும் ஆட்சிக்கு வந்த பிறகுதான், தெற்கு ஆசிய அறிஞர்கள் தி.மு.கவிற்கும் தமிழ்த்திரைக்கும் இருக்கும் தொடர்பை ஆராயத் துவங்கினார்கள். அதே வருடம், ஜூலை மாதத்தில், ராபர் ஹார்ட்கேரேவ், தி செலுலாய்ட் காட்: எம்.ஜி.ஆர் அண்ட் தி டமில் ப்லிம் என்ற ஒரு சிறிய ஆய்வு கட்டுரையை எழுதினார். பிறகு அதை மேலும் விரிவுபடுத்தி, எம்.ஜி.ஆர் உள்பட தி.மு.க படங்களில் பங்காற்றிய மற்ற நட்சத்திரங்களான என்.எஸ்.கிருஷ்ணன், கே.ஆர்.ராமசாமி, சிவாஜி கணேசன், எஸ்.எஸ்.ராஜேந்திரன் போன்றவர்களையும் உள்ளடக்கி 1973ல் ஒரு விரிவான கட்டுரையை எழுதினார். 1969ல், இதற்கு முன்பே, தி.மு.கவின் வெற்றியில் பங்காற்றிய திரைப்படங்கள் மற்றும் நட்சத்திரங்கள் ஏற்படுத்திய பாதிப்பையும், தமிழ்நாட்டில் திரைப்படங்களுக்கும் மக்களுடைய அரசியல் உணர்வுக்கும் உள்ள தொடர்பையும் கண்டறிய சென்னை, வட ஆற்காடு, தென் ஆற்காடு மற்றும் தஞ்சாவூர் மாவட்டங்களிலிருந்து, 500 நகர்புற மக்களையும், 500 கிராமப்புற மக்களையும், 200 கல்லூரி மாணவமாணவிகளையும் தேர்வு செய்து ஒரு கணக்கெடுப்பையும் அவர் நடத்தியிருந்தார். இதனுடைய முடிவுகள் 1975ல், பிலிம் கான்ஷியஸ்னெஸ் இன் தமிழ்நாடு என்ற தலைப்பில் கட்டுரையாக வெளிவந்தது. இதில் கிராமப்புறங்களில் இருக்கும் எம்.ஜி.ஆர் ரசிகர்களிடம் சிவாஜி ரசிகர்களைவிட அரசியல் உணர்வு அதிகமாக இருந்தது என்பது கவனிக்கத்தக்கது.

இந்தக் கட்டுரை வெளி வருவதற்கு மூன்று ஆண்டுகளுக்கு முன்பரே, அதாவது 1972ல் எம்.ஜி.ஆர் தி.மு.கவிலிருந்து வெளியேற்றப்பட்டதும், தனது ரசிக மன்றங்களை கட்சி கிளைகளாக மாற்றி அவர் அ.தி.மு.கவை துவங்கிவிட்டார். இருந்தாலும், அவர் எதிர்பார்த்ததற்கு மாறாக தன்னுடைய ரசிக மன்றங்களின் ஆதரவை வைத்துகட்டிய அந்த கட்சியில் முதலில் தி,மு.கவிடமிருந்து அவருடன் ஒன்பது எம்.ஏல்.ஏக்கள் மற்றும் இரண்டு எம்.பிகள் மட்டுமே உடன் வந்திருந்தனர்.

அந்த பிளவினால் ஏற்படக்கூடிய விளைவை கட்டுப்படுத்தி தன் அரசியல் பலத்தையும் இருப்பையும் தி.மு.கவால் அன்று தக்கவைத்துக்கொள்ள முடிந்தது. மதராஸ் கிறித்துவ கல்லூரி அரசியல் விஞ்ஞான துறை பேராசிரியர், டங்கன் பாஃரெஸ்டர் அவர்கள் மார்ச் 1976ல் எழுதிய பாஃக்ஷன்ஸ் அண்ட் ப்லிம் ஸ்டார்ஸ் இன் தமிழ்நாடு ஸின்ஸ் 1971 என்ற ஏசியன் சர்வே கட்டுரையில் குறிப்பிட்டதை போல். எம்.ஜி.ஆர் தமிழரல்ல என்பதை சுட்டிக்காட்டி அவருக்கு இருந்த மக்கள் ஆதரவை தி.மு.க குலைத்து விட முயன்றது. ஆனால், தி.மு.கவில் இருந்த போதே, தனக்கென்று அந்த கட்சியின் விளிம்பை தாண்டி பொதுவாழ்க்கையில் தன்னுடய செயல்கள் மூலம் மக்களின் துயரத்தை போக்கும் ஒரு கொடைவள்ளலாக எம்.ஜி.ஆர் தன்னை பல சூழ்நிலைகளில் முன்னிறுத்தி இருந்தார். தி.மு.க தலைவர்களும் தங்கள் பேச்சுகளின் மூலமும் எழுத்துகளின் மூலமும் அந்த கொடைவள்ளல் பிம்பத்தை மேலும் இறுக வைத்திருந்தனர். ஆனால், பாஃரெஸ்டர் குறிப்பிடுவதை போல், ஏழைகளின் நலன்களை பொறுத்தவரை ஒரு தனிமனிதனை விட ஒரு அரசினால்தான் அதிகம் செய்ய முடியும் என்ற அடிப்படையில் தி.மு.க பல முக்கியமான திட்டங்களை செயல்படுத்தி இருந்தது. இதற்கு ஒரு உதாரணமாக, 1970களில் நகர்வாழ் ஏழை மக்களுக்காக உருவாக்கப்பட்ட ஹவுஸிங் போர்ட் குடியிருப்புகளை எடுத்துக்கொள்ளலாம். அதே சமயம் பாஃரெஸ்டர் சுட்டிக்காட்டியபடி, தி.மு.க படிப்படியாக நிலச்சுவாந்தார்கள் பக்கமும் தொழிலதிபர்கள் பக்கமும் சாயத்துவங்கியது. இந்த கருத்துக்கு ஒரு சான்றாக, 1968ல் கீழ்வெண்மணியில் நடந்தேறிய கொடூரத்திற்கு பொறுப்பான 23 நிலச்சுவாந்தார்களும் 1973ல் விடுவிக்கப்பட்டதை முன்வைத்தார். 1974ல் தலித் சமூகத்தை தி.மு.கவில் பிரதிநிதித்துவம் செய்த சத்தியாவாணிமுத்துவும் தன் பதவியை ராஜினாமா செய்து கட்சியை விட்டு வெளியேறினார் என்பதையும், அந்தத் தருணத்தில் தி.மு.க, மாணவர்கள் மத்தியிலும் தன்னுடய ஆதரவை இழக்கத் துவங்கியதையும் சுட்டிக்காட்டி தமிழ்நாட்டில் அன்று வளர்ச்சியடைய துவங்கிய தலித்து விழிப்புணர்வையும், பல அம்பேத்கர் மன்றங்களின் செயல்பாடுகளையும் முன்னிறுத்தி, அவர்கள் தங்களுக்கான சுயமானதொரு அரசியல் தளத்தை அமைத்துக் கொள்வதின் அத்தியாவசியத்தை தன் கட்டுரையின் இறுதி பாகத்தில் வலியுறுத்தினார். அவசரநிலை சூழலில் தி.மு.க ஆட்சி 1977 ஜனவரி மாதத்தில் கலைக்கப்பட்ட பிறகு, அதிலிருந்து இரண்டு மாதங்களுக்கு பின்னர் பாஃரெஸ்டர் அவர்களின் இந்த

கட்டுரை பிரசுரிக்கப்பட்டது. அதே வருடம் ஜூன் மாத்தில் நடந்த தேர்தலில் அ.தி.முக 132 சீட்டுகளை கைப்பற்றி வெற்றிப் பெற, அதுவரை திரைப்பட கதாநாயகனாக வலம்வந்த எம். ஜி.ஆர், முதலமைச்சாராக வலம்வரத் துவங்கினார் என்பது சரித்திரம்.

இந்த காலகட்டத்திற்கு வரை தரப்பட்ட விளக்கங்களில் ஹார்ட்கிரேவ் தமிழ் சினிமாவை பற்றி பாஃரெஸ்டரை விட அதிகமான தரவுகளை தந்திருந்தாலும், அவர்கள் இருவருமே அரசியலுக்கு கொடுத்த பிரதான முக்கியத்துவத்தை சினிமாவிற்கு அளிக்கவில்லை. நான்கு வருடங்கள் கழித்து, எம். ஜி.ஆரின் அராஜக ஆட்சியை கொண்டாட 1981ல் நடத்தப்பட்ட உலக தமிழ் மகாநாட்டில் இவர்களுடைய விளக்கங்களுக்கு மாறாக, கார்த்திகேசு சிவதம்பி அவர்கள், தமிழ் ப்லிம் ஆஸ் எ மீடியம் அஃப் பொலிடிக்கல் கம்யூனிகேஷன் என்ற தனது முக்கியமான கட்டுரையையும் அதனுடைய கறாரான விமர்சன பார்வையையும் துணிச்சலாக முன்வைத்தார். தமிழ் திரையின் அரசியலை ஒதுக்கி விடாமல், அதை தமிழ்கலாச்சாரத்தின் சரித்திரத்தில் பொருத்தி, இங்கு வளர்ந்திருந்த வேந்தியல், பொதுவியல் என்ற அழகியல் வெளிப்பாடு மரபுகளை உடைத்து எவ்வாறு சினிமா என்பது இங்கு ஒரு ஜனநாயக வெளியை திறந்துவிட்டு ஒட்டுமொத்த தமிழர்களையும் நோக்கி தனது அழகியல் வெளிப்பாடுகளை பிரதிபலித்தது என்பதை விளக்குகிறார். மற்றும் நட்சத்திரங்களின் ஆதிக்கம் வளர வளர, எவ்வாறு எம்.ஜி.ஆர் மற்றும் சிவாஜி கணேசன் என்ற நடிகர்களின் அராஜக கட்டுப்பாட்டுக்குள் திரைத்துறை வந்து அந்த ஜனநாயக வெளி சுருக்கப்பட்டது என்பதையும் விவரிக்கிறார். இதற்கு மேல் அவர் முன்வைக்கும் தரவுகள் ஏற்கனவே ஹார்ட்கிரேவ் அவர்கள் பதிவுசெய்ததை மற்றும் ஒரு முறை பதிவு செய்கின்றன. இதில் குறிப்பாக, தேர்தலில் தி.மு.க இறங்கும் முன் அதன் படைப்புகளிலிருந்த புரட்சிகர கருத்துகள் 1957 முதல் அது தேர்தலில் ஈடுப்பட துவங்கியதாலும், அதில் தனது இருப்பை தக்கவைத்துக் கொள்ள அதற்கு சாதகமாக எம்.ஜி.ஆரை உள்ளிழுத்ததினாலும் எவ்வாறு புரட்சிக்கரமான அதிர்வுகளை இழந்தன என்பது இந்தவாதத்தின் ஒருபக்கம். எம்.ஜி.ஆர் ஏற்று நடித்த கதாபாத்திரங்கள் எவ்வாறு ஏழை மக்களின் உணர்ச்சிகளை உள்ளடக்கி சமூக அமைப்பில் இருந்த அடிப்படை முரண்களின் மீது வளர்க்கப்பட வேண்டிய அவர்களுடைய விழிப்புணர்வை தடம்புரட்டின என்பது அதனுடைய மறுபக்கம். இப்படி இவர் ஹார்ட்கிரேவிடம் ஒன்றிப்போகும் போது, அதிலும் குறிப்பாக இந்த மறுபக்கத்தின்

வாசிப்பில், எப்படி சினிமா என்ற கலாச்சார தொழில்துறை மக்களை தன்வசப்படுத்தி முட்டாள்களாக மாற்றி விடுகிறது என்ற ஒரு ஒட்டுமொத்தமான விளக்கத்தை முன்வைக்கும் பிராங்பஃர்ட் ஸ்கூலின் கருத்து புகுந்து அவர் சினிமாவை முதலில் ஒரு ஜனநாயக அழகியல் வெளிப்பாடாக பார்த்ததை முறியடித்துவிடுகிறது. குறிப்பாக இதனால், எம்.ஜி.ஆர் என்ற பிம்பத்தின் பலத்தை வளர்த்ததில் ரசிகர்களின்/மக்களின் பங்கு என்ன, ஏன் அவர்களுடைய நலன்களுக்கு எதிரான ஒன்றில் தங்கள் இருப்பை அல்லது தங்கள் உயிரையே துச்சமாக எடுத்துக்கொள்ளும் அளவிற்கு தங்கள் உணர்ச்சிகளின் முழுவீச்சை அதில் முதலீடு செய்தனர் என்ற கேள்வி அடிப்பட்டுப் போய்விடுகிறது.

சிவத்தம்பி அவர்களின் இந்த கட்டுரை பிரசுரிக்கப்பட்டதிலிருந்து ஆறு வருடங்கள் கழித்து, அதாவது, அ.தி.மு.க படிப்படியாக மேலும் மேலும் தி.மு.கவின் பலத்தை குன்றவைத்து எம்.ஜி.ஆர் மூன்றாவது முறை அரியணை ஏறி இரண்டு வருடங்களுக்கு பிறகு, 1987ல் அவர் மரணிப்பதற்கு சில மாதங்களுக்கு முன்புதான், எம்.எஸ். பாண்டியன் அவர்களை பற்றி நான் முதல் முறையாக கேள்விப்பட்டேன். தரமணியில் இருக்கும் தமிழ்நாடு திரைப்பட கல்லூரியில் இயக்குனர் பிரிவில் விரிவுரையாளராக நான் பணியாற்றி வந்த காலம் அது. ஒரு நாள், வழக்கமாக வரும் நேரத்திற்கு மாறாக, மிகவும் தாமதமாக அன்று கல்லூரிக்கு வந்தேன். அப்பொழுது என் பிரிவின் தலைமை ஆசிரியர், “யாரோ எம்.எஸ்.எஸ். பாண்டியனாம் உங்களுக்காக வெகு நேரம் காத்திருந்துவிட்டு பத்து நிமிடங்களுக்கு முன் சென்றுவிட்டார்” என்று கூறினார். உடனே அவர் யார், எங்கிருந்து வந்தார், தொலைபேசி எண் எதாவது கொடுத்தாரா என்று கேட்டேன். கல்கத்தாவில் ஏதோ ஒரு ஆராய்ச்சி நிறுவனமாம், அது எனக்கு சரியா ஞாபகம் வரவில்லை என்றார். சரி அவர் எதற்காக வந்தார் என்று உங்களுக்கு தெரியுமா என்று கேட்டேன். அதற்கு, “அது ஒன்னும் பெரிய விஷயமில்லை சக்ரவர்த்தி. எம்.ஜி.ஆரை பற்றி சிமியாடிக்ஸ் அடிப்படையில் ஆராய்ச்சி செய்வதாக கூறினார். சிவத்தம்பி அவர்களின் கட்டுரைக்கு பிறகு அதில் பெரிசா புடுங்கறத்துக்கு ஒன்றுமில்லேன்னு சொல்லி அனுப்பிட்டேன்”, என்றார். ஏன் சார் இன்னும்மொரு பத்து நிமிஷம் அவரை வெய்ட் பண்ண சொல்லியிருக்க கூடாதா என்று கேட்டுவிட்டு, ஏமாற்றத்துடன் நான் என் வகுப்பறைக்குச் சென்றுவிட்டேன்.

அது இணையமும், ஈமெயிலும், செல்ஃபோனும் இல்லாத காலம் என்பதால், அந்த நிகழ்வுக்கு பிறகு, மூன்று வருடங்கள்

கழித்துதான் எஸ்.வி. இராஜதுரை அவர்கள் வீட்டில் பாண்டியன் அவர்களை நேராக சந்திக்கும் வாய்ப்பு எனக்கு கிடைத்தது. அவர் அந்த சமயம் அடையாரில் இருக்கும் எம்.ஐ.டி.எஸ் என்ற ஆராய்ச்சி மையத்தில் பணியில் சேர்ந்திருந்தார். இந்த அறிமுகத்திற்கு ஒரு வருடம் முன்பு அதாவது 1989ல்தான் பாண்டியன் எம்.ஜி.ஆரைப்பற்றி இ.பி.டபிள்வியூவில் எழுதிய கல்சர் அண்ட் சப் ஆல்டர்ன் கான்ஷியஸ்னெஸ்: ஆன் ஆஸ்பெக்ட் அஃப் எம்.ஜி.ஆர் பிஃனாமினான் என்ற கட்டுரை வெளிவந்திருந்தது. பிறகு மூன்று வருடம் கழித்து அந்த கட்டுரை மேலும் விரிவடைந்து 1992ல் இமேஜ் டிராப் (பிம்பச் சிறை) என்ற தலைப்பில் ஒரு நூலாக வெளிவந்தது.

அந்த கட்டுரையும், அதற்கு பின்வந்த நூலைப் பற்றியும் பேசுவதற்கு முன் அவர் கட்டுரையை படித்ததற்கான சாத்தியக் கூறுகள் எதுவுமில்லாமலே, ஆறு மாதங்கள் கழித்து, 1990ல் தமிழ் சினிமாவில் நிகழ்ந்த ஒரு அதிசயத்தைப் பற்றி சொல்லவேண்டும். தி.மு.க பதிமூன்று வருடங்கள் கழித்து மறுபடியும் ஆட்சிக்கு வந்து ஒரு வருடமான அந்த கட்டத்தில் தமிழ் சினிமாவில் ஒரு நல்லதொரு அதிர்ச்சியை அளித்த நிகழ்வு அது. பாரதிராஜாவின் என்னுயிர் தோழன் (1990), தி.மு.க, அ.தி.மு.கவின் அரசியல் மற்றும் சினிமாத்துறை சார்ந்த செயல்பாடுகளினால் மக்களிடையே உருவான தனிநபர் வழிபாட்டின் கோரமான விளைவுகளை ஒரு அடித்தள கதாநாயகனை முன்னிறுத்தி அதன் மூலம் அதை ஒரு துணிச்சலான விமர்சனத்திற்கு உட்படுத்தி ஒரு புதிய வெளிச்சத்தை நமது கலாச்சார வெளியில் அந்த திரைப்படம் பாய்ச்சியது. இதில் நாம் முக்கியமாக கவனிக்க வேண்டியது, இந்த படத்தின் கதாநாயகன் தன் தலைவனுக்காக தீக்குளிக்க முன்வந்தாலும், அவன் ஒரு தேர்ந்தெடுத்த முட்டாளல்ல. சுயமான அறிவாற்றலும், ஆளுமையும் அவனுக்கு உண்டு என்று பல காட்சிகள் நமக்கு தெளிவுபடுத்துகின்றன. ஆனால், இப்படி அவனிருக்கும் நல்புத்தியின் வீச்சு, அவன் தலைவன் மீது அவனிருக்கும் அதீத ஈர்ப்பினால் அல்லது அவனிடமிருக்கும் அந்த தீபுத்தியினால் பலமிழந்து விடுவதால், தங்கள் அரசியல் நலன்களுக்கு அவனை ஆட்டிப்படைப்பவர்கள் அவனை ஒரு பகடைகாயாக சுலபமாக மாற்றிவிடுகின்றனர் என்ற சோகக் கதையைதான் அந்தப் படம் அழுத்தமாக விவரிக்கின்றது.

இங்கு நான் பொதுபுத்தியை இரண்டு பிரிவுகளாக, அதாவது நல்புத்தி, தீபுத்தி என்ற இரண்டு பாகங்களாய் பார்க்கும் விதம்தான், பாண்டியன் அவர்கள் இத்தாலிய மார்க்சிய பேரறிஞர் ஆந்தோனியோ கிராம்ஷி அவர்களின் கோட்பாடிலிருந்து இரவல் வாங்கி தன்னுடைய விளக்கங்களின்

மைய ஆய்வுகருவியாக பயன்படுத்துகிறார். அதன் அடிப்படையில் பாண்டியனின் கட்டுரையும், நூலும் ஒன்றுடன் ஒன்று பின்னிய இரண்டு தளங்களில் தன் வாதங்களை நகர்த்துகின்றன. முதல் தளமானது சாமானிய மக்கள் ஆதிக்க கருத்தியலுக்கும், அதிகார துஷ்பிரயோகங்களுக்கும் எதிராக உருவாக்கிய எதிர்-ஆதிக்க கருத்தியல் கூறுகளும், செயல்பாடுகளும் நிறைந்தது. அதன் அடிப்படையில் இந்திய சிந்தனைக்களத்தில் சப்ஆல்டர்ன் ஸ்டடிஸ் என்று தலைப்பில் ஆறு தொகுப்புகளும், அடிமட்ட விவசாயிகளின் போராட்டங்களை முன்நிறுத்திய இரு தொகுப்புகளும் பாண்டியனின் எம்.ஜி.ஆர் கட்டுரைக்கும், நூலுக்கும் முன் பிரசுரிக்கப்பட்டு ஒரு பெரும் பாதிப்பை ஏற்படுத்தி இருந்தன. பாண்டியனும், சப்-ஆல்டர்ன் ஸ்டடிஸில் சினிமாவிற்கு அப்பாற்பட்ட கட்டுரைகளை எழுதியதை தவிர, அதில் ஒரு தொகுப்புக்கு தலைமையும் வகித்தார். ஆனால், இந்த நூல்கள் எல்லாமே பாண்டியன் குறிப்பிடுவதைப்போல், மற்றொரு முக்கியமான தளத்தை கணக்கில் எடுத்துக் கொள்ளவில்லை. அதாவது, சாமனியர்களின் எதிர்-ஆதிக்க கருத்தியல் கூறுகளுக்கு பல உதாரணங்களை தெற்கு ஆசியாவில் மட்டுமல்லாமல் உலகெங்கும் காட்ட முடியும் என்றாலும், மேல்தட்டு ஆதிக்க கருத்தியலுக்கு அவர்கள் ஏன் தங்களுக்கு எதிராக ஒப்புதல் வழங்கும் நிகழ்வுகள் சரித்திரத்தில் நிறைந்திருக்கின்றன என்ற கேள்வி ஆய்வுக்கு உட்படுத்த வேண்டிய இரண்டாவது தளத்தை குறிக்கின்றது. இதற்கு ஒரு முக்கியமான உதாரணமாக, எம்.ஜி.ஆருக்கு மக்கள் அளித்த மாபெரும் ஆதரவை தனது ஆய்வுக்கு எடுத்துக்கொள்கிறார். ஆகையால் ஏற்கனவே வந்த சப்-ஆல்டர்ன் ஸ்டடிஸுக்கு மாறான ஆய்வு இது என்றாலும், அவற்றின் தொடர்ச்சியாகவும் பாண்டியனின் எம்.ஜி. ஆர் கட்டுரையையும் பிம்பச் சிறை என்ற நூலையும் பார்ப்பது அவசியம்.

மேற்கூறிய கிராமிய கோட்பாட்டின் அடிப்படையில் பார்க்கும் போது, மக்களின் எதிர்-ஆதிக்க கருத்தியல் கூறுகள் தனித்து இயங்குவதில்லை. அவை ஆதிக்க-கருத்தியலுடன் இணைந்து இயங்குகின்றன என்பதே. அதாவது மக்களின் சிந்தனையாற்றலில் நல்புத்தி தாக்கங்கள் இருந்தாலும், ஆதிக்க கருத்தியலுக்கு இணைந்து போகக்கூடிய நிர்பந்தங்கள் அவர்களுடைய இருப்பை நிர்ணயிப்பதில் முக்கிய பங்காற்றுவதால் தீபுத்திக்கு வழி ஏற்பட்டுவிடுகின்றது. இதில் எம்.ஜி.ஆர் என்ற குறி சாமனியர்களின் எதிர்-ஆதிக்க கருத்தியல் கூறுகளை உள்ளிழுத்து அவற்றை மேல்தட்டு ஆதிக்க-

கருத்தியலின் பலத்தை கூட்டும் வழியில் தடம்புரட்டிவிடுகிறது என்பதே பாண்டியனின் முக்கியமான வாதம். அப்படி எம். ஜி.ஆரின் கதாநாயக பிம்பத்திற்குள் உள்ளிழுக்கப்பட்ட எதிர்-ஆதிக்க கூறுகளை அடையாளம் காண நாட்டுப்புற வழக்காறுகளிலிருக்கும் கதாநாயக பிம்பங்களை தேடி அவற்றில் சில முக்கிய உதாரணங்களாக சின்னத்தம்பி, சின்னநாடன், முத்துபாட்டன், ஜம்புலிங்கம், மதுரை வீரன் கதைகளை ஆய்வுக்கு எடுத்துக்கொள்கிறார். இவர்கள் எல்லோரும் அதிகார அமைப்புக்கு எதிராக குரல் கொடுத்து, போராடி உயிரிழந்தவர்கள். சாமானிய மக்களால் செய்ய முடியாததை செய்துகாட்டியவர்கள். அதாவது அவர்களை போல் இவர்கள் வாழ்ந்திருந்தாலும், அவர்கள் அடைய முடியாத தகுதியை இவர்கள் அடைந்து உயிர்த் தியாகம் செய்தவர்கள் என்பதால் இவர்களை தெய்வங்களாக போற்றி அவர்தம் சமூகங்களை சார்ந்தவர்கள் அவர்களுக்கு சிலைவைத்து கொண்டாடினார்கள். அதாவது சாமனிய மக்கள் அவர்களிடம் இருக்கும் குறைகளை தீர்த்து வைக்கும் மேலோங்கிய பிம்பங்களாக அவர்களை பார்த்தனர். ஆனால் இந்த கதாநாயகர்களின் காலம் சினிமாவிற்கு முன்பான காலம் என்பதாலும், அவர்கள் குறிப்பிட்ட சமூகத்தை சார்ந்தவர்கள் என்பதாலும் அவர்களுடய பிம்பங்களின் வீச்சு அந்த விளிம்புகளைத் தாண்டி இயங்க முடியவில்லை. இவற்றிற்கு மாறாக இவர்களின் புரட்சிக்கூறுகளை அல்லது சாமன்னிய மக்களின் நல்புத்தி கூறுகளை உள்வாங்கிய எம்.ஜி.ஆர் என்ற கதாநாயக பிம்பம், சினிமா என்ற மாபெரும் தொழில்நுட்ப ஊடகத்தின் சக்தியால் ஒட்டுமொத்த சாமன்னிய மக்களின் மீது தன் வீச்சை பிரதிபலிக்க முடிந்தது.

மேலும் எம்.ஜி.ஆரைப் பற்றி மலிவாகக் கிடைத்த சரிதைகளும் அவர் எவ்வாறு சிறுவயதிலிருந்தே ஏழ்மைக்கு எதிராக போராடி வெற்றிப் பெற்றவர் என்பதை அவர் நிஜவாழ்விற்கும் சினிமா வாழ்விற்கும் இருந்த ஒற்றுமைகளை இறுக்கமாக பிணைத்தன என்பதை பாண்டியன் சுட்டிக்காட்டுகிறார். மற்றும் எம்.ஜி.ஆர் பணக்காராக சில கதாப்பாத்திரங்களில் தோன்றியிருந்தாலும் அவற்றிலும் தன் சொத்துகளை அடிமட்ட தொழிலாளர்களுடன் பகிர்ந்துக் கொள்பவராகவே விவரிக்கப்பட்டார். நிஜ வாழ்க்கையிலும் அவருக்கு வாரிசு இல்லாததாலும், அடிக்கடி தனது பணத்தை மக்கள் துயரங்களை சந்திக்கும் பொழுது, திரைத்துறையை சார்ந்த மற்ற யாரும் செலவழிக்காத அளவுக்கு செலவழித்தாலும், அவருடைய கதாநாயக வடிவதற்கும்

நிஜவாழ்க்கைக்கும் இருந்த இடைவெளி சுருக்கப்பட்டது. அவர் தி.மு.கவில் சேர்ந்து அதன் கொள்கைகளையும், குறிகளையும் தன் படங்களில் பரப்பியதினாலும், அழகியலும் அரசியலும் அவர் பிம்பத்தில் ஒன்று கூடிவிட்டன. இதனால் உள்வாங்கப்பட்ட எதிர்-ஆதிக்க கருத்தியல் கூறுகள் அவர் பிம்பத்திற்கு வலிமையை ஏற்றி, மேல்தட்டு அதிகாரத்தை நிலை நிறுத்த செயல்படுத்தப்பட்டன. ஆதாவது எம்.ஜி.ஆரின், பத்தாண்டு ஆட்சியில் மேல் பூச்சாக இலவச மத்திய உணவு திட்டம் தமிழ்நாட்டிலுள்ள எல்லா அரசு கல்விகளுக்கு எடுத்து செல்லப்பட்டாலும், அதிகமாக எழை மக்களுக்கு எதிராகவே அவர் ஆட்சி பொருளாதார தளத்திலும் அரசியல் தளத்திலும் இயங்கியது. அந்த ஆட்சியில் அதிகமாக ஆதாயம் பெற்றவர்கள் நிலப்பிரபுக்களும், தொழிலதிபர்களும், சாராய வியாபாரிகளும்தான் என்பதுதான் உண்மை. மற்றும் அரசியல் தளத்தில் பல மக்கள் இயக்கங்கள் நசுக்கப்பட்டன.

குறிப்பாக நக்ஸல் போராளிகளை நீதிமன்ற விசாரணையில்லாமலேயே அதிகமாக களையெடுத்த காலம் எம்.ஜி.ஆர் ஆட்சி நடந்த காலம்தான் என்று அதற்கு ஆதாரமாக பல தரவுகளை பாண்டியன் முன்வைக்கிறார். ஆனால் இந்த நிஜத்தை சாமான்னிய மக்களிடம் எடுத்துரைத்தால், திரையில் தோன்றிய அந்த பிம்பத்தின் மீது தங்கள் முழுமனதின் வீச்சை ஈடுப்படுத்தி அந்த சில மணிநேரங்கள் அதனுடய களிப்பில் இன்பம் அடைந்ததையே அவர்களுடைய குறையின் தீர்வாக அவர்கள் கருதியதுனால், அந்த பிம்பத்தில் இருந்த விரிசல்களுக்கு அவர் பொறுப்பல்ல அவருக்கு கீழே பணியாற்றுவர்கள்தான் பொறுப்பு என்று கூறி தங்கள் உணர்ச்சிகளினால் அவற்றை பூசிமெழுகி அந்த பிம்பச் சிறையைவிட்டு வெளியேற மறுத்து, தங்கள் நலன்களுக்கு எதிராகவே அவர்கள் செயல்பட்டனர். பாண்டியன் சொல்வது போல் இதிலிருந்து நாம் அறிய வேண்டிய முக்கியமான பாடம் என்னவென்றால், மக்களின் நல்புத்தி கூறுகளை ஒரு மேன்மையான அரசியலுக்கு சாதகமாக பயன்படுத்தமுடியும். ஆனால் அவர்களின் ஜனரஞ்சக ஈடுப்பாடுகளை குறைக் கூறுவதையே முற்போக்கு அரசியல் சக்திகள் தங்கள் கடமையாக நினைத்து இயங்கி வருகின்றனே.

இதுவரை நான் கூறியது பாண்டியன் அவர்களின் நூலை பற்றிய ஒரு சுருக்கமான ஒரு விவரிப்பே. அப்படி ஒன்றை ஒரு அறிமுகத்திற்காக சுருக்கும் போது அதிலிருக்கும் பல முக்கியமான நெளிவு சுளிவுகளுக்கு நியாயம் செய்வது கடினம். குறிப்பாக இந்த நூல் ஐந்து அல்லது ஆறு அத்தியாங்களை

உள்ளடக்கும் ஒரு வழக்கமான சமூக விஞ்ஞான நூலல்ல. மாறாக மூப்பத்தொரு சிறு சிறு அத்தியாங்களை உள்ளடக்கி இந்த பிரச்சனையை பல கோணங்களில் மிகவும் திறனுடன் ஆய்வு செய்யும் ஒன்று. இதனுடய தனிச் சிறப்பு என்னவென்றால், இந்த பிரச்சனையை மற்ற தளங்களுக்கு நகற்றி ஆராய்ச்சியை மேலும் தொடர்ந்த நூல்கள் யாவும், இதை புறக்கணிக்காமல் அதன் மேல் தங்கள் ஆய்வுகளை கட்டி எழுப்பியுள்ளன. இதில் மானுடவியல் அடிப்படையில் ரசிகர் மன்றங்களை ஆய்வுக்குட்படுத்திய சாரா டிக்கியின் சினிமா அண்ட் அர்பன் புவர் என் சவுத்த இந்தியா (1993), எஸ்.வி. சீனிவாஸ் எழுதிய மெகஸ்டார் சீரன்ஜிவி அண்ட் தெலுகு சினிமா ஆஃப்டர் என்.டி.ஆர் (2009), பாலிடிக்ஸ் அஸ் பஃர்மான்மன்ஸ்: எ சோஷியல் இஸ்டரி அஃப் தெலுகு சினிமா (2013) என்ற நூல்களும் மற்றும் மாதவ பிரசாதின் எழுதிய சினி பாலிடிக்ஸ்: ப்ஃலிம் ஸ்டார்ஸ் அண்ட் பொலிடிகல் எக்ஸிஸ்டன்ஸ் இன் சவுத் இந்தியா (2013) என்ற நூலும் முக்கியமானவை.

இறுதியாக பாண்டியனை பற்றி ஒரு சில வார்த்தைகளை கூறி இந்த உரையை முடித்துக் கொள்ள விரும்புகிறேன். இந்திய சிந்தனை தளத்தில் அன்று வங்களா அறிஞர்கள் பார்த்தா சாடர்ஜி, சுதிப்தோ கவிராஜ் மற்றும் திபேஷ் சக்ரபர்த்தி போன்றவர்கள்தான் மூம்மூர்த்திகளாக விளங்கினார்கள். ஆனால் தெற்கிலிருந்து இவர்களுக்கு மாறாக சாதிய அதிகாரத்திற்கு எதிராக குரல்கொடுத்த மூன்று பேர்களில் முதலில் பாண்டியனையும் பிறகுதான் கன்னட மாநிலத்தை சார்ந்த நாகராஜ் அவர்களையும் ஆந்திர மாநிலத்தை சார்ந்த காஞ்சா ஐலாவையும் கூற முடியும். மற்றும் பெரியாரின் கொள்கைகளை முன்னிறுத்தி பாண்டியன் அவர்கள் பல கட்டுரைகள் எழுதி இருந்ததால் அவரை ஒரு திராவிட இயக்கத்தின் அப்பாலஜிஸ்டாக வரையறுப்பது நம்மிடையே சிலருக்கு வழக்கமாகிவிட்டது. என்னுடய நெருக்கமான நண்பர்களில் அவர் முக்கியமானவர் என்பதால் என்னை பொறுத்தவரையில், இங்கு அவர் ஒரு மாற்று அரசியலுக்காண தேடலில் இறுதிவரை ஈடுப்பட்டார் என்பதை நான் உறுதியாக கூறமுடியும். இந்திய சிந்தனை தளத்தில் தமிழ் தலித் எழுத்தாரான பாமாவின் கருக்கு என்ற நாவலையும், ராஜ்கவுத்தமன் போன்ற தலித் சிந்தனையாளரின் எழுத்துகளை ஆங்கிலத்தில் அறிமுகம் படுத்தியதில் பாண்டியனுக்கு ஒரு பெரிய பங்கு உண்டு. மற்றும் அவர் மறைவுக்கு முன் 2007ல் எழுதிய தனது பிராமின் அண்ட் நான்-பிராமின்: ஜினியாலஜிஸ் அஃப் தமிழ் பொலிடிகல் பிரசென்ட் என்ற நூலில் இன்றய அரசியல் சூழலை பற்றி பேசும்பொழுது,

"பார்ப்பனர், பார்ப்பனர் அல்லாதோர் என்று மக்களை இருமுனை அடிப்படையில் அடையாளப் படுத்துவது, இங்குள்ள அரசியல் பேச்சாடலின் இயல்பான கூறுகளாக இயற்கைப் படுத்தப்பட்டுவிட்டதால், அது தாழ்த்தப்பட்ட அடையாளங்கள் வளர்வதற்கு ஒரு பெரும் தடையாக விளங்கி வருகிறது. இந்த காரணத்தால்தான், பார்ப்பனல்லாதோர் அடையாளத்திற்கு எதிராக தலித்துகள் எழுப்பும் விமர்சனம் ஒரு பெரும் முக்கியத்துவத்தை பெருகிறது. ஒரு வகையில் பார்க்கப்போனால் ஒரு காலத்தில் பார்ப்பனிய ஆதிக்கம் எப்படி இருந்ததோ அதற்கு எதிராக வெற்றிப் பெற்ற பார்ப்பனர் அல்லாதவர்களின் ஆதிக்கம் அதை போல் மாறிவிட்டது. ஆகையால், இந்த மேலோகங்களை ஒரு கறாரான விமர்சனத்திற்கு உட்படு ஒரு முக்கியமான பிரச்சனை," என்று கூறுயிருக்கிறார் என்பதை நாம் கவனிப்பது அவசியம். மற்றவர்கள் கூறியது போல், இன்று பாண்டியனும் இங்கிருந்திருந்தால் எனக்கு அது பெருமகிழ்ச்சியை தந்திருக்கும் என்பது நிச்சயம்.

(அகம் புறம் - கலை இலக்கியப் பண்பாட்டு அரசியல் ஆய்விதழ், ஜூலை 2016, இதழ் 03)

13

இருவர்
நுகர் பொருளாக மாறும் சரித்திரம்

மணிரத்னத்தின் படங்களில் சரித்திரத்தை நுகர்பொருளாக மாற்றும் முயற்சி ரோஜா (1992), பம்பாய்(1995) போன்ற படங்களில் துவக்கி வைக்கப்பட்டது. இந்த முறை திராவிட இயக்கத்தின் சரித்திரமும் அரசியலும் இருவர்(1997) படத்தின் மூலமாக இம்முயற்சிக்கு இலக்காகின்றன.

பொங்கல் அன்று திரைக்கு வந்த இருவர் பல எதிர்பார்ப்புகளையும் மிகைபடுத்தப்பட்ட பேச்சுக்களின் தர்க்கங்களையும் முறியடிக்கும் வகையில் படுதோல்வியைத் தழுவியது. ஆனால் இந்தத் தோல்வியை உடனடியாக தடமாற்றம் *(displacement)* செய்யும் வ்கையில் பார்ப்பனிய நாளேடுகளும், பத்திரிக்கைகளும் படத்தின் தரத்தைப் பல வகையில் மிகைப் படுத்தி அழகு பார்த்தன. இதில் முதல் இடத்தை இந்து ஆங்கில நாளேடு பிடித்துக் கொண்டது. ஜனவரி 17, வெள்ளி அன்று வெளிவந்த அதன் சினிமா இணைப்பில் இருவரை மற்ற தமிழ்ப் படங்களுக்கு ஈடாக விமர்சிப்பது நியாயமில்லை என்பதுபோல் வழக்கமான இடத்தில் அதன் விமர்சனத்தைப் போடாமல் திருவனந்தபுரம் உலகத் திரைப்பட விழாச் செய்திகளுடன் முதல் பக்கத்தில் ஒரு பெரிய கட்டம் கட்டிப் பிரசுரித்தது.

இதனைத் தொடர்ந்து ஆனந்தவிகடன் மணிரத்னத்தின் பேட்டியை மூன்று வாரம் தொடர்ச்சியாக பிரசுரித்தது. தமிழ்

சினிமா பார்வையாளர்கள் பொதுவாக இருவர் படத்தை நிராகரித்து விட்டாலும் மேற்கூறிய செய்கைகள் இதை அழகியல் தளத்தை மீட்டெடுத்தன. படத்தை கடுமையாக விமர்சித்தவர்களும்கூட அதன் தோற்றத்தில் மயங்கி அழகியல் ரீதியாக அந்த படத்திற்குப் புகழ் மாலைகள் சூட்டினர். 'தலை விழுந்தால் எனக்கு வெற்றி....பூ விழுந்தால் உனக்குத் தோல்வி' என்ற அடிப்படையில் மணிரத்னத்தின் நுகர்பொருள் அழகியல் இயங்குகிறது. அதாவது, படம் வெற்றிபெற்றால் பல கோடி வசூலாகும் தோல்வி என்றால் உன்னதமான கலை என்று புகழாரம் கிடைக்கும். இந்த அழகியல் புதைகுழியில் தடயமே தெரியாமல் மறைக்கப்பட்ட சித்தாந்த இலக்குகளைப் பற்றியும், மதிப்பீடுகளைப் பற்றியும் மேற்கூறிய விமர்சனங்களுக்குக் கவலையே இல்லை.

1

அன்னை மடியில் அமர்ந்தவாறு சிறுவன் ஒருவன் தன் எதிர்காலத்தை நோக்கி ரயிலில் பயணம் செய்கிறான். இது இருவரில் வரும் முதல் காட்சி. காட்சி மறைந்தவுடன் 'இது உண்மைக் கதையல்ல' என்ற எழுத்துகள் தோன்றுகின்றன. மரபுரீதியாக இந்த வாக்கியம் பயன்படுத்தப் பட்டாலும் உண்மை இல்லை என்று சொன்னவுடனேயே அதில் ஏதோ ஒரு உண்மை புதைந்திருக்கிறது என்ற எண்ணத்தைத்தான் இந்த மரபு எதிர்மறையாகத் தூண்டுகிறது. மேலும் படத்தின் அமைப்பும், காட்சிகளின் தோற்றமும் மெய்ம்மை விளைவுகளை ஏற்படுத்துவதற்கு தோதாக அமைய, மணிரத்னமும் மேற்கூறிய எழுத்துகளுக்கு முரணாகக் கீழ்க்கண்டவாறு ஆனந்த விகடனில் (02.02.97) பேட்டி அளித்துள்ளார். 'இந்த மாநிலத்தில் நான் நாற்பது வருஷங்கள் வாழ்ந்திருக்கிறேன். நடந்த எல்லா விஷயங்களையும் ஆர்வத்தோடு கவனிச்சிருக்கேன். நடந்ததை நடந்த மாதிரி அப்படியே கொடுக்கிறபோது என்னவெல்லாம் பிரச்சனைகள் வரும்னு எனக்கு நல்லாவே தெரியும். ஆனால் அதுக்காக எங்கேயும் காம்ப்ரமைஸ் பண்ணிக்கவோ, எண்ணத்தை கை விடவோ எனக்கு இஷ்டமில்லை. ஆக, படத்தில் வருவது 'உண்மை கதையல்ல' என்றாலும் கடந்த 40 ஆண்டுகளில் நிகழ்ந்த உண்மைகளின் வெளிப்பாடுதான் இருவர் என்ற கருத்து இந்த பேட்டியில் முன்வைக்கப்படுகிறது.

கடந்த 40 ஆண்டுகளின் நிகழ்வுகளைப் பாகுபாடின்றிக் கண்ணாடியில் தோன்றும் பிம்பங்களைப் போலத் தெள்ளத் தெளிவாகத்திரையில் உருவாக்க முடியும் என்று நாங்கள் கூறவில்லை என்றாலும், இந்தப் படத்தில் சரித்திரம் நுகர்பொருளாக மாற்றப்படும்பொழுது ஏற்படும் சித்தாந்த விளைவுகளை

முதன்மைப்படுத்தியாக வேண்டும். அதாவது, துல்லியமாக ஒன்றை பாகுபாடின்றி நாம் எழுதும் மொழியின் வழியாகவோ, உபயோகிக்கும் பிம்பக் குறிகளின் வழியாகவோ வெளிப்பாடு செய்வது சாத்தியமில்லை எனும்பொழுது இதைத்தான் மணிரத்னம் செய்கிறார் என்பதைத் திட்டவட்டமாக மறுக்கிறோம். இவ்வாறு சாத்தியமில்லாத முயற்சி அல்லது நோக்கத்திற்கு எதிராக எந்த ஒரு வெளிப்பாடும் சித்தாந்த / குறித்தள வலையின் (*Ideological / Symbolical network*) வழியாகத்தான் வெளிப்படுகிறது என்பதை நாம் இங்கு கவனிக்க வேண்டும். அவ்வாறு குறிகளும், பிம்பங்களும் ஒரு சித்தாந்த வலையின் வழியாக ஊடுருவி வரும்பொழுது பல முரணான குறிகள் ஒருமிக்கப்படுவதையும் (*Condensation*) தடமாற்றம் செய்யப்படுவதையும் நாம் பல செயல்பாடுகளில் காணலாம். இதற்கு சினிமாவும் விதிவிலக்கல்ல. நாம் பேசும் மொழியை விட சினிமாவினால் கண்ணாடியில் தோன்றும் பிம்பங்களைப்போல் ஒரு மெய்ம்மைத் தோற்றத்தை (*Impression of Reality*) அளித்து, அதீதமான தாக்கத்தை ஏற்படுத்தும் ஒரு மாய உலகைப் படைக்க முடியும் என்பதை அறிவோம்.

இருவர் படம் இவ்வாறு ஏற்படுத்தும் மாயையைக் கலைத்துப் பார்க்க வேண்டும். சரித்திரம் நுகர்பொருளாக மாறும்போது எந்தவிதமான 'இன்மைகளுக்கும்', ஒருமித்தல்களுக்கும், தடமாற்றங்களுக்கும் அது உட்படுத்தப்படுகிறது என்பதை இப்போது கவனிப்போம்.

2

முதலில் வேலுத்தம்பியின் கதாபாத்திரத்தை எடுத்துக் கொள்வோம். இந்தப் பாத்திரம் ஒரு சித்தாந்த ஒருமித்தலுக்கு உட்படுத்தப்பட்டுள்ளது. முதலாவதாக ஒன்றுக்கொன்று முரணாக 'அண்ணா' (அண்ணாதுரை) என்றும், 'அய்யா' (பெரியார்) என்றும் படத்தில் வேலுத்தம்பியின் பாத்திரம் குறிக்கப்படுகிறது. மேலும் கடுமையான தியாகங்களைத் தனது தொண்டர்களிடமிருந்து இடைவிடாது கோரும் ஒரு கொடுந்தந்தையாகவும், கடுமையான மனச்சாட்சியாகவும், அதிகாரத்துவ ஆதர்ச பிம்பமாகவும் (*Unrelenting Super-ego*) இவர் சித்தரிக்கப்படுகிறார். தமிழ்ச்செல்வனைக் குண்டர்கள் அடித்துப் போட்டபின் வரும் காட்சியும், அதன் வடிவமைப்பும் இந்த குணங்களை வலிமையாக முதன்மைப்படுத்திப் பார்வையாளரின் மேல் திணிக்கின்றன. இந்தக் காட்சி *Low Angle* - லில் அமைக்கப்பட்டிருப்பதை நாம் கவனிக்க வேண்டும். முன்தளத்தில் தமிழ்ச்செல்வன் படுக்கையில் படுத்திருக்க, ப்ஃரேமின் வலது புறம் அவன் தலையைப் பிடித்தவாறு

ஆனந்தன் அவனுக்கு ஆறுதல் கூற, பின்தளத்திலிருந்து வேகமாக வேலுத்தம்பி தன் சகாக்களுடன் காமிராவை நோக்கி வர வர அவருடைய பிம்பமும் பெரிதாகிக்கொண்டு வருகிறது. இத்துடன் ஒரு இரக்கமற்ற வசனத்தைப் பேசி மேலும் மேலும் ரத்தத்தைச் சிந்தவும், தியாகங்களைச் செய்யவும் தமிழ்ச்செல்வன் எழுந்து வரவேண்டும் என்பதைச் சொல்வதற்கு வேலுத்தம்பி தமிழ்ச்செல்வனை நோக்கி குனியும்பொழுது அந்தப் பாத்திரத்தின் பிம்பம் மேலும் பெரிதாகி திரையில் மற்றவர்களை விட அதிக இடத்தைப் பிடித்துக் கொள்கிறது. அவருடைய மனிதாபிமானமற்ற சொற்களினால் ஏற்படும் அதிர்ச்சியை அவர் சென்ற பிறகு ஆனந்தன் தமிழ்ச்செல்வனிடம் பகிர்ந்து கொள்ளும்பொழுது பிம்ப அமைப்பும் வசனமும் ஒன்று சேர்ந்து மேற்சொன்னவாறு இடைவிடாது தியாகங்களையும், தண்டனைகளையும் கோரும் ஒரு கடுமையான மனசாட்சியாக, அதிகாரத்துவ - ஆதர்ச பிம்பமாக வேலுத்தம்பியின் பாத்திரத்தை அமைக்கின்றன. இதற்கு நேர் முரணாக வேலுத்தம்பியின் மறைவுக்குப் பின் நடக்கும் இரங்கல் கூட்டத்தில் சாந்தத்தை வெளிப்படுத்தும் வேலுத்தம்பியின் பிரமாண்டமான புகைப்படம் பின்தளத்தில் இருக்க, ஆனந்தன் முன்தளத்தில் நின்று ஒரு நீண்ட (ஆனால் ஓசையில்லாத) சொற்பொழிவை நிகழ்த்துவதுடன் சரமாரியாகக் கேள்விகளையும், நிபந்தனைகளையும் முன்வைக்கிறான்.

வேலுத்தம்பி எதற்காக மேலும் மேலும் தன் தொண்டர்களை தியாகம் செய்யத் தூண்ட வேண்டும்? படம் இதற்கு ஒரு முழுமையான பதிலைச் சொல்லாமல் போகிற போக்கில் வேலுத்தம்பியின் இயக்கம் ஆரியர் எதிர்ப்பை வெளிப்படுத்துகிறது என்பதை ஒரே ஒரு முறை மட்டும் கூற ஆரம்பித்து உடனடியாக பலத்த மக்கள் சத்தத்தில் அதை அமுக்கிவிடுகிறது. இந்தக் காட்சியின் வடிவமைப்பும் வேலுத்தம்பி எதை எதிர்க்கிறார் என்பதைவிட மக்களைத் தீவிர கோஷங்களால் வெறித்தனமாகத் தூண்டும் மேடைப் பேச்சாளராகத்தான் முன் வைக்கிறது. இதனால் படத்தைப் பொறுத்தவரை வேலுத்தம்பி எதை எதிர்க்கிறார் என்பது ஒரு முக்கியமில்லாத அம்சமாக மாறிவிடுகிறது. இதைத் தவிர, இந்தச் சிறு 'ஆரியர் எதிர்ப்பு', சினிமா நடிகன் ஆனந்தனைக் கட்சியில் சேர்த்துக்கொள்ளும் முயற்சியில் தடமாற்றம் செய்யப்படும்பொழுது கும்பல் சேர்ப்பதற்கு எதை வேண்டுமானாலும் செய்யும் ஒரு தார்மீகமற்ற சூழ்ச்சிக்காரனாக வேலுத்தம்பியின் பாத்திரம் குறிக்கப்படுகிறது. ஆனால் இறுதியில் இவற்றிற்கெல்லாம் மாறாக வெற்றி முனையில்தான்

முதலமைச்சராக விரும்பவில்லை என்று கூறி அதிகாரத்தைத் துறக்கும்பொழுது வேலுத்தம்பி ஒரு மேன்மையான துறவியாக உருவெடுக்கிறார். இதன்மூலம் முதலமைச்சர் பதவியை நாடும் தமிழ்ச்செல்வனை ஒரு பதவி வெறியனாகவும், சூழ்ச்சிக்காரனாகவும், பின்னர் ஆனந்தனை இயக்கத்தின் ஒரு மேன்மையான மனசாட்சியாகவும், ஆதர்ச பிம்பமாகவும், முன்நிறுத்த ‘வேலுத்தம்பி’யின் கதாபாத்திரத்தில் ஒருமித்தல் செய்யப்பட்ட குறிகள் உதவுகின்றன. அந்தப் பாத்திரத்தைச் சுற்றி ஏற்படும் தடமாற்றங்கள் படத்தில் இந்தச் செயல்களை மேலும் பலப்படுத்துகின்றன.

தடமாற்றங்கள் - குறிப்பாக ஆனந்தன் வேலுத்தம்பியின் பிரம்மாண்டமான புகைப்படத்தின் முன்னே நின்று கேள்விகளை எழுப்பும் கட்டம் - சரித்திர நிகழ்வுகளை முன்னும், பின்னுமாக இடம்மாற்றி கற்பனை ரீதியாக உருவாக்கப்பட்டுள்ளன. அண்ணா இறந்த பிறகுதான் முதலமைச்சராவது கலைஞரா, நாவலரா என்ற பிரச்சனை வந்தது. எம்.ஜி.ஆர். தி.மு.க.வை எதிர்த்த கட்டமோ நாடெங்கும் அவரசநிலை அமுல்படுத்தப்பட்ட காலத்தில் நிகழ்ந்தது. இப்படிப் பல ஆண்டுகள் இடைவெளி உள்ள இரண்டு நிகழ்வுகளை முன்னும் பின்னுமாகப் போட்டு, அவசரநிலையை மட்டும் போகிற போக்கில் மௌனமாகக் சுட்டிக்காட்டி, திராவிட இயக்கத்தின் மேன்மையான அல்லது உண்மையான மனசாட்சியாகவும், ஆதர்ச - பிம்பமாகவும் ஆனந்தனை (எம்.ஜி.ஆர்.) நிலைநிறுத்த மேற்கூறிய ஒருமித்தல்கள் மூலமாகவும், தடமாற்றங்கள் மூலமாகவும் இருவர் ஒரு சுலபமான வழியைக் கையாண்டுள்ளது.

மற்ற பாத்திரங்களை விடத் தமிழ்ச்செல்வனின் பாத்திரம் கிட்டத்தட்ட ஒரு கேலிச்சித்திரமாகவே அமைந்துள்ளது. முதலாவதாக, இந்தப் பாத்திரத்தை பிரகாஷ்ராஜ் என்ற வில்லன் நடிகர் ஏற்று நடிக்கிறார் என்ற உடனேயே தமிழ் சினிமா பார்வையாளர்கள் இந்தப் பாத்திரத்தைத் தாராளமாக வாசிப்பதற்கு ஒரு முட்டுக்கட்டை போடப்படுகிறது. இருவரில் யார் கதாநாயகன் யார் வில்லன் என்பதற்கு ஒரு பதிலையும் அளித்துவிடுகிறது. பல மிகைகளினால் குறிக்கப்படும் தமிழ்ச்செல்வன் அடிப்படையில் ஒரு தீர்க்கமுடியாத குறையைக் கொண்டவன். அதாவது ஆனந்தனுக்கு நேர்மாறாகப் பசி பட்டினியின் துயரத்தை என்றுமே உணரமுடியாதவன். படத்தின் ஒரு கட்டத்தில் ஆனந்தன் ஒரு பெரும் வாய்ப்பை இழக்கிறான். அவனைக் கதாநாயகனாக அறிமுகம் செய்யும் படம் பொருளாதாரக் காரணங்களால் தடைபடும் பொழுது ஒரே

சமயத்தில் வேலையையும் வாய்ப்பையும் இழக்கும் ஆனந்தன் தன் துயரத்தைப் பகிர்ந்து கொள்ளத் தமிழ்ச்செல்வனைத் தேடி வருகிறான். அப்பொழுது,தான் சார்ந்த இயக்கம் ஒரு அரசியல் கட்சியாக மாறிவிட்ட மிதப்பில் கட்சி மாளிகையின் உச்சி மீது நின்று தமிழ்ச்செல்வன் தன் வருங்காலக் கனவுகளைப் பற்றி முழங்குகிறான். கீழே இருந்து ஆனந்தன் தனக்கு ஏற்பட்ட இழப்பைப் பற்றிக் கூறுகிறான். அதைப் பொருட்படுத்தாமல் அவனை மேலே வந்து தன்னுடைய மகிழ்ச்சியில் கலந்துகொள்ள அழைக்கின்றான் தமிழ்ச்செல்வன். இதனால் மனமுடைந்த ஆனந்தன் தமிழ்ச்செல்வனைப் பார்த்து ஒரு பள்ளி ஆசிரியரின் மைந்தன் என்பதால், அவனுக்குத் தன்னைப்போல பசி பட்டினியின் வலியை உணரமுடியாது என்று கூறுகிறான். உச்சிமீது இருக்கும் தமிழ்ச் செல்வன் பயங்கரமாகச் சிரிக்க, கண்களில் நீர் தளும்ப ஆனந்தன் அந்த இடத்தை விட்டு அகல்கிறான்.

இவ்வாறு பசி பட்டினியை உணர முடியாத தமிழ்ச் செல்வனால் சற்று மிகையாகவே மற்ற எல்லாவற்றையும் உணர முடிகிறது. அவ்வாறு உணர முடிவதால் அவற்றிக்காக வெறித்தனமாக, விடாப்பிடியாக ஆசைப்படவும் முடிகிறது. தமிழ்ச்செல்வனின் இந்த பல மிகைகளில், முதலாவதாக இருவர் அவன் அறிவுஜீவித்தனத்தை முதன்மைப்படுத்துகிறது. பெரிய கண்ணாடி அணிந்திருக்கும் இந்த நாஸ்திகன் திடீர் திடீரென்று வெறித்தனமாகக் கவிதைகளைப் பொழிகிறான் - சோகத்திலும் சரி, மோகத்திலும் சரி. மொத்தத்தில் இவனுடைய அறிவுஜீவித்தனம் மற்றவர்களை அச்சுறுத்தும் ஒன்று. ஆக முதலிரவில் அவன் மனைவியின் சேலை தீப்பற்றும் சூழ்நிலையிலும் கூட அவனுடைய ஆழ்ந்த கவிதையினால் துகிலுரிக்கப்படுவதில் வியப்பொன்றுமில்லை.

இந்த அறிவுஜீவித்தனத்தின் மற்றொரு பக்கம் தமிழ்ச்செல்வனின் சூழ்ச்சித் திறன். படத்தில் இந்த சாணக்கியத்தனம் தமிழ்ச்செல்வன் ஆனந்தனுக்கு அவனது ரசிகர்களின் ஆதரவை உணரவைக்கும் காட்சியில் முதன்மைப்படுத்தப்படுகிறது. தமிழ்ச் செல்வன் ஆனந்தனை ஒரு பிரம்மாண்டமான மொட்டை மாடியின் விளிம்பிற்கு அழைத்துச் செல்ல காமிரா இருவரையும் தொடர்ந்து கீழே ஆனந்தனுக்காகக் காத்து நிற்கும் மக்கள் கூட்டத்தைக் காண்பிக்கிறது. கீழே நிற்கும் கூட்டத்தைக் காட்டி லெனின், ஸ்டாலின், ஹிட்லர் போன்றோர் கடும் உழைப்பால் மட்டுமே இம்மாதிரியான மக்கள் பலத்தைச் சேகரித்தனர் என்று சுட்டிக்காட்டி, இது ஆனந்தனுக்கு எவ்வளவு சுலபமாகக்

கிடைத்துவிட்டது என்ற மகிழ்ச்சியடைகிறான் தமிழ்ச்செல்வன். மேலும் அரசியல் அரிச்சுவடி தெரியாத ஆனந்தனை இந்த மக்கள் பலத்தைப் போற்றி வளர்க்க அறிவுரை கூறுகிறான்.

இந்த மக்கள் வெள்ளத்தால் தமிழ்ச்செல்வனுக்கு என்ன பயன்? அவர்களெல்லாம் அவனுடைய அரசியல் ஆட்டத்தில் வெறும் பகடைக்காய்தான் என்று குறிக்கும்பொழுது படத்தில் தமிழ்ச்செல்வனின் சித்தாந்தக் கொள்கைகள் பின் தள்ளப்பட்டு அவனுடைய சுயநலமும், பதவி வெறியும் முன்வைக்கப்படுகின்றன. இதைப் பல தடமாற்றங்களும் நிலை நிறுத்துகின்றன. ‘உடல் மண்ணுக்கு உயிர் தமிழுக்கு’ தமிழக மக்கள் பரவலாக 1960-களில் இந்தி எதிர்ப்புப் போராட்டத்தில் பயன்படுத்திய முழக்கம். ஆனால் இந்த முழக்கத்தை, ஒரு திரைப்படப் பாடலுக்காகத் தமிழ்ச்செல்வன் எழுதும்பொழுது தமிழ்ச்செல்வனுக்கும் (கலைஞருக்கும்) இந்தி எதிர்ப்புப் போராட்டத்திற்கும் உள்ள சித்தாந்த, அரசியல் ரீதியான தொடர்பு துண்டிக்கப்படுகிறது. தமிழ்ச்செல்வனின் சித்தாந்தக் கொள்கைகளைத் தெரிவுபடுத்தக்கூடிய அம்சங்கள் இந்தப் படத்தில் ஒரு சில இருந்தாலும் அவை அவனிடமிருக்கும் மிகையான மோகத்தால் தடமாற்றம் செய்யப்படுகின்றன. இந்தப் படத்தில் திராவிட இயக்கத்தின் சரித்திரத்திலிருந்து காட்டப்படும் ஒதே ஒரு போராட்டம் கல்லக்குடி ரயில் மறியல் மட்டும்தான். இது டால்மியாபுரத்தைக் கல்லக்குடியாக மாற்றவேண்டும் என்பதற்காக நடத்தப்பட்ட போராட்டம். படத்தில் ஏனோ அது ஒடுக்கப்பட்ட ஜாதிகளின் முன்னேற்றத்திற்காக நடத்தப்படும் ஒன்றாக முன்வைக்கப்படுகிறது. ஆனால் இந்தப் போராட்டமும் தமிழ்ச்செல்வன் செந்தாமரை (அவனுடைய வருங்காலக் காதலி) மீது செலுத்தும் கவனத்தின் வழியாக உடனடியாக கை விடப்பட்டு, பார்வையாளர்களின் கவனமும் தடம்புரண்டு அவள்மேல் செலுத்தப்படுகிறது. மேலும் தமிழ்ச்செல்வன் - செந்தாமரையின் இந்தச் சிறிய சந்திப்பு / காதல், எப்படி தன் கழகக் கண்மணிகளை முடுக்கிவிட்டு அவளைப்பற்றிய எல்லா விவரங்களையும் அவனால் அறிய முடிந்தது என்று தமிழ்ச்செல்வன் அவளிடம் கூறிய பின்தான் பூர்த்தியடைகிறது. மொத்தத்தில் படம் தமிழ்ச்செல்வனின் மோக மிகைகளில் செலுத்தும் கவனத்தை அவனுடைய அரசியலின் மீது செலுத்தாமல் அவனுக்கு அளித்த அடிப்படைக் குறையின் வழியாக மக்களுக்கும் அவனுக்கும் உள்ள தொடர்பை மேற்கூறிய யுக்திகளால் துண்டித்து விடுகிறது.

இருவர் படத்தின் மையமாக அமையும் பாத்திரம் (கதாநாயகன்) ஆனந்தன். உலகை வியந்து பார்த்தபடி அன்னையின் மடியில்

அமர்ந்து ரயிலில் பயணித்து வரும் சிறுவனாக இவனை அறிமுகப்படுத்தித் துவங்கும் படம் இறுதி ஊர்வலத்தில் தேசியக் கொடி போர்த்தப்பட்டு மக்கள் கூட்டத்தில் மிதந்து செல்வதோடு முடிகிறது. இடையில் சொல்லப்படும் கதை அவனுடைய ஏழ்மை, இரக்கம், கள்ளங்கபடமற்ற வெள்ளை மனம் பற்றியது.

தமிழ்ச்செல்வனைப் போலன்றி ஆனந்தனின் குறைகளே அவனை ஒரு நிறைவான மனிதனாக்குகின்றன. பல இழப்புகளைச் சந்தித்தவனாக அவனைச் சித்தரிக்கிறது இப்படம். முதல் கட்டத்தில் அவன் மிகவும் எதிர்பார்க்கும் வேலையையும் வாய்ப்பையும் இழக்கிறான். உடனடியாகத் தன் அருமை மனைவி புஷ்பாவையும் இழக்கிறான். திரைப்படத் துறையில் கொடிகட்டிப் பறக்கும்பொழுது, ஒரு சகநடிகரால் சுடப்பட்டுக் கிட்டத்தட்ட தன் உயிரையே இழக்கிறான். பின்பு மந்திரி பதவி மறுக்கப்பட்டு கட்சியிலிருந்து நீக்கப்படுகிறான். இறுதியாகதான் உயிருக்குயிராக நேசிக்கும், தன் மனைவியின் சாயலை உடைய கல்பனாவை இழக்கிறான். ஆனந்தன் வரிசையாக எதிர்கொள்ளும் இந்த இழப்புகள் (படிப்பறிவு உட்பட) அவனுடைய குறைகளாகாமல் அவனுடைய குழந்தை உள்ளம், இரக்கக் குணம் போன்ற மிகைகளுக்கு அடித்தளமாகின்றன. உதாரணத்திற்கு ஆனந்தனின் முதல் சொற்பொழிவைக் குறிப்பிடலாம். அதில் தமிழ்ச்செல்வனைச் சுட்டிக்காட்டி அவனைப்போல் தன்னால் கவிதை நடையில் பேசமுடியாது. ஆனால் மனதில் உள்ளதை உள்ளபடி கூறமுடியும் என்று ஆனந்தன் கூறுகிறான். அதேபோல அரசியலில் சேர்ந்துவிட்டாலும் பதவி ஆசையென்பது ஆனந்தனுக்குக் கிடையாது. அப்படியே அவன் பதவியை நாடினாலும் அதை அவனாகவே ஆசைப்படவில்லை. கல்பனா ஆசைப்பட்டதால்தான் அவனும் அமைச்சராக விரும்புகிறான். தமிழ்ச்செல்வன் ஆனந்தனுக்கு அப்பதவியைத் தர மறுக்கும்பொழுது அவனுடைய சகாக்கள் தமிழ்ச்செல்வனை ஏச, ஆனந்தன் அவர்களைக் கண்டனம் செய்து தனது காரிலிருந்து இறக்கி விட்டுவிடுகிறான். எல்லாவற்றிற்கும் மேலாக, பதவிக்கு வந்த பின் மறியல் செய்ததற்காகத் தமிழ்ச் செல்வனைக் கைது செய்யும்பொழுது அதை ஒரு அரசியல் வெற்றியாகக் கொண்டாடாமல் ஒரு நண்பனுக்காகக் கவலையடைந்து வருந்துகிறான். மேலும் தமிழ்ச்செல்வனின் பெண் சகவாசம் போல் அல்லாமல் ஆனந்தனுடைய உறவுகள் யாவும் இயல்பாகவும், இயற்கையாகவும் அமைகின்றன. ஆனந்தனின் மனைவி புஷ்பா அவனுடைய அன்னையால்

தேர்ந்தெடுக்கப்படும் மருமகள். ஆக, இங்கு அன்னையின் ஆசைக்கு, ஆணைக்கு அடிபணிகிறான் ஆனந்தன். புஷ்பாவை இழந்த பிறகு, தாய்மாமனால் கொடுமைப்படுத்தப்பட்டு பாலியல் வன்முறைக்கு உட்படுத்தப்பட்டவளுக்கு அடைக்கலம் தருவதற்காக சக நடிகையை மணக்கிறான். மொத்தத்தில் ஆனந்தனை (எம்.ஜி.ஆரை) வேலுத்தம்பி, தமிழ்ச்செல்வனுக்கு எதிராக அடிப்படையில் ஒரு நேர்மையான, உன்னதமான மனிதனாக - முன்நிறுத்த மேற்கூறிய குறிகள் உதவுவதுடன் எம். ஜி.ஆரின் பிம்பத்திற்கும், எம்.ஜி.ஆர் என்ற தனிமனிதனுக்கும் சரித்திர ரீதியாக உள்ள வித்தியாசங்களை மழுங்கடிக்கவும் பயன்படுகின்றன.

இப்படத்தின் ஒரு பிரதான பாத்திரம் கல்பனா (ஜெயலலிதா). இவள் ஆனந்தனின் மொத்த ஆசைகளின் மையம். அவளை ஆனந்தன் முதலில் திரையில் தோன்றும் ஒரு பிம்பமாகத்தான் பார்க்கிறான். பிறகு ஆனந்தன், அவள் முகக் கண்ணாடியில் சிறைப்பட்டு, அவள் கண்களில் அவன் சிறைப்படுவதைச் சித்தரிக்கும் காட்சியே அவர்கள் இருவரும் முதலாவதாக மிகவும் நெருங்கி வரும் நேரம். கல்பனாவுக்கும், புஷ்பாவுக்கும் உள்ள இடைவெளியைக் குறைக்க படத்தில் ஒரே நடிகை (ஐஸ்வர்யா ராய்) பயன்படுத்தப்பட்டாலும், கதையில் அவர்களுக்குள்ள இடைவெளியைக் குறைக்க கல்பனா புஷ்பாவின் உடலில் உள்ளது போல் பொய் மச்சம் வைத்துக் கொள்கிறாள். ஆனால் புஷ்பாவைப் போல ஒரு மரபுவகை மங்கையாக இருக்க கல்பனாவுக்குத் தெரியவில்லை. குழந்தைத்தனமான வெகுளியான புஷ்பாவைப்போல் அல்லாமல், கல்பனா (ஆங்கில) படிப்பறிவுள்ளவள். புத்திக் கூர்மையுள்ளவள், தைரியசாலி, எதிர்த்து கேள்விகள் கேட்கக்கூடியவள். மேலும் ஆனந்தனின் அரசியல் இலக்கை உருவாக்கி அதில் அவனை வெற்றிபெறத் தூண்டுபவள். ஆனால் கல்பனாவை இம்மாதிரியான குணங்களால் குறித்துவிட்டு பிறகு ஒரு சுயநலமற்ற சமூக சேவகியாக அவளை மீட்டெடுக்கும் முயற்சியில் படம் ஈடுபடுகிறது. அவளைத் திருமணம் செய்து கொள்வதாகக் கொடுத்த வாக்கிலிருந்து ஆனந்தன் தவற, படத்தில் கல்பனா தனிமைப்படுத்தப்படுகிறாள். இயற்கையின் சீற்றத்தினால் பாதிக்கப்பட்ட மக்களைப் பார்க்க ஆனந்தன் வருமிடத்தில் மீண்டும் அவர்கள் சந்திக்க நேர்கிறது. வெள்ளை உடை அணிந்து கல்பனா பாதிக்கப்பட்டவர்களுக்கு பணிவிடை செய்து கொண்டிருப்பதை ஆனந்தன் பார்க்க, அவளை மறுபடியும் தன்னிடம் அழைத்து வரும்படிச் சொல்கிறான்.

வரும் வழியில் ஏற்படும் விபத்தில் ஆனந்தன் மீண்டும் இழக்கும் பொருளாகக் கல்பனா அமைகிறாள். இப்படி இருமுறை இழக்கப்பட்ட புஷ்பா, கல்பனா இறுதியாக அவனுடைய மதிப்புக்கும், மரியாதைக்கும், பக்திக்கும் உரிய பொருளாக மீட்டெடுக்கப்படுகிறாள்.

ஆனந்தன், தமிழ்ச்செல்வன் என்ற இருவரைப் பற்றித்தான் இந்தப் படம் கதை சொல்கிறது என்று பறைசாற்றினாலும், அவ்வப்பொழுது இந்தக் கதைக்கு மக்கள் தேவைப்படுகின்றனர். ஆனால் அவர்கள் மும்முரமாக அரசியலில் ஈடுபடும் ஜீவன்களாக அல்லாமல் ஒரு சுயநிர்ணயமற்ற ஆட்டு மந்தைகளாகவும், பின்தள கைப் பொருள்களாகவும் (Background Props) சித்தரிக்கப்படுகின்றனர். இந்த மக்கள் கூட்டம் ஒரு ஒருமிக்கப்பட்ட அமைப்பு (condensed Ensemble) என்பதால் ஒன்றுக்கு ஒன்று முரணாக அவர்களுடன் அந்த இருவருக்கும் உள்ள தொடர்பு பிரதிபலிக்கப்படுகிறது. அவர்கள் எப்பொழுதும் இயல்பாகவே ஆனந்தனை ஆர்வத்தோடு நெருங்குகின்றனர். தமிழ்ச்செல்வனைப் பொறுத்தவரை அவன் இந்த மக்கள் கூட்டத்திலிருந்து அந்நியப்படுத்திக் காட்டப்படுகிறான். மேலும் அவனுடைய சொற்பொழிவுகளெல்லாமே மேடையிலிருந்து - அதாவது ஒரு அதிகாரத் தளத்தில் நின்று நீழிருக்கும் மக்களை நோக்கிப் பேசும் ஒரு செயல். இதற்கு மாறாக ஆனந்தன் முதன் முதலாக எதிர்க்கட்சி ஆரம்பித்து மக்களிடம் பேசும்பொழுது அவன் மரத்தடியில் நின்று பேச அவனைச் சுற்றிக் குழுமியிருக்கும் ஒரு அந்நியோன்யக் குழுபோல் அங்கிருக்கும் மக்கள் தோன்றுகின்றனர். மொத்தத்தில் திராவிட இயக்கத்தில் மக்கள் ஆற்றிய பங்கு இருவரில் ஒடுக்கப்படும்பொழுது அந்தப் படத்தின் சித்தாந்த இலக்குகளும், அரசியல் பார்வையும் வெட்ட வெளிச்சமாகின்றன. இந்தி எதிர்ப்புப் போராட்டத்தில் இறந்தவர்கள் சாதாரண மக்கள் மற்றும் தொண்டர்கள் என்பதை நாம் இங்கு மறந்துவிடக்கூடாது. ஆனால் மக்கள் கூட்டம் தனியாக ஆர்வத்துடன் எந்த தலைவர்களுமில்லாமல் இந்திய சுதந்திரத்தை மட்டும் இப்படத்தில் இரயில்வே ஸ்டேஷனில் கொண்டாடுகிறது. ஏனோ தேசியத்திற்கு மட்டும் மக்களின் சுயநிர்ணயம் தேவைப்படுவதை இங்கு நாம் கவனிக்க வேண்டும்.

3

மேற்கூறிய ஒருமித்தல்கள் மற்றும் தடமாற்றங்களின் வழியாகத்தான் இந்தப் படம் தனது சித்தாந்தத் திட்டத்தை அமைத்துக் கொள்கிறது. இதில் ஆனந்தன் (எம்.ஜி.ஆர்)

வருங்காலக் கனவுகளை நோக்கி ஆசையுடனும், ஆர்வத்துடனும் பயணிக்கும் ஒருவனாகத் துவங்கி இறுதியில் மக்கள் கூட்டத்தின் மதிப்புக்கும், மரியாதைக்கும், பக்திக்கும் உரிய பொருளாக மாறுகிறான். இதேபோல் 'ஹல்லோ மிஸ்டர் எதிர்கட்சி' என்று எடுத்த உடனேயே ஆனந்தனை வரையறுத்து அவனுடைய ஆசைப் பொருளாக உருவெடுக்கும் கல்பனாவும் (ஜெயலலிதாவும்) இறுதியில் அவனுடைய மதிப்புக்கும், மரியாதைக்கும், பக்திக்கும் உரிய பொருளாக மாறுகிறான். இதற்கு மாறாக அறிவுஜீவியாகவும், சுயநலக்காரனாகவும், அதிகார வெறியனாகவும் உருவெடுக்கும் தமிழ்ச்செல்வன் (கருணாநிதி) இறுதியில் பார்வையாளர்களின் பரிதாபத்திற்குரிய பொருளாக மாற, இருவரின் சித்தாந்தத் தளத்தை, ரோஜா மற்றும் பம்பாய் போல, தேசியவாதம்தான் முழுமைப்படுத்துகிறது. கதர் வேட்டி, கதர் சட்டை, உருத்திராட்ச மாலையுடன் தோன்றும் ஆனந்தன் இறுதியில் தேசியக்கொடி போர்த்திய பூத உடலாகப் பவனி வருகின்றான். இது மட்டுமில்லாமல், படத்தின் மையக் குறியாகத் தோன்றும் ஆனந்தன் ஒரு கட்டத்தில் தன் மனைவி புஷ்பா இறந்துவிட்ட செய்தியை அறிந்ததும் இரயிலில் ஊருக்குச் செல்கிறான். இரயில் நிலையத்தில் நுழையும்பொழுது அங்கு மக்கள் கூட்டம் (தேசியவாதிகள்) பெரு மகிழ்ச்சியுடனும், ஆரவாரத்துடனும் இந்தியச் சுதந்திரத்தைக் கொண்டாடிக் கொண்டிருக்கின்றனர். ஆனந்தன் இரயிலை விட்டு இறங்கியதும் புஷ்பாவின் தந்தை நடந்துமுடிந்த சோகக் கதையைப் பற்றி அவனிடம் பேசிக் கொண்டிருக்கும்பொழுது, ஒரு சிறுவன் மிகவும் துடிப்பாக அங்கு வந்து ஆனந்தனின் சட்டையில் தேசியக் கொடியைக் குத்துகிறான். இதை ஆனந்தன் அவன் இருக்கும் தூய நிலையிலும் கூட எந்த அருவருப்புக்கும் இடையூறுக்கும் ஆளாகாமல் அந்தச் செய்கையை எந்தக் கோபத்திற்கும் உட்பட்டு தடுக்காமலும், முழுமையாகக் கவனிக்காமலும் இருந்து விட்டாலும் பார்வையாளர்களான நம்முடைய கவனத்தை அந்த தேசிய கொடிக்கு திட்டவட்டமாக ஈர்க்கும் செயலில் அந்தக் காட்சி அமைந்துள்ளது.

இதற்கு அடுத்த காட்சியில், ஆனந்தன் புஷ்பாவின் சமாதியில் புரண்டு கதறும்பொழுது, அதைக் காமிரா நமக்கு Low Angle-ல் காண்பிக்க, முன்தளத்தில் புரண்டுகதறும் ஆனந்தனின் சட்டையில் குத்தப்பட்டிருக்கும் தேசியக்கொடியை நம்மால் பார்க்காமல் இருக்க முடிவதில்லை. படத்தில் இவையெல்லாம் இயல்பான, இயற்கையான காட்சிகளாகக் காண்பிக்கப்பட்டாலும் இங்கு மட்டும் சுயநிர்ணயமுள்ள தேசிய மக்கள் தோன்றுவதாலும், தேசியக் கொடி வலியுறுத்தப்படுவதாலும், மேலும் வாழ்க்கையை

ஒரு தன்னலமற்ற கதர் அணிந்த தேசியவாதியாகத் துவங்கும் ஆனந்தன் தேசியக் கொடியினால் போர்த்தப்படுவதாலும் தேசியவாதம்தான் இந்த படத்தின் சித்தாந்தத்தை முழுமைப்படுத்துவதாக அமைகிறது. இதனால் ஆனந்தன் தயக்கத்துடன் வேலுத்தம்பி மற்றும் தமிழ்ச்செல்வனின் இயக்கத்தில் முதலில் கலந்து கொள்வது ஒரு பிழையாக மாறுகிறது. ஆனால் மேற்கூறிய இரண்டு காட்சிகளிலும் ஆனந்தனுடன் வரும் தமிழ்ச்செல்வன் கறுப்புச்சட்டை அணிந்திருப்பதாலேயே அவனுக்கு மட்டும் அந்தச் சிறுவன் தேசியக்கொடியைக் குத்திவிட மறந்துவிடும்பொழுது எந்த அரசியலை இந்தப் படம் இதுவரை ஒடுக்கி வந்ததோ, அது அங்கே தலை தூக்குகிறது.

கறுப்புச் சட்டைமேல் மூவர்ண தேசியக் கொடியைக் குத்த முடியாவிட்டாலும் பல முரண்களை ஒன்று சேர்க்கும் முயற்சியில் இருவர் தனது சித்தாந்தத் தளத்திற்குள் தமிழ்ச் செல்வனையும் இழுக்கின்றது. இறுதிக்கட்டத்தில் தமிழ்ச்செல்வனை, ஆனந்தனின் இறப்பைத் தாங்கமுடியாத, ஒரு இணைபிரியா நண்பனாகப் புலம்புவதைச் சித்தரிக்கும்போது இந்த முயற்சி பூர்த்தியாகிறது. இங்கு தன்னைத்தானே நிந்தித்துக் கொள்ளுவது போல் ஒரு நீண்ட இரங்கற்பாவைப் பாடுகிறான் தமிழ்ச்செல்வன். ஆனால் அவ்வாறு அவன் புலம்பும்பொழுது இதுவரை அவனுக்கும், ஆனந்தனுக்கும் உள்ள முரண்கள் எல்லாவற்றையும் மறந்ததுபோல 'நண்பா, நம் கோட்டைகளோ வெவ்வேறு... ஆனால் கொள்கைகள் ஒன்றுதானே' என்று கூறிப் புலம்புகிறான். படத்தில் பல இடங்களில் ஆனந்தனை ஏழைப் பங்காளனாகவும், தேசியவாதியாகவும், மதப்பற்றுள்ளவனாகவும், தமிழ்ச்செல்வனைத் தமிழ்ப்பற்றுடையவனாகவும், பகுத்தறிவாளனாகவும், நாத்திகனாகவும் காண்பித்துவிட்டு இறுதியில் எல்லாவற்றையும் திருப்பிப்போட்டு இந்த இருவருடைய கொள்கைகளும் அடிப்படையில் ஒன்றுதான் என்று போகிறபோக்கில் எப்படி முற்றுப்புள்ளி வைக்க முடியும்? இங்கு எப்படியோ நட்பானது குறுகிய அரசியல் வேற்றுமைகளைக் தாண்டிவிட்டது என்ற கணக்குக்கு நாம் வரமுடியாது.

ஒன்றோடொன்று சேர்க்கப்பட்டு ஒருமைப்படுத்த முடியாத முரண்களை, அந்நியமாக்கப்பட்டு, தனிமைப்படுத்தப்பட்டு *(Estranged and Excluded Other)* ஒடுக்கப்பட்ட மாற்றானான தமிழ்ச்செல்வன்தான் மிகுந்த ஆர்வத்துடனும், வலிமையான ஆதங்கத்துடனும் பின்பற்றி வந்த கொள்கைகளையெல்லாம்

மேற்குறிப்பிட்ட இரங்கற்பாவின் வழியாகத் தன் வாயினாலேயே மறுப்பதின் மூலம் ஒன்றுசேர்க்க முயல்வதால் தமிழ்ச்செல்வனுக்கும், அவனுடைய சித்தாந்தத்திற்கும், அரசியலுக்கும் உள்ள கடைசித் தொடர்பும் துண்டிக்கப்பட்டு, அவனுடைய (திராவிட) இயக்கத்தின் அரசியலும் மௌனமாக்கப்பட்டு, புதை குழியில் அழுத்தப்படுகிறது.

இனி இருவர் கடந்த நாற்பது ஆண்டுகளில் நடந்த நிகழ்வுகளின் பாகுபாடற்ற துல்லியமான ஒரு பிரதிபலிப்பா, எல்லோரும் போற்றிப் பாதுகாக்க வேண்டிய ஒரு உன்னதமான கலையா, சித்தாந்த ரீதியாகச் சரித்திரத்தையும், மக்களையும் திசை திருப்ப உருவாக்கப்பட்ட நுகர்பொருளா என்ற கேள்விக்கான விடையை வாசகர்களிடமே விட்டு விடுகிறோம்.

'காலச்சுவடு', அக்டோபர் - டிசம்பர், 1997

14

அரசியல் Vs சினிமா

ரசிகர் மன்றங்களுக்கு எதிரான அரசியல் கட்சிகளின் போராட்டத்தில் ஒரு நியாயம் இருக்கிறது.

சினிமா என்ற ஊடகத்தை மோகிப்பவர்களின் செயல்பாடுகளையும் சினிமாவில் தோன்றும் கதாநாயகர்களை நேசிப்பவர்களின் செயல்பாடுகளையும் உளவியல் அடிப்படையில் ஆராயும்பொழுது ஒரு பெரிய வித்தியாசம் ஒன்றுமில்லை. இவ்விரண்டு செயல்களும் தர்க்கரீதியாக நியாயப்படுத்த முடியாத அதீத மோகத்தைத்தான் குறிக்கின்றன. சமூகவியல் அடிப்படையில் ஆராயும்பொழுது சினிமாவை மோகிப்பவர்கள் மேட்டுக்குடியைச் சார்ந்தவர்களாகவும் கதாநாயகர்களைப் போற்றுபவர்கள் தாழ்த்தப்பட்ட சமூகங்களைச் சார்ந்தவர்களாகவும் இருக்கின்றனர். மேட்டுக் குடியைச் சார்ந்தவர்கள் சினிமா ரசிகர் மன்றம் என்று 1960-களிலிருந்து நடத்தி வரும் ஒரு நிறுவனத்திற்கு எதிராக எந்தவிதப் போராட்டமோ அல்லது விமர்சனமோ இருந்தது கிடையாது.

ஆனால் கல்வி அறிவு இல்லாத அல்லது குறைவாகப் பெற்ற இளைஞர்கள் சுயமாக உருவாக்கிய ரசிகர் மன்றங்களை ஏளனம் செய்வது மேட்டுக்குடியைச் சார்ந்தவர்களின் பழக்கம். அவற்றைச் சமூக நிறுவனங்களாகக் கருத்தாக்கம் செய்ய யாருக்கும் பொறுமை இல்லை. ஆனால் ரசிகர் மன்றங்களை ஓட்டு வங்கிகளாகப் புரிந்துகொண்ட நடிகர்களும் அரசியல்வாதிகளும் அவற்றின் மீது தங்களின் அதிகாரத்தைச் செலுத்தப் பல

யுக்திகளைக் கையாளுகின்றனர். குறிப்பாக நடிகர்கள் தத்தம் சுய ஆற்றலால் உருவான ரசிகர் மன்றங்களை ஒருமைப்படுத்தி, எல்லாவற்றுக்கும் தலையாட்டும் காரியதரிசியொருவரை நியமித்து அந்த மன்றங்களின் மீது தங்கள் அதிகாரத்தைச் செலுத்தி அவற்றில் இருக்கும் ஜனநாயகமான போக்குகளை அழித்துத் தங்களுக்கு சார்பாக ஒட்டுமொத்தமான கும்பல் பலத்தைச் சேர்க்கின்றனர். இப்படித்தான் பல பெரிய நட்சத்திரங்களின் ரசிகர் மன்றங்கள் இயங்கி வந்துள்ளன அல்லது இயங்கி வருகின்றன.

1987-லிருந்து இந்த செயல்பாடுகளில் ஒரு பெரும் விரிசல் தோன்ற ஆரம்பித்தது. ஆனால் அச்சமயத்தில் எம்.ஜி.ஆர். உடல் நலம் குன்றி அமெரிக்காவில் இருந்ததால் அப்பொழுது பாட்டாளி மக்கள் கட்சி ரசிகர் மன்றங்களுக்கு எதிராக நடத்திய பல போராட்டங்களின் மீது எந்தவிதமான கவனத்தையும் செலுத்தாமல் பத்திரிகைகளும் தொலைக்காட்சியும் அந்தக் கட்சி நடத்திய சாலை மறியல் போராட்டத்திற்கு மட்டும் முக்கியத்துவம் அளித்தன. அப்பொழுதே அந்தக் கட்சி இன்னொரு எம்.ஜி.ஆர். உருவாகிவிட்டால் தனது வாக்கு பலம் குன்றிவிடும் என்ற ஜனநாயக சுய உணர்வின் அடிப்படையில் ரஜினிகாந்தின் ரசிகர் மன்றங்களுக்கு எதிராகப் பல செயல்பாடுகளை முடுக்கிவிட்டது. 1991-க்குப் பிறகு மத்தியிலும், மாநிலத்திலும் கூட்டாட்சிதான் என்பது நடைமுறையாகி அதிகாரத்தில் பங்குபெற தாழ்த்தப்பட்ட வகுப்புகளைச் சார்ந்தவர்களுக்கு ஜனநாயக வாய்ப்புகள் அதிகரித்தன.

தேர்தலின் வழியாகத்தான் அந்த வாய்ப்புகள் நிறைவு செய்ய முடியும் என்பது உறுதியாகிவிட்டதால் அவ்வகுப்புகளைச் சார்ந்த மற்ற கட்சிகளின் சுய உணர்வையும் இந்த மாற்றங்கள் தட்டி எழுப்பியிருக்கின்றன. அவை எல்லாமே தங்கள் வாக்கு பலத்தைக் கரைக்கும் ரசிகர் மன்றங்களுக்கு எதிராகப் போர்க்கொடி தூக்கி இருப்பதில் ஒரு நியாயம் இருக்கிறது. இதற்கிடையில் ரஜினி அரசியலில் இருந்து விலகிவிட்டதாக அறிவித்திருப்பது கீழே விழுந்தாலும் மீசையில் மண் ஒட்டவில்லை என்ற கதைதான். விஜயகாந்த்தும் அரசியலில் இறங்க பம்பரம்போல் வேலை செய்வது, வரும் தேர்தலில் ஏற்படக்கூடிய கூட்டமைப்பில் ஓரமாக நின்று குளிர் காயவோ, ஓட்டுகளைச் சில தொகுதிகளில் மட்டும் சிதறடிக்கவோ முடியுமே தவிர, ஆட்சியைப் பிடிக்க முடியாது. அந்தக் காலம் மலையேறி விட்டது. இது தமிழக ஜனநாயக உணர்வின் முதிர்ச்சியைக் கோடிட்டுக் காட்டுகிறது.

'இந்தியா டுடே', ஜூன் 8, 2005

◆

15

திராவிட இயக்கம் ஒரு சமூக இயக்கம்

மூன்று இதழ்களுக்கு முன்பு ஆரம்பித்த திராவிட இயக்கங்களின் செயல்பாடு குறித்த சர்ச்சை இந்த இதழுடன் முற்றுப் பெறுகிறது தற்காலிகமாக.

இந்திய சரித்திரத்தின் நவீன காலகட்டங்களை பற்றி எழுதும் பொழுது திராவிட இயக்கத்தை ஓரங்கட்டி அந்த சரித்திரத்தை எழுதினால் அதில் பங்கேற்ற பல்வேறு தரப்பான தமிழ் மக்களுக்கு செய்யும் அடிப்படை இழுக்காகும். இதனாலே அந்த இயக்கத்தை அதைச் சார்ந்த தலைவர்களுக்குள்ளும், அதனால் உருவான கட்சிகளுக்குள்ளும் சுருக்கிவிட முடியாது.

இன்று அகில இந்திய அளவில் இந்து சமூகத்திலுள்ள எல்லா வித்தியாசங்களையும் ஓரங்கட்டி வெவ்வேறு குலங்களை சார்ந்த மக்களை ஒருமைப்படுத்த 1984 முதல், திட்டம் போட்டு ஆவேச கலாச்சாரப் போர்களிலும் கொடுமையான வன்முறை செயல்களிலும் இந்துத்துவ சக்திகள் ஈடுபட்டு வருகின்றன. இருந்தும் அம்முயற்சிக்கு எதிராக 1990-ல் அமுலாக்கப்பட்ட மண்டல் கமிஷன் ரிப்போர்ட் சமூக வேறுபாடுகளையும், பிளவுகளையும் வெளியே கொண்டுவந்து அதை முறியடித்தது. இதை சாத்தியப்படுத்தியதில் அன்று வி.பி.சிங் தலைமையில் இயங்கிய முன்னணி கூட்டணியில் உறுப்பினராக இருந்த தி.மு.க.விற்கு ஒரு முக்கிய பங்கு உண்டு. இதனாலேயே திராவிட இயக்கத்தின் தாக்கம் வடக்கிலும் பரவியது. இதன் பின்னணியில்

205

அன்று உத்தரப்பிரதேசத்தில் தோன்றிய மாயாவதி அரச பெரியாருக்கு சிலை வைத்ததும், பிறகு வடக்கில் இருப்பவர்கள் பெரியாரின் 'கீமாயணத்தை' இந்தியில் மொழிபெயர்த்ததும் இதற்கான வெளிப்படையான சான்றுகள்.

இன்று மத்தியில் கூட்டணி அரசுதான் அமையமுடியும் என்பது மண்டல் கமிஷனால்தான் உருவானது என்பது மேற்கூறிய இந்த சான்றுகளை விட முக்கியமானது. இந்த சரித்திரப் பின்னணியில் அது உருவாக்கிய ஜனநாயக வாய்ப்புகளையும், கூறுகளையும் ஒதுக்கிவிட்டு, ஒட்டுமொத்தமாக ஒரு பெரும் இயக்கத்தையே குழி தோண்டிப் புதைப்பது உண்மைக்கு மட்டுமல்ல, ஜனநாயகத்திற்கே முரணானது.

இதற்கு மேல் தமிழ் சினிமா ஏற்படுத்திய தாக்கங்களுக்கு எல்லாம் திமுகதான் காரணம் என்பது, ஒரு நவீன தொடர்பு சாதனத்தின் பல்வேறு விளைவுகளை ஒரு கட்சியின் செயல்பாடுகளுக்குள் சுருக்குவதாகும். 19 ஆம் நூற்றாண்டின் இறுதியில் சினிமா தோன்றியபொழுது முதலில் அது ஒரு பொருட்காட்சியில் நம் கவனிப்பை ஈர்க்கும் அதிசயப் பொருளாகத்தான் இருந்தது. அது என்று பொது ஊடகமாக உருவாகியதோ, அன்று முதல் இன்று வரை அரசியலுடன் நேர்முகமாகவோ, மறைமுகமாகவோ அதன் கதையாடல்கள் பின்னப்பட்டன. அக்டோபர் புரட்சிக்குப் பிறகு ருஷ்யாவில் சில ஆண்டுகளுக்கு பல அரசியல் இலக்குகளுக்காக ஜனநாயக ரீதியாக சினிமா செயல்பட்டது. ஆனால் பிறகு ருஷ்யாவில் ஸ்டாலினாலும், ஜெர்மனியில் ஹிட்லராலும் சினிமா ஒரு பயங்கரமான பிரச்சாரச் சாதனமாக பயன்படுத்தப்பட்டது

இந்தியாவில் சினிமா முதன் முதலில் அடிஎடுத்து வைத்தபொழுது இங்கு பெரும்பாலாக புராணப் படங்கள்தான் உருவாக்கப்பட்டன. முதல் கதைப் படமான அரிச்சந்திராவை எடுத்த தாதா சாகிப் பால்கே, ஒரு ஓவியர் மட்டுமல்ல, ஒரு சமஸ்கிருதப் பண்டிதரும் கூட. இதனால் தானோ என்னவோ அவரின் படங்கள் வர்ணாஸ்ரம தர்மத்தை வெளிப்படையாகவே நியாயப்படுத்தின. 1920-களிலும், 30-களிலும், சுதந்திரப் போராட்டம் முழு வீச்சை அடையும்பொழுது சமூக படங்களிலும், புராண, சரித்திரப் படங்களிலும், தேசியமும், காங்கிரஸ் கட்சியின் செயல்பாடுகளும் இடைவிடாமல் இடம்பெற ஆரம்பித்தன. இந்த சூழலில் வெளிவந்த பல தமிழ்ப் படங்களை, 1939-ல் தியாக பூமி என்ற படத்தில் ஒரு நிலையைப் பெற்று அடுத்த பத்து வருடங்களுக்கு தேசிய அடையாளம் என்ற பெயரில் மாநில அடையாளங்களை ஒதுக்கித் தள்ளின. எழுத்து, மேடை, பேச்சு, நாடகம் என்று பல

துறைகளை ஏற்கனவே பயன்படுத்தி வந்த திராவிட இயக்கம் ஒரு வரவேற்பைப் பெற்ற பிறகே, அந்த இயக்கத்தின் வீச்சு சினிமாவிலும் தோன்றியது. இதனால், அது வரை சினிமாவில் ஒதுக்கப்பட்ட மாநில அடையாளங்களுக்கு ஒரு பெரும் வாய்ப்பு கிட்டியது. ஆகையால், 1949-ல் வந்த வேலைக்காரியும் 1952-ல் வந்த 'பராசக்தியும்' தமிழ் சினிமாவில் ஒரு திருப்புமுனையாக அமைந்தன.

இருப்பினும், திராவிட இயக்கத்தின் வீச்சைத் தழுவிய படங்கள் எல்லாம், திராவிட இயக்கத்தை சார்ந்தவர்களால் எடுக்கப்பட்டன என்று முடிவு செய்யக்கூடாது. மக்களிடம் வரவேற்பைப் பெற்றுவரும் ஒன்றைப் பயன்படுத்தி லாபம் சம்பாதிக்க பல தயாரிப்பாளர்களும், இயக்குநர்களும் களத்தில் இறங்கினர். 'பராசக்தியின்' தயாரிப்பில் ஒரு பெரும் பங்கைப் பெற்றுள்ள ஏ.வி.எம். நிறுவனத்திற்கும், திராவிட இயக்கத்திற்கும் என்னசம்பந்தம்? அப்படி இருந்தால் அந்த நிறுவனம் 1947-ல் 'நாம் இருவர்' என்ற தேசியவாதத்தை ஆதரிக்கும் படத்தை ஏன் எடுத்திருக்க வேண்டும்? அல்லது நாத்திகத்தை முன்னிறுத்தும் 'பராசக்தியை' இயக்கிய கிருஷ்ணன் - பஞ்சுவிற்கும் திராவிட இயக்கத்திற்கும் என்ன தொடர்பு? அப்படி ஒரு தொடர்பு இருந்திருந்தால் அதே இயக்குநர்கள் 1974-ல் ஆத்திகத்தை முன்னிறுத்தும் கலியுக கண்ணன் என்ற படத்தை இயக்கி இருப்பார்களா?

ஆக, ஒரு விஷயம் மக்களிடையே வரவேற்பு பெற்றால்தான் சினிமாவிலும் அது தன் வீச்சை பதிவு செய்ய முடியுமே தவிர, சினிமாவானது மனிதர்களைப் பார்வையாளர்களாகக் கட்டமைத்தாலும், அவர்களை ஆளுமையற்ற, ஆக்கமற்ற ஆட்டு மந்தைகளாகக் கட்டமைக்க முடியாது. அதைப்போன்ற சக்தி எந்த ஊடகத்திற்கும் கிடையாது. ஆகையால், ஒரு சமூக இயக்கத்தை விமர்சிக்கும்பொழுது, மக்களை முட்டாள்களாக்குவது நமது அறிவு ஜீவித்தனத்தை கோலோச்சப் பயன்படுமே தவிர, உண்மையான நிலையை தெளிவுபடுத்த முடியாமல், ஜனநாயக விவாதத்திற்கு எதிராகத்தான் செயல்படும்.

மேலும் தயாரிப்பாளர்களோ, இயக்குநர்களோ நட்சத்திரத்தை உருவாக்குவதில்லை. அப்படி அவர்களால் செய்ய முடியும் என்றால், ஒருவர் திரையில் தோன்றிய உடனேயே நட்சத்திரம் ஆகிவிடலாம். நட்சத்திரம் என்ற தகுதியை பார்வையாளர்கள்தான் வழங்குகின்றனர். அந்த தகுதிக்கு ஏற்றாற்போல் நடிகரின் திரைப்படம் அமையாவிட்டால், அதை ஒதுக்கித் தள்ளி விடுகின்றனர். உதாரணத்திற்கு 'பாபா' மட்டும் அல்ல, எம்.ஜி.ஆர். நடித்து படுதோல்வி அடைந்த பல

படங்களை கூறலாம். ஒரு நட்சத்திரத்தை உருவாக்குவது போல், ரசிகர் மன்றங்களையும் ரசிகர்கள்தான் உருவாக்குகின்றனர். ஆனால், அந்த மன்றங்கள் மீது நடிகர்கள் தங்கள் அதிகாரத்தை பயன்படுத்தும் பொழுதுதான் அவை ஜனநாயகத்திற்கு எதிரான ஒரு வடிவத்தை பெறுகின்றன.

இறுதியாக, 'திராவிட இயக்கம், ஒரு அடிப்படைவாத இயக்கம் அல்ல' என்று அறிந்திருப்பவர்களுக்கு எந்த ஒரு சித்தாந்தத்தையும் அடிப்படை வாதமாக மாற்றிவிட முடியும் என்பதும் தெரிந்திருக்க வேண்டும்.

எந்த ஒரு அரசியல் சித்தாந்தமும் பெரும்பான்மையினரை அதற்கு சார்பாக கட்டமைக்க, எப்பொழுது எது எல்லா சமூகப் பிரச்சனைகளுக்கும் ஒரு ஒட்டுமொத்த தீர்வாக ஒரு குறிப்பிட்ட சமூகத்தினரை எதிரிகளாக கருதி வெளியே நிறுத்துகிறதோ அப்பொழுது அது ஒரு அடிப்படை வாதமாக உருவெடுக்கும். கம்யூனிஸம் என்ற உயர்ந்த ஜனநாயக சித்தாந்தமானது, ருஷ்யாவில் ஸ்டாலினாலும், கம்போடியாவில் பால் பாட்டினாலும் (*Polpot*) அடிப்படைவாதமாக திரிக்கப்பட்டு பலலட்சம் மக்களை கொன்று குவிப்பதை நியாயப்படுத்தியது. மேலும் கிராம்ஷி (*Gramsci*) கூறுவது போல் எந்த ஒரு சமூக இயக்கத்திலும், பல முரண்கள் இருக்கும். அதில் வலதுசாரி சக்திகளும், இடதுசாரி சக்திகளும் இடம்பெற்று இருக்கும். இதில் வலதுசாரி சக்திகள்தான் அடிப்படைவாதத்தை உருவாக்குகின்றன. இப்படித்தான் திராவிட இயக்கத்தில் தோன்றிய வலதுசாரி சக்திகள் தமிழ் அடையாளத்தை அடிப்படைவாதமாக மாற்றின. இதனாலும், இந்துத்துவச் சக்திகளுடன் ஏற்பட்ட உடன்பாட்டினாலும் திராவிட இய்கத்தில் உள்ள இடதுசாரிச் சக்திகள் ஒதுக்கப்படுகின்றன.

இந்த இடதுசாரிச் சக்திகளை அடையாளம் காண்பதே இங்கு தமிழ் நாட்டில் நிலவிவரும் சூன்யத்தை எதிர்கொள்வதில், ஒரு முக்கியப் பங்கை வகிக்கும். இந்தக் கட்டத்தில் திராவிட இயக்கம் அழிந்துவிட்டது என்று சொல்வது கம்யூனிஸம் அழிந்துவிட்டது என்று சொல்வதற்கு ஈடாகும். ருஷ்யாவில் கம்யூனிஸம் பெரும் அளவிற்கு சிதைக்கப்பட்டு விட்டாலும், இன்றும் கியூபாவில் கொடிகட்டிப் பறந்து கொண்டு இருக்கிறது. ஆக ஒரு இயக்கத்தில் பல தலைவர்கள் தோன்றுவார்கள். பல கட்சிகள் தோன்றும். ஆனால், அந்த இயக்கம் இவை எல்லாவற்றையும் தாண்டி இயங்கும்!

'குமுதம், தீராநதி', அக்டோபர், 2002

◆◆◆

பாகம் - V

தத்துவமும் சினிமாவும்

- நேற்றைய 'ஜென்டில்மேன்' இன்றைய 'அந்நியன்'
- ஆட்டோகிராஃப் (2004) - ஒரு தத்துவ ஆய்வு

சுவடுகள்

16

நேற்றைய 'ஜென்டில்மேன்' இன்றைய 'அந்நியன்'

திரைக்கு 2005-ல் வந்த அந்நியன் தமிழிலும், தெலுங்கிலும் அபார வெற்றியடைந்து, இந்தியிலும் டப் செய்யப்பட்டு ஓர் அகில இந்தியத் திரைப்படமாக மாறியுள்ளது. சரமாரியாக பல ஃபிலிம்பேர் விருதுகளும் அதற்கு வழங்கப்பட்டுள்ளன. ருஷ்ய இயக்குநர், ஆந்திரே தர்காவ்ஸ்கியின் (Andrei Tarkovsky) - 'ஆந்திரே ரூப்ளாய்வ் (Andrei Rublyov-1969) என்ற படத்துடன் 'அந்நியனை' ஒப்பிட்டுப் பார்த்தால் இந்த மாபெரும் வெற்றியின் நிஜமான அதிர்வுகளைப் புரிந்துகொள்ள முடியும் என்று நம்புகிறேன்.

பாக்மெனின் திரைப்படங்களாலும், தஸ்தாவெஸ்கியின் எழுத்துகளாலும் பாதிப்படைந்த ஆந்திரே தர்காவ்ஸ்கி, வன்முறை மிகுந்த நவீன உலகில், ஒரு மனிதன் தன்னுடனும், மற்றவர்களுடனும் அமைதியாக வாழ்வது எப்படி என்ற கேள்வியை எவ்வாறு அணுகுகிறார் என்பதை அறிந்துகொள்ள அவரது படைப்புகளில் மிகவும் முக்கியத்துவம் வாய்ந்தது, அவருடைய இரண்டாவது முழு நீளத் திரைப்படம், 'ஆந்திரே ரூப்லாய்வ்'.

ஆந்திரே ரூப்லாய்ஸ் (1370-1430) ஒரு சரித்திரப் புகழ் பெற்ற ஓவியன். ஒரு கிறித்துவப் பாதிரி தனது வழிமுறையின் மேல் ஆழ்ந்த பற்றுள்ளவன். அவன் இயங்கிய பதினைந்தாம்

நூற்றாண்டு, ருஷ்யாவில் தோன்றிய பல கொடூரமான நூற்றாண்டுகளில் ஒன்று.

'ஐவன் தி டெரிபில்' என்ற முதலாம் ஜார் பேரரசன் (*Ivan The Terrible - Ivan IV*) ருஷ்யாவைத் தனது பயங்கரமான சூழ்ச்சியால் ஒருமைப்படுத்துவதற்கு முந்தைய நூற்றாண்டு. அந்தக் காலகட்டத்தில் தங்கள் ஆட்சியைப் பலப்படுத்தித் தங்கள் நாடுகளின் எல்லையை அதிகரிக்க ஒரு பக்கம், இரு போய் இளவரசர்கள் (*Boyar*) ஒருவருக்கு ஒருவர் போரில் ஈடுபட, மறுபக்கம் அடிக்கடி டார்டார் எனப்படும் மங்கோலிய துருக்கி நாட்டவரும் போரில் ஈடுபட்ட காலம். நரகம் என்று ஒன்று இருந்தால் அதை நேரில் காணக்கூடிய காலங்களில் ஒன்று. இந்தச் சூழ்நிலையில், பல இடங்களிலிருந்தும் கிறித்துவத் தேவாலயங்களுக்குச் சென்று அவற்றின் உட்சுவர்களில் மதக்கருத்துகளை வலியுறுத்தும் ஓவியங்களைத் தீட்டுவதுதான் ஆந்திரே ரூப்லாய்வின் பணி. இப்படி ஓரிடத்திலிருந்து மற்றொரு இடத்துக்குப் போகும்போது ஆந்திரேவுக்குப் பல அனுபவங்கள் ஏற்படுகின்றன. இயல்பான மனித உணர்ச்சிகளுக்கு இடம் கொடுக்கும் நாட்டுப்புற வழிமுறைகளையும், அவற்றைச் சார்ந்த விழாக்களையும், ஆதிக்க மதத்தின் சார்பாகப் படையாளிகள் அடக்கி ஒடுக்குவதைக் காண்கிறான். நடு ஜாமத்தில் இப்படி இவன் காணும் ஒரு விழாவில், தனது நிர்வாணத்தைக் கொண்டாடும் ஒரு பெண், அவனைக் கட்டியணைத்து முத்தமிடுகிறாள். படையாளிகள் அவளை விரட்டி அடிக்கின்றனர். அர்த்தமுள்ள பாடல்களைப் பாடிப் பிழைக்கும் ஒரு கோமாளியை, படையாளிகள் பயங்கரமாக அடித்துச் சிறைக்கு இழுத்துச் செல்கின்றனர். இப்படி அதிகாரத்தில் இருந்து எதிர்ப்படும் வன்செயல்களையும், போரினால் ஏற்படும் கொடுமைகளையும் ஆந்திரே நேரில் காண்கிறான். போரில் வெற்றி அடைந்தவர்கள், தோல்வி அடைந்தவர்களை நரகவேதனைக்கு உட்படுத்திச் சித்திரவதை செய்வதையும் பார்க்க நேரிடுகிறது.

ஒரு நாள், பைபிளின் புதிய ஏற்பாடு (*New Testament*) இறுதி அத்தியாயங்களில் வரும் தெய்வீகத்துறவி ஜானின் வெளிப்பாட்டில் (*The Revelation of St. John The Divine*) இருக்கும் கர்த்தரின் இறுதித் தீர்ப்பு (*Last Judgement*) சார்ந்த கருத்துகளையும், நிகழ்வுகளையும், புதிதாகக் கட்டி முடித்த தேவாலயத்தில் ஓவியம் தீட்டும்படி இளவரசனிடமிருந்து கட்டளை வருகிறது. மானுடத்தை வெள்ளாடுகளாகவும், ஓநாய்களாகவும் கூறுபோட்டு, பாவிகளுக்குப் பிரளய

தண்டனை வழங்கி, அவர்களை (தான் நேரில் கண்ட மாதிரி) நரகவேதனைக்கு உட்படுத்தும் காட்சிகள் அடங்கிய இறுதித் தீர்ப்பை வரைய ஆந்திரே மறுக்கிறான். காரணம், பாவிகளுக்காக அவதரித்து சிலுவையில் மாண்ட கடவுள், ஒரு பயங்கர ஆக்ரோஷத்துடனும், வெறித்தனமாக இயங்கும் ஓர் ஆத்மா அல்ல என்பது ஆந்திரேவின் அசைக்க முடியாத நம்பிக்கைகளில் ஒன்று. ஆகையால், பர்க்மெனின் 'செவந்த் சீலில்' (1957) வரும் கதாநாயகன் அந்தோனியஸ் ப்ளாக் (Antonious Block) போல் ஆந்திரே, அவனுக்கு ஏற்படும் அனுபவங்களால் தன் தெய்வ நம்பிக்கையை இழப்பதில்லை. தன்னுடைய மதத்தின் ஆன்மீக அழுத்தத்தை அவன் வேறு விதமாக உணர்ந்து கொள்கிறான். அவனுடைய நம்பிக்கை இப்படி இருக்கும்போது அவனே வன்முறையில் ஈடுபடும் நிலை வந்தால் அவன் என்ன செய்வான்?

போரில் வெற்றியடைந்தவர்கள், தோல்வி அடைந்தவர்களைச் சித்திரவதை செய்து கொண்டிருக்கும்போது ஒரு படையாளி, அறிவு வளர்ச்சியடையாத டுரோச்கா (Durochka) என்ற பெண்ணைக் கற்பழிக்க முயல்வதை, ஆந்திரே பார்க்கிறான். உடனே, அருகில் விழுந்திருக்கும் போர்க் கோடாரியை எடுத்து அவனைச் சாய்த்து விடுகிறான். இப்படி எதிர்பாராமல் கொலை செய்து விட்டவன் அந்தக் கொலையை நியாயப்படுத்தவில்லை. பதிலாக, அதற்கான பொறுப்பை ஏற்று, பன்னிரெண்டு வருடங்கள் கடினமான மௌன விரதத்தைக் கடைப்பிடிக்கிறான். ஓவியம் தீட்டுவதையும் விட்டு விடுகிறான். இப்படித் தன் மீது அவனே ஒரு கொடுமையான தனிமையைத் திணித்துக் கொள்கிறான். டுரோச்காவைத் தன்னுடைய மடத்துக்கு அழைத்துச் சென்று, அவளுக்குப் பணிவிடைகள் செய்து நன்கு கவனித்துக் கொள்கிறான். இந்தக் கடினமான பன்னிரெண்டு ஆண்டுகள் கழியும்போது, சிலுவையை ஏந்திச் செல்லும் ஏசுவும், பின்தொடர்ந்து செல்லும் ஏசுவின் அன்னையும், மேரி மாக்தலைனும் அவன் கண்ணுக்கு மட்டுமே தெரிகின்றனர்.

சில நாட்களில், ஆந்திரேவின் ஊரை இரண்டு மங்கோலியப் படையாளிகள் கடந்து செல்லும்போது ஓரிரு நாட்கள் அங்கே தங்குகின்றனர். அவர்களில் ஒருவனுக்கும் டுரோச்காவுக்கும் காதல் ஏற்பட, ஆந்திரே அவளை அவனுடன் வழி அனுப்பி வைக்கிறான். அதே சமயம் அவனுடைய மடத்தின் அருகே புதிதாகக் கட்டப்பட்ட தேவாலயத்துக்கு பெரிய ஆலயமணி தேவைப்படுகிறது. இளவரசனின் கட்டளைப்படி இரு படையாளிகள் உலோக நிபுணன் வீட்டை அடைந்து அவனை

அழைத்துச் செல்ல வருகின்றனர். அவன் போரில் இறந்து விட்டான் என்று அவனுடைய பதினான்கு வயது மகனின் மூலம் அவர்களுக்குத் தெரிகிறது. ஆனால் தனக்கு அந்தக் கலை தெரியும் என்பதால் தன்னால் அந்தப் பிரம்மாண்டமான ஆலய மணியைச் செய்து தர முடியும் என்று அந்தச் சிறுவன் கூறுகிறான். நம்பிக்கையில்லாத அந்தப் படையாளிகள் வேறு வழியில்லாமல் அவனை அழைத்துச் செல்கிறார்கள். ஆந்திரேவின் ஊருக்கு வந்த அந்தச் சிறுவன், உலோகத்தை உருக்கிக் கொதிக்கக்கொதிக்க ஊற்றினால் பிளவுகள் ஏற்பட்டுச் சிதறாமல் இருக்கும் அச்சை அந்த மாபெரும் மணிக்கு உருவாக்க, ஒரு குறிப்பிட்ட வகை களிமண்ணைத் தேடி அலைகிறான். இந்தத் தேடலில் அவன் ஈடுபடும் ஒவ்வொரு செயலும், ஆந்திரேவின் கவனத்தை ஈர்க்கின்றன. ஒருமுறை கொட்டும் மழையில் அங்கிருக்கும் குன்றுகளில் சறுக்குமரம் விளையாடுவதுபோல் அந்தச் சிறுவன் சறுக்கிச்சறுக்கி அந்த மண்ணைத் தேடும்போது அது அவனுக்குக் கிடைத்து விடுகிறது. அந்த மகிழ்ச்சியில் அவன் ஆரவாரம் செய்வதைக் கண்டு ஆந்திரே பரவசம் அடைகிறான். உலோகம் உருக்கப்பட்டு அந்தப் பிரம்மாண்டமான மணியும் வெற்றிகரமாகச் செய்து முடிக்கப்படுகிறது. இந்த நிகழ்வினால் ஆந்திரேவுக்குப் புத்துணர்ச்சி பிறக்க, அவன் மறுபடியும் ஓவியம் தீட்டுகிறான். அவன் தீட்டும் ஓவியம், பழைய ஏற்பாட்டில் (Old Testament) குறிப்பிடப்படும் புனிதத் திருத்தலம் (Holy Trinity) - அதாவது கடவுள் (Father), கடவுளின் மைந்தன் ஏசு (Son) மற்றும் மானுட சமூகத்தின் ஆன்மீகப் பிரதிபிம்பமாகக் கருதப்படும் புனித ஆவி (Holy Ghost) ஒன்றாக வீற்றிருக்கும் காட்சி.

இந்தக் கதையை திரையில் சொல்ல ஆந்திரே தர்க்காவ்ஸ்கி, நெதர்லாந்தில் வசித்த பீட்டர் ப்ரூகேலின் (Pieter Bruegel 1525-1569) பாணியிலிருக்கும் நுணுக்கங்களை வெளிப்படையாக இரவல் வாங்கி, அந்தப் படத்தின் திரைக்கதையிலும், காட்சி அமைப்பிலும் பரவலாகப் பயன்படுத்தி இருக்கிறார். ப்ரூகேலின் ஓவியங்களில் காணப்படும் மனிதர்கள், அவரவர் பிரச்சினைகளில் மூழ்கியிருப்பதால் அவர்கள் மற்றவர்களைக் கவனிப்பதில்லை. கண் எதிரே நடக்கும் கொடுமையை மட்டுமல்ல, அதிசயத்தைக் காணவும் அவர்களுக்குச் சந்தர்ப்பமில்லை. அவரது ஓவியங்களில் குறிப்பாக 'லாண்ட்ஸ் கேப் வித் தி ஃபால் ஆஃப் இகேரஸ் (Landscape with the fall of Icarus) என்ற ஓவியமும், தி ப்ரொஸஷன் டு கல்வாரி (The Procession to Calvary) என்ற ஓவியமும் பிரசித்தி பெற்றவை. முதல் ஓவியம் மெழுகினால் இறக்கைகள் செய்து வானத்தில் பறந்து அதிசய சாதனை செய்யும்

இகேரஸ், சூரிய வெப்பத்தில் இறக்கைகள் உருக, கடலில் விழுந்து அகால மரணம் அடைவதைக் குறிக்கிறது. இந்தக் கிரேக்க நாயகனின் கதையை நாம் ஓவியத்தில் பார்க்கும்போது, முன் தளத்தில் ஒரு கிராமத்தின் எல்லையில் ஓர் உழவன் தன் நிலத்தை உழுது கொண்டிருக்கிறான். பின்னே உள்ள மூன்றாவது தளத்தில் அடிவானத்தைத் தொடும் அளவுக்கு அந்த ஆழமான கடல் பரந்து கிடக்கிறது. இடதுபுறத்தில் தொடுவானத்துக்கு ஓரிரு தளங்களுக்கு முன்னே ஏதென்ஸ் நகரம் வீற்றிருக்கிறது. பாய்மரக் கப்பல்களும், படகுகளும் வெவ்வேறு தளங்களில் மிதந்து கொண்டிருக்கின்றன. இடது பக்கம் இரண்டாவது முன்தளத்தில், ஆடு மேய்த்துக் கொண்டிருக்கும் இடையன் ஏதோ மேலே பார்த்ததன் நினைவிலே மூழ்கியிருக்கிறான். அதே தளத்தில் ஓவியத்தின் வலதுபுறத்தில் கீழே தண்ணீரில் தூண்டில் போட்ட மீனவனொருவன் அந்த நினைவிலேயே மூழ்கியிருக்கிறான். அந்த மீனவனுக்குச் சற்று இடது புறத்தில் ஆனால் கிட்டத்தட்ட அவனுக்கு நேர் எதிராக, கடலில் தலைகீழாக விழுந்த இகேரஸின் உடல் முக்கால் பங்கு மூழ்கிவிட்டதால் எந்த விநாடியும் முழுகக்கூடிய வலது கால் இன்னும் வெளியே தத்தளித்துக் கொண்டிருக்கிறது. இடதுகால் மூழ்கிக் கொண்டிருக்கிறது. அந்த மூன்று பேரும் சரி, பாய்மரக் கப்பலிலும், படகுகளிலும் இருப்பவர்களும் சரி, இகேரஸ் வானத்தில் உயரப் பறந்ததையும், அவன் கீழே விழுந்ததையும் பார்க்கவில்லை. தாம் தம் உலகில் மூழ்கியிருக்கின்றனர் என்று நமக்கு அந்த ஓவியம் சுட்டிக் காட்டுகிறது. இதில் நிஜமாக மூழ்கி விட்டவர்கள் அவர்களா அல்லது இகேரஸா என்ற கேள்வியையும், அந்த ஓவியம் எழுப்புகிறது. இதேமாதிரி, ப்ரொஸஷன் டு கல்வாரி என்ற ஓவியத்தின் நடுவில் உள்ள ஒரு தளத்தில் சிலுவையை ஏந்திக்கொண்டு செல்லும் ஏசு அதன் பாரம் தாங்காமல் கீழே விழுந்து மறுபடியும் எழ முயல்வதை யாரும் கவனிப்பதில்லை. பார்வையாளர் அந்த ஓவியத்தின் நுணுக்கங்களைச் சரியாகக் கவனிக்காவிட்டால் அவராலும் அதைப் பார்க்க முடியாது.

ஆந்திரே ரூப்லாய்வின் துவக்கத்தில் ஒருவன், சூடான காற்றை ஒரு மாபெரும் பலூனில் நிரப்பி ஓர் ஆற்றின் மேல் வானத்தில் பறந்து செல்வான். சிறிது நேரத்தில், பலூனில் பிடிக்கப்பட்ட காற்றின் சூடு குறைந்து விடுவதால் அது மேலே இருந்து கீழ்நோக்கிப் பயங்கரமாகப் பாயும். அவன் கீழே விழுவதையும், அவன் கதறலையும் கீழே படகில் சென்று கொண்டிருப்பவர்கள் கவனிக்க மாட்டார்கள். படத்தின் இறுதியில், அந்தப் பிரம்மாண்டமான மணியைச் செய்ய அந்தப் பதினான்கு

வயதுச் சிறுவன் எடுத்துக் கொள்ளும் விடாமுயற்சியையும், கொட்டும் மழையில் அதைக் கண்டெடுத்தவுடன் அவன் செய்யும் மகிழ்ச்சி ஆரவாரத்தையும் ஆந்திரேவைத் தவிர வேறு யாரும் கவனம் செலுத்த மாட்டார்கள். ப்ருகேலின் ஓவியங்களில் தோன்றும், தற்சிந்தனையிலும், தற்பிரமையிலும் மூழ்கிக்கிடக்கும் மனிதர்களுக்கு எதிரானவன் ஆந்திரே. அவனுடைய கவனம் உலகத்தை முழுமையாக எந்த நிமிடமும் தெளிவாக உள்வாங்கிக் கொண்டே இருக்கிறது. அவனைச் சுற்றி நடக்கும் அதிசயங்களையும், கொடுமைகளையும் அவன் உணரத் தவறுவதில்லை.

ஒரு முறை தியோபனஸ் தி கிரீக் (*Theophanes The Greek*) என்ற பிரசித்தி பெற்ற ஓவியனின் கீழ் ஆந்திரேவும் அவனது நண்பன் கிரில் (*Kirill*) என்பவனும் தேவாலயமொன்றில் ஓவியம் தீட்டிக் கொண்டிருக்கும்போது, தியோபனஸ் ஆந்திரேவின் திறமையைப் பாராட்டுவதைக் கண்டு கிரில் பொறாமை அடைவான். ஓவிய நுணுக்கங்களைப் பொறுத்தவரை அவன் ஆந்திரேவைவிட எந்தவிதத்திலும் குறைந்தவன் அல்லன். ஆனால், ஆன்மீக உணர்வுகளில் ஆந்திரேவைவிடப் பலவீனமானவன். ஏனென்றால் அவனுக்குத் தன்னைப் பற்றியும் தன்னுடைய பெருமையைப் பற்றியும்தான் கவலை. ஆந்திரேவின் புகழ் பெருகப்பெருக கிரில்லின் பொறாமையும் அதிகரிக்கும். அந்த வேதனை தாங்க முடியாமல் ஒரு நாள் கிரில், பாதிரியார் பணியிலிருந்து விலகி மடத்தை விட்டு வெளியேறி விடுகிறான். ஆந்திரேவின் பன்னிரெண்டு ஆண்டு மௌன விரதம் முடியும்போது, எங்கோ சிதறிச் சென்று வாழ்க்கையில் மிகவும் அடிபட்டு நொந்துபோன கிரில், மடத்துக்குத் திரும்பி, தனக்கு வெளியே வாழத் தெரியவில்லை என்றும், தன்னை மறுபடியும் மடத்தில் சேர்த்துக் கொள்ளும்படியும் கதறுவான். கடுமையான தவங்களை அவன் கடைப்பிடிக்க வேண்டும் என்று கூறித் தலைமைப் பாதிரியார் அவனை உள்ளே அனுமதிப்பார். ஆந்திரே முன்பு எப்படி அவனிடம் பழகினானோ அதே மாதிரி இவ்வளவு கால இடைவெளிக்குப் பிறகும் பழகுவதைக் கண்டு கிரில்லின் கண்கள் திறக்கின்றன.

'அந்நியனின்' நாயகன் அம்பியை மேலோட்டமாகப் பார்த்தால் கள்ளம் கபடமற்ற வாலிபன் என்று தோன்றுவதில் எந்த ஆச்சரியமும் இல்லை. ஏனென்றால் அவன் நல்லவன், நல்லவன், நல்லவன் என்று மறுபடியும், மறுபடியும் வலியுறுத்தும் காட்சிகளுக்குக் குறைவே இல்லை. ஆனால் மேற்கூறிய பரிணாமங்களின் அடிப்படையில் பார்த்தால் அம்பியின்

குணங்களை ‘அந்நியன்’ விவரிப்பதில் பல சிக்கல்கள் இருப்பது தெரிகிறது. நகரத்தில் சந்திக்கும் அன்றாடப் பிரச்சினைகளின் மேல் மற்ற மனிதர்களைவிட இவனுக்கு அளவுக்கு மேல் கவனமும், அக்கறையும் பொங்கி வழிகிறது. எங்கும் அவன் தவறுகளையும், குற்றங்களையும் தான் காண்கிறான். அவன் அப்படிக் காணும் தவறுகளையும், குற்றங்களையும் தன் பெற்றோர்களிடம் சொல்லி அடிக்கடி கதறி அழுகிறான். அவன் எந்த அதிசயத்தையும் பார்ப்பதில்லை. ஏனென்றால், தன் கண்ணில் இருக்கும் அழுக்கு அவனுக்குத் தெரிவதில்லை. எங்கும் அவன் பார்க்கும் குற்றம் நிறைந்த உலகில் அவனுடைய நடுத்தர வர்க்கத்தைப் பாதிக்கும் கொடுமைகள் மட்டும்தான் அவன் கண்களுக்குப் படுகின்றன. அடிமட்டத்தில் வாழும் மக்கள், தங்களது அன்றாட வாழ்க்கையில் அனுபவிக்கும் எண்ணற்ற கொடுமைகள் அவன் கண்ணுக்குத் தெரிவதில்லை. அதே வேளையில் சமூகத்தில் நடக்கும் தவறுகளையும், குற்றங்களையும் அளக்க அவன் பயன்படுத்தும் மதிப்பீடுகள் நியாயமானவை, உயர்ந்தவை என்பதில் அவனுக்கு எந்தவித ஐயமுமில்லை. தோத்ஸ்தோவஸ்கியின் கூற்றுப்படி அவன் ஏற்கனவே ஒரு சூப்பர்மேன் ஸ்தானத்தில் நின்றுதான் உலகைப் பார்க்கிறான். நன்மை தீமைகளை, ஆந்திரேவைப்போல், ஒரு பாரபட்சமற்ற பார்வையில் பார்க்க இவனால் முடியவில்லை. ஓர் அசைக்க முடியாத மனஉறுதியுடன் ஆந்திரேயால் மறுக்கப்பட்ட இறுதித் தீர்ப்பு நிறைவேற வேண்டுமென்று, ‘டாக்சி டிரைவரில்’ (*Taxi Driver-1976*) வரும் டிராவிஸ் பிக்கிலை விட, அம்பி அதிகமாகவே துடிக்கிறான். பிடிவாதமாக அதைப் பற்றியே பேசி வருகிறான். இவனுடைய உலகத்தில் பாவிகளுக்கு விமோசனம் உண்டா அல்லது நரகவேதனைதான் அவர்களுக்குக் கிடைக்கப்போகும் இறுதிப்பரிசா என்ற கேள்விக்கான பதிலுக்கு நாம் அதிக நேரம் காத்திருக்கத் தேவையில்லை. ஏனென்றால் தன் மதத்தின் ஆன்மீக அழுத்தத்தை ஆந்திரேவைப்போல் வேறு விதமாகப் புரிந்துகொள்ளும் பொறுமையும், பக்குவமும் இவனுக்குக் கிடையாது. பல உபநிஷதங்களை உருவாக்கிய இந்து மதத்தில் அந்தப் பொறுமைக்கும், பக்குவத்துக்கும் வழியில்லை என்றும் சொல்ல முடியாது. இப்படி இந்து மதத்தின் ஆன்மீக அழுத்தத்தைப் புரிந்துகொள்ள வேறு வழிகள் இருந்தாலும் மானுடத்தை வெள்ளாடுகளாகவும், ஓநாய்களாகவும் பிரித்த கருட புராணம் இவனுடைய ஆழ்மனத்தை ஏற்கனவே பாதித்திருப்பது, திரைப்படம் அவனை அறிமுகம் செய்யும் பாணியிலேயே வெளியாகி விடுகிறது. அதாவது அவன், உலகத்தைக் கறுப்பு வெள்ளை என்று பிரித்துக் கையாளும் குணத்தில் வெளிப்படுத்தி

விடுகிறது. அந்தப் புராணத்தில் வருவதுபோல மானுடத்துக்கு ஓர் 'இறுதித்தீர்ப்பு' இருந்தே ஆக வேண்டும் என்ற வெறியும், பிடிவாதமும் அவனுக்கிருப்பதால்தான். அடிக்கடி அவன் அவ்வாறு கதறுகிறான்; அழுகிறான். ஆகையால், இறுதித் தீர்ப்பின் கொடூரத்தை உலகுக்கு வழங்கிய நாஸியத்தை முன்னிறுத்திய சூப்பர்மேன்களில் ஒருவனாக, ஏற்கெனவே அதற்கான எல்லாக் குணங்களையும் பெற்றவனாக அம்பி இருக்கிறான். ஆனால் அவன் பரமசாது என்று அவனுடைய கதாபாத்திரத்துக்கு வண்ணம் பூசிவிடுவதால் நம் கண்களுக்கு அவனுடைய குணங்களிலிருக்கும் பிரச்சினைகள் உடனடியாகத் தெரிவதில்லை. மேற்கூறிய கருத்துகளின் பின்னணியிலிருந்து பார்க்கும்போது, அவனுடைய சாதுவான தன்மை வெறும் மேல்பூச்சு என்று தெரிகிறது. ஆகையால், அவன் பிறகு அந்நியன் என்ற சூப்பர்மேனாக உருவெடுப்பதில் நமக்கு இப்பொழுது எந்தவித ஆச்சரியமுமில்லை. ஆவேசமான அந்த அவதாரத் தோற்றம், டிராவிஸ் பிக்கில், 'டாக்ஸி டிரைவரின்' இறுதிக் காட்சிகளில் தன் முடியை நியோ - நாஸியைப்போல் செதுக்குவதற்கு ஈடான, வெறும் சடங்கு என்று விளங்குகிறது. ஆனால் அந்தப் படத்துக்கு மாறாக, 'அந்நியன்' இந்தச் சடங்கிலுள்ள வன்மத்தின் அடித்தளத்தை மறைத்து, ஓர் அரைகுறை விஞ்ஞானத்தை இங்கும், அங்கும் தெளித்து, ரெமோ, அந்நியன் என்று அம்பி போடும் வேஷங்களை, மல்டிபில் பர்சனாலிட்டி என்று தன் திரைக்கதையில் பிதற்றுவதற்குக் காரணம், ஒருவன் கொடூரமான செயல்களில் அவன் கதாநாயகன் என்பதால் இறுதியில் சட்டத்தின் சிக்கல்களில் மாட்டாமல் வெற்றி வாகை சூட வேண்டும் என்ற வியாபார ரீதியில் இறுகிப்போன தமிழ் சினிமா மரபை ஓங்கிப்பிடித்துச் சாதகமாகப் பயன்படுத்திக் கொள்ளத்தான்.

திரைப்படம் கூறும் இந்த ஆதாரமற்ற அரைகுறை விஞ்ஞானத்தை ஒதுக்கிவிட்டு, உளவியல் அடிப்படையில் பார்த்தால் அம்பி ஒரு 'சைகாட்டிக்' *(Psychotic)* என்று சிந்திக்க வாய்ப்புண்டு. டிராவிஸ் பிக்கிலைப்போல அவனுக்கும் மற்றவர்களுடன் ஒரு சாதாரண உறவை ஏற்படுத்திக் கொள்ள முடியாது. அவன் 'எந்த இடத்தில் மற்றவர்களை நிறுத்துகிறானோ அங்குதான் அவர்கள் நிற்க வேண்டும். டிராவிஸ் பிக்கிலைப்போல் அவனுக்கிருப்பதும் ஓர் இரட்டிப்புச் சித்தப் பிரமை. ஒரு பக்கம் அவனும், அவனுடைய உலகமும் உணர்வுகளும், மதிப்பீடுகளும் மட்டும்தான் தாக்கப்படுகின்றன; அபாயத்தில் இருக்கின்றன என்றும், அவற்றை எதிர்கொள்ளத் தன்னிடம் எந்த வித பலமோ அல்லது அதிகாரமோ, சக்தியோ இல்லை

என்ற நிலையில் மனம் குறுகி அவன் வேதனை அடைவான். இதனால் நகரத்தில் வாழ்ந்துவரும் பல மனிதர்கள் தங்களுக்கு ஏற்படும் துன்பங்களையோ அல்லது பிடிக்காத செயல்களையோ சகித்துக்கொண்டு தங்களுடைய வாழ்க்கைப் பயணத்தைத் தொடர்வதுபோல் அவனால் வாழ முடிவதில்லை. அந்த மனநிலையில், வீதியில் மழையில் மின்சாரம் தாக்கித் தன் தங்கை இறந்து போனதற்குக் காரணம் நிஜமாகவே யாரும் தடுக்க முடியாத ஒரு விபத்தாக இருந்தாலும், யாரையாவது அதற்குக் காரணம் காட்டும் கட்டாயத்தில் அவனால் ஈடுபடாமல் இருக்க முடியாது. அந்த நபருக்கு எதிராக ஏதாவது ஒரு செயலைச் செய்ய வேண்டும் என்ற வெறியும், அதன் காரணமாகவே அவனுக்குள் வளர வாய்ப்புகள் அதிகரிக்கும் உளவியலின் 'டில்யூஷன் ஆஃப் பெர்சிக்யூஷன் (Delusion of Persection) என்று இந்த நிலையைக் குறிப்பது வழக்கம். இதற்கு நேர்மாறாக அவன் எதையும் எப்பொழுதும், அதாவது உலகத்தையே, ஒரு பெருங்கடவுளைப்போல் மாற்றி அமைக்கக்கூடிய அசுர பலத்தைப் பெற்றவன் என்ற பிரமையும் அவனுக்கு அடிக்கடி வரும். இதை டில்யூஷன் ஆஃப் கிராண்டியர் (Delusion of Grandeur) என்று குறிப்பது வழக்கம். இப்படி இந்த இரு உலகங்களுக்குள் ஊசலாடுவதுதான் ஒரு சைகாட்டிக்கின் அடிப்படைத் தன்மை.

அந்நியனின் நாயகன், அம்பியாகக் கதறும்போது அவனுக்கு ஏற்படுவது டில்யூஷன் ஆஃப் பர்ஸிக்யூஷன். அவன் ஆவேசமாக விஸ்வரூபம் எடுத்து அந்நியனாக மாறி ஒரு பெருங்கடவுள்போல, கருட புராணத்தில் வரும் கொடூரத் தண்டனைகளை நிறைவேற்றும்போது அவனுக்கு ஏற்படுவது டில்யூஷன் ஆஃப் கிராண்டியர். பெண்கள் பார்த்ததும் மயங்கும், ரேமோ என்ற லேடி கில்லர் (Lady Killer), சூப்பர் ஆண், சூப்பர் காதல் மன்னன், இந்த டில்யூஷன் ஆஃப் கிராண்டியரின் மற்றொரு பிரதிபலிப்பு. ஒரு தனி மனிதனுக்கு இருக்கும் இந்த சைகாஸிஸ் (Psychosis), இறுகிப்போன தற்காதல், ஒரு கலாச்சாரத்திற்கே ஏற்பட்டால் என்ன ஆவது? ஒரு டில்யூஷன் ஆஃப் பெர்ஸிக்யூஷன் மூலம் மதத்தின் அடிப்படையில் மக்களை வெள்ளாடுகளாகவும், ஓநாய்களாகவும் கூறுபோட்டு, சிறுபான்மை மதங்களைச் சார்ந்தவர்களை சமூகத்திலுள்ள பிரச்சினைகளுக்குக் காரணமாகக் காட்டி, அவர்கள் மேல் நரக வேதனையைத் திணிக்க, ஒரு டில்யூஷன் ஆஃப் கிராண்டியரில், ராமன், ஹனுமன், விநாயகன் போன்ற தெய்வங்களுக்கு இன்று கோரமான அசுர ரூபங்களின் பிரதிபிம்பமாகத்தான் அம்பியும், அந்நியனாக உருவெடுக்கிறான். ஆனால் அவன் ஓநாய்களாகக்

கருதுபவர்கள், சிறுபான்மை மதங்களைச் சார்ந்தவர்களாக இல்லாமல் ஏதாவது ஒரு வகையில் சட்டத்தை மீறுபவர்களாக இருக்கிறார்கள் என்பதால், அம்பியின் சைகாஸிஸ் வேறு என்று தோன்றலாம்.

'டாக்ஸி டிரைவரில்' வரும் இறுதிக் காட்சியில் டிராவிஸ் பிக்கிலின் முகத்தில் தோன்றும் பெருமிதத்தை அந்தப் படம் நியாயம் என்று சொல்லாமல் அதிலிருக்கும் கொடூரத்தை அழுத்தம் திருத்தமாக வெளிப்படுத்துகிறது. 'அந்நியனின்' இறுதிக்காட்சியில் அம்பியின் முகத்தில் தெரியும் பெருமிதத்தை அந்தத் திரைப்படம் பாராட்டுகிறது. இங்கு, டிராவிஸ் பிக்கிலின் செய்கையில் பின்னணியில் இருக்கும் சமூக சரித்திரக் கட்டாயங்கள், அம்பியின் செய்கையில் இல்லை என்பதைக் கவனிக்க வேண்டியது மிகவும் அவசியம். வியட்நாம் போரில் பங்கேற்பதற்காக டிராவிஸ் பிக்கில் போன்ற பல இளைஞர்களை, ராணுவத்தில் சேர விருப்பம் இருக்கிறதா, இல்லையா என்று கேட்காமல், அவர்களைச் சட்டரீதியாகக் கட்டாயப்படுத்திக் கொல்லும் இயந்திரங்களாக மாற்றி அந்தப் போருக்கு அனுப்பி வைத்ததே அமெரிக்க அரசுதான். அப்படி அந்தப் போருக்குச் சென்று மனம் சிதைந்து போனவர்கள் எத்தனையோ பேர். டிராவிஸ் பிக்கில் அந்தப் போரில் பங்கேற்ற பல அடிமட்ட பிரஜைகளில் ஒருவன். இதற்கு மாறாக, அம்பி எந்தவித பயங்கரமான கட்டாயத்துக்கும் உட்படுத்தப்படாதவன். கோடிக்கணக்கானவர்களுக்குக் கல்வியறிவு கிடைக்காத சூழலில், நவீன சட்டத்தைக் கரைத்துக் குடித்த நடுத்தர வர்க்க வழக்கறிஞன். அவனுக்குச் சட்டத்தில் மனித உரிமைகள் பற்றி என்ன சொல்லப்பட்டிருக்கிறது என்று நன்கு தெரியும். இருப்பினும் அவன் விரும்பும் தீர்ப்புகளுக்கு அடித்தளமாக விளங்குவது, மானுடத்தைக் கறுப்பு வெள்ளை எனப் பிரித்து, நரக வேதனை தரும் சித்திரவதைகளுக்கு ஒரு பிரிவினரை உட்படுத்துவதற்கு, தெய்வீகக் காரணங்களை நியாயமாகக் கோரும் கருட புராணமே. அந்தக் கருட புராணமே சட்டமாக்கப்பட வேண்டும் என்பதுதான் அவனுடைய அடிப்படை வெறி. அதனால் தான் சட்டத்தை மீறுபவர்களைத் தண்டிக்கும் இவனே சட்டத்தை மீறுகிறான் என்பது அந்தப் புதிய சட்டத்தின் கீழ் 'நியாயம்' என விவரிக்கப்படுகிறது. ஆனால் அவனுடைய செயல்கள் யாவும் நிபந்தனையற்ற செயல்களும் அல்ல, விருப்பு வெறுப்பற்ற வீரத்தில் பிறக்கும் செயல்களும் அல்ல என்பதை நாம் இங்கு கவனிப்பது அவசியம். அப்படி இருந்திருந்தால், அவன் சூப்பர்மேனாக உருவெடுத்திருக்க மாட்டான். நாம் மற்றும் ஓர் ஆந்திரேவைச்

சந்தித்திருப்போம். இதில் விசித்திரம் என்னவென்றால், அம்பி அந்நியனாகத் தோன்றும் பிம்பங்கள் ஒன்றில் அவன் புதிய ஏற்பாட்டில் வரும் 'இறுதித் தீர்ப்பில்' மரண தேவன் எந்தத் தோற்றத்தில் ஆயுதங்களுடன் வருவானோ அதே தோற்றத்தில் இருப்பதுதான். படத்தின் விளம்பரத்திலும் இந்தத் தோற்றம் பரவலாகப் பயன்படுத்தப்பட்டது. அந்த இறுதித் தீர்ப்பில் வரும் எல்லாக் காட்சிகளையும், பிம்பங்களையும் ஒட்டு மொத்தமாக ஆந்திரே ரூப்ளாய்வ் ஓவியம் தீட்ட மறுத்தான் என்பதை இங்கு நினைவுகூர்வது அவசியம்.

இப்படித் தன்னுடைய கதாநாயகனின் வெறியாட்டத்தைக் கொண்டாடி அவனுடைய வன்செயல்கள் தேசத்துக்கு மிகவும் தேவை என்று திரைப்படம் வலியுறுத்தும்போது, பல்லாயிரக்கணக்கான மக்களிடையே ஒரு மாபெரும் விளையாட்டு அரங்கில் பல தொலைக்காட்சி காமிராக்களுக்கு எதிரே நாடு முழுவதும் அந்நியன் ஆவேசமாகப் பறைசாற்றும் அந்த இறுதித் தீர்ப்பு, அந்த சைகாஸிஸ், ஓர் அராஜக அரசை நிறுவ வேண்டும் என்ற அந்த அசுரப்பசி, ஒரு திரைப்பட கதாபாத்திரத்துடையதோ அல்லது ஒரு தனிமனிதனுடைய சைகாஸிஸோ மட்டுமல்ல, நம் கலாச்சாரத்தில் வேரூன்றிப் பாய்ந்து விட்ட ஒன்று என்பதை அந்தப் படத்தின் அமோக வெற்றி உறுதிப்படுத்துகிறது.

படத்தில் இறுதியில் அம்பி மருத்துவமனையில் இருந்து திரும்பியவுடன், அங்கு கழித்த கால இடைவெளியில் நிறைவேற்ற முடியாத ஒரு தண்டனையை யாருக்கும் தெரியாமல் ஓடும் ரயிலில் அவன் செய்து முடிக்கிறான். ஆனால் முன்புபோல் தன் உடலிலோ அல்லது முடியிலோ எந்தவித மாற்றமும் ஏற்படாமல் அந்தக் காரியத்தை அவன் செய்ய, அம்பிதான் அந்நியன்; அந்நியன்தான் அம்பி என்று படமே இறுதியில் கூறி விடுகிறது. பிறகு அந்நியன் என்ற தலைப்பும் அந்த அரைகுறை விஞ்ஞானமும் எதற்கு? 'ஜென்டில்மேன்', 'இந்தியன்', 'முதல்வன்' போன்ற படங்களில் உருவான சூப்பர்மேனுக்கு ஒரு புதிய நிறத்தைக் கொடுக்கத்தான்.

'தினமணி', தீபாவளி மலர், 2006

17

ஆட்டோகிராஃப் (2004) ஒரு தத்துவ ஆய்வு

திரைப்படத்தின் தத்துவம் (*Philosophy of Film (1987)*) என்ற தனது நூலில் இயான் ஜார்வி (*Ian Jarvie*) என்ற தத்துவ அறிஞர் ஒரு திரைப்படத்தில் இயங்கும் கலாச்சார முன் - அனுமானங்களை, அந்தத் திரைப்படக் கதையாடலின் தத்துவக் கட்டுமானம் அல்லது தத்துவ முன் - அனுமானங்கள் என்று விவரிக்கிறார். அதே சமயம் ஒரு பனுவலின் அடர்த்தியான நுணுக்கங்களை முறையான ஆய்வுக்காக எளிமைப்படுத்த, நான்கு படிமங்களை உள்ளடக்கித் திரைப்படம் இயக்குவதாகக் கருத்தாக்கம் செய்கிறார். முதலாவது படிமம், எந்தப் பிரச்சினைக்காக ஒரு திரைக்கதையின் பிரதான பாத்திரம் விடையைத் தேடிக் கொண்டிருக்கிறது என்பதைக் குறிக்கும். இரண்டாவது படிமம் அந்தத் திரைப்படமானது அந்தக் கதாபத்திரத்தையும், அதனுடைய தேடலையும் ஆமோதிக்கிறதா அல்லது அவை இரண்டில் இருந்தும் தன்னைத் தூரப்படுத்தி அவற்றின் வேடிக்கையான அல்லது வேதனை மிகுந்த முரண்களைச் சுட்டிக்காட்டுகிறதா அல்லது ஒரு நகைச்சுவைப் பகடிக்கு அவற்றை உட்படுத்துகிறதா போன்ற கேள்விகளைக் குறிக்கும். மூன்றாவது படிமமானது அந்தத் திரைப்படம் தனது சொந்தக் குரலில் பேசுவதுபோல் ஏதாவது ஒரு கோட்பாட்டையோ, ஒரு கருத்தையோ அல்லது அறிவியல் மதிப்பீட்டையோ முன் வைக்கிறதா என்பதைக் குறிக்கும். நான்காவது படிமமானது

அந்தத் திரைப்படத்தின் தத்துவ முன் அனுமானங்களை அல்லது அதன் தத்துவக் கட்டுமானத்தைக் குறிக்கும். ஜார்வியின் இந்த நான்கு படிமங்களின் அடிப்படையில் ஒரு இலக்கியப் பனுவலையும் வாசிக்க முடியும் என்பதால், நான் ஒரு ஐந்தாவது படிமத்தையும் இவற்றுடன் சேர்க்க வேண்டிய கட்டாயம் இருக்கிறது. அது அந்தத் திரைப்படத்தின் வெளிப்பாட்டு முறை அல்லது பிரதிநிதித்துவ முறை (Cinematic mode of representation) என்ன என்பதையும் அதனுடைய தத்துவ முன் அனுமானங்கள் என்ன என்பதையும் குறிக்கும்.

முதலாவது படிமத்தை எடுத்துக்கொண்டால் ஆட்டோகிராஃபின் பிரதான கதாபாத்திரமான செந்திலின் கேள்வி அல்லது பிரச்சினை, காதல் இழப்புகளை எவ்வாறு எதிர்கொண்டு ஒரு தார்மீக, சமூகப் பொறுப்புள்ள வாழ்க்கையை வாழ்வது என்பதே. ஆனால், அந்தத் திரைப்படம் துவங்கும்போதே இந்தக் கேள்விக்கான பதில் செந்திலுக்குக் கிடைத்த பிறகு நாம் அவனைச் சந்திப்பதால், அந்த பதில் அவனுக்கு எவ்வாறு கிடைத்தது என்பதை விளக்க ஃபிளாஷ்பாக்குகளின் வழியாக, திரைக்கதை, பார்வையாளரின் கவனத்தை நகர்த்திச் செல்கின்றது. இரண்டாவது படிமத்தைப் பொறுத்தவரை அவனுடைய கதாபாத்திரத்தில் இருந்தும், பிரச்சினை அல்லது தேடலில் இருந்தும் தன்னை ஒரு விமர்சனப் பார்வையின் வழியாகத் தூரப்படுத்திக் கொள்ளாமல் அவற்றை அந்தத் திரைப்படம் ஆமோதிக்கிறது. மூன்றாவது படிமமானது, உணர்ச்சி மிகுந்த பிடிப்புகளை அல்லது காதல் பிணைப்புகளை இழந்த பிறகு அவற்றைச் சார்ந்த எண்ணங்களையும், உணர்ச்சிகளையும் முற்றிலும் துறக்கப் பழகினால்தான் ஒரு பொறுப்புள்ள வாழ்க்கையை வாழமுடியும்' என்ற கருத்தை முன்வைக்கிறது.

நான்காவது படிமம் அல்லது அந்தப் படத்தின் தத்துவக் கட்டுமானத்தைப் பார்த்தால் பல முன் - அனுமானங்கள் வெளிப்படுகின்றன. இவற்றைத் தெளிவுபடுத்த இந்தப் படத்தில் சுயபிரதிபலிப்பு, மற்றதின் அல்லது மற்றவர்களின் பிரதிபலிப்பு மற்றும் உலகத்தின் பிரதிபலிப்பு எவ்வாறு இயங்குகிறது என்ற அடிப்படையில் நமது ஆய்வை மேற்கொள்ளலாம். அப்படிச் செய்யும்போது அதில் இரண்டு அறிவுக் கட்டமைப்பியல் முன்அனுமானங்ளை அடையாளம் காணலாம். முதலாவதாக மனித அறிவுக்கு, சுயம், மற்றது மற்றும் உலகம் போன்றவை முழுமையான புறப்பொருட்கள்போல் உடனடியான புரிதலுக்கு மொழியின் அல்லது கலாச்சாரத்தின் ஊடுருவல் இல்லாமல்

தெளிவாகக் கிடைக்கின்றன என்ற அனுமானம். இரண்டாவதாக நினைவுகள் என்பவை எந்தப் பிரச்சினையுமின்றி அறிவிற்கு அடிப்படை மூலமாக இயங்குகிறது என்ற அனுமானம் மற்றும் முழு நினைவாற்றல் (total Recall) சாத்தியம் என்ற அனுமானம், இந்தச் சிக்கலான பிரச்சினைகளைத் தவிர, பல இருப்பியல் மற்றும் மெய்ப்பொருளியல் முன்-அனுமானங்களும் இந்தப் படத்தில் இருக்கின்றன. சுயம், மற்றது, உலகம் போன்றவை இருப்பியல் முரணற்ற (Ontological contradictions) பொருட்களாக எடுத்துக் கொள்ளப்படுகின்றன. அப்படி ஏதாவது சில முரண்கள் அவற்றில் இருந்தால் அவை நமது பார்வையில் அல்லது மனோபாவத்தில் இருக்கும் கோளாறுகளாக அடையாளம் காணப்பட்டு ஒழுக்க ரீதியில் திருத்தப்படுபவையாக வெளிப்படுகின்றனவே தவிர, மிகவும் ஆழமாகப் பதிந்துவிட்ட கலாச்சார அடிப்படைகளாகவும், சமூக மாற்றத்திற்காகவும், அந்த அடிப்படையில் தோன்றும் சுயமாற்றத்திற்காகவும் அடையாளப்படுத்த வேண்டிய கூறுகளாக அல்ல, இப்படிப் பூசி மெழுகப்பட்ட முரண்களை, காதலைப் பற்றி இந்தப் படத்தில் இயங்கும் ஒரு மெய்ப்பொருளியல் மாயை அல்லது முன் அனுமானம் மேலும் இறுக்கமாகப் பிணைக்கிறது. அதாவது ஆண்-பெண் காதலானது எந்தச் சமூகக் கலாச்சார ஊடுருவலும் இல்லாமல் இயற்கையாக அல்லது இயல்பான ஒன்றாக இயங்கும் ஒரு உறவாக எடுத்துக்கொள்ளப்படுகிறது. இந்த அனுமானங்களுக்கு எல்லாம் ஆணிவேராக, அர்த்தம் அல்லது பொருள் என்பதைப் பேசுபவரின் நோக்கம்தான் நிர்ணயிக்கிறது என்ற ஒரு முன்-அனுமானமும் இந்தப் படத்தில் இயங்குகிறது.

அதாவது அந்தத் திரைப்படத்தின் அர்த்தக் கூறுகளை, கதைசொல்லியின் நோக்கங்களையும், எண்ணங்களையும் இலக்குகளையும் பிரதிபலிக்கும் ஒன்றாக நாம் உடனடியாகவும், ஊடுருவலற்ற ஒரு துல்லியமான உரையாடலாகவும் எடுத்துக்கொள்ள வேண்டும் என்று இந்த அனுமானம் கூறுகிறது. ஆகையால், தெரிதா குறிப்பதைப்போல் அர்த்தத்தை ஏற்கனவே மொழியினாலும், கலாச்சாரத்தினாலும் வரையறுக்கப்பட்ட சமூக அர்த்தக் கூறுகள் அடங்கிய தளமாக நாம் புரிந்து கொள்வதை, பேசுபவரின் குரலில் தோன்றும் நோக்கம்தான் அர்த்தத்தை நிர்ணயிக்கிறது என்ற அனுமானம் மறைத்து விடுகிறது. உதாரணத்திற்கு ஒரு சமயம் நான் டெல்லியில் ஒருவரிடம் பேசிக் கொண்டிருக்கும்போது அவரிடம், "ஜெயலலிதா தி.மு.க.வை விமர்சிக்கும்போது முன்வைக்கும் ஜனநாயக அரசியல் கோட்பாடுகளைத் தன் ஆட்சியின்போது

கடைபிடித்ததில்லை என்பதை மறந்து விடுகிறார்" என்று சொன்னேன். உடனே அவர், "ஹோ! திரைப்பட நடிகையாக இருந்து முதல் மந்திரியாக மாறியவரைப் பற்றித்தானே நீ பேசுகிறாய்?" என்று கேட்டார். ஆனால், அந்தக் குறிப்பிட்ட அர்த்த அதிர்வைத்தான் அவருடைய மனத்தில் ஏற்படுத்த வேண்டும் என்ற நோக்கத்துடன் நான் அப்பொழுது அவ்வாறு பேசவில்லை. இருந்தாலும் அவர் கேட்ட கேள்வியில் எந்தத் தவறுமில்லை. ஏனென்றால், திரைப்பட நடிகையாகத் தோன்றி, பிறகு அரசியலுக்குள் நுழைந்தது 'ஜெயலலிதா' என்ற பெயரின் சமூக அர்த்தங்களில் முக்கியமான ஒன்று. ஆகையால், ஒன்றைப் பேசும்போது நம் நோக்கங்கள் எதுவாக இருந்தாலும், குறிப்பான்களின் சமூகச் சுழற்சியின் செயல்பாடுகள்தான் நாம் பேசுவதின் அர்த்தத்தை நிர்ணயிக்கின்றன.

இதற்கு மாறாக, பேசுபவரின் நோக்கத்திற்கு அர்த்தங்களைச் சுருக்குவதால், ஆட்டோகிராஃப் என்ற படத்தைப் புரிந்து கொள்வதற்கு அந்த ஒரு வழி மட்டும்தான் இருக்கிறது என்ற அனுமானத்துடன் அந்தப் படம் இயங்குகிறது. அதேமாதிரி, சுயத்திற்கும், மாற்றத்திற்கும் உரையாடல்கள் ஏற்படும்போதும் அவர்களின் நோக்கங்கள்தான் அந்தப் பேச்சுகளின் இறுதியான அர்த்தத்தைக் குறிக்கின்றன. மொழி மற்றும் கலாச்சாரச் செயல்பாடுகளின் தாக்கங்கள் அங்கு இயங்கவில்லை என்ற முன் அனுமானமும் மேற்கூறிய அனுமானங்களுடன் கலந்து விடுகிறது.

ஐந்தாவது படிமத்தை எடுத்துக் கொண்டால், சினிமா என்ற ஊடகம் என்பதே எந்த ஊடுருவலுமின்றித் துல்லியமாக அர்த்தங்களைப் பார்வையாளருக்கு வெளிப்படுத்தும் ஒரு கருவியாகப் பாவிக்கப்படுகிறது. சொல்ல வந்த கதைக்கு அல்லது 'நிஜத்திற்கு' திரைப்படம் தேர்ந்தெடுத்த வடிவம் போதுமானதாகவும், பொருத்தமானதாகவும் இருக்கின்றது என்ற முன் - அனுமானமும் அதில் இருக்கிறது. மற்றும் இந்தத் திரைப்படம் ஒன்றுக்கு ஒன்று முரண்படும் ரியலிசப் பிரதிபலிப்பு முறையையும், எக்ஸ்பிரஷனிசப் பிரதிபலிப்பு முறையையும், இந்திய சினிமா மரபுகளையும் பயன்படுத்தி நிகழ்வுகளைக் காமிராவிற்காக அரங்கமைக்கும்போது, எந்த நிகழ்வுகளை அவ்வாறு அரங்கமைக்காமல் தவிர்த்து விடுகிறது என்பதும் இந்த ஆய்வுக்கு முக்கியமானது. இருந்தாலும், திரைப்படத்தின் மரபுகள் எவ்வாறு அர்த்தத்தை உற்பத்தி செய்கின்றன என்ற ஒரு ப்ரெக்டியன் நுட்பத்தை (Brechtian Device) இம்மாதிரியான கலவையிலும் கையாள முடியும். ஆகையால், அந்த நுட்பம்

இந்தப் படத்தில் இருக்கின்றதா என்ற கேள்வியும் இருக்கிறது. அப்படி அது இருந்தால், மேற்கூறிய முன் - அனுமானங்களுக்கு முரணாக இயங்கும் ஆளுமை அதனிடம் இருக்கும் என்பது நிச்சயம்.

ஒரு சுயசரிதையின் அமைப்பைத் தழுவி இந்தப் படம் இயங்குவதால், அது ஒரு சுயத்தைப் பற்றிய கதை என்றும் அதில் ஒருவர் தன்னைப் பற்றிப் பேசுகிறார் என்பதும் இயல்பானதாகவும் யதார்த்தமானதாகவும் நமக்குத் தோன்றுகின்றன. முதலாவது ஃபிளாஷ்பேக்கில், செந்திலை நாம் அவனது விடலைப் பருவத்தில் சந்திக்கின்றோம். அவன் நெய்க்காரன்பட்டி என்ற ஊரில் வசிக்கும் போஸ்ட் மாஸ்டரின் புதல்வன். இந்த பாகத்தின் முக்கியக் கட்டங்கள், மீசை வளர்க்க அவன் எடுக்கும் முயற்சி, முதலாவது பீடியில் அவன் பெறும் இன்பம், அவனுடைய நண்பன் ஒருவனின் மரணம், தனது வகுப்பில் மாணவியாக இருக்கும் கமலா மீது அவனுக்கு ஏற்படும் விடலைப் பருவக் காதல், அவனுடைய வகுப்பாசிரியரின் குணாதிசயங்கள், ஒரு முறை பள்ளிவிழாவில் நடக்கும் ஃபான்ஸி டிரஸ் போட்டியில் செந்தில் பெண் வேடம் போடுவதற்காக எடுக்கும் முயற்சி, மற்றும் இறுதியாக கமலாவிடமிருந்து பிரியும் காட்சி. இந்த நிகழ்வுகள் நம் கண்முன்னே விரியும்போது, அவ்வப்போது வாலிபப் பருவத்தில் இருக்கும் மூத்த செந்திலின் நிகழ்கால பாய்ன்ட்-ஆஃப்-வியூகம் பாவனைகளும் செய்கைகளும் அவற்றில் குறுக்கீடு செய்து தனது பிரதிபலிப்புகளுக்கு ஏற்றவாறு அவற்றைப் பிணைக்கின்றன. இந்த ஃபிளாஷ்பேக்கின் இறுதியில் மறுபடியும் நிகழ்காலத்திற்குக் கதையாடல் திரும்ப, அவன் தனது பழைய நண்பன் ஒருவனை அழைத்துக்கொண்டு, வயது முதிர்ந்த வகுப்பாசிரியரையும், மூன்று பிள்ளைகளைப் பெற்று எடுத்துவிட்ட கமலாவையும் சந்தித்து அவர்களைத் தனது திருமணத்திற்கு முறைப்படி அழைக்கின்றான்.

அடுத்த பிளாஷ்பேக் அவன் ஆலப்புழா வந்தடைந்ததும் துவங்குகிறது. இங்கு அவன் தனது நண்பன் கிருஷ்ணா என்னும் தன்னைப் போன்ற ஒரு தமிழனையும், ஒரு கேரள தரவாடு குடும்பத்தைச் சார்ந்த தனது பழைய காதலியான லத்திகா என்ற ஒரு மலையாள நாயர் பெண்ணையும் தனது திருமணத்திற்கு அழைக்க வருகிறான். அப்பொழுது துவங்கும் பிளாஷ்பேக்கின் முக்கியக் கட்டங்கள், தந்தையின் வேலையில் உருவாகும் இடமாற்றத்தினால் செந்திலின் குடும்பம் ஆலப்புழா வந்து போஸ்ட் மாஸ்டர் இல்லத்தில் குடியேறும் காட்சி, அங்கிருக்கும் கல்லூரிக்குச் செல்லும் முதல் நாளன்றே படகுத்துறையில்

தேவதைபோல் தோன்றும் லத்திகாவை அவன் சந்திக்கும் காட்சி, வழக்கமாகப் படகில் கல்லூரிக்குச் செல்லும்போது அதில் பயணம் செய்யும் மலையாள ஆண்களுடன் வரும் சச்சரவுகள், கல்லூரியில் லத்திகாவின் இசை மற்றும் நடனத் திறன்களின் வெளிப்பாடுகள், அவள் மீது செந்தில் காதல்கொண்டு அவளுடைய வீட்டைத் தேடிச் செல்லும்போது அங்கு யானைகளையும், தன்னுடைய மாணவர்களுக்குக் களரியைக் கற்றுக் கொடுத்துக் கொண்டிருக்கும் லத்திகாவின் தந்தையையும் அவன் சந்திப்பது, அவளுக்கு அவன் மேல் காதல் உணர்ச்சி இன்னும் வரவில்லை என்று அவள் அவர்களின் காதலைத் தள்ளிப்போடுவது, என்.சி.சி. டூரின்போது பைபிளில் வரும் ஏவாள்போல் ஆப்பிளொன்றை அவள் கடித்துவிட்டு ஆதாமுக்குத் தருவதைப்போல் செந்திலுக்கு அதைத் தந்து தனது காதலை அவள் முதலில் வெளிப்படுத்துவது; பிறகு அதை மேலும் உறுதிப்படுத்த தமிழ்ப் பெண்ணைப்போல் அவள் மூக்கு குத்திக்கொண்டு ரத்தம் சிந்துவது, அந்த ரத்தம் சிந்திய கைக்குட்டையை செந்தில் பாதுகாப்பாகத் தன்னிடம் வைத்துக் கொள்வது, லத்திகாவின் வீட்டில் யாரும் இல்லாதபோது அவளும், அவனும் சந்திப்பது, லத்திகாவின் தந்தையின் அடியாட்கள் செந்திலின் குடும்பத்தை அடித்து ஆலப்புழாவில் இருந்து விரட்டுவது, அப்பொழுது படத்தில் வரும் தமிழன் - மலையாளி பிரச்சினை உச்சக்கட்டத்தை அடைய செந்தில் அவர்களை உதைத்துப் பிறகு பலமாக அடிபடுவது மற்றும் அவர்கள் அந்த ஊரை விட்டுப்போகும்போது, வழியில் திருமணக்கோலத்துடன் லத்திகாவை இறுதியாகச் சந்திப்பது. இந்தச் சோகமான நிகழ்வுடன் படம் இன்டர்வல் பாய்ண்டைத் தொட, இந்த ஃபிளாஷ்பாக்கும், நிகழ்காலத்தினால் அவ்வப்போது குறுக்கீடு செய்யப்பட்டு, வாலிப செந்திலின் பார்வையிலும், செய்கைகளாலும் பிணைக்கப்படுகின்றன.

அடுத்ததாக வரும் பிளாஷ்பேக்கில் குடும்பத்துடன் கோயம்புத்தூர் வந்து சேர்ந்த செந்தில் முதலில் புகைபிடிக்கத் துவங்குகிறான். சிகரெட்டால் தன்னைத் தானே மார்பில் சுட்டுக் கொள்கிறான். நண்பன் கிருஷ்ணா அங்கு வந்து லத்திகாவின் துயரத்தைப் பதிவு செய்த காஸெட்டை அவனுக்குத் தருகிறான். அதைக்கேட்டுவிட்டு பிறகு தேவதாஸைப்போல் குடிக்கத் துவங்கி, தெருவிலே இருக்கும் புழுதியிலும், குப்பையிலும் தனது வாந்தியிலும் மிதக்கிறான். ஆனால், அவனை அவனது பெற்றோர்கள் எடுத்தெறிந்து பேசாமல் பாசத்துடன் அவனைத் திருத்த, அவன் சென்னைக்கு வேலை தேடி வருகிறான். இந்த ஃபிளாஷ்பேக்கில் எந்த நிகழ்காலக் குறுக்கீடுகளும் கிடையாது.

இறுதியாக வரும் ஃபிளாஷ்பேக்கை, ஆலப்புழாவில் இருக்கும் நண்பன் கிருஷ்ணனுக்கு செந்தில் சொல்கிறான். இதில் வரும் முக்கியக் கட்டங்கள், சென்னையில் நண்பர்களுடன் வேலை தேடி அலைவது, பசியினால் துடிக்கும்போது ரொட்டித் துண்டுகளுடன் ஊறுகாயை வைத்துத் தின்பது, திவ்யா என்னும் தனது வாழ்க்கையின் ஒரு மாபெரும் திருப்புமுனையை முதலில் ஒரு உடலற்ற குரலாக, ஒரு காற்றில் மிதந்து வரும் பாட்டை உச்சரிக்கும் அசரீரியாக அவன் எதிர்கொள்வது; பிறகு பார்வையற்றவர்களுடன் அவள் பாடும் நம்பிக்கையூட்டும் பாட்டை அவன் கேட்பது, அதனால் வேலை தேடும் முயற்சியை அவனும், அவனுடைய நண்பர்களும் வித்தியாசமாக அணுகுவது, ஓடுகிற பஸ்ஸில் அவள் அவர்கள் கொடுத்த கார்டைப் படிப்பது, அவள் வேலை செய்யும் ஒரு கார்ப்பரேட் விளம்பர நிறுவனத்தில் அவள் பரிந்துரைத்ததால் செந்திலுக்கும் அவனுடைய நண்பன் ஒருவனுக்கும் வேலை கிடைப்பது, அவளுடைய அறிவுரையை ஏற்று அயராமல் உழைப்பதால் செந்தில் அடையும் இடைவெளியற்ற முன்னேற்றம், திவ்யாவின் தாயாரின் மரணம், அதை அவனுடைய முன்னேற்றத்திற்காக அவள் கையாளும் விதம், இறுதியாக அவள் கண்பார்வை இல்லாதவர்களுக்காக இயங்கும் பள்ளியில் சரணடைந்து அதற்காக உழைப்பது, பிறகு எவ்வாறு செந்திலும் சுயமாக ஒரு விளம்பர நிறுவனத்தை அமைத்து வெற்றி பெற்று, அவனுடைய பெற்றோர்கள் பார்த்து வைக்கும் பெண்ணை முறைப்படி திருமணம் செய்ய முடிவெடுத்துத் தனக்குத் தெரிந்தவர்கள் எல்லோரையும் அதற்கு அழைக்கத் தன் பயணத்தைத் துவங்கினான் என்ற விளக்கங்கள். இந்த ஃபிளாஷ்பேக்கிலும் நிகழ்காலக் குறுக்கீடுகள் கிடையா.

பிறகு லத்திகாவைத் தனது திருமணத்திற்கு அழைக்க கிருஷ்ணனுடன் செந்தில் அவள் வீட்டிற்குச் செல்லும்போது, அவளை அவன் விதவைக் கோலத்தில் கண்டு அதிர்ச்சி அடைகிறான். அவளும் அவனுடைய நண்பனும், அவனுக்கு ஆறுதல் கூறுகின்றனர். இருந்தாலும், தனது திருமணத்தைத் தள்ளிப்போட்டு லத்திகாவை மணக்கலாமா என்ற கலக்கம் அவனுக்கு ஏற்படுகிறது. ஆனால் இறுதியாக திவ்யாவின் அறிவுரைக்கு இணங்கி அவனுடைய பெற்றோர்கள் தேர்ந்தெடுத்த பெண்ணையே திருமணம் செய்ய முடிவெடுக்கிறான். பிறகு திருமண மண்டபத்தில் ஏற்பாடுகள் நடந்து கொண்டிருக்கும்போது, திவ்யாவையும் தனது சென்னை நண்பர்களையும் மணப்பெண்ணிற்கு அவன் அறிமுகம் செய்யும்போது, அவனுடன் அவள் தனியாகப் பேச வேண்டும்

என்று அவள் சொல்ல, எல்லோரும் கிண்டலாகச் சிரித்துவிட்டு அங்கிருந்து செல்கின்றனர். பிறகு செந்திலின் தாடியைச் சுட்டிக்காட்டி அவளுடைய தோழிகள் அதனால் அவனைக் காதலில் தோற்றவன் என்று எண்ணுகிறார்கள் என்று சொல்ல, அவன் தனது தாடியைச் சிரைத்து விடுகிறான். இறுதியில், அவன் அழைத்தவர்கள் எல்லோர் முன்னிலையிலும் திருமணம் நடந்து முடிய, செந்திலும் அவன் மனைவியும் பார்வையாளரிடமிருந்து விடை பெறுகின்றனர்.

இந்தப் படத்தில் பிரதிபலிக்கப்படும் இருப்பியல் முரண்களற்ற சுயத்தைப் பார்க்கும்போது, ஒரு பிளவற்ற தன்னிலையுடன்தான் கதாநாயகனை நாம் திரைப்படத்தின் முதல் காட்சியில் எழும்பூர் இரயில்வே ஸ்டேஷனில் சந்திக்கிறோம். கதையோட்டத்தில், இவன் தனது பாதிப்படையக் கூடிய விடலைப் பருவத்தைக் கடந்து, இறுதியில் ஒரு முழு ஆளுமையுடைய, எல்லாக் குறைகளும் அகற்றப்பட்ட, பொருளாதாரரீதியாகவும், சமூகரீதியாகவும் வெற்றி பெற்ற நவீன ஆண் பிரஜையாக உருவெடுக்கிறான். குறிப்பாகப் படத்தின் கதையானது இப்படி முழுமை பெற்ற செந்திலின் பாய்ன்ட் - ஆஃப் - வியூவின் வழியாகத்தான் பார்வையாளருக்குச் சொல்லப்படுகிறது. அதாவது நமக்கு அந்தக் கதையை நெய்காரன்பட்டியில் வாழும் ஒரு விடலைப் பையன் தனக்கு எந்த மாதிரியான எதிர்காலத்தை அவன் எதிர்பார்க்கிறான் என்ற பாய்ன்ட் ஆஃப் வியூவில் இருந்து அல்ல, அந்தப் பார்வையின் வழியாகப் படம் நகர்ந்திருந்தால் முற்றிலும் ஒரு வித்தியாசமான கதையை அவன் சொல்லியிருக்க முடியும். ஒரு முறை பள்ளியில் நடக்கும் விழாவில் அவன் பெண் வேடம் அணிந்து மேடையில் தோன்ற முடிவெடுக்கிறான். இந்த நிகழ்வானது வெற்றி பெற்ற வாலிபனான செந்திலின் பாய்ன்ட் ஆஃப் வியூவில் சொல்லப்படும்போது அதன் வழியாக கமலாவின் ஆடைகளை உடுத்தி, அவளுடைய உடம்புடன் அவன் அப்படியாவது ஒன்றப் பார்க்கிறான் என்றும், அந்த வேட்கையை விடலைப் பருவ 'பப்பி லவ்வாகவும்' படம் சித்தரிக்கிறது. ஆனால் அவளுடைய உடம்புடன் ஒன்ற வேண்டும் என்ற வேட்கை, அவளைப்போல் ஒரு உடம்பு வேண்டும் என்று வேட்கையாக இருக்க சாத்தியம் இருக்கிறது. அதாவது, அவன் அரவாணியாக உருவாகும் சாத்தியம் அதில் இருக்கிறது. அந்த சாத்தியப்பாட்டைத் திரைக்கதை கண்டு கொள்ளவில்லை. காரணம், அவ்வாறு செய்தால் கதாநாயகனின் பிளவற்ற ஆண் தன்னிலையில் கீறல் விழுந்து அதனுடைய இருப்பியல் முரண்கள் வெளிப்பட்டு விடும். இதனால் அந்த உடையுடன் அவன் மேடை ஏறினானா?

அப்படி அவன் செய்யும்போது அவனை மற்றவர்கள் எவ்வாறு பார்த்தார்கள்? அதை அவன் எவ்வாறு எடுத்துக் கொண்டான் போன்ற காட்சிகள் காமிராவிற்கு அரங்கமைக்கப்படவில்லை. மாறாக, அதை ஒரு விளையாட்டுத்தனமான விஷயமாக, ஒரு ரம்மியமான இறந்தகால நிகழ்வாக, கதாநாயகனின் ஆண் தன்னிலையில் பிளவுகள் ஏற்படாத வண்ணம், சுருக்கமாகச் சொல்லிவிட்டு, அங்கிருந்து கமலா, செந்திலிடமிருந்து பிரியும் காட்சிக்குத் தடம் புரண்டு, அவன் அவளுடைய குஞ்சலத்தைக் கத்தரித்து வைத்துக் கொள்வது மூலம் தனது அசைக்க முடியாத ஆண்மையை எவ்வாறு உறுதிப்படுத்துகிறான் என்பதின் மேல் பார்வையாளரின் கவனத்தைத் திருப்புகிறது. இதனால், நாம் பார்க்கும் சுயத்திற்கு ஒரு மாற்றுப்பால் சுயமிருக்க சாத்தியம் இருந்தது என்பது கதையாடலின் கலாச்சாரத் தணிக்கையாலும், சுயம் என்பதில் இருப்பியல் முரண்கள் எதுவும் இருக்காது என்ற அந்தக் கதையாடலின் இயல்பாக்கப்பட்ட முன் அனுமானத்தாலும் அடிபட்டு மறைந்து போகிறது.

முதல் மாற்று சுயத்திற்கு இந்த முடிவு என்றால், அடுத்து வரும் மாற்று சுயத்திற்கு என்ன நேரிடுகிறது? லத்திகாவிடம் இருந்து ஏற்படும் அந்தக் கொடூரமான பிரிவுக்குப் பிறகு செந்தில் ஒரு தேவதாஸாக உருவெடுக்கிறான். அவனைப்போல் சுய அழிப்பின் உச்சகட்டத்திற்குச் சென்று, குடித்துவிட்டுக் கேட்பாரற்ற நவீன நகரம் ஒன்றில் திரிகிறான். குப்பையிலும், வாந்தியிலும் மிதக்கிறான். குறிப்பாக முதல் மாற்றுச்சுயத்தைவிட இந்த மாற்றுச் சுயபிம்பத்திற்குத் திரைப்படம் அதிக நேரத்தைச் செலவிடுகிறது. இதற்கு முக்கிய காரணம், இந்திய சினிமாவில் 1935-ல் வங்காளத் திரையில் தோன்றி இந்தி சினிமாவில் 1970-களில் அமிதாப்பச்சன் ஏற்று நடித்த கோபமான இளைய கதாநாயகன் வரை, தேவதாஸ் என்பது ஒரு அதிகார கதாநாயக வடிவமாக இயங்கி வந்தது. தமிழ் சினிமாவில் அது கமல்ஹாசன் நடித்த வாழ்வே மாயம் (1982) வரை நீடித்து பிறகு விலகி விட்டாலும், அதனுடைய தாக்கத்தை 1999-ல் வெளிவந்த சேதுவில் (1999) மறுபடியும் பார்க்க முடிகிறது. ஆகையால் அமிதாப் பச்சன் படங்களைப்போல அந்த வடிவத்தை ஏதாவது ஒரு விதத்தில் அரங்கேற்றி மறுக்க வேண்டிய கட்டாயம் ஆட்டோகிராஃபிற்கு இருக்கிறது. 1970-களிலிருந்து அதைத்தான் பெரும்பாலான கமர்ஷியல் திரைப்படங்கள் மட்டுமல்ல, 1950-களின் மத்தியிலிருந்து வந்த சத்தியஜித் ரேவின் படங்களும் செய்தன என்று, அசிஷ் நந்தி தனது, நகரத்தை நோக்கி ஒரு முரண் மிகுந்த பயணம் - An ambiguous Journey to the City, 2001) என்ற நூலில் கூறுகின்றார். முக்கியமாக, முதன்முதலில் வந்த

பிரமதேஷ் பருவா நடித்து இயக்கிய தேவதாஸ் (1935) பற்றி அசிஷ் நந்தி பேசுகையில், ஜனரஞ்சகத் தளத்தில் பருவா, சரத்சந்திர சட்டோபாத்யாவின் (1876-1938) உலகக் கண்ணோட்டத்தின் பிரதிபிம்பமாக உருவெடுத்தார் என்று கூறுகிறார். அதாவது, கிராமத்திலிருந்து நகரத்திற்குச் செல்ல வேண்டிய கட்டாயப் பயணத்தையும், அங்கிருந்து துயரத்துடனும், வேதனையுடனும், கிராமத்திற்குத் திரும்ப நினைக்கும் துடிப்பையும் அந்த நாவல் ஆசிரியர் வெளிப்படுத்திய விதத்தின் குறியீடாக பருவா தோன்றினார் என்று வலியுறுத்துகிறார். இந்தக் கற்பித முரணான பயணத்தின் தாக்கம் மிகவும் பலம் வாய்ந்ததாகவும், பரவலாகவும் இந்தியச் சமுதாயத்தில் வேரூன்றியதால், அதற்கு எதிராக வந்த படைப்புகள் எல்லாமே அதை எதிர்க்க வேண்டும் என்ற கட்டாயத்தினாலேயே, அந்த அதிகார வடிவத்திற்குள் அந்த அளவிற்குச் சிறைப்பட்டன என்றும் கூறுகிறார்.

இந்த அதிகார வடிவம் இந்திய சினிமாவில் நாற்பது ஆண்டுகள் வலம் வந்த பிறகுதான், அமிதாப் பச்சனின் படங்களில் தடம் புரளுகிறது என்று ஆய்வாளர்கள் கூறுவது வழக்கம். அதாவது, அமிதாப்பச்சனின் படங்கள் தேவதாஸின் 'பொட்டைத்தனமான' பெப்பர்மின்ட் வடிவத்தை, தனது முரட்டுத்தனமான நவீன கொல்லும் இயந்திரத்தின் வடிவத்தால் தூக்கி எறிந்துவிடுகிறது என்று குறிப்பிடுவது சகஜம். இருந்தாலும், அமிதாப்பச்சன் அந்தக் காலத்தில் தோன்றிய ஒவ்வொரு படத்தின் துவக்கத்திலும் தேவதாஸின் பலவீனமான தன்மைகளையுடையவனாகத்தான் முதலில் தோன்றுகிறான் என்றும், பிறகுதான் அவன் தன்னுடைய தன்மைகளுக்கு எதிரான சூழல்களில் தள்ளப்பட்டு இறுதியில் இரும்பு இதயம் படைத்த, நவீனத் தொழில்துறை நகரத்தின் நாயகனாக உருவெடுக்கிறான் என்றும் அசிஷ் நந்தி கூறுகிறார். அதாவது, இப்படிச் சூழ்நிலைகளாலும், வில்லன்களாலும் அவனுக்கு இந்த மாற்றம் ஏற்படுத்துவதால், அந்தச் சூழ்நிலைகளை எதிர்கொண்டு அவர்களைக் கொன்று குவித்து ஒரு நியாயம் வழங்கியபிறகு, தனது பழைய சுயத்திற்குத் திரும்ப அவன் ஏங்குவது வழக்கம். மணிரத்னத்தின் நாயகனும் (1987) இதற்கு ஒரு உதாரணம். 'தென்பாண்டிச் சீமையிலே' என்னும் பாட்டோடுதான் அது முடிய வேண்டும். ஏனென்றால், அந்தப் பழைய சுயத்துடன்தான் கதாநாயகிக்கும், இரட்டை வேடமாக இருந்தால், அவனைப்போல் இருக்கும் மற்றொருவனுக்கும் அல்லது 'தீவார்' என்னும் படத்தில் வருவதுபோல் அவன் தம்பிக்கும், அவனுடைய அன்னைக்கும் ஒரு தொடர்பிருக்கும். அதனால்தான் அந்தச் சுயத்தை தேவதாஸில் வருவதுபோல்

விதியை மதியால் வெல்ல முடியாததால், சுய அழிப்பின் வழியாக அழிப்பதுபோல் அழிக்க முடியாது. அதற்கு மாறாக ஆளுமையுடனும், அதீத ஆண்மையுடனும் அந்த விதியில் குறுக்கீடு செய்வதால் இந்த அமிதாப்பச்சன் படங்களில் வரும் கதாநாயகிகள் தேவதாஸில் வரும் கதாநாயகிகளுக்கு இருக்கும் ஆளுமைக்கு மாறாக, வசீகர அலங்காரப் பொருளாகவும், தாய்மையின் இருப்பிடமாகவும் பவனி வர வேண்டிய கட்டாயம் நேர்கிறது என்று அவர் கூறுகிறார். ஏனென்றால், வன்முறை மிகுந்த வாழ்க்கையைத்தான் வாழ வேண்டும் என்ற கட்டாயத்திற்குள் தள்ளப்பட்டு, தன்னை அந்த வன்முறைக்குத் தியாகம் செய்து அதன் வழியாக மரணம் எய்தித் தன்னுடைய பழைய சுயத்திற்குத் திரும்ப அவன் கனவு காண்பதுதான் தீவார் (1975), ஷோலே (1975), முக்கந்தர் கா சிக்கந்தர் (1978), காலியா (1981), சக்தி (1982), அக்னிபத் (1990) போன்ற பல படங்களில் வலம் வரும் அமிதாப் பச்சனின் கதாநாயக வடிவமாக இருக்கிறது. இதனால் தான் இந்தப் படங்களின் சோகவியல் தேவதாஸின் சோகவியலில் இருந்து மாறுபடுகிறது. இருந்தாலும், அதில் தோன்றும் சுயத்திற்குத் திரும்ப அவை ஏங்குகிறது என்று நந்தி வலியுறுத்துகிறார்.

இந்திய சினிமாவில் வெற்றி பெற்ற முதல் கதாநாயக வடிவமான தேவதாஸை, பலர் பல விதமாகப் புரிந்து கொள்வது சாத்தியம் என்றாலும், முதல் உலகப் போருக்கு முந்தைய காலனிய நகரத்தில் முதன்முதலாக நுழைந்த கிராமப்புறத்திலிருந்து வந்த மேட்டுக்குடிப் பிரஜைகளின் வேதனையை அந்த வடிவம்தான் 1893-ல் வந்த சரத்சந்திரரின் நாவலில் கவனத்துடன் எதிர்கொண்டது என்று அவர் கூறுகிறார். குறிப்பாக, தேவதாஸ் அவனது கிராமத்தை எதிர்த்து வெளியேறும் செயலும், இறுதியாக அங்கு திரும்பி மரணம் எய்தும் செயலும், ஒன்றுக்கு ஒன்று முரணாக இயங்குகின்றன. அதாவது இந்த முரணான செயல்கள் மூலம், அவன் இழந்த இறந்த காலத்தை மீட்டெடுக்கும் சாத்தியமற்ற முயற்சியை மேற்கொள்ளும் அதே சமயத்தில், ஈவு இரக்கமற்ற நகரத்தில் கேட்பாரற்று மடிவதையும் தவிர்க்கிறான். இதனால் வசீகரமான புதிய வாழ்வுமுறையைப் போதிக்கும் நகரத்தின் கவர்ச்சியை அவன் ஒதுக்கிவிடுகிறான். வீடற்ற நிலையை அவன் நகரத்தில் அனுபவித்த பிறகு, அதுவரை கொடூரமாகத் தெரிந்த கிராமம் வேறு விதமாகத் தெரிகிறது. இறுதியில் நகரம் தேவதாஸைத் தொலைத்து விடுகிறது. அவன் சென்றுவிட்டான் என்பதைக்கூடக் கவனிக்க அதற்கு எந்தத் தேவையுமில்லை. கிராமத்திற்கோ, அவன் இறந்த பிறகும் அவன் மீது சொந்தம்

கொண்டாட முடிவதில்லை. இரு பெண்கள் மட்டும் தனிமையில் அவனுக்காக வருந்துகிறார்கள். பார்வதிக்கு, தேவதாஸ் தன் தந்தையை எதிர்த்தான் என்பதாலும், அவர் ஒதுக்கிய அவர்களின் இரண்டு குடும்பங்களின் முன்நவீன உறவுகளை ஆதரித்தான் என்பதாலும், அவன் மேல் இருக்கும் காதல் அவளுக்கு மடிவதில்லை. நகரத்தில் வாழும் சந்திரமுகிக்கோ, அவன் தாராள மனத்துடன் செல்வத்தை அள்ளி வீசும் இளவரசனாகத் தோன்றுகிறான். ஆகையால், அவள் நன்கு அறிந்த, எப்பொழுதும் கணக்குப்போடும் முதலாளித்துவக் கலாச்சாரத்திற்கு எதிரானவனாக, தேவதாஸ் அவளுக்குத் தோன்றுகிறான். ஆகையால் அவன் மீது அவள் தீராத காதல் கொள்கிறாள். 1935-ல் தேவதாஸின் கதை சினிமாவாக உருவெடுப்பதற்குள், பலதரப்பட்ட மக்கள் கிராமங்களை விட்டு வெளியேறி நகரத்திற்கு இடம்பெயர்ந்து விட்டதால், தேவதாஸின் இந்த இரு பக்கங்களும், இந்தியாவின் நவீனமயமாக்கத்தை எதிர்கொண்டு தங்கள் சுயங்களை மாற்றியமைக்க வேண்டிய நிர்ப்பந்தத்தில் இருந்த பரவலான ரசிகர்களுக்குப் பரந்த அர்த்தத்தை கொண்ட ஒன்றாக விளங்கியது என்பது நிச்சயம் என்றும், அதனால் தேவதாஸைப் பார்த்து ஒரு தலைமுறையே அழுது தீர்த்தது என்றும் அசிஷ் நந்தி கூறுகிறார்.

அதே சமயம் தேவதாஸைப் பற்றி அசிஸ் நந்தி தரும் இந்த விளக்கத்தை, 2002-ல் வந்த சஞ்சய் பன்ஸாலியின் தேவதாசுடன் குழப்பக் கூடாது. ஏனென்றால், இந்தப் பிரமாண்டமான திரைப்படம் வருவதற்குள் கிராமங்களையும், நவீனம் கவ்விவிட்டது. ஆகையால், அதைப் பார்த்து எல்லோரும் அழ வேண்டும் என்ற நோக்கத்துடன் இந்தப் படம் உருவாக்கப்படவில்லை. மாறாக இந்தி சினிமாவில் 1970-களில் தொலைந்துபோன ஒரு கதாநாயக வடிவத்தைப் பற்றி ஒரு வசீகரமான இறந்தகால ஏக்கத்தை உருவாக்கும் பின்நவீனக் கலவை அது.

இதே காரணத்தினால்தான், பழைய தேவதாசின் 'பொட்டைத்தனம் சுய அழிப்பு ஆட்டோகிராஃபில் வேலைக்காகாது. ஏனென்றால், 1992-ல் வந்த ரோஜாவில் நவீனம் என்பது கிராமத்தை முழுமையாகக் கவ்வி விடுகிறது. நகரத்தில் இருந்து வந்த நாயகன், கிராமத்துப் பெண்ணைத் தன் நவீனச் செயல்களால் அபகரித்துச் சென்றுவிடுகிறான். இதற்கு முன் வந்த நேட்டிவிட்டி படங்களில் நாயகி தன் வேட்கையை நகரத்தின் பக்கம் திருப்பியதால், இறுதியில் சோகத்தில் தள்ளப்பட்டு, தன் கிராம வாழ்க்கையை ஏற்றுக்கொள்ள

வேண்டிய நிர்ப்பந்தம் இருந்தது. மேலும் அது 2002-ல் வந்த பாண்டவர் பூமியில் அரங்கேற்றப்பெற்று மறுக்கப்பட்டுவிட்டது. இதனால், இவற்றிற்கு மாறாக கிராமத்திலிருந்து வந்தவன் நகரத்தில் வெற்றிக்கொடி நாட்டவேண்டிய கற்பிதம் இன்று முக்கியத்துவம் அடைகிறது. ஏற்கனவே பெரிய இடத்துப் பெண் (1963), பட்டிக்காடா பட்டணமா (1972) மற்றும் சகலகலா வல்லவன் (1982) போன்ற படங்களில் பட்டணத்துப் பெண்ணை அடக்க நகரத்திற்கு வரும் கதாநாயகன் அங்கு வெற்றி பெற்று அந்தப் பெண்ணை அபகரித்துக்கொண்டு கிராமத்திற்குத் திரும்பிவிடுவான். ஆனால், ஆட்டோகிராஃபில் கதாநாயகன் தற்காலிகமாகத்தான் கிராமத்திற்குத் திரும்புகிறான். அந்தப் பயணம் தனது ரம்மியமான இறந்தகால நினைவுகளில் மூழ்குவதுடன் முற்றுப் பெறுகிறது. அதாவது, ரோஜாவிற்குப் பிறகு நவீனமாக்கத்தை சுயமுயற்சியில் முன்நகர்த்திச் செல்லும் கதாநாயக வடிவம் அல்லது கலாச்சாரக் கற்பிதம், தாராளமயச் சூழலில் முக்கியத்துவம் அடைகிறது. ஆகையால், எப்படிச் சில நேட்டிவிட்டி அம்சங்களை ரோஜா, மாதவபிரசாத் சுட்டிக்காட்டுவதுபோல அரங்கேற்றி மறுக்கிறதோ, அதேபோல் ஆட்டோகிராஃப் தேவதாஸின் கூறுகளை அரங்கேற்றி மறுக்கிறது. அதாவது, 'ஆண்மையுடன்' சுயமுயற்சியில் வெற்றி பெற்று நவீனத்தை முன்நகர்த்தும் கற்பிதம்தான் இன்றைய கலாச்சாரக் கனவாக இருக்கிறது. இந்தக் கருத்தைத்தான் செந்திலின் தந்தை அவனுடைய சுய அழிப்பு வழியை மாற்ற போதிக்கிறார்.

இழந்த காதலில் அவன் காட்டும் ஈடுபாட்டையும், வேகத்தையும் எதிர்காலத்தின் மீது செலுத்தச் சொல்கிறார். இதே செயலை தேவதாஸின் தந்தையினால் செய்ய முடிவதில்லை என்பதை இங்கு கவனிப்பது அவசியம். ஏனென்றால், அவரால்தான் தேவதாஸ் தனது காதலை இழக்கிறான். அவர்தான் முன்நவீனப் பாரம்பரியப் பிணைப்புகளைப் பின் தள்ளிவிட்டு, நவீன வர்க்க அந்தஸ்தை முன்வைக்கிறார். அதை எதிர்க்க வேண்டிய அவசியத்தால், கதாநாயகன் தன்னைத்தானே அழித்துக் கொள்கிறான். இதற்கு மாறாக ஆட்டோகிராஃபிலோ செந்தில் லத்திகாவை இழப்பதற்குக் காரணமாக இருப்பது செந்திலின் தந்தையல்ல, லத்திகாவின் தந்தை. இவர் தேவதாஸின் தந்தைக்கு நேர் எதிராகத் தனது கத்தி கபடாக்களுடனும், யானைகளுடனும் ஒரு முன் நவீனப் பழமையில் சிக்கியவர். ஆகையால், இன்றைய நிகழ்காலக் கற்பிதப்படி, அவர் தேவதாஸின் தந்தையைப்போல் தன் செயலுக்கு வருந்தி வருந்திச் சாகவேண்டும். வெற்றி பெற்ற

கதாநாயகன், இறுதியில் வெறிச்சோடிக் கிடக்கும் அவருடைய தரவாட் மாளிகைக்குச் செல்லவேண்டும்.

இந்தப் படத்தில் ஓரிரு கணங்களுக்கு மட்டும் அரங்கேற்றப்பட்டு மறுக்கப்படும் ஒரு மூன்றாவது சுயமும் இருக்கிறது. தந்தை சொல்லை மந்திரம் என மதித்து, சென்னை வரும் கதாநாயகன், தன் நண்பர்களுடன் வேலை தேடி அலைகிறான். ஒரு முறை தங்களது பசியைத் தீர்த்துக்கொள்ள அவர்களால் ஒரு ரொட்டியையும், சில ஊறுகாய்ப் பொட்டலங்கைளயும்தான் வாங்க முடிகிறது. பயங்கரப் பசியில் இருக்கும் ஒரு நண்பன் அவனுடைய பங்கை வேகவேகமாகத் தின்றுவிட்டு, மெதுவாகச் சாப்பிடும் செந்திலிடமிருந்து மேலும் கொஞ்சம் கேட்கிறான். அவனுக்குத் தன் பங்கிலிருந்து பாதியைக் கொடுக்கும்போது, அந்த அவலத்தைக் கண்டு, செந்தில் தனது சமூகத்தின் மீது கோபமடைகிறான். இந்தக் கோபத்தை அவன் வளர்த்திருந்தால், அமிதாப்பச்சன், ரஜினிகாந்த்போல் அடிமட்டத்திலிருந்து எழுந்த நவீனத் தொழிற்துறை நகரத்தின் கதாநாயகனாக அவன் மாறியிருக்கலாம். அல்லது அடிப்படை மாற்றங்களைச் சமூகத்தில் கொண்டு வரவேண்டும் என்பதற்காகத் துப்பாக்கி ஏந்திப் பல இளைஞர்களைப்போல் அதிகாரத்தின் கரங்களால் கொடூரமாக நசுக்கப்பட்டிருக்கலாம். மாறாக, செந்தில் தனது கோபத்தை அடக்கி, இந்த வாய்ப்புகள் அல்லது சுயங்களையும் மறுத்து விடுகிறான். ஏனென்றால், ஏற்கனவே, கோபம் வந்தால் மனத்திற்குள் ஒன்றிலிருந்து பத்துவரை எண்ணிவிடு என்று காதலனில் (1994) ஒரு காட்சி வருகிறது. அதன்படி, கோபத்திற்கு இன்றைய தமிழ் சினிமாவில் இரண்டு செயல்பாடுகள்தான் உள்ளன. ஒன்று அந்நியன் (2005)போல் சமூகத்தை நடுத்தர வர்க்க ஒழுக்கக் கட்டுப்பாடுகளுக்கு ஏற்ற மாதிரி சுத்தம் செய்ய வேண்டும் என்ற நோக்கத்துடன், வெறித்தனமாகத் தனது குறிக்கோள்களைக் கதாநாயகன் அடைவது. மற்றொன்று அதை அடக்கித் திசை திருப்பி உழைப்பின் வேகத்தையும், நவீனமாக்கத்தையும் பெருக்குவது. அதாவது கோபம் என்பது இவை இரண்டிலுமே, ஒரு ஜனநாயகமான எதிர்ப்புக்குச் சாதகமாக இங்கு திருப்பப்படவில்லை என்பதைக் கவனிப்பது அவசியம்.

குறிப்பாக, இதில் வரும் இரண்டாவது வழியை, சமூக ரியலிச நுட்பங்களைத் தனது முதல் பாகத்தில் முதன்மைப்படுத்தித் துவங்கும் ஆட்டோகிராஃப் ஏன் தேர்ந்தெடுக்க வேண்டும் என்ற கேள்வி இந்தத் தருணத்தில் எழுகிறது. ஏனென்றால், ஏதாவது ஒரு இயக்கத்தில் இணைந்து ஜனநாயக வழியில் தனது

கோபத்தை செந்திலினால் செலுத்த முடியாவிட்டாலும், அவன் படித்தவன் என்பதால், இந்த மோசமான சமூகத்தில் எந்த அவலமும் நீங்காது என்று தனது சமூகத்தை எப்பொழுதும் வெறுக்கும் ஒரு எழுத்தாளனாக உருவெடுத்திருக்க முடியும். அல்லது மன அழுத்தத்தில் வெந்து வேதனையை அனுபவிக்கும் ஒரு கவிஞனாக மாறி இருக்க முடியும். இல்லையென்றால் ஏதாவது ஒரு குக்கிராமப் பள்ளியிலே ஆசிரியராகவோ அல்லது ஊழலின் பிரதிபிம்பமாக விளங்கும் ஓர் அரசு ஊழியனாகவோ மாறி இருக்க முடியும். ஆனால், இந்தச் சுயங்களைக் கழித்துவிட்டு, செந்தில் ஒரு விளம்பரப்பட இயக்குநராக உருவெடுத்து கார்ப்பரேட் ஏணியில் ஏறுகிறான். இந்தச் சுயத்தை அவன் தேர்ந்தெடுப்பதின் நுணுக்கங்களைப் பற்றி மேலும் பேச வேண்டுமென்றால், அதற்கு எதிராக மற்றது அல்லது மற்றவர்கள் எவ்வாறு இந்தப் படத்தில் வரையறுக்கப்படுகின்றனர் என்பதை முதலில் பேச வேண்டும்.

பாலியல் அடிப்படையில் பார்க்கும்போது ஆண்மகனான செந்திலுக்கு எதிரே கமலா, லத்திகா, திவ்யா என்னும் மூன்று பெண்கள் நிறுத்தப்படுகின்றனர். இவர்களில் முதலில் அறிமுகமாகும் கமலா, ஒரு பாரம்பரிய கிராமத்துப் பெண். அவளுடைய தந்தைக்குப் பெண்களின் கல்வி மீது ஓரளவுக்குத்தான் மதிப்பு இருக்கிறது என்பதால், அவள் நிரந்தரமாகக் கிராமத்தின் எல்லைக்குள் சிறைப்படுகிறாள். அவளுக்கு, பதினாறு வயதினிலேயில் வரும் கதாநாயகி மயிலைபோல், நகரத்தைப் பற்றி எந்தக் கனவுமில்லை என்பது வியப்பாக இருக்கிறது. எதிர்-பால் மோகத்துடன் கமலாவுடனும், லத்திகாவுடனும் பிணையும் செந்தில், தனது வீரியத்தைக் கூட்டி அவன் ஆண்மையை உறுதிப்படுத்துவதற்காக அவர்களுடைய பெண்மையின் 'குறையை' அவன் நிலை நாட்ட வேண்டும். முதலில் கமலாவின் குஞ்சலத்தைக் கத்தரித்து அவளுடைய சடையின் முழுமையைச் சிதைத்து விடுகிறான். பிறகு இவனுக்காக, மூக்குக் குத்தி இரத்தம் சிந்திய கைக்குட்டையை லத்திகாவிடமிருந்து பெற்றுத் தன்னுடன் வைத்துக் கொள்கிறான். திவ்யாவோ பாலுணர்வு என்பதையே இறுதியில் துறக்கும் ஒருத்தியாக உருவெடுக்கிறாள். அதாவது, இந்தப் பெண்களை நாம், அவர்கள் எப்படி இருப்பார்களோ அப்படிப் பார்க்காமல், கதாநாயகனின் கற்பிதத்தின் வழியாகத்தான் பார்க்கிறோம். காதலைப் பற்றி இந்தப் படத்தில் ஒரு மெய்ப்பொருளியல் மாயை அல்லது முன் அனுமானம் இயங்குகிறது என்று ஏற்கனவே மேலே சொல்லப்பட்டது. அதாவது ஆண்-பெண் காதலானது எந்தச் சமூகக் கலாச்சார ஊடுருவலும் இல்லாமல் இயற்கையாக

அல்லது இயல்பான ஒன்றாக இயங்கும் ஒரு உறவாக எடுத்துக் கொள்ளப்படுகிறது. இதற்கு மாறாக, 'பெண் என்பவள் இல்லை' என்ற பொது அறிவுக்கு எதிரான ஒரு கருத்தை லக்கான் சொல்வதை, இங்கு வலியுறுத்துவது அவசியம். பெண் என்பவள், ஆண்மையை முதன்மைப்படுத்தும், பெண் வடிவத்திற்குள் அல்லது கலாச்சாரக் கற்பிதத்திற்குள் பொருந்த வேண்டிய கட்டாயத்திற்கு அடிமைப்படுத்தப்படுகிறாள் என்பதைச் சுட்டிக்காட்டவே அவர் அப்படிச் சொல்கிறார். மற்றும் 'பாலியல் உறவு எதுவுமில்லை' என்றும் அவர் சொல்கிறார். காரணம், நேர்முகப் பாலியல் உறவு ஆணுக்கும், பெண்ணுக்கும் கிடையாது என்றும், அவை கலாச்சார முழுமை / குறை போன்ற கற்பிதங்களால் ஊடுருவப்பட்ட உறவு என்பதை வலியுறுத்த அப்படிச் சொல்கிறார். பெண்ணை எதிர்கொள்ளும்போது, ஆணின் குறையை அல்லது அவனது காயடிப்புப் பீதியை உருவாக்கும் பாலியல் வித்தியாசம் அவளிடம் இருப்பதால், தனது ஆண்மையின் கற்பித முழுமையயை அல்லது வீரியத்தை நிலைநாட்ட பெண்ணுக்குக் கதையாடல் தண்டனை (*Narrative Punishment*) வழங்குவது ஆதிக்க சினிமாவின் மரபு என்று லாரா மல்வி சுட்டிக்காட்டுகிறார். இதனால், கமலா தனது குஞ்சலத்தை மட்டும் இழந்தாள் என்றால், லத்திக்கா எல்லாவற்றையும் இழந்து விடுகிறாள். காரணம், தனது பாலுணர்வை வெளிப்படுத்துவதில் கமலாவைவிட அவளுக்கு வேகம் அதிகம். அதனால் அவளுக்குத் தரப்படும் தண்டனையும் அதிகம்.

செந்திலுக்குத் தனது காதலை வெளிப்படுத்த ஒரு ஆப்பிளைக் கடித்துச் சுவைத்துவிட்டு, பைபிளில் வரும் ஏவாளைப்போல அதை அவனிடம் கொடுக்கிறாள். இதற்காக, அவள் ஓரிரு காட்சிக்குப் பிறகு ரத்தம் சிந்தும் அளவுக்கு மூக்கு குத்திக் கொள்ள வேண்டும். பிறகு அவள் வீட்டில் யாரும் இல்லாதபோது அவனை அங்கு அழைத்து அவனுக்கு வீணை கற்றுக் கொடுப்பதுபோல், அவனை நெருங்கி அணைக்கிறாள். இந்தச் செயல்களால், ஆண்மகனான செந்திலின் ஆளுமையைப் பின்தள்ளி, அவள் அவர்களுடைய காதல் உறவை முன் நகர்த்துகிறாள். அதனால், அவனுடைய ஆண்மையில் கீறல் விழ, கதையாடலில் அவள் தண்டிக்கப்பட்டு, தனது கணவனை இழந்து, விதவையாக மாறி, முற்றிலும் தனது பாலுணர்வு ஆளுமையை இழக்க, அவனுடைய ஆண்மை மேலோங்கி விடுகிறது. ஏற்கனவே, அவளுடைய அறிமுகக் காட்சிகளில் ஒன்றில், அவள் கல்லூரியில் தம்பூரா மீட்டிப் பாடிக் கொண்டிருப்பதைப் பார்க்கும் செந்தில், வெளியில் மற்றவர்கள் போடும் சத்தத்தைக் குறைக்க அந்த அறையில் இருக்கும் ஜன்னல்களை மூடிவிட்டு, விளக்குகளையும்,

மின்விசிறிகளையும் போடுவான். அப்பொழுது, வரும் காட்சி ஒன்றில் அவன் அவளைப் பார்க்கும்போது, பிரேமின் இடது பக்கம் அவள் இருக்க அவளுடைய வலது பக்கத்தில் மீராவின் சிலை இருக்கும். இதனால், அவனது கற்பிதத்தில் அவளுக்கு இறுதியாக என்ன இடம் தரப்படப் போகிறது என்பதை இந்தக் காட்சி முதலிலேயே கூறிவிடுகிறது.

அவள் இவனுடைய கற்பிதம்தான் என்பதும், அவளுடைய குணங்கள் தமிழ் சினிமாவின் மரபிற்கு ஏற்றது போல் திரிக்கப்படுகின்றன என்பதும், அவளுடைய சமூகச் சூழலைக் கதாநாயகனுக்குச் சாதகமாகத் திரைப்படம் விவரிப்பதில் உறுதியாகிறது. அவளுடைய தரவாட் மாளிகையைப் பார்க்கும்போது, அவள் தாய்வழிச் சமூகத்தை முதன்மைப்படுத்தும் நாயர் குலத்தில் பிறந்தவள். அந்தக் குலத்தில் விதவை என்ற நிலைக்கே இடம் கிடையாது. மிகவும் மோசமான சூழலில்கூட, அதாவது அந்தக் குலத்தைச் சார்ந்த ஆண்கள் அதிகமாகப் போரிலே இறந்த சூழலிலும், கயிறு (1978) என்ற தகழி சிவசங்கரனின் நாவலில் வருவதுபோல, நம்பூதிரி குலத்தில் பிறந்த ஆண்களை வீட்டிற்கு அழைத்து அவர்களுடன் நியோகம் செய்து, பிள்ளைகளைப் பெற்ற பிறகு, அவர்களுக்கு வெகுமதி அளித்து விடைபெறச் சொல்லுவதுதான் அந்தச் சமூகத்தின் வழக்கம். மேலும் இந்த முறையில் தந்தைக்கு எந்த முக்கியத்துவமும் கிடையாது. மாறாக தாய்மாமனுக்குத்தான் ஆண் பிள்ளைகளை வழிநடத்தும் அதிகாரம் தரப்படும். சொத்துகள் எப்பொழுதும் தாயிடமிருந்து மகளுக்குச் செல்லுமே தவிர, மகனுக்குச் செல்லாது. இதனால், தம்புராட்டிக்குத்தான் அதிகாரம் அதிகமே தவிர இந்தத் திரைப்படத்தில் வருவதுபோல தம்புரானுக்குக் கிடையாது.

அதாவது, ஆட்டோகிராஃப்பில் லத்திகாவின் தந்தைக்குத்தான் அதிகாரம் இருக்கிறது. அவளுடைய தாயையோ நாம் பார்ப்பதே கிடையாது. இதனால் சுயத்திற்கும் மற்றதிற்கும் இருக்கும் கற்பித ஒற்றுமைகளை வரையறுப்பதற்காக, நிஜமான அடிப்படைக் கலாச்சார வித்தியாசங்கள் வெளியேற்றப்படுகின்றன. மேலும், லத்திகாவின் தந்தையும், கணவனாக அவளுக்கு அமைபவனும், அவர்களுடைய அடியாட்களும் தமிழர்களைப் ‘பட்டி அல்லது நாய்’ என்று கூறி ஒதுக்கும் மலையாள வெறியர்களாக நிறுத்தப்படுகின்றனர். அதாவது, ‘மலையாளி ஒரு கொலையாளி’ என்று வர்ணித்து மலையாளிகளுக்கு எதிராகத் தமிழ்நாட்டில் அந்த மாதிரியான இனவெறிக் கூறுகள் செயல்படாததுபோல், திரைப்படம் செயல்படுகிறது. இந்த மாதிரியான இனவெறிகள்

ஒன்றோடு ஒன்று முட்டிக்கொள்ளும்போது, எதிர் இனத்தைச் சார்ந்த ஆண்களின் மீது வெறுப்பு எவ்வளவு கூடுகிறதோ அந்த அளவுக்கு அந்த இனத்தின் பெண்களின் மீது ஈர்ப்பு கூடுவது சகஜம். இதனால், அந்தப் பெண்கள் உட்பட அந்த எதிர்-இனத்தைச் சார்ந்தவர்கள் எல்லாம் சுய-இனத்தின் வேட்கைக்கு ஏற்றாற்போல் கற்பிதம் செய்யப்படுவார்கள். இறுதியில், லத்திகா, அவளுடைய தந்தை மற்றும் அவளுடைய கணவன் என்ற மூவரையுமே, தமிழன் செந்திலின் கற்பிதத்தை நிலைநிறுத்துவதற்காக, இந்தப் படத்தின் கதையாடல் காயடித்து விடுகிறது.

திவ்யாவைப் பொறுத்தவரை, செந்தில் தனது செயல்களை எங்கிருந்து மதிப்பீடு செய்ய விரும்புகிறானோ அந்த இடத்தில் கதையாடலினால் நிறுத்தப்பட்டவள். அவள் செந்திலின் சுயத்தை ஆட்கொள்ளும் தலைமை - நான் அல்லது சூப்பர்-ஈகோ, அவள் சுய ஆளுமையுடன் தன் காதலனை ஒதுக்கி, திருமணமற்ற வாழ்க்கையைத் தேர்ந்தெடுத்துக் கொள்கிறாள் என்று படம் சொல்கிறது. ஆனால், அதனுடைய நிஜக் காரணம், செந்திலின் எதிர்கால வேட்கையை வரையறுக்கும் தகுதி அவளுக்கு மட்டும்தான் இந்தப் படத்தில் இருப்பதால், அவள் பாலுணர்வு என்ற 'இழுக்குக்கு' அப்பாற்பட்ட 'தூய்மையான' ஒருத்தியாக இருக்க வேண்டும் என்ற நிபந்தனை ஆட்டோகிராஃபில் இயங்குகிறது. அதாவது, தேவதாஸில் வரும் சந்திரமுகிக்கு, நேர் எதிரான கதாபாத்திரம் அவளுடையது. சந்திரமுகி, எப்பொழுதும் கணக்குப் போட்டுக் காயை நகர்த்தும் முதலாளித்துவக் கலாச்சாரத்தை ஒதுக்கி, தேவதாஸின் பிரபுத்துவ தாராள மனத்தைத் தெய்வத்தின் இருப்பிடமாக எடுத்துக் கொள்கிறாள். இதற்கு மாறாக, முதலாளித்துவக் கலாச்சாரத்தின் ஒழுக்கப் பண்புகளை செந்திலுக்கு போதிப்பதுதான் திவ்யாவின் வேலை. இதனால், அவள் ஒரு தெய்வீக இடத்தில் நிறுத்தப்பட, செந்திலின் வேட்கை என்ன, அது எந்தப் பாதையில் செல்ல வேண்டும் என்பதை அவளுடைய கற்பித வடிவம் நிர்ணயிக்கிறது. சுயத்திற்கு உள்ளே / வெளியே என்ற பாகுபாட்டைத் தகர்த்து, செந்திலின் சுயத்தின் உட்புறத்தை வெளியிலிருந்து அவளுடைய செயல்கள் ஆட்கொள்கின்றன. படத்தில் வரும் இந்தச் செயல்பாடு, செந்திலின் சுயம் இவ்வாறு திவ்யாவின் கற்பித வடிவத்தால் இரண்டாகப் பிளக்கப்படுகிறது என்பதைக் குறித்து விடுகிறது. இருந்தாலும், இதற்கு முரணாக அவனை ஒரு முழு ஆளுமையுடன் இயங்கும் பிளவற்ற தன்னிலை படைத்தவனாகப் படம் வர்ணிக்க, அந்த நிலையிலிருந்துதான் அவன் தனது கதையை நமக்குச் சொல்கிறான்.

இருந்தாலும், அவனது சுயத்தின் உட்புறத்தை நிர்ணயிக்கக்கூடிய திவ்யாவை அவன் முதன்முதலில் உடம்பற்ற அசரீரிக் குரலாகத்தான் எதிர்கொள்கிறான் என்பது ஒரு எதேச்சையான நிகழ்வல்ல. அதேபோல் இறுதியில் அவள் பார்வை இழந்தவர்கள் பள்ளியில் சரண் புகுவதும் ஒரு எதேச்சையான நிகழ்வல்ல. அவள் குறிப்பிட்ட கட்டத்தில் அவனுடைய தந்தை சொல்லுக்கு பதிலியாகத் தோன்றி, அவனுடைய வேட்கையின் நுணுக்கங்களை வரையறுத்து, அதிலிருந்து அவன் வழுக்கும்போது அவனை அவள் சொல்லால் தண்டித்து, இன்றைய உலகமய முதலாளித்துவக் கலாச்சாரத்தில் பொருத்துவதுதான் அவளுடைய வேலை. செந்தில் எப்பொழுது அவனே ஒரு விளம்பரக் கம்பெனியைத் துவங்கி விட்டானோ, அவளது வேலை அத்துடன் முடிய அவள் முதலிலே ஒரு அசரீரிக் குரலாக ஒரு தெய்வீக இடத்தில் நிறுத்தப்பட்டதற்கு ஏற்ற மாதிரி, இறுதியில் தன் பாலுணர்வை முற்றிலும் துறந்து, பார்வையற்றவர்கள் பள்ளியில் ஒரு சந்நியாசி போலச் சரண் புகுகிறாள். ஆகையால், திவ்யாவையும், அவள் எப்படி இருப்பாளோ அப்படி வெளிப்படுத்தாமல் ஒரு கற்பித வடிவமாகத்தான் திரைப்படம் அவளுடைய பாத்திரத்தை வரையறுக்கிறது. பொதுவாக, இந்தப் படத்தில் வரும் மூன்று கதாநாயகிகளுக்கும் அவர்களுக்கு என்று ஒரு தனியான தேடல் கிடையாது. லத்திகாவுக்கு இசையில் திறமை இருந்தாலும், இறுதியில் வெறிச்சோடிக் கிடக்கும் தனது தரவாட் மாளிகையில் மீராவைப்போல் தனது தம்புராவை மீட்டிக் கிருஷ்ணனுக்காக ஏங்க முடியுமே தவிர, வேறொன்றும் செய்ய முடியாது. கமலாவோ, கிராமத்தின் சுவர்களுக்குள்ளே அடைபடுகிறாள். செந்திலுக்கு வேலை வாங்கித் தரும் அளவுக்குத் தகுதி இருந்தாலும், திவ்யா அந்தப் பார்வையற்றவர்கள் பள்ளியின் சுவர்களுக்குள்ளே அடைபடுகிறாள். செந்தில் மட்டும் உலகமய முதலாளித்துவக் கலாச்சாரத்தை வேகத்துடன் உள்வாங்கிக் கொண்டிருக்கும் இன்றைய நகரத்தின் நாயகனாக வலம் வருகிறான்.

இப்படி இன்றைய பின்நவீன நகரத்தின் நாயகனாக உருவெடுக்கும் செந்திலின் சுய அடையாளத்தின் கலாச்சாரக் கூறுகள் அவனை எவ்வாறு மற்றவர்களிடமிருந்து வித்தியாசப்படுத்துகிறது என்று மற்றொரு கேள்வியிருக்கிறது. நெய்க்காரன்பட்டியில் ஒரு போஸ்ட்மாஸ்டரின் புதல்வனாக அவன் அறிமுகமாவதால், இன்றைய கிராமங்களில் அல்லது சிறிய டவுன்களில் வளர்ந்து வரும் நடுத்தர வர்க்கத்தில் ஒருவனாக அவன் இருக்கிறான். சாதிய அடையாளத்தைப்

பொறுத்தவரை அந்தக் கிராமத்திலே அவனுக்கோ அல்லது கமலாவுக்கோ ஒரு பொதுவான பார்ப்பனரல்லாத சமூகத்தைச் சேர்ந்தவர்கள் என்ற அடையாளம் இருக்கிறதே தவிர, எந்தக் குறிப்பிட்ட சாதியைச் சார்ந்தவர்கள் என்ற அடையாளம் கிடையாது. மேலும், செந்தில் ஒரு தமிழன்தான் என்பதைப் பல இடங்களில் திரைப்படம் வலியுறுத்துகிறது. தனது நண்பனுக்கு ஏற்படும் பசியால் செந்திலுக்குக் கோபம் வரும் தருணத்தைத் தவிர, வர்க்க முரண்களுக்குப் படத்தில் எந்த வேலையும் கிடையாது. இந்தக் கூறுகளை இவ்வாறு ஆய்வு செய்யும்போது, இந்தப் படத்தில் உலகம் என்பது இவ்வாறு பிரதிபலிக்கப்படுகிறது என்ற தளத்திற்கு வாதங்கள் நகர்ந்து விடுகின்றன.

திரைப்பட வெளி என்பது கதையோட்டத்தில் இடமாக மருவுவது மரபு. இப்படிப் பல வெளிகள் பல இடங்களாக இந்தப் படத்தில் உருவெடுக்கின்றன. குறிப்பாக திண்டுக்கல்லில் இருக்கும் நெய்க்காரன்பட்டி, தேவநகரில் இருக்கும் பள்ளிக்கூடம், கேரளாவில் இருக்கும் ஆலப்புழா, கோயம்புத்தூர் மற்றும் சென்னை இந்தக் கதையில் உருவாகும் முக்கியமான இடங்கள். நெய்க்காரன்பட்டி என்பது நவீனம் தொடாத ஊரல்ல. ஏனென்றால், கமலாவும் செந்திலும் அடிக்கடி ஒரு பாலத்தின் அருகேதான் சந்திக்கிறார்கள். அவர்கள் செல்லும் தேவநகர் பள்ளியே ஒரு நவீனச் சமூக நிறுவனம் என்றால், அவர்களுடைய பள்ளிக்கூட வாழ்க்கையின் முடிவைப் பிரதிபலிக்கும் ஆட்டோகிராஃப் புத்தகங்களும் நவீனத்தின் வெளிப்பாடுதான். இருந்தாலும், இந்தச் சூழல்களைத் திரைப்படம் இவற்றுக்கு முரணாக ஒரு முன் நவீன இடங்களாகக் கற்பிதம் செய்கிறது. ஏனென்றால் அப்பொழுதுதான் அந்த இடங்களுக்கு செந்தில் தன் திருமண அழைப்பிதழ்களுடன் வந்து, குதிரை வண்டியில் கமலாவின் வீட்டிற்குச் செல்லும்போது, அவை எல்லாம் மறைந்துவிடப் போகின்றன என்ற இறந்தகால ஏக்கத்தில் மூழ்கி வருந்த முடியும். இதேபோல் பல நவீனக்கூறுகள், அதாவது செந்தில் செல்லும் கல்லூரி உள்பட, ஆலப்புழாவில் இருந்தாலும் அதை முதலில் ஒரு முன்நவீன சொர்க்கமாகத்தான் படம் கற்பிதம் செய்கிறது. ஏனென்றால் செந்தில் அந்த ஊருக்குத் திரும்பி வரும்போது, உயர்ந்த கட்டடங்களைப் பார்த்தும், விசைப்படகில் பயணித்தபடியும் இறந்த காலத்தை நினைத்து ஏங்கத் தோதாக அது அமைய வேண்டும் என்பதற்காக, குறிப்பாக அவனும், லத்திகாவும் அடிக்கடி சந்தித்த படகுத்துறை பாழடைந்து சிதைந்து போயிருப்பதைப் பார்த்து அவன் வருந்த, நவீனத்தின் அழிப்பு சக்தியை அவன் வரவேற்கவில்லை என்று

நமக்குத் தோன்றுகிறது. இருந்தாலும், இந்தக் கற்பிதத்தால் கமலா நவீனமற்ற கிராமத்தில் சிறைப்பட்டாள் என்றால், லத்திகா நவீனமற்ற தனது தரவாட் மாளிகையில் சிறைப்படுகிறாள். ஆனால் இந்த வெளிப்பாட்டு முரண்களைவிட, செந்திலின் இறந்தகால ஏக்கத்தில் இருக்கும் முக்கியமான ஒரு முரணை நாம் கவனிப்பது மிகவும் அவசியம். அதாவது நவீனத்தின் அழிப்புச் செயல்களைப் பார்த்து இறந்தகால நிலைக்காக ஏற்கும் செந்தில், அதே சமயத்தில் அந்த அழிவைச் சாத்தியமாக்கும் நுகர்-பொருள் கலாச்சாரத்தின் வேகத்தைக் கூட்டும் ஒரு விளம்பரக் கம்பெனியின் முதலாளியாக இருக்கிறான் என்பதைத் திரைப்படம் கண்டு கொள்வதில்லை. நகரத்தில் அடைந்த வெற்றியால், இந்த அழிவை நியாயப்படுத்தி, இவனே அதை வழிநடத்துபவர்களில் ஒருவனாக இருக்கிறான் என்பதை அமைப்புரீதியான குருட்டுத்தனத்தால், செந்திலின் கண்களுக்கோ அல்லது அவனது செயல்களையும் கற்பிதங்களையும், ஆமோதித்து ஆதரிக்கும் திரைப்படத்தின் கண்களுக்கோ தெரிவதில்லை.

இதற்கு எதிராக, நிஜ உலகில் நவீனத்தின் தாக்கத்தைப் பார்க்கும்போது அதுவும், ஒரு முரணான இயக்கத்துடன்தான் அது தன் செயல்பாடுகளை முன்நகர்த்துகிறது. ஒரு பக்கம் நவீனமாக்கத்தால் முன்நவீனச் சமூகங்கள் தகர்க்கப்பட, நவீன நகரங்களில் கூட்டமாகத் திரியும் உதிரி பிரஜைகளில், தனிமையில் ஒரு அந்நியமாக்கப்பட்ட வேரற்ற ஜீவனாக இன்றைய மனிதன் அலைகின்றான் என்றால், மறுபக்கம் இப்படி வேரற்ற பிரதிகளாகத் திரியும் கூட்டத்தை ஒரு கற்பிதச் சமூகமாக அல்லது ஒரு தேசமாக நவீன அரசியல் தனது பொருளாதார இலக்குகளுக்காக ஒன்று கூடுகிறது. இந்த முரணின் வெளிப்பாடும், அடையாளம் காணப்படாமலேயே படத்தில் இயங்குகிறது. அதாவது ஆட்டோகிராஃப் என்ற சாதனம், முதலில் தேவநகர் பள்ளியில் உருவான சமூகத்தின், வலி தரும் தகர்ப்பை, பதிவு செய்யும் கருவியாக இருக்கிறது என்றால், செந்திலின் திருமண அழைப்பிதழ் ஒரு புதிய கற்பிதச் சமூகத்தை அல்லது தேசத்தை மகிழ்ச்சியுடன் கூட்டும் செயலில் ஈடுபடுகிறது. இதனால், ப்ரெட்ரிக் ஜேமிஸன் குறிப்பிடுவதுபோல், இந்தப் படத்தை ஒரு தேசத்தை அழித்து மற்றொரு தேசத்தை முன்வைக்கும் குறியீடாக வாசிக்க முடியும். 1992-ல் வந்த ரோஜாவில் சமூக வளர்ச்சியையும், நலன்களையும் வைத்து இயங்கிய நேருவிய தேசம் பின்தள்ளப்பட்டு தாராளமயத்தின் அதிவேக இயக்கத்தை ஆமோதிக்கும் தேசம் முதன்மைப்படுத்தப்பட்டது. ஆட்டோகிராஃபிலும், நேருவிய தேசம் அழிக்கப்பட்டு,

நுகர்பொருள் கலாச்சாரத்தின் வேகத்தைக் கூட்டும் தாராளமய, உலகமய தேசம் முதன்மைப்படுத்தப்படுகிறது. அதாவது, முதலில் அந்தப் படத்தில் நேருவிய சமூக வளர்ச்சித் திட்டத்தின் பிரதிபிம்பமாகத் தோன்றும் கமலாவும், செந்திலும் அடிக்கடி சந்திக்கும் அந்தப் பாலத்திற்குப் பிறகு எந்த வேலையுமில்லை. இறுதியில், இதற்கு மாறாகப் புதிதாகக் கட்டப்பட்ட அல்லது கூட்டப்பட்ட கற்பிதத் தேசத்திற்கு உள்ளேதான்; பாலியல் கற்பிதத் தளத்திலே வெளியேற்றப்பட்ட கமலா, லத்திகா மற்றும் திவ்யா நுழைய அனுமதிக்கப்பட்டு, ஒரு கிராமப்புற நடுத்தர வர்க்கத்தில் தோன்றி நகர வாழ்க்கையின் நுகர்பொருள் முதலாளித்துவக் கலாச்சாரத்தின் உச்சகட்டத்தைத் தொட்ட செந்திலின் வெற்றியைக் கொண்டாட, அந்தத் திருமண மண்டபத்திற்கு வருகிறார்கள். இந்தச் சுயமாற்றத்தை அல்லது புதிய சமூக அமைப்பின் வெற்றியை வெளிப்படுத்த, கதாநாயகன் தன் தாடியைச் சிரைப்பது மூலம், தனக்கு ஒரு நவீன கார்ப்பரேட் எக்ஸிக்கியூட்டிவ் தோற்றத்தையும் தேர்ந்தெடுத்துக் கொள்கிறான்.

இதனால் சமூகத்தின் இருக்கும் பொருளாதார ஏற்றத் தாழ்வு என்ற பிரச்சினைக்கு இரண்டு பதில்களைத்தான் நாம் இந்தப் படத்தில் காண முடிகிறது. அதாவது, கீழிருந்து அயராத சுய முயற்சி, மேலிருந்து திவ்யா ஈடுபடுவதுபோல, காருண்யமான செயல்கள் அல்லது நன்கொடை வழங்கும் ஏற்பாடு. ஆகையால், கதாநாயகன் தனது பிரச்சினைக்கு இறுதியாகக் காணும் தீர்வு, அதாவது, உணர்ச்சி மிகுந்த பிடிப்புகளை அல்லது காதல் பிணைப்புகளை இழந்த பிறகு, அவற்றைச் சார்ந்த எண்ணங்களையும் உணர்ச்சிகளையும் முற்றிலும் துறக்கப் பழகினால்தான் ஒரு பொறுப்புள்ள வாழ்க்கையை வாழ முடியும் என்ற கருத்து, தனிமனித முன்னேற்றத்தைத்தான் முன்வைக்கிறது. ஏனென்றால் இறுதியில் யாருக்காக அல்லது எதற்காக இந்தப் பொறுப்புள்ள வாழ்க்கை என்ற கேள்வி தொக்கி நிற்கிறது. இதனால், இந்தத் தீர்வின் தார்மீக அடிப்படைப் பிரச்சினைப்படுத்த வேண்டிய ஒன்றாக இருக்கிறதே தவிர, அதற்கு நமது ஆமோதிப்பைத் தந்து ஆதரிக்கும் ஒன்றாக இல்லை.

இப்படி இறுதியில் உருவாகும் செந்திலின் பிளவற்ற சுயத்தின் முழுமையானது அதில் தோன்றும் முரண்களையும் அவன் வாழ்க்கையில் எதிர்கொண்ட மாற்றுச் சுயங்களையும் வெளியேற்றித்தான், தன்னுடைய பிசகற்ற இருப்பியல் முழுமையை அல்லது ஒரு மிதத்தைக் கற்றுக் கொள்கிறது. இந்தக்

கற்பிதப் பிளவற்ற தன்னிலை என்பது, எல்லாச் சுயங்களைப்போல் மொழியினாலும், கலாச்சார அமைப்பினாலும் ஊடுருவப்பட்ட ஒன்று என்பதால் அது ஒரு குறியீட்டுக் கற்பிதமே தவிர, நிஜமான பிளவடைந்த சுயத்தின் வெளிப்பாடு அல்ல. தேகார்த்தின 'நான் சிந்திக்கிறேன், அதனால் இருக்கிறேன்' என்ற வாக்கியத்தில் தோன்றும் சுயத்தை ஒரு முழுமையான புறப்பொருளாக அல்லது சடப்பொருளாகப் புலன்களுக்கு முன்னே நிறுத்த முடியாது என்று சுட்டிக்காட்டி இமானுவேல் காண்ட் அந்த வாக்கியத்தில் இருக்கும் உறுதியைத் தகர்த்துவிட்டார் என்றால்; நீயட்ஷே நான் சிந்திக்கவில்லை; அது சிந்திக்கிறது என்று கலாச்சாரத்திற்கு நமது தன்னிலையின் மீதிருக்கும் ஆளுமையைச் சுட்டிக்காட்டினார். அதேசமயத்தில் முதலில் ஃபிராயிடும், பிறகு லக்கானும், பொது அறிவுக்கு முரணாக, மானுட வேட்கை என்பது பிறரின் வேட்கைதான் (அல்லது கலாச்சாரத்தின் வேட்கை) என்று சுட்டிக்காட்டி, எவ்வாறு மானிடத் தன்னிலை அல்லது சுயம் பிளவடைந்த நிலையில் இயங்கும் ஒன்று என்பதை உளவியல் கோட்பாட்டு ரீதியாகக் கருத்தாக்கம் செய்துள்ளனர். இதனால் இருப்பியல் அடிப்படையில், படத்தில் முழுமையடைந்த சுயமாகத் தன் கதையைச் சொல்லும் செந்திலின் சுயம் ஒரு குறியீட்டுக் கற்பிதம் என்றால், அவனுக்கு எதிராக நிறுத்தப்படுபவர்களும் குறியீட்டுக் கற்பிதங்கள்தான்.

மேலும், சுயத்தைப் பற்றிய அறிவைப் பொறுத்தவரை, அது முழுமையாக சாத்தியம் என்ற தத்துவ முன் - அனுமானத்துடன் திரைப்படம் இயங்குகிறது. சுயத்தைப் புலன்களின் முன்னர் ஒரு புறப்பொருள் போல நிறுத்த முடியும் என்பதை ஒரு மெய்ப்பொருள் மாயையாகச் சுட்டிக்காட்டிய இமானுவேல் காண்ட், நம் கண்களுக்கு வெளிப்படும் ஒரு புறப் பொருளையே நாம் காணும் அதனுடைய தோற்றத்திற்கும், நமக்கு அறிந்த விஞ்ஞான விதிகளுக்கும் அப்பால் எப்படி இருக்கிறது என்றால் அதை அறிவது சாத்தியமற்றது என்பதால், அதையோ அல்லது உலகத்தையோ முழுமையான புறப்பொருளாகக் கண்களுக்கு முன்னே நிறுத்த முடியாது என்று வலியுறுத்துகிறார். அதேபோல் சுயநிர்ணயம் அல்லது சுய ஆளுமை என்பதை ஒரு முழுமை பெற்ற புறப்பொருளாகப் பாவித்துப் பேசும்போது எந்த விதமான முரண்கள் தோன்றுகின்றன என்பதையும் சுட்டிக்காட்டியுள்ளார். இவற்றைத் தவிர, இந்தத் திரைப்படத்தில் முழு நினைவாற்றல் சாத்தியம் என்ற முன்-அனுமானமும் இயங்குகிறது. இதுவும் ஒரு மெய்ப்பொருளியல் மாயை தான். ஏனென்றால், நினைவு என்பது மானிடத் தன்னிலைக்கு எவ்வளவு முக்கியமோ, மறப்பது என்பதும் அதற்கு அவ்வளவு

முக்கியமானது. இதுதான் ஒரு கணினிக்கும் மானிடப் பிரக்ஞைக்கும் உள்ள அடிப்படை வித்தியாசம். ஒரு பட்டனைத் தட்டி, கணினியில் பதிவான எல்லா விஷயங்களையும் வெளியே கொண்டு வர முடியும். அழிக்கப்பட்ட தகவல்களையும் ஒரு மென்பொருள் வழியாக மீட்டெடுக்க முடியும். இதற்கு மாறாக, மானிடனான செந்தில் எதையுமே மறந்துவிடுவதில்லை என்பது வியப்பாக இருக்கிறது.

சில சமயம் நாம் எதை ஒன்றைப் பற்றி அசைக்க முடியாத நினைவு நமக்கு இருக்கிறது என்று நினைக்கிறோமோ அதுவே தவறாக இருக்கிறது. ஏனென்றால், அந்த ஒன்றை நினைவுகூரும்போது நம்முடன் அந்த அனுபவத்தைப் பகிர்ந்து கொண்டவர்கள், நமது பிழையைத் திருத்தி நாம் நினைத்தது தவறு என்று சுட்டிக்காட்டுவது வழக்கம். மேலும ஃபிராயிட் சுட்டிக்காட்டுவதுபோல திரை நினைவுகள் இருக்கின்றன. இந்த நினைவுகள், அவற்றுக்குப் பின்னே இருக்கும் பீதியைக் கிளப்பும் நினைவுகளை மறைத்து விடுகின்றன. ஆட்டோ கிராஃபிற்கு மாறாக, இப்படித் தனது பீதியைக் கிளப்பும் நினைவுகளைத்தான், இங்மர் பெர்க்மனின் வொய்ல்ட் ஸ்டிராபெரிஸ் (*wild straberries*) என்ற படத்தில் வரும் வயது முதிர்ந்த கதாநாயகன் தனது பயணத்தின்போது எதிர்கொள்கிறான். இதனால், அந்தப் பயணத்திற்குப் பிறகு அவன் வேறு ஒரு மனிதனாக மாறி விடுகிறான். ஆனால் ஆட்டோகிராஃபில், விடலைப் பருவ செந்தில் பெண் உடையை அணிந்து மேடையில் ஏற விரும்புவதை ஒரு ரம்மியமான நினைவாக மூத்த செந்தில் முன் வைக்கிறான். அதற்குப் பின்னே, பெண்ணின் பாலியல் வித்தியாசம் ஆணுக்கு ஏற்படுத்தும், காயடிப்புப் பீதியுடன் இணைந்த நினைவுகள் இயங்குவதால்தான். அவற்றை எதிர்கொண்டு மேலும் கேள்விகள் எழுப்பாமல் ஒரு விளையாட்டுத்தனமான ‘பப்பி லவ்’ செய்கையாக, அதற்கு ஒரு மாற்று விளக்கத்தை அல்லது நினைவை அவன் தந்து விடுகிறான்.

இவற்றைத் தவிர, சுயசரிதை வடிவம் அல்லது தன் கதையைத் தானே ஒருவர் சொல்வதிலும் பிரச்சினைகள் இருக்கின்றன. அது ஒரு பாவ சங்கீர்த்தன அல்லது வாக்குமூல வடிவத்தில் இருப்பதால் ஃபிராயிட் அந்த வடிவத்தைக் கடுமையாக விமர்சிக்கிறார். ஒரு புறம் ‘நான் சொல்வதெல்லாம் உண்மை, உண்மையைத் தவிர வேறொன்றுமில்லை’ என்ற தொனியில் கதையை நகர்த்தும் சுயமானது அதே சமயத்தில், தனது சுய காதலில் தோன்றும் வன்மத்தைப் பிரயோகித்து தனது கதையாடலின் வழியே, மற்றவர்களைத் தன் வேட்கைக்கு

ஏற்றவாறு புனைவு செய்து, சுயத்தில் இருக்கும் முரண்களையும் பூசி மெழுகி விடுகிறது. பௌத்தத்திலும் நம்மைப் பற்றி நாமே பேசுவது கண்டனம் செய்யப்படுகிறது. ஏனென்றால் நாம் அவ்வாறு பேசும்போது நம்மைப் பற்றிய அலங்கரிப்புகளில் நாம் அறியாமலே ஈடுபட்டு தார்மீகப் பொறுப்பிழந்து சுய - ஏமாற்றத்திலும், துக்கத்திலும் மூழ்கி விடுவோம் என்பதற்காக அதைக் கண்டனம் செய்கிறது. ராஷோமான் (1951) என்ற திரைப்படத்தின் மையக்கருத்தே இதுதான். அதனால்தான் அகிரா குரோசாவா தனது புத்தகத்திற்கு 'சுயசரிதை போன்ற ஒன்று' (Something Like An Autobiography, 1982) என்னும் தலைப்பைக் கொடுத்து அதில் திரை உலகில் அவர் கற்றுக்கொண்ட விஷயங்களைப் பற்றி மட்டுமே பேசுகிறாரே தவிர தன்னைப் பற்றியோ அல்லது மற்றவர்களைப் பற்றியோ கனமான மதிப்பீடுகளை முன்வைப்பதில்லை.

இந்தப் படத்தின் ஐந்தாவது படிமத்தைப் பார்க்கும்போது, அதனுடைய வெளிப்பாட்டு முறை அல்லது பிரதிநிதித்துவ முறை (Cinematic mode of Representation) என்ன என்பதும், இந்த முறையின் தத்துவ முன்அனுமானங்கள் என்ன என்ற கேள்விகளும் எழுகின்றன. ஆட்டோகிராஃப் ஒரு பாஸ்ட்-பர்ஸன் கதையாடல் போல நமக்குத் தெரிகிறது. ஆனால், சில திரைப்பட ஆய்வாளர்கள் கூறுவதுபோல், சினிமாவில் இதுவரை ஒரு தூய்மையான பர்ஸ்ட் - பர்ஸன் கதையாடல் அல்லது திரைக்கதையில் தோன்றும் கதாபாத்திரத்தின் பாய்ன்ட் - ஆஃப் வியூவை முழுக்க முழுக்கப் பயன்படுத்தும் படம் ஒன்று இருக்கிறது என்றால், அது ஹாலிவுட்டில் 1947-ல் வந்த லேடி இன் தி லேக் (Lady in the Lake) என்ற திரைப்படத்தில்தான் இருக்கிறது. படம் முழுவதும் காமிரா அந்தக் கதையின் பிரதான பாத்திரமாக வரும் துப்பறியும் நிபுணன் பிலிப் மார்லோவின் பாய்ன்ட் ஆஃப் வியூவில் இயங்க நாம் அவனை ஒருமுறைதான் பார்க்க முடிகிறது. அந்தத் தருணத்திலும் அவனது பாய்ன்ட் ஆஃப் வியூவில் தோன்றும் ஒரு பிம்பமாகத்தான் அவனைப் பார்க்க முடிகிறது. அதாவது அவன் அந்தக் காட்சியில் ஹாட்ரி டாட்டர் ஏற்று நடிக்கும் கதாபாத்திரத்தை விசாரணை செய்கிறான். அவள் அவளுடைய வீட்டில் இருக்கும் கண்ணாடியின் முன் நின்று, தன்னுடைய அலங்கரிப்பில் ஈடுபட்டுக்கொண்டு அவனுக்கு பதில் அளிக்கும்போது, அந்தக் கண்ணாடியில் மார்லோவின் பிம்பம், அவளுடைய பிம்பத்துடன் சேர்ந்து தெரிகிறது. மற்ற எல்லாக் காட்சிகளிலும், எல்லாக் கதாபாத்திரங்களும் மார்லோவைப் பார்த்துப் பேசுவதால், காமிராவைப் பார்த்துப் பேசுகிறார்கள். இந்தப் படம் தோல்வியைத் தழுவ, இந்த வெளிப்பாட்டு முறை கை விடப்பட்டது.

இந்தப் படத்திற்கு மாறாக, ஆட்டோ கிராஃபில் மற்ற கதாபாத்திரங்களைவிட, செந்திலை அதிகமாக அதன் காட்சிகளில் நாம் பார்ப்பதால், யாருடைய பாய்ன்ட் ஆஃப் - வியூவில் இந்தக் கதை சொல்லப்படுகிறது அல்லது இந்தப் படத்தின் கதைசொல்லி யார் என்ற கேள்வி எழுகிறது. திரைப்படத்தின் துவக்கக் காட்சியிலும், இறுதிக் காட்சியிலும் காமிராவைப் பார்த்து செந்தில் பேசுவதால், நம்மிடம் அவர் கதையை அவர்தான் கூறுகிறார் என்பதுபோல் தோன்றுகிறது. ஆனால் நாம் செந்திலை அடிக்கடி பார்ப்பதால் லேடி இன் தி லேக் போல பர்ஸ்ட் பர்ஸன் பாய்ன்ட் ஆஃப் வியூவில் தான் கதை சொல்லப்படுகிறது. அப்படி என்றால் அந்த பாய்ண்ட் ஆஃப் வியூ செந்திலுடையது அல்ல என்றபோது, அது யாருடையது என்ற கேள்வி எழுகிறது.

எந்த ஒரு திரைப்படத்தை நாம் பார்க்கும்போதும் அதில் மூன்று பார்வைகள் இயங்கும். முதலில் காமிராவின் பார்வை, இரண்டாவதாகப் பார்வையாளரின் பார்வை மற்றும் மூன்றாவதாகக் கதாபாத்திரங்கள் ஒருவரை ஒருவரையோ அல்லது மற்றது ஒன்றையோ பார்த்துக் கொள்ளும் பார்வை. சினிமா மரபு என்பது இந்த பாய்ண்ட் ஆஃப் வியூக்களைக் கோக்கும்போது காமிராவின் பார்வைகளையும், பார்வையாளர்களின் பார்வையையும், மூன்றாவது பார்வையான கதாபாத்திரத்தின் பார்வையுடன் கோத்து, அதற்கு அடிமைப்படுத்தி விடும். ஆகையால், கதாபாத்திரங்கள் பார்க்கும் உலகம்தான் நம் கண் முன்னே விரிகிறது என்பதுபோல் நாம் அந்தப் படத்தைப் பார்ப்போம். ஆனால் எல்லாப் பார்வைகளையும் ஒன்றோடு ஒன்று கோப்பது யார்? கதை என்ன நமக்குத் தெரிவதுபோல் தன்னையே சொல்லிக் கொள்கிறதா? அல்லது அதற்குப் பின்னே ஒரு முறை முகமற்றது (Absent Other) இயங்கி எல்லாப் பார்வைகளையும் ஒன்றாகக் கோப்பதின் வழியாகக் கதை நம் கண் முன்னே விரிகிறதா? அப்படி என்றால், இந்தக் கதை சொல்லும் மரபை எவ்வாறு விவரிப்பது.

1895 இல் திரைப்படம் தோன்றினாலும் 1905 வரை பரவலாக அதில் ஒரு கதை சொல்லும் மறைமுக மையம் கிடையாது. பல நிகழ்வுகளை லாங் ஷாட்டில் பதிவுசெய்து ஒன்றன்பின் ஒன்றாக ஓட்டுவதுதான் அப்பொழுது வழக்கத்தில் இருந்தது. பிறகுதான் பல கோணங்களில் ஒன்றைப் பதிவு செய்து, இந்த மூன்று பார்வைகளை இடைவெளியில்லாமல் கோக்கப் பல யுக்திகள், கதை சொல்லும் சினிமாவுடன் துவங்கி, ஆவண சினிமாவிலும் செயல்பட்டு, 1917 -லிருந்து

ஒரு செழுமைப்படுத்தப்பட்ட மரபாக உலகெங்கும் இயங்கி வருகிறது. அதனால், திரையியலில், மையமற்ற ஆரம்பகால சினிமாவை, சினிமா ஆஃப் அட்ராக்ஷன்ஸ் (Cinema of Attractions) அல்லது விதவிதமான கேளிக்கை நிகழ்வுகள் நிறைந்த சினிமா என்றும், கதை சொல்லும் மறைமுக மையத்தைக்கொண்டும் இயங்கும் சினிமாவை, சினிமா ஆஃப் எனன்ஷியேஷன் (Cinema of Enunciation) அல்லது உச்சரிக்கும் மையம் உள்ள சினிமா என்றும் குறிப்பிடுவது வழக்கம். அதாவது, இப்படிக் கதை சொல்லும் சினிமா ஒரு சொல்லாடல் என்றாலும், அது ஒரு சொல்லாடல் மாதிரி இயங்காமல் கதை தன்னையே சொல்லிக் கொள்வதுபோல் இயங்குவதால், உச்சரிப்பு சினிமா என்ற பெயர் இந்த ஆதிக்க மரபுக்குச் சூட்டப்பட்டது.

இந்த சினிமா ஆஃப் எனன்ஷியேஷன் என்ற வடிவம் உச்சரிப்பு மையம் கொண்டதால், அதில் பேசும் நான் எது, பேசப்படும் நான் எது என்ற கேள்வி இருக்கிறது. உதாரணத்திற்கு 'நான் நேற்று அவனிடம் சொன்னது பொய்' என்ற வாக்கியத்தை எடுத்துக்கொண்டால் அதில் பேசும் நான் இன்றைய நான், பேசப்படும் நான் நேற்றைய நான். அதே சமயத்தில் 'நான் ஒரு ஆண்' என்ற வாக்கியத்தில் பேசும் நானுக்கும், பேசப்படும் நானிற்கும் உள்ள இடைவெளி வார்த்தைகளின் கோவையில் மறைந்து விடுவதால், அதில் ஒரே ஒரு நாள் மட்டும்தான் இருப்பதுபோல் தோன்றுகிறது. வழக்கமான சொல்லாடல்களுக்கு மாறாக, உச்சரிப்பு சினிமாவில், ஒரு மறைமுக பேசும் நான் (அர்த்தத்தை உற்பத்தி செய்யும் நான்) இருக்க; இரண்டு பேசப்படும் நான்கள் அதில் இருக்கின்றன. இந்தப் பேசப்படும் நான்கள், கதாபாத்திர நான் மற்றும் பார்வையாளர் நான், சினிமாவின் பிம்பக்கோவை மரபுகளால், அதில் இயங்கும் மூன்று நான்களுக்கும் இருக்கும் இடைவெளி மறைந்து விடுகிறது. உதாரணத்திற்கு முதல் காட்சி ஒரு கடலைக் காண்பிக்க, அடுத்த காட்சி கதாநாயகன் அந்தக் கடல் இருக்கும் திசையைப் பார்த்தபடி நின்றிருப்பதைக் காட்டும். பிறகு அவன் பின்னால் ஒரு சிறு ஒலி எழ, அவன் திரும்புவான். அப்பொழுது அவனுடைய பார்வை பார்க்கும் திசையிலிருந்து கதாநாயகி வருவதை காமிரா காண்பிக்கும். அந்தக் காட்சியில் அவன் இருக்கும் திசையைப் பார்த்து அவள் புன்முறுவல் செய்ய, அடுத்த காட்சியில் அவள் பாய்ன்ட் ஆஃப் வியூவில், கதாநாயகன் புன்முறுவல் செய்வான். இந்தச் செயல்பாட்டால், காமிராவின் பார்வையும், பார்வையாளர் பார்வையும் கதாபாத்திரங்களுடன் ஒன்றிவிடுகின்றன.

இருந்தாலும், இவ்வாறு கட்டமைக்கப்பட்ட பார்வையாளர் - நானை, நிஜப் பார்வையாளருடன் குழப்பக்கூடாது. ஏனென்றால்,

அவ்வாறு கட்டமைக்கப்பட்ட பார்வையாளர் இடம், சினிமா என்ற நிறுவனம் உற்பத்தி செய்யும் பார்வையாளர் இடம். இதை ஒரு நிஜப் பார்வையாளரால் மறுக்க முடியும். இருந்தாலும், வழக்கமாக நாம் சினிமா பார்க்கும்போது, அந்த இடத்துடன் ஒன்றிவிடுவது சகஜம். இதேபோல், காமிராவையும், எடிட்டிங் யுக்திகளையும் இயக்கும் மறைமுகப் பேசும் நானை அந்தத் திரைப்படத்தின் நிஜமான படைப்பாளியுடன் குழப்பக்கூடாது. உதாரணத்திற்கு ஆட்டோ கிராஃபில் இயங்கும் இந்த மறைமுகப் பேசும் நான், சினிமா என்ற சமூக நிறுவனத்தால் உருவாக்கப்பட்ட பிம்ப உற்பத்திமுறை. சேரன் போன்ற ஒரு நிஜ இயக்குநர் அதற்குக் கீழ்ப்படிந்து தனது படைப்பை உருவாக்கலாம் அல்லது அதற்கு எதிராகவும் தனது படைப்புகளை உருவாக்க முடியும். ஆனால், இந்த இரண்டாவது செயலுக்கு எதிராக, திரைப்பட வியாபாரச் சூழல் எப்பொழுதும் செயல்படும்.

பொதுவாக, ஒரு கதாபாத்திரம் காமிராவைப் பார்த்துப் பேசும்போது, இந்த மூன்று நான்களுக்கும் அல்லது மூன்று பார்வைகளுக்கும் இருக்கும் இடைவெளி தெரியும். இதைத் தவிர, ஜம்ப் கட் மற்றும் 180 டிகிரி கோட்டை மதிக்காமல் அமைக்கப்படும் காட்சிகளுக்கும், இந்த இடைவெளியைச் சுட்டிக்காட்டி, மறைமுக - மற்றதின் அல்லது பேசும் நானின் செயல்பாட்டை வெளிச்சம் போட்டுக்காட்டி, பார்வையாளரை, சொல்லப்படும் கதையுடன் ஒன்றுவதிலிருந்து தள்ளி நிறுத்தும். ஆட்டோகிராஃபில், ஜம்ப் கட் மற்றும் 180 டிகிரி மரபை எதிர்க்கும் யுக்திகள் கிடையாது. ஆனால், படத்தின் துவக்கத்திலும், இறுதியிலும் கதாநாயகன் காமிராவைப் பார்த்துப் பேசுகிறான். இதை நாம் உடனே, ழான் லுக் கோடார் டின் படங்களில் வருவதைப்போல் கதை சொல்லிக்கும் பார்வையாளருக்கும் கதாபாத்திரத்திற்கும் இருக்கும் இடைவெளியைக் குறிக்கும் ப்ரெக்டியன் டிவைஸாக எடுத்துக்கொள்ள முடியாது. ஏனென்றால், இந்திய சினிமா மரபிலே காமிராவைப் பார்த்துப் பேசக்கூடிய வாய்ப்பு, அதிகார பீடத்தில் இருக்கும் கதாபாத்திரங்களுக்குத்தான் அளிக்கப்படும். சில சமயம் நகைச்சுவை நடிகர்களுக்கு ஒரு குறிப்பிட்ட காட்சியின் நகைச்சுவைத்தன்மையை அதிகரிக்க இந்த வாய்ப்பு அளிக்கப்படும். மாறாக ழான் லுக் கோடார்டின் படங்களிலே, இந்த வாய்ப்பு, விளிம்புநிலை கதாபாத்திரங்களுக்கு அளிக்கப்படுவதுதான் வழக்கம். அதாவது, அவர் படங்களில் ஒரு பாலியல் தொழிலாளி, ஒரு விளிம்புநிலைத் திருடன் அல்லது மூன்றாவது உலகப் பிரஜைகளில் சிலர் காமிராவைப் பார்த்துப் பேசுவார்கள். இதனால், ஆட்டோகிராஃபில், செந்திலாக சேரன் காமிராவைப் பார்த்துப் பேசும்போது ஒரே சமயத்தில் இரண்டு

சுவடுகள்

அதிகார பீடங்களில் இருந்து அவர் பேசுவதால், அதாவது அந்தத் திரைப்படத்தின் பிரதான கதாபாத்திரமாகவும், அதன் படைப்பாளியாகவும் நம்மிடம் அவர் பேசுவதால், முதலிலே வரும் காட்சியில் அவர் பேசும்போது சொல்லப்போவது எல்லாம் உண்மை என்ற விளைவைப் பார்வையாளரின் மீது ஏற்படுத்தவும், இறுதியில் வரும் காட்சியில் அவர் பேசும்போது இதுவரை பயணம் செய்ததற்கு நன்றி என்று பார்வையாளரிடம் சொல்லிக் கதைக்கு ஒரு முற்றுப்புள்ளி வைப்பதற்கு மட்டும்தான் அந்த நுட்பம் பயன்படுகிறது. பார்வையாளரின் இடத்தையும், கதாபாத்திரங்களின் பார்வைகளையும், காமிராவின் பார்வையையும், திரைப்பட மரபுகள் எவ்வாறு கட்டமைத்தன என்பதை நம்மிடம் சொல்வதற்காக அல்ல. குறிப்பாக, இப்படி செந்தில் காமிராவைப் பார்த்துப் பேசுவதால், அந்தக் கதாபாத்திரம்தான் கதையை நேராகப் பார்வையாளரிடம் சொல்கிறது. மரபுரீதியாக உருவாக்கப்பட்ட மறைமுகமற்றது அல்ல என்பதை உறுதிப்படுத்தும் விதமாகத் திரைப்படம் அமைந்துவிடுவதால், இந்தப் படத்தில் இந்த நுட்பம் பயன்படுத்தப்பட்ட விதத்தை ஒரு ப்ரெக்டியன் டிவைஸாக எடுத்துக் கொள்ளமுடியாது. ஆகையால், ஆட்டோகிராஃப் ஆதிக்கக் காட்சி அமைப்பு மரபுகளுக்குள் தான் இயங்குகிறது.

மற்றும் கதையாடலின் இரண்டாவது படிமத்தைப் பொறுத்தவரை, செந்திலுடைய கதாபாத்திரத்துடனும், அவனது பிரச்சினை அல்லது தேடலுடனும், அதற்கு அவன் காணும் தீர்வுடனும் நெருங்கி அவற்றை அந்தத் திரைப்படம் ஆமோதிக்கிறதா அல்லது அவற்றில் இருந்து தன்னைத் தூரப்படுத்தி அவற்றின் வேடிக்கையான அல்லது வேதனை மிகுந்த முரண்களைச் சுட்டிக்காட்டுகிறதா அல்லது ஒரு நகைச்சுவைப் பகடிக்கு அவற்றை உட்படுத்துகிறதா என்ற கேள்வி இருக்கிறது. அதாவது, இப்படி ஏதாவது ஒரு விழாவில் திரைப்படம் தன்னைப் பிரதான கதாபாத்திரத்திலிருந்து தூரப்படுத்திக் கொண்டிருந்தால், திரைப்படத்திற்கும், கதாபாத்திரத்திற்கும், பார்வையாளருக்கும் இருக்கும் இடைவெளி வெளிப்பட்டிருக்கும். ஆனால், பிரதான கதாபாத்திரத்தின் தேடலையும், தீர்வையும், இந்த ஆட்டோகிராஃப் ஆமோதிப்பதால், அந்த இடைவெளியை வழக்கம் போல் மூடி, ஆதிக்க முறைமுகக் கதை சொல்லியை மறுபடியும் பீடம் ஏற்றி, தனது கதையாடலின் வழியே கலாச்சாரத்தின் பிரச்சினைக்குரிய தத்துவ முன் அனுமானங்களை, இந்தப் படம் மறு உற்பத்தி செய்து விடுகிறது.

அதே சமயத்தில் இந்தப் படத்தை ஒரு பக்கம் பார்த்தால், இதில் ரியலிசம் மற்றும் எக்ஸ்பிரஷனிஸம் என்ற இரண்டு விதமான நுட்பங்கள் இருக்கின்றன. மறுபக்கம் பார்த்தால், அந்தப் படத்தில் வரும் காமிராவிற்கு, ஒரு சமூக ரியலிசப் பார்வை, ஒரு சுற்றுலாப் பார்வை, மட்டும் ஒரு மார்க்கெட் ரியலிசப் பார்வை இருக்கிறது. ரியலிச நுட்பங்கள் ஒரு நிகழ்வின் ஒளி, ஒளி, காலம், வெளி போன்றவற்றைப் பிரதிபலிக்கும்போது, அவற்றில் அலங்கரிப்புகளை நுழைக்காமல், எதார்த்தமாக நாம் ஒன்றைப் பார்த்தால் எப்படி இருக்குமோ அப்படி அவற்றை காமிராவிற்கு அரங்கமைக்கும். இந்தப் படத்தில் நெய்க்காரன்பட்டியிலும், தேவநகர் பள்ளியிலும் நாம் காணும் நிகழ்வுகள் இவ்வாறு அமைக்கப்பட்டுள்ளன. ஆனால், இந்த நிகழ்வுகளில் அவ்வப்போது மூத்த வாலிபன் செந்தில் நிகழ்காலத் தளத்திலிருந்து குறுக்கீடு செய்து அந்த நினைவுகளை ரசிக்கும் காட்சிகளில் அவனுடைய மேக்கப் அல்லது அலங்கரிக்கப்பட்ட தோற்றம், அந்த எதார்த்த நுட்பங்களுக்கு முரணாக ஒரு எக்ஸ்பிரஷனிஸ்ட் நுட்பத்தைப்போல் இயங்குகிறது. இந்த இந்திய சினிமாவின் எக்ஸ்பிரஷனிஸத்தை, ஜெர்மன் எக்ஸ்பிரஷனிஸத்தோடு குழப்பக்கூடாது. அதில், காலம், வெளி, ஒளி, ஒலி போன்றவை சித்தத்தின் நிலையை வெளிப்படுத்த ரியலிச அமைப்புக்கு எதிராகத் திரிக்கப்பட்டன. இந்திய சினிமாவில் பொதுவாக, மெலோடி ராமாடிஸத்திற்காகவும், பாடல் காட்சிகளுக்காகவும் இவை எதார்த்தமான வெளிப்பாட்டுக்கு எதிராகத் திரிக்கப்படுகின்றன. ஆட்டோகிராஃபில் இம்மாதிரியான கூறுகளும் நிறைய உள்ளன.

உதாரணத்திற்கு லத்திகா தனது கல்லூரியில் இசை கற்றுக் கொள்ளும்போது பாடுகிறாள். அப்பொழுது, செந்தில் அந்த அறையின் உள்ளே நுழைந்து ஜன்னல்களை அடைத்தவுடன் வரும் ஒளி அமைப்பு, அவன் விளக்கைப் போட்டதால் அவ்வாறு அமைந்ததுபோல் இருக்கும். ஆனால், அந்த ஒளி அமைந்த விதம், லத்திகாவின் மேனியின் அழகையும், அந்தக் காட்சியையும் மெருகேற்ற எதார்த்த அமைப்புக்கு எதிராகத் திரிக்கப்பட்டு, மிகைப்படுத்தப்பட்டிருக்கும். நெய்க்காரன்பட்டியில் பொதுவாக காமிராவிற்கு ஒரு சமூக ரியலிசப் பார்வை இருக்கிறது என்றால், ஆலப்புழா வந்தவுடன் அதை ஒரு சொர்க்க பூமிபோல் மாற்ற, காமிராவிற்கு ஒரு சுற்றுலாப் பார்வை வந்துவிடும். கோயம்புத்தூரில் அதுவே சமூக ரியலிசப் பார்வையாக மாறி விடும். அதாவது மார்க்கெட் ரியலிசத்தில் ஹாலிவுட் படங்களில் வருவதுபோல், பார்ப்பதற்குக் காட்சிகள் எதார்த்தமாக இருப்பதுபோல் தெரிந்தாலும், அவை நுகர்பொருளின்

பளபளப்பைப் பெற்றிருக்கும். இந்த நுட்பங்கள் எல்லாமே, முரண்கள் அகற்றப்பட்ட கதையாடலுடன் பார்வையாளரின் உணர்ச்சிகளைப் பிணைக்கப் பயன்படுகின்றனவே தவிர, அந்த முரண்களை வெளிப்படுத்தி பார்வையாளரைக் கதாநாயகன் காணும் தீர்விலிருந்து தூரப்படுத்த அல்ல.

முக்கியமாக இவையெல்லாம் ஒன்றிணைந்து சினிமா என்ற ஊடகம் என்பதே எந்த ஊடுருவலுமின்றித் துல்லியமாக அர்த்தங்களைப் பார்வையாளருக்கு வெளிப்படுத்தும் ஒரு கருவியாக இந்தப் படத்தினால் பாவிக்கப்படுகிறது. ஆனால், மேற்கூறிய திரைப்பட மரபுகள் இந்த முன்-அனுமானத்தைப் பிரச்சினைப்படுத்தி விடுகின்றன. மேலும், சொல்ல வந்த கதைக்கு அல்லது நிஜத்திற்குத் திரைப்படம் தேர்ந்தெடுத்த வடிவம் போதுமானதாகவும், பொருத்தமானதாகவும் இருக்கின்றது என்ற முன் அனுமானமும் இந்தப் படத்தில் இருக்கிறது. ஏனென்றால், அது முடியும்போது, எதைப்பற்றி அது பேச வந்ததோ, அதைப் பற்றிய முழுமையான அறிவைப் பார்வையாளர்களுக்குக் கொடுத்துவிட்டதுபோல் அந்தப் படம் முடிகிறது. அதாவது ஒட்டுமொத்தமாக இந்த வடிவத்தைப் பார்க்கும்போது, சமூக முழுமை என்பது செந்தில் சொல்லும் கதையில் அப்படியே வெளிப்படுவதுபோல் தோன்றுகிறது. ஆகையால், ஒரு திரைப்படத்தினால், சமூக முழுமையை வெளிப்படுத்த முடியும் என்ற தத்துவ முன் அனுமானம் ஆட்டோகிராஃபில் இயங்குகிறது. இது அந்தப் படத்தில் கையாண்ட ரியலிச நுட்பங்களில் ஒரு விளைவு. சமூக விஞ்ஞானங்களினாலேயே, சமூக முழுமையை ஒட்டுமொத்தமாகப் பிரதிபலிப்பது சாத்தியமில்லை என்றபோது, ஒரு திரைப்படம் அதை எப்படி ஒட்டுமொத்தமாக வெளிப்படுத்த முடியும். மேலும் சமூக விஞ்ஞானங்கள் சமூகத்தில் இருக்கும் முரண்களுக்கு முக்கியத்துவம் அளிக்கும். ஆனால், இந்தத் திரைப்படத்தில் அவை எல்லாம் வெளியேற்றப்படுகின்றன. ஆகையால், பொதுவாக அவை ஹாலிவுட் படங்களாக இருந்தாலும்சரி, அல்லது தமிழ்ப் படங்களாக இருந்தாலும் சரி, ப்ரெட்ரிக் ஜேமிஸன் குறிப்பதுபோல அவற்றால் உலக முழுமை அல்லது சமூக முழுமை பற்றி ஒரு காக்னிடிவ்-மாப் அல்லது ஒரு உருவக அறிதல்-வரைபடத்தை ஒன்றைத்தான் உருவாக்க முடியுமே தவிர, அவற்றை முழுமையாகப் பிரதிபலிப்பது சாத்தியமில்லை. உதாரணத்திற்கு சென்னை போன்ற ஒரு மாநகரத்தின் வெளியை, நாம் அன்றாட வாழ்க்கையில் எவ்வாறு கையாளுகிறோம்? நம் மனத்தில் கூகில் இயர்த்திடம் இருப்பதுபோல் சென்னையைப் பற்றி ஒரு சாட்டிலைட்

புகைப்படம் கிடையாது. அது இருந்தாலும் பயனில்லை. ஏனென்றால், எந்தத் தெருவிற்குச் சென்றால், அங்கு எதை வாங்குவோம் என்பதற்கு அது பயன்படாது. அங்கு போய் அதை வாங்கிய பிறகுதான் நாம் அதை அறிவோம். இப்படி நாம் பார்க்காத அல்லது அறியாத வெளிகளும், தெருக்களும் நகரத்தில் நிறைய உள்ளன. இருந்தாலும், அங்கு பல ஆண்டுகள் வாழ்ந்த அனுபவத்தால், நம் மனத்தில் அந்த நகரத்தைப் பற்றி ஒரு உருவக அறிதல் வரைபடம் இருக்கிறது. அதை வைத்துக்கொண்டு இந்த மாபெரும் வெளியைச் சமாளித்து வருகிறோமே தவிர, அதைப்பற்றிய முழுமையான அறிவுடன் இயங்குவது சாத்தியமில்லை.

இந்த அடிப்படையில் பார்க்கும்போது உலகத்தைப் பற்றியோ அல்லது சமூகத்தைப் பற்றியோ எல்லாவற்றையும் விளக்கக்கூடிய முழுமையான அறிவு சாத்தியமில்லை. மாறாக, அவற்றைப் பற்றி ஒரு புரிதலை உருவாக்கும் எண்ணற்ற அறிதல் வரைபடங்கள்தான் ஒன்றோடு ஒன்று மோதுகின்றன. இப்படி எண்ணற்ற அறிதல் - வரைபடங்கள் இருப்பதால், அவற்றுக்கு எல்லாமே, சமமான மதிப்பீடு இருக்கிறது என்று சொல்ல முடியாது. ஏனென்றால், சில அறிதல் - வரைபடங்கள் எல்லா நுணுக்கங்களையும் தனது வடிவத்தில் வெளிப்படுத்திவிட்டதுபோல் இயங்கும். மற்ற சில அறிதல் வரைபடங்கள், உலகத்துடனும் அல்லது சமூகத்துடனும், அதைப்போன்ற மற்ற வடிவங்களுடனும் மோதிப் பல திருத்தங்களை உள்வாங்கிய வண்ணம் இயங்கும். இப்படி ஆட்டோகிராஃப் ஒரு அறிதல் வரைபடம் என்றால், என்னுடைய இந்தக் கட்டுரை மற்றொரு அறிதல் - வரைபடம். இதில் எது முதல் வகையைச் சார்ந்தது என்பதற்கு வாசகர்தான் தீர்வு காண வேண்டும். ஏனென்றால், ஆட்டோகிராஃபைப் பற்றிப் பல வாசிப்புகள் இருக்க முடியும் என்பதால், இந்தக் கட்டுரையை அந்தப் பல வாசிப்புகளில் ஒரு வாசிப்பாகத்தான் கருத முடியும்.

இறுதியில் இந்தப் படத்தின் வெற்றியை எவ்வாறு புரிந்து கொள்வது என்ற கேள்வி இருக்கிறது. 1930-களின் மத்தியில் வந்த தேவதாஸ் என்ற கதாநாயக வடிவம், நகரத்திற்குக் குடிபெயர்ந்து, நகரத்தின் நவீன முதலாளித்துவக் கலாச்சாரத்திற்கு ஏற்றமாதிரி தங்களது சுயத்தை மாற்ற வேண்டிய நிர்ப்பந்தத்தால் அவதி அடைந்த எண்ணற்ற மக்களின் வேதனையைப் பிரதிபலித்து, அவர்களைத் தனது பிரபுத்துவ முன்நவீன ஏக்கத்துடன் பிணைத்தது. 1970-களில், அமிதாப் பச்சன் ஏற்று நடித்த கோபமான இளைஞன் என்னும் கதாநாயக வடிவம், நகர

வாழ்க்கையில் சிதைந்து போகும் எண்ணற்ற மக்களின் கோபத்தைப் பிரதிபலித்து, அதைத் தனிமனிதப் புரட்சியுடன் இணைத்தது. பெரிய இடத்துப் பெண் *(1963)*, பட்டிக்காடா பட்டணமா *(1972)*, சகலகலா வல்லவன் *(1982)* போன்ற படங்களில் வரும் கதாநாயக வடிவம் கிராமப்புறங்களில் நவீனமயமாக்கத்தின் முன்னேற்றத்தால் ஏற்படும் எண்ணற்ற மக்களின் உணர்ச்சிகளைப் பிரதிபலித்து, மறுபடியும் தேவதாஸ்போல, ஆனால் அவனுக்கு மாறாக ஆண்மை வீரியத்துடன், முன்நவீனக் கூறுகளை நியாயப்படுத்தியது.

ஆனால், ஆட்டோகிராஃப் வருவதற்குள் நவீனம் கிராமங்களை முழுமையாகக் கவ்விவிட்டதால், நகரத்திற்கு வந்த கதாநாயகன் நகரத்துப் பெண்ணை அபகரித்து நிரந்தரமாகக் கிராமத்திற்குத் திரும்பாமல், நகரத்திலேயே தனது வெற்றிக் கொடியை நாட்டுகிறான். இது தொலைக்காட்சி போன்ற சாதனங்களால், இன்றைய நுகர்பொருள் கலாச்சாரத்தின் பாதிப்புகளை உள்வாங்கிய கிராமப்புறங்களில் இருக்கும் எண்ணற்ற இளைஞர்களின் கனவை ஒரு பக்கம் பிரதிபலிக்க மறுபக்கம் நவீனமாக்கத்தின் விளைவுகளால் பல பிடிப்புகளைத் தொலைத்து, துயரங்களை அனுபவித்துத் தனிமையாக்கப்பட்ட மூத்த தலைமுறையைச் சார்ந்தவர்களுக்கு ‘ஞாபகம் வருதே, ஞாபகம் வருதே’ என்று கதாநாயகனுடன் சேர்ந்து ஏங்க ஒரு வழியும் இந்தப் படத்தில் இருப்பதால், கிராமத்திற்கு செந்தில் நிரந்தரமாகத் திரும்பாவிட்டாலும், படத்தைப் பார்த்துவிட்டு அவனைப்போல் அந்த இறந்தகால நினைவுகளை எண்ணி, நாமும் அவற்றில் ஏங்கி ஏங்கி மிதந்தோம் என்பது உண்மை. நவீனம் இப்படி எல்லாவற்றையும் கவ்விவிட்டதால் அந்த ஏக்கம் மட்டும்தான் மிஞ்சியிருக்கிறது. இன்றைய பின்நவீனச் சூழல் அந்த ஏக்கத்தையே ஒரு நுகர்பொருளாக மாற்றிவிட்டதற்கு தமிழ் சினிமாவில் தோன்றியிருக்கும் முதல் உதாரணம் ஆட்டோகிராஃப்.

இந்த இறந்தகால ஏக்கத்துடன், ப்ரெட்ரிக் ஜேமிஸன் குறிப்பிடுவதைப்போல் ஆதிக்க சினிமாவில் தோன்றும் படைப்புகளில், எப்பொழுதும் எதிர்காலத்தைப் பற்றியும் ஏதாவது சில யுத்தோப்பியன் கூறுகள் இருக்கும். அதாவது, தொலைந்துபோன சொர்க்கத்திற்கு எதிராக, வரப்போகும் சொர்க்கத்தின் கூறுகளும் அதில் இருக்கும். நவீனமாக்கத்தினால் சமூகப் பிடிப்புகள் தகர்க்கப்பட்டு உதிரிகளாகிவிட்ட மக்களுக்கு எல்லோரும் ஒன்றிணையக்கூடிய ஓர் யுத்தோப்பியன் சமூகத்தைப் பற்றிய கனவு என்றும் இருக்கும். அந்தக் கனவின்

கூறுகளிலே பிரச்சினைகள் இருக்குமே தவிர, அவ்வாறு கனவு காண்பதே தவறு என்று சொல்ல முடியாது. ஏனென்றால், அந்த மாதிரியான கனவு இருந்தால்தான் சமூக மாற்றங்கள் சாத்தியம். ஆனால், ஆதிக்கக் கதையாடல் மரபுகள், இந்தக் கனவுடன் தொடர்புடைய உணர்ச்சிகளை தம் வசம் ஈர்த்து, அவை கட்டமைக்கும் வருங்காலக் கனவுச் சமூகத்துடன் பிணைத்து விடுகின்றன. ஆட்டோகிராஃபில் நாம் இறுதியில் காணும் ஒரு கிராமத்துத் தமிழன் வெற்றியடையக்கூடிய தாராளமய கனவுச் சமுதாயமும், இந்த வகையைச் சார்ந்ததுதான். இத்துடன் இறந்தகால ஏக்கத்தைச் சார்ந்த உணர்ச்சிகளையும், அது பிணைத்துவிடுவதால், நம்மை அதன் வசம் இந்தத் திரைப்படம் சுலபமாக இழுத்துவிடுகிறது.

'உயிர்மை', ஜூன்/ஜூலை, 2008

பின்குறிப்பு:

2008, மார்ச் 17-18 தினங்களில் சென்னைப் பல்கலைக்கழகத்தின் தத்துவப் பிரிவு ஏற்பாடு செய்திருந்த மாடர்ன் டிரெண்ட்ஸ் இன் தமிழ் பிலாஸஃபி (Modern Trends in Tamil Philosophy) என்ற செமினாரில் ஆங்கிலத்தில் வாசிக்கப்பட்ட சேரன்ஸ் ஆட்டோ கிராஃப் (2004) அண்ட் தி ஆண்டிநாமிஸ் ஆஃப் டோடலிட்டி (cheran's Autograph (2004) And the Antinomies of Totality) என்னும் எனது கட்டுரையின் தமிழாக்கம் இது.

சுவடுகள்

பாகம் - VI

முதலீட்டியம், உலகமயமாக்கம், தொலைகாட்சி, தமிழ் சினிமா

- தொலைக்காட்சியின் பரிணாம வளர்ச்சி
- தமிழ் சினிமாவும் உலகமயமாக்கமும்

சுவடுகள்

18

தொலைக்காட்சியின் பரிணாம வளர்ச்சி

பிரஞ்சுப் புரட்சியின் உச்சகட்டமான 1789ல் மனித உரிமைகள் அறிவிப்பு (Declaration of Man's Rights) வெளியிடப்பட்டபோது மனிதர்கள் எல்லோருக்கும் "ஒரே நீதி ஒரே சட்டம்" என்ற கோட்பாடு முன்வைக்கப்பட்டது. இதைத்தான் இன்னும் நாம் அரசியல் நவீனத்துவம் என்று புரிந்து கொள்கிறோம். மக்களுக்காக என்று குரல் கொடுத்த இதே சமூகம், மன்னராட்சியை வீழ்த்தி மக்களாட்சியை நிலைநாட்டிய இதே ஜனநாயக அமைப்பு அப்பொழுதே பெண்களையும், யூதர்களையும், இஸ்லாமிய மதத்தைச் சார்ந்தவர்களையும், கறுப்பர்கள், நாடோடிகள் மற்றும் காலனிய ஆட்சியின் கீழ் வாழ்ந்த ஏனைய மக்களையும், குடியாண்மைக்கும் (Citizenship) தகுதி அற்றவர்களாக வெளியே நிறுத்தியது. மனிதர்களை இன ரீதியாகக் கூறுபோடுவதை விஞ்ஞான/சித்தாந்த ரீதியாக நியாயப்படுத்தியது. 18ம் நூற்றாண்டில் ஒரு ஜனநாயகக் கோட்பாடு உருவாகும்போது இப்படி ஒரு பிற்போக்கான கருத்தாக்கம் ஊடுருவியதால் வித்தியாசமான மனித அடையாளங்களுக்கு இடம் இல்லாமல் போயிற்று. இதனால் 'வித்தியாசம்' என்பதே சமதர்மத்திற்கு அப்பாற்பட்டதாயிற்று. 1951ல் இந்திய அரசியல் சாசனம் நிறுவப்பட்டபோது, சிறுபான்மையினரும், தாழ்த்தப்பட்ட ஜாதியினரும், பழங்குடியினரும், தங்கள் குடியுரிமைகளையும், வாழ்க்கை முறைகளையும் முழுமையாக அனுபவிக்க, மேற்கூறிய அரசியல் நவீனத்துவத்தின் குறையை நிறைவு

செய்ய வேண்டிய அவசியத்தை அது பதிவுசெய்தது. இதனால் பெரும்பான்மையினரின் கோபத்தில் சிறுபான்மையினரின் உரிமைகளும், பழக்க வழக்கங்களும் அழிந்து போய்விடாமல் பாதுகாக்க ஏது உண்டாயிற்று. பிரஞ்சுப் புரட்சியில் நிறுவப்பட்ட 'ஒரே நீதி, ஒரே சட்டம்' என்ற கோட்பாட்டில் உள்ள சிக்கலுக்கு, 'பன்முக நீதி, பன்முக சட்டம்' என்ற ஜனநாயக ரீதியாகக் காணப்பட்ட முற்போக்கான தீர்வு இது!

ஆனால் 20ஆம் நூற்றாண்டின் மத்தியில் நிறுவப்பட்ட இந்தத் தீர்வை அதே நூற்றாண்டின் இறுதிக் கட்டங்களிலிருந்து Common Civil Code (ஒரே நீதி, ஒரே சட்டம்) என்ற கோட்பாட்டின் வாயிலாக மீண்டும் 18ஆம் நூற்றாண்டில் உருவாக்கப்பட்ட பிற்போக்கான நிலைக்குப் பின்தள்ளும் முயற்சிகள் நடந்துவருகின்றன. இத்துடன், மண்டல் கமிஷன் எதிர்கொண்ட எதிர்ப்புகள், பாப்ரி மஸ்ஜித் தகர்ப்பு மற்றும் இந்திய அரசியல் சாசனத்தில் அடிப்படை மாற்றங்கள் வேண்டும் என்ற ஆவேசம், அசுர வேகத்தில் வளர்ந்துவரும் இந்துத்துவ சக்திகளின் வெளிப்பாடாகும். 1984ல் அயோத்தியில் துவங்கி, 1987ல் இந்தியத் தொலைக்காட்சியில் 'ராமாயண'த் தொடராகி, இன்று நம் ஊடகங்களில் ஓங்கி ஒலிப்பதும் இம்முயற்சிகளை முன்னிறுத்தும் இந்துத்துவ சக்திகளின் சித்தாந்தமே!

II

இந்தியத் தொலைக்காட்சியின் பரிமாண வளர்ச்சியை அரசியல் பொருளாதாரச் (Political Economy) சூழலில் வந்த மாற்றங்களின் பின்னணியில் எடுத்துக்கொண்டால், தொலைக்காட்சி பற்றி Raymond Williams எழுதிய புத்தகத்தை முன்னிறுத்தி சிவந்தி நைனன் (Sivanthi Ninan) தொலைக்காட்சியில் வரும் நிகழ்ச்சிகளுக்கு அதிகமாகப் பொருட்செலவு தேவை, இதை யார் செலவு செய்யப்போகிறார்கள் மற்றும் அந்த முதலீடு தொலைக்காட்சியில் வரும் நிகழ்ச்சிகளை எவ்வாறு பாதிக்கும் என்ற கேள்விகளை எழுப்புகிறார். இக்கேள்விகளைப் பொறுத்தவரை, நுகர்பொருள் தயாரிக்கும் தனியார் நிறுவனங்களே விளம்பர ஏஜென்டுகள் மூலம் அந்நிகழ்ச்சிகளுக்கு அதிகமான பொருட்செலவு செய்கின்றன என்றும் அதனால் தொலைக்காட்சி நிகழ்ச்சிகளின் வடிவமும், உள்ளடக்கமும் பாதிக்கப்பட்டிருப்பது தெரிந்ததே. ஆனால் விளம்பரமாகும் நுகர்பொருட்களை வாங்குவதன் மூலம் இறுதியில் அந்தப் பொருட்செலவை மக்கள்தான் செய்கின்றனர்.

நைனன் எழுப்பும் இந்தப் பிரச்சினையைவிட, தொலைக்காட்சி யாருடைய உடைமை, யார் அதன் மேல் உரிமமும், அதிகாரமும் செலுத்த முடியும் என்பதே முக்கியமானது.

நிக்கோலஸ் கார்னாம் (Nicholas Garnham) தொலைக்காட்சி எவ்வாறு முதலீட்டுப் பொருளாதாரத்தால் (Capitalism) அபகரிக்கப்படுகிறது என்பதை ஆராய, தொலைக்காட்சியின்

நிகழ்ச்சிகளுக்கும், தொழில்நுட்பக் கருவிகளுக்கான செலவை, மூன்று கட்டங்களாகப் பிரிக்கிறார். அவை அரசாங்க முதலீடு (State capital), உள்நாட்டுத் தனியார் நிறுவனங்களின் முதலீடு (Local Private Capital) மற்றும் பன்னாட்டு நிறுவனங்களின் முதலீடு (Global Capital) ஆகும். கார்னாம் கூறுவது போல், தொலைக்காட்சிக்கு முதல்கட்டத்தில் அரசாங்க முதலீடு தேவைப்படுவது ஏன்?

முதல் கட்டத்தில் அடிப்படைத் தேவைகள், தொடர்புகள் நிறுவப்படுவதால், அதில் உடனடி லாபம் கிட்ட வழியில்லை. உதாரணத்திற்கு, தொலைபேசிக்கும், அதைச்சார்ந்த தொலைத்தொடர்பு தொழில்நுட்பக் கருவிகளுக்கும், இந்தியாவில் உள்ள எல்லா மூலைக்கும் இவ்வசதி போய்ச்சேருவதற்காகவும், இந்திய அரசு பல்லாயிரம் கோடிகளைக் கடந்த ஐம்பத்தைந்து ஆண்டுகளில் செலவு செய்து, இன்று அது டெலிகாம் துறையைப் பன்னாட்டு நிறுவனங்களுக்கும், அந்த நிறுவனங்களுடன் தொடர்பு வைத்துள்ள உள்நாட்டு நிறுவனங்களுக்கும் தாரை வார்க்க முடிவு செய்துள்ளது. இதற்கு எதிராக மூன்று டெலிகாம் சங்கங்கள் நடத்திவரும் போராட்டத்தால் இந்த முடிவு தற்காலிகமாகக் கிடப்பில் போடப்பட்டுள்ளது.

தாராளமயமாக்குதலுக்கு முன் இருந்த சூழ்நிலையைப் பார்த்தால் தனியார் நிறுவனங்கள் சில குறிப்பிட்ட துறைகளிலேயே முதலீடு செய்ய முடியும். இன்று எப்படி வேண்டுமானாலும், எந்தத் துறையில் வேண்டுமானாலும் முதலீடு செய்யலாம் என்ற நிலை உருவான பிறகு, ஏற்கெனவே ஓர் ஊடகத்தில் பல உரிமங்களைக் கொண்டாடும் பல நிறுவனங்கள் மற்ற ஊடகங்களிலும் முதலீடு செய்யத் துவங்கிவிட்டன. மறுபக்கம் இந்தியாவின் முதல் பத்து தொழில் நிறுவனங்கள், ஊடக நிறுவனங்களிலும், தகவல் தொழில்நுட்பத்திலும் ஏகமாக முதலீடு செய்துவருகின்றன. இதனால் மாற்றுக் கருத்துக்களை வெளிப்படுத்தும் பொது வெளி (Public Space) குறுகிவருகிறது. இந்தப் பின்னணியில் இந்தியத் தொலைக்காட்சியின் மூன்று கட்ட முதலீடுகளைப் பார்ப்போம்.

III

1959 - 1982: முதல் கட்ட அரசு முதலீடு செப்டம்பர் 1959ல் டில்லியில் தொழில் துறைக்காக நடைபெற்ற சர்வதேசப் பொருட்காட்சியில் பன்னாட்டு நிறுவனமான பிலிப்ஸ், அந்த வளாகத்தில் Close Circuit தொலைக்காட்சியை அமைத்திருந்தது. பொருட்காட்சி முடிந்தவுடன், அதற்காகப் பயன்படுத்திய தொலைக்காட்சிப் பெட்டிகளையும், தொழில்நுட்பக் கருவிகளையும் இந்திய அரசுக்குப் பரிசாகத் தந்தது. இதை வைத்துக்கொண்டு ஒரு திட்டவட்டமான கொள்கையோ, இலக்குகளோ, அவற்றை நிறைவேற்றும் வழிகளோ வரையறுக்காமல் அகில இந்திய வானொலி, டில்லியில் ஒரு சிறிய தொலைக்காட்சி நிறுவனத்தைத் துவங்கியது. பிறகு யுனெஸ்கோவிடமிருந்து 50 தொலைக்காட்சி பெட்டிகளைப் பெற்று டில்லிக்கு அக்கம்பக்கமுள்ள கிராமங்களில் ஒளிபரப்பைத் துவங்கியது. அன்று இருந்த நேருவிய அரசமைப்புக்கு ஏற்ப நாட்டின் வளர்ச்சிப் பணிகளை முன்னிறுத்தி சில நிகழ்ச்சிகள் ஒளிபரப்பப்பட்டன.

அடுத்த பதினாறு ஆண்டுகள் இதே அளவில் செயல்பட்டுக்கொண்டிருந்த இந்த நிறுவனம், டாக்டர். விக்ரம் சாராபாயின் முயற்சியால் ஒரு முக்கியக் கட்டத்தை அடைந்தது. SITE (Satellite Instructional Technical Experiment) என்ற பரிசோதனை முயற்சியின் மூலம், 6 தேசிய மொழிகளில், 6 மாநிலங்களில் உள்ள 2400 கிராமங்களுக்குத் தொலைக்காட்சித் தொடர்பு ஏற்படுத்திக்கொடுக்கப்பட்டது. இதில் காலை நிகழ்ச்சிகள், கல்வியை மையமாகக்கொண்டு கிராமப்புறக் குழந்தைகளுக்காக ஒளிபரப்பப்பட்டன. 2 அல்லது 2½ மணி நேர மாலை நிகழ்ச்சிகள் வயது வந்தவர்களுக்காக, விவசாய வளர்ச்சி, உடல் நலம், குடும்பக் கட்டுப்பாடு, கலாச்சாரம் மற்றும் செய்திகள் ஆகியவற்றை மையமாகக்கொண்டிருந்தன. இம்முயற்சியில் இந்தியத் தொலைக்காட்சி பொதுப்பணியில் ஈடுபட பல சாத்தியக்கூறுகள் இருந்தன.

ஆனால் ஏற்கெனவே வானொலியைப் பிரச்சாரத்திற்காக பயன்படுத்திவந்த இந்திரா காந்தி அரசு 1972ஆம் ஆண்டு பம்பாயிலும், 1973ல் பிரிவினைக் குரல்கள் எழும்பத் துவங்கிய மாநிலங்களான பஞ்சாபில் அமிர்தசரசிலும், காஷ்மீரில் ஸ்ரீநகரிலும் தொலைக்காட்சி நிறுவனங்களை நிறுவியது. 1975-76ல் சைட்(SITE) நடப்பிலிருந்தபோது இந்திரா அரசுக்கு நாடு

தழுவிய எதிர்ப்பும், கிளர்ச்சியும் ஏற்பட அவசரநிலை அமுல் செய்யப்பட்ட சூழலில் மற்ற நகரங்களிலும், மாநிலங்களிலும் தொலைக்காட்சித் தொடர்பு ஏற்படுத்தப்பட்டு தூர்தர்ஷன் என்ற நிறுவனத்தின் கீழ் இயங்கத் தொடங்கியது. இந்தக் கட்டத்திலிருந்து நாடு முழுவதும் தொலைக்காட்சித் தொடர்பு ஏற்படுத்த அதற்கான திட்டங்களும் செலவுகளும் முடுக்கிவிடப்பட்டன. தனது அரசியல் பிரச்சாரத்திற்காகத் தொலைக்காட்சியைப் பயன்படுத்திய இந்திரா அரசு 1977ல் படுதோல்வி அடைந்தது. இரண்டு ஆண்டுகள் கழித்து மீண்டும் இந்திரா அரசு பதவிக்கு வந்தபொழுது 1982ல் தொலைக்காட்சியின் வளர்ச்சிக்காக மீண்டும் பெரிய அளவில் செலவு செய்தது. கறுப்பு/வெள்ளையில் ஒளிபரப்பிக்கொண்டிருந்த தூர்தர்ஷன், ஏஷியாட் (ASIAD) விளையாட்டுப் போட்டியை முன்வைத்து முழு வர்ண ஒளிபரப்பைத் துவங்கியது. இதனால் அதுவரையில் அது பயன்படுத்திவந்த கருவிகள் கிடப்பில் போடப்பட்டு, வர்ண ஒளிபரப்பிற்கான கருவிகள் பெருமளவில் இறக்குமதி செய்யப்பட்டன. பல வளர்ச்சிப் பணிகள் நிறுத்தப்பட்டு இப்படி ஓர் ஆடம்பரச் செலவு தேவையா என எதிர்க்கட்சிகள் கேள்வி எழுப்பியபோது, மத்தியத் தகவல் தொடர்பு மந்திரி வசந்த் சாத்தே பாகிஸ்தானையும், இலங்கையையும் உதாரணம் காட்டினார். ஆளும் கட்சியின் பிரச்சாரத்திற்காகவும், அதைச் சார்ந்த பிரதிநிதிகளை வெளிச்சம் போட்டு விளம்பரம் செய்யும் முயற்சியில் தூர்தர்ஷன் பயன்படுத்தப்பட்டதால் SITE போன்ற பரிசோதனை முயற்சிகள் ஓரம்கட்டப்பட்டன. இதனால் ஏற்பட்ட எதிர்ப்புகளை சந்திக்க தூர்தர்ஷன், இ.டிவி (Educational Television) என்ற ஒரு புதுத் துறையை ஏற்படுத்தியது. அந்தக் காலகட்டத்தில் (1975 பிறகு) பார்வையாளர்களை அரசியல் பிரச்சாரத்திற்கு ஈர்க்க, ஒளியும் ஒலியும், வார சினிமா போன்ற பொழுதுபோக்கு அம்சங்கள் அறிமுகம் செய்யப்பட்டன.

IV

1983 - 1990: இரண்டாம் கட்ட உள்நாட்டுத் தனியார் முதலீடு 1960களில், தொலைக்காட்சி, டில்லியில் மட்டும் இயங்கியபொழுது, *Isa bhi hota hai* (இப்படியும் நடக்கலாம்) என்ற 15 நிமிட வாரத்தொடர் மிகுந்த வரவேற்பைப் பெற்றது. ஒரு அலுவலகத் தலைமை குமாஸ்தாவின் பிரச்சினைகளை மையமாக வைத்து அமைந்தது இத்தொடர். பிறகு 1970களிலும் 1980களிலும் சினிமா பாடல் காட்சிகளையும், திரைப்படங்களையும் வாடகைக்கு

எடுத்து சித்திரஹார், ஒளியும் ஒலியும், சனி - ஞாயிறு படம் என்று தூர்தர்ஷன் ஒளிபரப்பியது. 1984ஆம் ஆண்டு லத்தீன் அமெரிக்காவில் வளர்ச்சிப்பணிகளை மையமாக வைத்து பின்னப்பட்ட Tele Novella வை முன்னுதாரணமாகக் கொண்டு, முதன்முதலாக ஒரு தனியார் நிறுவனத்தின் ஒத்துழைப்புடன் நம் மக்கள் (ஹம் லோக்) என்ற 156 வாரத் தொடரை டில்லி தூர்தர்ஷன் ஒளிபரப்பியது. குடும்பக் கட்டுப்பாட்டை மையமாகக் கொண்டு எடுக்கப்பட்ட இத்தொடரில் 13வது வாரத்திற்குப் பிறகு வளர்ச்சிப் பணியை ஆதரிக்கும் கருக்கள் ஒதுக்கப்பட்டு, அதன் மெலோ டிரமாடிக் நுட்பங்களுக்கு முக்கியத்துவம் கொடுக்கப்பட்டன. இதே 1984ல் இந்திய அரசியல் சூழலில் இரண்டு முக்கிய நிகழ்ச்சிகள் ஏற்பட்டன. அமிர்தசரசில் நடைபெற்ற ஆபரேஷன் புளூஸ்டார் என்ற ராணுவத் தாக்குதலின் எதிரொலியாக இந்திராகாந்தி தன் சீக்கியக் காவலாளிகளாலேயே கொல்லப்பட்டார். ராஜீவ்காந்தி உடனடியாக பதவி ஏற்க, அதே ஆண்டு அயோத்தியில் சங் பரிவார் ராம் ஜன்ம பூமி சார்ந்த பிரச்சினையை முடக்கிவிட்டது. இந்தச் சூழலில் 1985 ஆம் ஆண்டு, ஷாபானு என்ற இஸ்லாமியப் பெண்மணி கிரிமினல் சட்ட விதியின் (Criminal Procedure Code) கீழ் விவாகரத்து செய்த தன் கணவனிடம் ஜீவனாம்சம் கோரிய வழக்கு உச்சநீதிமன்றத்திற்கு வந்தது. அந்த வருடம் ஏப்ரலில், அவ்வழக்கில் ஷாபானுவிற்கு சாதகமாக தீர்ப்பு வழங்கிய நீதிபதி, ஒய்.பி. சந்திரசூட் (Y.B. Chandrachud) தேவையில்லாமல் முஸ்லீம் சட்டத்தைப்பற்றி சில கீழ்த்தரமான கருத்துக்களையும் தன் தீர்ப்புடன் சேர்த்து முன்வைத்தார். அந்தக் கருத்துகளின் சாராம்சம் இஸ்லாமியச் சட்டம் நாகரீகமற்றிருப்பதால் நீதிபதிகளே இஸ்லாமிய மக்களைக் காப்பாற்ற வேண்டிய நிர்ப்பந்தத்தில் உள்ளனர் என்பதாகும். நீதிபதியின் இந்த வார்த்தைகள் இஸ்லாமிய மக்களிடையேயும், தலைவர்களிடையேயும் பெரும் பிரச்சினைகளைக் கிளப்ப, அவர்கள் தரப்பில் பெரிய போராட்டமே வெடித்தது. சுப்ரீம் கோர்ட்டின் தீர்ப்பை முதலில் ஆதரித்த ராஜீவ் அரசு 1986 பிப்ரவரியில், இதற்கு எதிராக முஸ்லீம் பெண்களின் விவாகரத்து வழக்குகளை இஸ்லாமியச் சட்டத்தின் கீழ் தீர்வு செய்ய வேண்டுமே தவிர, கிரிமினல் சட்ட விதியின் (Criminal Procedure Code) கீழ் அல்ல என்று கூறி இஸ்லாமியப் பெண்கள் விவாகரத்துச் சட்டம் என்ற ஒரு புதிய சட்டத்தை அமுலாக்கியது.

இந்தப் புதிய சட்டத்திற்கு, சில முற்போக்கான இஸ்லாமியர்களிடம் மட்டும் இல்லாமல், இந்துப்

பழமைவாதிகளிடையிருந்தும் வெவ்வேறு காரணங்களுக்காக எதிர்ப்பு வந்தது. முற்போக்கான இந்துக்களும் இச்சட்டத்தை எதிர்த்தனர். இந்தச் சூழலில், சங் பரிவாரால் ஏற்கெனவே அடிபட்டு வந்த இஸ்லாமியச் சமூகம், மேலும் தன் நிலையை இறுக்கிக்கொண்டது. 'மதச்சார்பற்ற சட்டம்' என்ற பெயரில், பெரும்பான்மை மதத்தைச் சேர்ந்த எல்லோருமே தங்கள் அதிகாரத்தை நிலைநாட்டிக்கொள்ள முயற்சி செய்வதாகக் கருதத்தொடங்கியது. இதற்கு எதிராக, இந்துப் பழமைவாதிகளும், சங் பரிவார் குழுக்களும், இந்து பர்சனல் விதியே ((Hindu Personal Code) நாகரீகமானது என்றும் முற்போக்கானது என்றும் அதற்கு ஏற்றபடி பொது சிவில் சட்டம் (Uniform Civil Code), அதாவது எல்லோருக்கும் 'ஒரே சட்டம், ஒரே நீதி'யை அமுலாக்க வேண்டுமென்றும் ஆவேசக் குரல் எழுப்பின. இங்கு கவனத்திற்குரியது என்னவென்றால் இந்திய அரசியல் சாசனத்தில் பொது சிவில் சட்டத்தை ஒரு வழிகாட்டு நெறிமுறையாக மட்டும் உபயோகிக்க வேண்டும் என்ற நிர்ப்பந்தம் உள்ளது. அதாவது தனிமனிதக் குற்றங்கள், அதைச் சார்ந்த வியாபார வழக்குகள், பொதுவான சமூகப் பிரச்சினைகள் இவைகளுக்கு மட்டுமே யூனிபார்ம் சிவில் கோட் பயன்படுத்த வேண்டும். ராஜீவ்காந்தி அரசின் மேற்கூறிய செயலால் கொதிப்படைந்திருந்த இந்துச் சமூகத்தை சமாதானம் செய்ய காங்கிரஸ் அரசு இரு யுக்திகளைக் கையாண்டது. 1986ம் ஆண்டு, அதே பிப்ரவரியில் காங்கிரஸ் ஆட்சியிலிருந்த உத்திரபிரதேசத்தில் 36 ஆண்டுகளாகச் சட்டப்படி பூட்டியிருந்த பாப்ரி மஸ்ஜித்தின் உள் கதவுகளை இஸ்லாமியர்களை ஆலோசிக்காமல் இந்துக்களின் ஆராதனைக்காகத் திறந்துவிட்டது.

இச்சம்பவத்தை தூர்தர்ஷன் காமிராக்கள் உடனடியாகப் பதிவு செய்து நாடு முழுவதும் ஒளிபரப்பின. சங் பரிவாரைப் பொறுத்தவரை இது பழம் நழுவிப் பாலில் விழுந்த கதையாயிற்று. உடனே அது ராம் ஜென்ம பூமியில் கோயில் கட்ட வேண்டும் என்று பிரச்சினையைக் கிளப்ப, அதற்கு நெய் வார்ப்பது போல் 1987ல் தூர்தர்ஷன் இராமாயணம் தொடரை ஆரம்பித்தது. இப்படி அரசியல்/சித்தாந்தப் பிரச்சாரத்தில் வெளிப்படையாகவே தன்னை ஈடுபடுத்திக்கொள்ளத் துவங்கிய தூர்தர்ஷன், அதே காலகட்டத்தில் கல்வி, கிராமவளர்ச்சி போன்ற வளர்ச்சிப் பணிகளிலிருந்து தன்னை விடுவித்துக் கொண்டு, நவீன இந்தியாவின் நுகர்பொருள் கலாச்சார வளர்ச்சியில் தன் கவனத்தைச் செலுத்தியது. இதனால் தனியார் முதலீடு மறைமுகமாக தூர்தர்ஷனுக்குள் காலடி எடுத்து வைத்தது.

1973ல் வெளிநாட்டிலிருந்து இறக்குமதியான ஐ லவ் லூஸி (I Love Lucy) என்ற நிகழ்ச்சிக்கு மட்டும் விளம்பரம் இருப்பினும், 1984ல் ஹம் லோகில் விளம்பரம் செய்யப்பட்ட மாகி இரண்டு நிமிட நூடுல்ஸுக்குக் (Maggie Two Minute Noodles) கிட்டிய வெற்றியைத் தொடர்ந்து தூர்தர்ஷனின் வீச்சு நுகர்பொருள் வியாபாரச்சந்தையால் அடையாளம் காணப்பட்டது. இதனால் 1987 முதல் 1989 வரையில் ஒளிபரப்பான 'இராமாயணத்' தொடர் மூலம் மட்டுமே வாரம் ஒன்றிற்கு 160 கோடிகளை தூர்தர்ஷன் சம்பாதித்தது. பொது வளர்ச்சிப் பணிகளிலிருந்து தூர்தர்ஷன் தன்னை முழுமையாக ஈடுபடுத்திக்கொள்ளவும், அவசரநிலை அறிவிக்கப்பட்ட காலத்தைப் போல் அது ஆளும் கட்சியின் பிரச்சார பீரங்கி ஆகி விடக் கூடாது என்பதாலும் - 1978ல் பி.டி. வர்கிஸ் குழுவின் அறிக்கை தூர்தர்ஷன் அரசின் ஆளுமைக்கு உட்பட்டு இருப்பினும் அது சுதந்திரமாகச் செயல்பட அனுமதி வேண்டும் என்று ஜனதா அரசுக்குப் பரிந்துரைத்தது. ஆனால் 1985லிருந்தே ராஜீவ்காந்தி அரசு 'தாராளமயமாக்குதலை'ப் பற்றிப் பேசத் துவங்க, முன் கூறிய ஆலோசனைகள் பின்னுக்குத் தள்ளப்பட்டன. பின் போஃபர்ஸ் ஊழல் காரணமாக ராஜீவ் பதவி இழந்து 1989ல் வி.பி. சிங் தலைமையில் தேசியக் கூட்டணி பதவியேற்ற பிறகு, 1990ல் தூர்தர்ஷனுக்கும் வானொலிக்கும் சுய நிர்ணயத் தகுதி வழங்கும் பிரச்சார் பாரதி மசோதாவை அந்த அரசு நிறுவியது. ஆனால் அதில் பாராளுமன்ற உறுப்பினர்கள், உறுப்பினராவார்கள் என்ற ஒரு தேவையற்ற நிபந்தனையை வைத்தது. 1990ல் வி.பி. சிங் அரசு கவிழ, பிரச்சார் பாரதி மசோதா பற்றி யாரும் பேச்சு எடுக்கவில்லை. பிறகு ஆளுங்கட்சியைச் சார்ந்த பாராளுமன்ற உறுப்பினர்கள் பிரச்சார் பாரதியில் அதிகமாக இருக்க வேண்டும் என்று பாரதீய ஜனதாகூற, மேற்கூறிய குழுவின் ஆலோசனைகள் திசை திருப்பப்பட்டன. 1985களிலிருந்தே பாஸ்கர் கோஷ் தலைமையில் தூர்தர்ஷன் வியாபாரச் சந்தைக்காகச் செயல்பட்டதால், அதற்குத் தேவையான நகர்சார் நடுத்தர வர்க்கத்தின் கருத்தாக்கங்கள் அதில் அதிகம் செயல்பட இந்தியத் தொலைக்காட்சி தடம்புரள வேண்டியதாயிற்று. இதனால் விளம்பர ஏஜென்டுகளின் ஆளுமையும், தனியார் நிறுவனங்களின் ஆக்கிரமிப்பும் அதில் அதிகமாயிற்று.

V

1991 - 2002 : மூன்றாம் கட்டப் பன்னாட்டு முதலீடு 1991ல் பதவிக்கு வந்த நரசிம்ம ராவ் அரசு, அதுவரை அமுலில் இருந்த

நேருவிய அரசமைப்பிலும், பொருளாதாரக் கொள்கையிலும் அடிப்படை மாற்றங்களைச் செய்தது. ஜனநாயகத்தையும், மக்கள் உரிமைகளையும் ஓங்கி வளர்க்கக்கூடிய ஒரு மாற்று அமைப்பை நிறுவாமல், தாராளமயமாக்குதலின் மாயையில் நாட்டையே மூழ்கடித்தது. இதனால் பல கேபிள் இணைப்புகள் எங்கும் துவங்க, ஈராக் மீது அமெரிக்கா ஏவிவிட்ட போரின் காட்சிகளைப் பிரமிக்க வைக்கும் பிம்பங்களாக சி.என்.என் (CNN) ஒளி பரப்பியது. அதே வருடம் உள் நாட்டுத் தனியார் தொலைக்காட்சியான ஜீ.டிவி, தூர்தர்ஷனின் லாபத்தில் கணிசமாகப் பங்குபோட, தொடர்ந்து ஹாங்காங்கிலிருந்து ஸ்டார் டிவி நுழைந்தது. தனியார் தொலைக்காட்சிகளுக்கான மக்களாதரவு அதிகரிக்கப் பன்னாட்டு முதலாளியான ரூபர்ட் மர்டாக் ஸ்டார் டிவியை விலைக்கு வாங்கி பின் ஜீ.டிவியிலும் 51 சதவிகிதம் பங்குகளை வாங்கினார். இந்தக் காலகட்டத்தில் மாற்றுக் கருத்துக்கான களம் மேலும் சுருங்க, மண்டல் கமிஷனுக்கான எதிர்ப்பும், பாப்ரி மஸ்ஜித் தகர்ப்பும் - மேல்மட்ட, நடுத்தர வர்க்கத்தின் கருத்தாக்கத்திற்கு ஏற்ப தொலைக்காட்சி நிறுவனங்களால் ஒளிபரப்பப்பட்டது. 1994ல் தமிழ் மாநிலத் தொலைக்காட்சி நிறுவனங்களான சன் டிவி, ராஜ் டிவி துவங்க, அதுவரையில் மத்திய அரசின் மேலுள்ள தன் எதிர்ப்பைத் தெரிவிக்கப் பொதுமேடைகளில் தொலைக்காட்சிப் பெட்டியை அடித்து நொறுக்கும் பாணியைத் தி.மு.க. மாற்றிக்கொண்டது.

ஆங்கிலத்திலும், இந்தியிலும் மட்டும் தன் ஆளுமையைச் செலுத்தி வந்த ஸ்டார் டிவி, 2000த்தில் தமிழ் தனியார் தொலைக்காட்சியான விஜய் டிவியை வாங்கி, பன்னாட்டு முதலீடு தமிழ்நாட்டிலும் நுழைய வழி வகுத்தது. ஆக, உள்நாட்டு மற்றும் பன்னாட்டுத் தனியார் நிறுவனங்களின் முதலீடு தொலைக்காட்சி நிகழ்ச்சிகளின் வடிவத்தையும், உள்ளடக்கத்தையும் நிர்ணயம் செய்ய, நாட்டின் வளர்ச்சிப் பணிக்காக, மாற்றுத் தொடர்பு நிறுவனமாக துவங்கிய தூர்தர்ஷன், வியாபாரச் சந்தையால் ஓரங்கட்டப்பட்டதால், அது ஒரு பச்சோந்தியாக உருவெடுத்து மற்ற சேனல்களைப் போல் நிகழ்ச்சிகள் மூலம் தொலைக்காட்சிப் பார்வையாளர்களை நாடெங்கிலும் கவரப் போட்டிபோடும் நிர்ப்பந்தத்தில் உள்ளது. உள்நாட்டு / பன்னாட்டுத் தனியார் நிறுவனங்களின் முதலீடு 2001லிருந்து மேலும் அதிகரிக்க, நாடு முழுவதும் ஆப்டிக்கல் கேபிள்களால் இணைக்கப்பட்டு வருகிறது.

இதனால் 1991ல் ஒரு சாட்டிலைட் டிஷ், 120 தொடர்புகள் என்று குடிசைத் தொழிலாகத் துவங்கிய சிறிய இணைப்பாளர்கள் கபளீகரம் செய்யப்பட்டு உள்நாட்டு/பன்னாட்டு நிறுவனங்களின் ஆதிக்கத்தால் அழிக்கப்பட்டு வருகின்றனர். ஆப்டிக்கல் பைபர் கேபிள்களால் தொலைபேசி, தொலைத் தொடர்பு, மின் அஞ்சல், மின் இணையம், பத்திரிகை, வானொலி, தொலைக்காட்சி ஆகியவை யாவும் மின்அலை தொழில்நுட்ப சங்கமத்தில் (Convergence) ஒன்றாகச் சேர வாய்ப்பு அதிகரித்துவருகிறது.

ஒலி, ஒளி, ஓவியம், அச்சு நான்கையும் டிஜிட்டலாக மாற்றும் இந்தத் தொழில்நுட்ப சங்கமத்தால்தான் உள்நாட்டு / பன்னாட்டுத் தனியார் நிறுவனங்கள் கூட்டுச்சேர்க்கையில் (Mergers) ஈடுபட்டுவருகின்றன என்ற கருத்து பரவிவருகிறது. இதற்கு எதிராக ஹர்பர்ட் ஷில்லர் (Herbert Schiller) பல திடுக்கிடும் தகவல்களை முன்வைக்கிறார். தாராளமயமாக்குதலால், உலகெங்கிலும் புதிய சந்தைகள் திறந்துவிடப்படுவதால் இவைகளுக்குப் பெரும் முதலீடு தேவைப்படுகிறது. குறிப்பாக, தகவல் தொடர்பு சார்ந்த துறைகளில் பெரும் லாபம் கிட்ட வழி இருப்பதால், இத்துறையில் செய்யப்படும் முதலீடுகள் மற்ற துறைகளை விட அதிகம். இன்று, இத்துறையில் இயங்கும் அமெரிக்கப் பன்னாட்டு நிறுவனங்கள் மட்டுமே வருடத்திற்கு 700 பில்லியன் டாலர்களைச் சம்பாதிக்கின்றன.

ஆக, 'கூட்டுச்சேரு, அல்லது ஒழிந்து போ!' என்பது இன்றைய உலகச்சந்தையின் நிர்ப்பந்தமாக உள்ளது. ஆகையால் இந்தத் தொழில்நுட்ப சங்கமத்தால், எதிர்காலத்தில் வேண்டுமென்றால் ஒரு வேளை தனியார் நிறுவனங்கள் கூட்டுச்சேரலாம். ஆனால் இன்று பெரும்பாலும் அம்மாதிரியான கூட்டுச்சேர்க்கை வளர்ந்துவரும் முதலீட்டுப் பொருளாதாரத்தின் ஆளுமையை மறைக்க உதவும் மாயத் திரையே. டைம் வார்னர் டர்னர் போன்ற இந்தக் கூட்டுச்சேர்க்கைகள், ஒரு சில நிறுவனங்கள் கீழேயே அத்தனை ஊடகங்களையும் அடக்கி, ஆளுமை செய்ய முடியும் என்பதால், ஒரு புறம் மாற்றுக் கருத்துக்களுக்கான பொது வெளி குறுக, மறுபுறம் ஊடகப் பொருட்கள், வித்தியாசங்கள் சலவை செய்யப்பட்டு, வெளிவரும் நிலை அதிகரித்து வருகிறது.

இதைவிட அச்சுறுத்துவது என்னவென்றால், இப்படி ஒரு முழு சேவைக் கலாச்சாரத்தை நோக்கிச் செல்லும் பாதையானது வெகுவிரைவில் கலாச்சாரம், கல்விக்கான பொறுப்புகளில் பிளவுகளை ஏற்படுத்த பள்ளிகள், பல்கலைக்கழகங்கள், நூலகங்கள் போன்றவை பன்னாட்டு நிறுவனங்களிடம் ஒப்படைக்கப்படும் நிலை உருவாகும் என்பதே!

VI

இந்தப் பின்னணியில், 'தொலைக்காட்சி தொடர்பா, தொல்லையா?' என்று பட்டிமன்றப் பாணியில் சிந்திப்பதை விட, தொலைக்காட்சியில் ஒரு பொதுப் பணிக்கான அலைவரிசையை எவ்வாறு உருவாக்க முடியும் என்பதே முக்கியமானது. காங்கிரஸைவிட தங்களால்தான் உலகமயமாக்குதலையும், தாராளமயமாக்குதலையும் முழுமையாக நிறைவேற்ற முடியும் என்ற அடிப்படையில் உள்நாட்டு/ பன்னாட்டு நிறுவனங்களின் ஆதரவைப் பெற்றுள்ள பா.ஜ.கவின் அரசு இன்று நிலைத்துவிட்டதால், மேற்கூறிய பிரச்சினைக்கான விடை கடினமானது என்று தெரிகிறது. ஆனால் இதற்கு விடையே இல்லை என நாம் அயர வேண்டிய அவசியமில்லையே!

1990களில் ராஜஸ்தான் கிராமங்களில் ஜான் சன்வாயி என்ற இயக்கம் துவக்கப்பட்டது. இது மக்களின் தகவல் உரிமைக்காகவும், பொதுப்பணியில் ஈடுபடும் அதிகாரிகளின் செயல்கள் தெளிவாக வெளியே தெரிய வேண்டும் என்பதற்காகவும், ஒரு ஒலிபெருக்கியைக் கிராமப்புறங்களில் நிறுவி, அதில் யார் வேண்டுமானாலும் தங்கள் குறைகளைச் சொல்வதற்கான வாய்ப்பை ஏற்படுத்தியது. இதனால் கிராமப்புற அதிகார துஷ்பிரயோகங்களும் ஊழல்களும் அம்பலமாயின. இவைகளுக்குப் பொறுப்பான அதிகாரிகள் சட்டத்தால் தண்டிக்கப்படாவிட்டாலும், தங்கள் தவறுகளை மக்களிடம் மறைக்க முடியவில்லை. அதற்குப் பிறகு முன்பைப் போல அவர்களால் தன்னிச்சையாகவும் செயல்பட முடியவில்லை. ஒரு ஒலிபெருக்கியால் இவ்வளவு மாற்றத்தை ஏற்படுத்த முடியுமென்றால், ஒரு சமூகத் தொலைக்காட்சி அலைவரிசையால் கண்டிப்பாக ஒரு மாற்றுச் சமுதாயத்திற்கான கூட்டு அழுத்தத்தையும் ஏற்படுத்த முடியும். அதைப் போன்ற சமூகத் தொலைக்காட்சியால்தான் ஒரு முழுமையான மக்கள் தொடர்பை ஏற்படுத்திக்கொடுக்க முடியும். இதைச் செயல்படுத்த ஊடகக்கல்வியும், ஊடகங்கள் பற்றிய விழிப்புணர்ச்சியும் விரைவாக மக்களிடம் சேர முயற்சிகள் எடுப்பது மட்டும் அல்லாது, பல சமூக / அரசியல் பொது மன்றங்களில் இதற்காக இடைவிடாது குரல் எழுப்பினால்தான் முடியும்.

இதற்கு மாறாகத் தொலைக்காட்சியை ஒரு தொல்லை என்று ஒதுக்கிவிட்டால், ஒருபுறம் மக்களைவிட அதற்குத்தான் ஆளுமை அதிகம் என்பதாகும். மறுபுறம், தொலைக்காட்சியின் செய்கைகளை நாம் கேள்விக்கு உட்படுத்தாமல் இருந்தால், அதன்

சமூகப் பொறுப்புகளிலிருந்து நாமே அதனை விடுவித்துவிடுவோம். அவசரநிலைக் காலகட்டத்தில் தூர்தர்ஷனை அசுரத்தனமாக இந்திரா அரசு பயன்படுத்தியும், மாற்றத்தை வேண்டிய மக்கள் அதற்குப் பணியவில்லை.

இன்றும் உள்ள இந்துத்துவ அரசு ஊடகங்களின் ஆதரவுடன் நாட்டை ஒரு நிலைப்படுத்தப்பட்ட கலாச்சாரமாகக் காட்டினாலும், மண்டல் கமிஷனுக்குப் பிறகு இந்துச் சமூகத்தில் உள்ள பிளவுகள் வெட்டவெளிச்சமானதால் - ஒட்டுமொத்தச் சமூகத்தையும் தன் ஆளுமைக்குள் கொண்டுவர முடியவில்லை. ஆக, என்னதான் தொலைக்காட்சி பிளவுகளையும், வித்தியாசங்களையும் ஒட்டுப்போட்டு மூடினாலும், அவைகளைப் பூசி மெழுகிவிட முடியாது.

'காலச்சுவடு', நவம்பர், டிசம்பர், 2002

◆◆◆

19

தமிழ் சினிமாவும் உலகமயமாக்கமும்

1932 வரை மதராஸ் பிரசிடென்ஸியில் உருவான சினிமா, தமிழ், தெலுங்கு, மலையாளம், கன்னடம் பேசுபவர்களுக்காக உருவாக்கப்பட்ட ஒரு மௌன சினிமா. தென்னிந்திய சினிமாவின் முதல் பேசும் படமான காளிதாஸ் (1932) என்ற படத்திலும், இந்த ரசிகர்களை இழந்து விட வேண்டாம் என்ற காரணத்தினாலோ என்னவோ தமிழும், தெலுங்கும் கலந்திருந்தது. இப்படிக் கணக்குப்போடும்போது தமிழ் சினிமாவிற்கு வயது இன்று எழுபத்தைந்து என்று சொன்னாலும், இந்தத் துறையின் வளர்ச்சியை ஒரு பெரும் வளர்ச்சியாக விவரிக்க முடியாது. குறிப்பாக 1991-லிருந்து, கடந்த பதினைந்து ஆண்டுகளில், சாட்டிலைட் தொலைக்காட்சியில் ஏற்பட்ட வளர்ச்சியைக் கணக்கில் எடுத்துக்கொண்டால், தமிழ் சினிமாவின் வளர்ச்சி மிகவும் சிறியதாகத்தான் தோன்றுகிறது. இதற்குக் காரணங்கள் பல. துவக்கத்தில் இங்கு ஆங்கிலேய அரசின் ஆதரவோ அல்லது பங்குச்சந்தையில் தங்களை நிலை நாட்டிக்கொள்ளத் தேவையான ஐரோப்பிய வங்கிகளின் ஆதரவோ சினிமா கம்பெனிகளுக்குக் கிடையாது. மேலும் 1965-லிருந்து, 1972-ல் தான் படிப்படியாக மின்சார வசதி தமிழகத்தின் எல்லாப் பகுதிகளுக்கும் சென்றடைந்தது. ஆனால் அதற்குள்ளே, அதற்கு முந்திய முப்பத்தைந்து அல்லது நாற்பத்திரண்டு ஆண்டுகளில் அவ்வப்போது ஒரு பெரும் வெற்றியைச் சந்தித்த நிறுவனங்கள் எல்லாம், தமிழ் சினிமாச் சந்தையின் குறுகிய அகலத்தையும், முழங்காலளவு ஆழத்தையும்

சரிவரக் கணக்கில் எடுத்துக்கொள்ளாமல் மடமடவென்று ஸ்டுடியோக்களைக் கட்டிவிட, அந்த வெள்ளையானைகளுக்கு, எப்பத்டி தீனி போடுவதென்று தெரியாமல் திக்குமுக்காடி ஒன்றன் பின் ஒன்றாகச் சரிந்தன.

குறிப்பாக, 1976-ல் தேவராஜ் - மோகன் என்ற இரட்டை இயக்குநர்களின் அன்னக்கிளி என்ற படம் முழுமையாக ஸ்டுடியோவிற்கு வெளியே, மலையடிவாரத்திலும், கிராமப்புறத்திலுமுள்ள ஒரு லொகேஷனில் படம்பிடிக்க ஏரிப்பெலெக்ஸ் IIC (Arriflex -IIC) என்ற எடை குறைவான காமிரா சுலபமாக்க, அந்தப் படத்தின் மாபெரும் வெற்றிக்குப் பிறகு, தயாரிப்பாளர்களும், இயக்குநர்களும், ஸ்டுடியோக்களை மையமாக வைத்துப் படங்கள் உருவாக்குவதைக் கைவிட்டனர். இதற்குப்பிறகு 1980களிலிருந்து, தெலுங்கு, கன்னட், மலையாளப் படங்களைத் தத்தம் மாநிலங்களிலேயே உருவாக்க அந்த மாநிலங்களின் அரசாங்கங்கள் பல சலுகைகளை ஏற்படுத்த, கோடம்பாக்கத்தில் இருந்த ஸ்டுடியோக்கள் மேலும் பலமிழந்தன.

இன்று ஏ.வி.எம். ஸ்டுடியோ என்ற நிறுவனமே கூறுபட்ட நிலையில் இருக்கும் சூழலில், ஒரு ஏழு எட்டு தளங்களைத் தவிர இப்போது சென்னையில் வேறு ஸ்டுடியோ தளங்கள் எதுவும் கிடையாது. இந்த சினிமாவின் உற்பத்தித் திறனிலுள்ள பலவீனமானது ஒரு ஹாலிவுட் அமைப்புடன் ஒப்பிட்டுப் பார்க்கும்போது தெளிவாக வெளிப்படும் என்பது நிச்சயம். 20-வது சென்சுரி ஃபாக்ஸ் என்ற ஒரு ஸ்டுடியோவை மட்டும் எடுத்துக்கொண்டால், 1920-களின் இறுதியில் வருடத்திற்குக் கிட்டத்தட்ட 104 படங்களை உருவாக்கும் திறன் அதனிடமிருந்தது. அதாவது, வாரத்திற்கு இரண்டு படங்கள் அந்த நிறுவனத்தின் சார்பாக தியேட்டர்களைச் சென்றடைந்தன. இங்கு ஸ்டுடியோக்கள் செழிப்பாக இருந்த காலகட்டத்தில் கூட பெரும் ஸ்டுடியோக்களான ஏ.வி.எம்., விஜயா - வாஹினி போன்ற நிறுவனங்கள் வருடத்திற்கு 4 படங்களுக்கு மேல் உருவாக்க முடியாத சூழலில் தங்கள் வசதிகளைப் பிற தயாரிப்பாளர்களுக்கு வாடகைக்கு விட்டு ஓரளவுக்கு நிலையைச் சமாளித்து வந்தன. இன்று, அதாவது தொலைக்காட்சியின் மாபெரும் பாதிப்பிற்குப் பிறகு, ஒரு ஸ்டுடியோவில் வருடத்திற்கு 50 படங்கள் என்ற கணக்கின் அடிப்படையில்தான் ஹாலிவுட் இயங்குகிறது. ஆனால் இந்த 50 படங்களில் ஒரு நிறுவனம் செய்யும் முதலீடு அன்று 104 படங்களில் செய்த முதலீட்டை விட இருபது அல்லது முப்பது மடங்குக்கு அதிகரித்துள்ளது. இதற்கு உலகமயமாக்குதலும்,

அதனால் அதற்குத் திறந்து விடப்பட்ட பல புதிய சந்தைகளும் ஒரு முக்கிய காரணமாகும்.

1991-லிருந்து வழக்கத்திற்கு மாறாக ஹாலிவுட், உலகச் சந்தையை முன்னிறுத்திப் பல பிரத்யேகமான தயாரிப்புகளை உருவாக்கி வருகிறது. அதாவது, அதற்கு முன்னால் ஒரு ஹாலிவுட் படமானது அமெரிக்காவிலும், கனடாவிலும் உள்ள 2500 தியேட்டர்களில் வெளியிடப்பட்டு லாபத்தை ஈட்டிய பிறகுதான் பிற நாடுகளிலுள்ள சந்தைகளுக்கு அனுப்பப்படும். ஆனால் அதற்குப் பிறகு, உதாரணத்திற்கு 1995-ல் உருவாக்கிய டைஹார்ட் – 3 (Die hard III) என்ற படத்திற்குச் செலவிடப்பட்ட தொகை 90 மில்லியன் டாலர்கள் என்றாலும், அதைப் பிரத்தியேகமாக உலகச் சந்தைக்கென்றே ஹாலிவுட் தயாரித்தது. அமெரிக்காவில் அது ஈட்டிய தொகை 99 மில்லியன் டாலர்கள் மட்டுமே. வெளிநாடுகளில் அது ஈட்டிய தொகையோ 275 மில்லியன் டாலர்கள். லார்ட் அப் தி ரிங்க்ஸின் (Lord of the Rings) மூன்று தொடர்களுக்கும் மொத்தமாகச் செலவிடப்பட்ட தொகை 400 மில்லியன் டாலர்கள் (1800 கோடி ரூபாய்). இதில் லார்ட் அப் தி ரிங்க்ஸ்: தி ரிடர்ன் ஆஃப் தி கிங் என்ற ஒரு பகுதி அமெரிக்காவில் மட்டும் ஈட்டிய தொகை 377 மில்லியன் டாலர்கள். மற்ற நாடுகளில் ஈட்டிய தொகை 741 மில்லியன் டாலர்கள். மொத்தமாக இந்தத் தொடர் இதுவரை ஈட்டிய தொகை 1.118 பில்லியன் டாலர்கள். இதே அடிப்படையில் இன்று டை ஹார்ட் – 4 (Die Hard IV) உருவாக்கப்பட்டு விநியோகம் செய்யப்பட்டுள்ளது. ஆனால், தமிழ் சினிமாவில் வருடத்திற்கு 120 படங்கள் உருவானாலும் அதில் புழங்கும் முதலீட்டுத் தொகை, தயாரிப்பில் இருக்கும் படங்களையும் கணக்கில் எடுத்துக்கொண்டாலும், வருடத்திற்கு 3500 கோடியைத் தாண்டுவதே கடினம். ஆனால், அதே சமயம் தியேட்டர்கள், சினிமா நிறுவனங்கள் போன்றவற்றிடம் உள்ள நிறுவன வசதிகளையும், தொழில்நுட்பக் கருவிகளையும், சொத்துகளையும் கணக்கில் எடுத்துக்கொண்டால் ஒரு 30,000-த்திலிருந்து, 40,000 கோடி வரை இருக்கும். ஆனால் ஹாலிவுட் நிறுவனங்களின் சொத்துகளைக் கணக்கில் எடுத்தால் அது பல பில்லியன் டாலர்களை தாண்டிவிடும்.

இந்த நிலைமைக்கு மாறாக, தமிழ் சினிமாவில் ஒரு படத்திற்கு 100 கோடி செலவழிக்க முடியும் என்ற கூக்குரல் எழுந்திருப்பதற்குக் காரணம் அதனுடைய சந்தை உலகமயமாக்கலின் பாதிப்புகளாலும், இங்கு செய்யப்பட்ட சட்டத்திருத்தங்களின் பாதிப்புகளாலும் ஓரளவுக்கு விரிவடைந்திருப்பதே. 1930-களிலிருந்து இன்று

முதல் தமிழ் சினிமாத்துறையில், வெளிநாட்டு வரவுகளை ஏற்படுத்திக்கொடுக்கும் சந்தைகளை எஃப்எம்எஸ் (*FMS*) என்றுதான் குறிப்பது வழக்கம். எஃப்எம்எஸ் என்றால் பெடரேஷன் ஆஃப் மலேஷியன் ஸ்டேட்ஸ் (*Federation of Malaysian States*) என்று பொருளாகும். இது சிங்கப்பூர், மலேசியாவில் இருந்து பிரிவதற்கு முன் இருந்த அமைப்பு. 1960-களின் இறுதி வரை இந்தப் பதம் மலேசியா, சிங்கப்பூர், சிலோன் மற்றும் பிஜி போன்ற நாடுகளிலுள்ள சந்தைகளை மட்டும் குறித்தது. 1970-களுக்குப் பிறகு மத்தியகிழக்கு நாடுகளுக்குப் பிழைக்க வழி தேடி ஆயிரக்கணக்கான தமிழ்நாட்டு மக்கள் குடிபெயர, அந்தச் சந்தையும் எஃப்எம்எஸ் என்ற பதத்தின் கீழ் வந்தது. 1990-களில் ஒய்.டூ.கேவை (*Y2K*) கைவிட்டு ஒரு புதிய கணினி அமைப்புக்கு எல்லாவற்றையும் மாற்ற வேண்டிய கட்டாயத்தினாலும், தாராளமயக்கலினாலும் ஏற்பட்ட வாய்ப்புகளால், ஐரோப்பிய நாடுகளுக்கும், அமெரிக்கா, கனடா போன்ற நாடுகளுக்கும் ஒரு மாபெரும் குடிபெயர்ப்பு ஏற்பட்டது. இதற்கிடையில் அந்த நாடுகளுக்கு மட்டுமல்லாமல், ஆஸ்திரேலியா போன்ற நாடுகளுக்கும் கடந்த இருபத்தைந்து ஆண்டுகளாக இலங்கையில் நடக்கும் உள்நாட்டுப் போரினால் சிலோன் தமிழர்களும் குடிப்பெயர்ந்துள்ளதால் அங்கெல்லாம் இன்று தமிழ் சினிமா தனது இருப்பை சுலபமாகப் பதிவு செய்துவிட்டது. இந்த மாற்றங்களால் இன்று எஃப்எம்எஸ் என்ற பதம் இந்த நாடுகளை உள்ளடக்கி, முத்து என்ற படம் ஜப்பானில் பெற்ற மாபெரும் வெற்றிக்குப் பிறகு அந்த நாட்டையும் உள்ளடக்கியிருக்கிறது.

ஆனால் ஜப்பானில் குடிபெயர அந்த நாட்டின் மொழி தெரிய வேண்டும் என்பதால் அங்கு அந்த மொழியைக் கற்ற ஒரு சில தமிழர்கள்தான் இருக்கின்றனர். மேலும், முத்து அங்கு வெற்றி பெற்றதற்குக் காரணம் அதை ஜப்பானியர்கள் விரும்பிப் பார்த்தார்கள் என்பதே. இதுவே தமிழ் சினிமாவிற்குத் தமிழர்களையும், மற்ற இந்தியர்களையும் தாண்டி, உருவாகியுள்ள முதல் உலகச் சந்தை. இது எப்படி சாத்தியமாயிற்று? இந்தி சினிமாவை பொறுத்தவரை அதற்கு ராஜ்கபூரின் காலம் முதல் ருஷ்யாவிலும், கிழக்கு நாடுகளிலும், ஆப்ரிக்காவிலுள்ள நைஜீரியா போன்ற நாடுகளிலும் தனி வரவேற்பு இருந்து வருகிறது. இதற்கு முக்கிய காரணங்கள் இரண்டு. ஒன்று, இந்தி சினிமாவில் எப்பொழுதும் உருது மொழிக்கு ஒரு தனி இடமுண்டு. உருது அதிகம் கலந்த இந்துஸ்தானிதான் அதனுடைய மொழி வடிவம். குறிப்பாக இந்தி சினிமாவில் வசனகர்த்தாவாகவோ அல்லது பாடலாசிரியராகவோ பணிபுரிய வேண்டுமென்றால், அதற்கு உருது மொழியில்

நல்ல பயிற்சி பெற்றவராக இருக்கவேண்டியது அவசியம். இந்த இந்துஸ்தானி மொழி வடிவத்தை மேற்கூறிய நாடுகளிலுள்ள இஸ்லாமியர்கள் சுலபமாகப் புரிந்து கொள்ள முடிகிறது. இரண்டாவது காரணம், அந்த நாடுகளில் உருவாகும் ஜனரஞ்சகப் படங்களிலுள்ள அம்சங்களைவிட இந்திப் படத்திலுள்ள இசையும் நடனமும் அங்கிருக்கும் இஸ்லாமியர்களை மட்டுமல்லாமல் மற்றவர்களையும் அதிகமாகக் கவர்கிறது. ஜப்பானிய பாப் இசையும், நடனமும் மேற்கத்திய நாடுகளைப்போல் வளர்ச்சியைப் பெற்றிருந்தாலும், ஜப்பானியப் படங்களில் இசையோ அல்லது நடனமோ நமது படங்களில் இருப்பது போல் அமையவில்லை. மொழியை பொறுத்தவரை அதற்கும் தமிழுக்கும் வெளிப்படையான ஒற்றுமைகள் கிடையாது. ஆனால் அதே சமயம் ஜப்பானில் மாபெரும் வரவேற்பைப் பெற்றுள்ள, தாராஜுகா (*Tara-zuka*) என்றொரு நவீன இசை நடன நாடகமும், அதில் வரும் பாடல்களும், நடனங்களும் தமிழ் சினிமாவின் வடிவத்தை ஒத்திருக்கிறது. இந்தச் சமூக மெலோடி டிராமாக்கள் காதலை மையமாகக்கொண்டு இயங்கும் இசை - நடனக் கதைகளாகும். அது மட்டுமல்லாமல், தமிழகத்தில் ஒரு காலத்தில் இயங்கிய பாய்ஸ் கம்பெனி (*Boys Company*) நாடக நிறுவனங்களைப்போல், இந்த தாராஜுகா நாடகங்களை இன்றும் அங்கு தயாரிப்பவர்கள், சில பிரபலமடைந்த கேர்ல்ஸ் நாடகங்களை இன்றும் அங்கு தயாரிப்பவர்கள், சில பிரபலமடைந்த கேர்ல்ஸ் கம்பெனி (*Girls Company*) நிறுவனங்கள்தான்.

இந்த வடிவத்தில் பெண்கள் மட்டும்தான் நடிகர்களாக இருக்க முடியும். ஏன் என்றால் இந்த நாடகங்களைப் பார்க்க ஆண்களுக்கு அனுமதி கிடையாது. பெண்களுக்கு மட்டும்தான் அனுமதி உண்டு. இதற்கு நேர்மாறாக, இந்த வடிவத்தில் மாபெரும் சூப்பர் - ஸ்டார்களாக உருவாகிறவர்கள், அந்த நாடகங்களில் ஆண் - கதாநாயகர்களாகத் தோன்றும் பெண்களே தவிர, கதாநாயகிகளாகத் தோன்றும் பெண்கள் அல்ல. இந்த நாடக வடிவம் என்னவென்று தெரிந்துகொள்ள விரும்புபவர்கள் மர்லான் பிராண்டோ (*Marlon Brando*) நடித்த ஸயோனாரா (*Sayonara, 1957*) என்ற ஹாலிவுட் படத்தைப் பார்த்தால் போதும். அதில் இரண்டாவது உலக யுத்தத்திற்கு ப்பிறகு ஜப்பானில் அமெரிக்க இராணுவ அதிகாரியாகப் பணிபுரியும் கதாநாயகன் அம்மாதிரியான ஒரு கேர்ள்ஸ் கம்பெனியில் பெரும் நட்சத்திரமாகத் திகழும் பெண்ணின் மேல் காதல் கொள்கிறான். ஆண்களே பார்க்கமுடியாத நாடகத்தை இவன் எப்படிப் பார்த்தான் என்றால், அமெரிக்க ராணுவ

அதிகாரிகளுக்கு அப்போது ஜப்பானில் தரப்பட்ட சலுகைகளில் ஒன்று என்று அதைச் சொல்லலாம். அந்த நாடக வடிவத்தையும் தமிழ் சினிமாவின் கூறுகளையும் ஒப்பிட்டுப் பார்த்தால் பல ஒற்றுமைகள் தென்படும். அதாவது, கலாச்சார ஒற்றுமைகள் இல்லாமல் வேறொரு கலாச்சாரத்தின் படைப்புகளை எந்த விதப் பயிற்சியுமில்லாமல் ரசிப்பது கடினம்.

இப்படி ஜப்பானில் உருவான புதிய, ஆனால் அதே சமயத்தில் சிறிய உலகச் சந்தையை வைத்துக்கொண்டு மட்டும் தமிழ் சினிமாவின் பொருளாதார வளர்ச்சியைக் கணக்குப்போட முடியாது. அதாவது தாராளமயமாக்கத்தினால் மட்டுமல்லாமல், மற்ற காரணங்களினாலும் தமிழ் சினிமாத் துறையின் தியேட்டர்களின் செயல்பாடுகளில் சில மாற்றங்கள் வந்துள்ளன. 2000-த்தில் மத்திய அரசு சினிமாவை முதல் முறையாக ஒரு தனிப்பட்ட தொழில்துறையாக அங்கீகரித்தது என்றால், ஏப்ரல் 2001-ல், தமிழக அரசு அதற்குப் பல சலுகைகளை வழங்கியது. அந்த அரசின் அறிவிப்பின்படி, ஒரு படம் வெளியாகும்போது அதன் முதல் இரண்டு வாரங்களுக்கு, தியேட்டர் நிர்வாகங்கள் டிக்கட் விலையை எவ்வளவு வேண்டுமானாலும் உயர்த்திக் கொள்ளலாம் என்றும், பொதுவாக எல்லா டிக்கெட் விலைகளையும் 75 சதவிகிதம் உயர்த்துவதற்கும், குறைந்த விலை டிக்கெட்டுகளுக்கான இடத்தை 20 சதவிகிதம் குறைக்கவும் அனுமதி வழங்கப்பட்டது. இதனால் சென்னையில் மட்டும், முதல் இரண்டு வாரங்களைத் தவிர மற்ற சமயங்களில் மட்டும், முன்பு 40 ரூபாயாகவும், 50 ரூபாயாகவும் இருந்த டிக்கெட்டுகளின் விலை 75 ரூபாயாகவும், 100 ரூபாயாகவும் மாறின. செப்டம்பர் 2004-ல் வந்த அறிவிப்பின்படி, புதி। படங்களுக்குப் பொழுதுபோக்கு வரி 25 சதவிகிதத்திலிருந்து, 15 சதவிகிதத்திற்கு முனிசிபல் கார்ப்பரேஷன் இயங்கும் பகுதிகளில் குறைக்கப்பட்டது. மற்ற பகுதிகளில், ஒரு பொதுவான 10 சதவிகிதத்தில் நிறுத்தப்பட்டது. அதே சமயம், இந்த வாய்ப்பைப் பயன்படுத்திக்கொள்ள, தியேட்டர்களின் படங்களை வெளியீடு செய்யும் முறையிலும் மாற்றம் வந்தது. இந்தச் சட்டத்திருத்தங்களுக்கு முன், தமிழகத்தில், பெரிய பட்ஜெட் படங்கள் 80 தியேட்டர்களிலும், நடுத்தர பட்ஜெட் படங்கள் 40 தியேட்டர்களிலும், மிகவும் குறைந்த பட்ஜெட் படங்கள் 12-லிருந்து 20 தியேட்டர்களிலும் வெளியாவது வழக்கமாக இருந்தது. ஆனால் இந்தச் சட்டத்திருத்தங்களுக்குப் பிறகு உதாரணத்திற்கு இம்சை அரசன் 23-ம் புலிகேசி என்ற நடுத்தர பட்ஜெட் படம், 149 தியேட்டர்களில் வெளியாகி மாபெரும் வெற்றியைத் தழுவியதென்றால், பெரிய பட்ஜெட்

படங்களான சந்திரமுகி மற்றும் சிவாஜி போன்ற படங்கள் கிட்டத்தட்ட 300 தியேட்டர்களில் வெளியானது என்று சொன்னால் மிகையாகாது. இன்று குறைந்த பட்ஜெட் படங்கள் ஒரே சமயத்தில் 40 தியேட்டர்களில் வெளியாகின்றன.

ஆனால் சிவாஜி வெளிவருவதற்குச் சில மாதங்களுக்கு முன் முதல் இரண்டு வாரத்திற்கு தியேட்டர் நிர்வாகங்கள் டிக்கெட்டு விலையை எவ்வளவு வேண்டுமென்றாலும் உயர்த்திக் கொள்ளலாம் என்ற விதி ரத்து செய்யப்பட்டது. இதற்கு சன் டிவி நிறுவனம் அந்தப் படத்தின் உலக உரிமையை வாங்க முயலும்போது ஏ.வி.எம் நிறுவனம் கேட்ட விலை அதிகமாக இருந்ததால், சட்டத்தில் இந்தத் திருத்தம் கொண்டு வரப்பட்டது என்ற பேச்சு அல்லது வதந்தி பரவ ஆரம்பித்தது. பிறகு, தி.மு.கவின் தலைமைக் குடும்பங்களில் வந்த பிரச்சனையால் சிவாஜியின் உரிமைகளை வாங்கும் முயற்சி கைவிடப்பட்டதென்றும் வதந்தி பரவியது. இந்த வதந்திகள் உண்மையற்றவையாக இருந்தாலும், ரத்து செய்யப்பட்ட விதி பிறகு அமுலுக்கு வரும் என்ற சினிமாத் துறையின் எதிர்பார்ப்பு இதுவரை வெற்றியடையவில்லை. ஆனால், ஏதோ ஒரு காரணத்தைக் காட்டி சிவாஜி படத்திற்கு மட்டும் வரி விலக்குக் கொடுக்கப்பட்டது. ஆனால் சந்திரமுகியின் வசூலை பற்றி வெளிப்படையாகச் சொல்லிப் பெருமிதம் கொண்ட சூழல் இன்று மாறி சிவாஜி எவ்வளவு வசூலித்தது என்பதைச் சம்பந்தப்பட்டவர்கள் எல்லோரும் மர்மமாக வைத்திருப்பதைக் கவனிப்பது அவசியம். இருப்பினும் அதற்கு, சென்னை நகர உரிமை மட்டும் 6.5 கோடி ரூபாய்க்கு விற்கப்பட்டதென்றால், அந்தப் படத்தின் மற்ற உரிமைகளையும் ஒன்று சேர்க்கும்போது அது சந்திரமுகியை விட அதிக விலைக்கு விற்கப்பட்டது என்பதில் எந்த ஐயமுமில்லை. அதே சமயம், சந்திரமுகியை விட அதற்கு அதிகச் செலவு ஏற்பட்டிருந்தது உண்மை என்றாலும், 100 கோடி செலவானது என்று சொல்வதை குறிப்பாக சினிமாத் தொழிலை நன்கு அறிந்தவர்கள் கொஞ்சம் உப்பு சேர்க்காமல் உள்வாங்கிக் கொள்வது கடினம்.

சிவாஜியின் வசூலில் இருக்கும் மர்மத்தை ஒருபுறம் விட்டு விட்டாலும், அந்தப் படம் தியேட்டர்களுக்கு வரும் முன் ஏற்பட்ட மற்றொரு முக்கியமான மாற்றத்தையும் கவனிக்க வேண்டியது அவசியம். பிரமிட் சாய்மிரா என்ற நிறுவனம் ஒரு கார்ப்பரேட் நிதி உதவியுடன் பல தியேட்டர்களின் நிர்வாக உரிமையை லீசில் எடுக்க ஆரம்பித்தது. இதே சமயம் ஆஸ்கர் பிலிம்ஸ் என்ற நிறுவனமும் பல தியேட்டர்களின் நிர்வாக உரிமையை

லீசில் வாங்கத் துவங்க, அதற்கு சன் டிவியின் நிதி ஆதரவு இருப்பதாக வதந்திகள் வந்தன. இந்த வதந்திகள் உண்மையோ, பொய்யோ இன்று நிறுவனத்திற்கு 300 என்ற அடிப்படையில், கிட்டத்தட்ட 600 தியேட்டர்கள் இந்த இரண்டு நிறுவனங்களின் கீழ்வந்துள்ளன. நாளடைவில் இந்தப் போக்கு தமிழ் சினிமாத் துறையின் வளர்ச்சிக்கு எதிராகச் செயல்படும் என்பதில் எந்தவித ஐயமுமில்லை. அதாவது, இந்த நிறுவனங்களின் வளர்ச்சி இப்படிப் பெருகிக்கொண்டே போனால் சாட்டிலைட் தொலைக்காட்சி நிறுவனங்களைப்போல் ஓரிரு நிறுவனங்களின் கீழ் எல்லா தியேட்டர்களும் வந்துவிட அவர்கள் வைத்ததுதான் சட்டமாகிவிடும். குறிப்பாக சிவாஜி போன்ற பெரிய பட்ஜெட் படங்கள் 300-க்கும் மேற்பட்ட முக்கியமான தியேட்டர்களைப் பல வாரங்களுக்கு ஆக்கிரமித்துக் கொண்டால், மற்ற படங்களின் வெளியீடுகள் தேவையில்லாமல் தள்ளிப் போடப்பட்டு, அந்தப் படங்களில் செய்யப்பட்ட முதலீடுகளின் வட்டி, குட்டி மேல் குட்டி போட்டு சிறிய தயாரிப்பாளர்களை அழித்துவிடும். இப்படி 1920-களின் இறுதியில் அமெரிக்காவிலுள்ள தியேட்டர்களின் மீது சில ஸ்டூடியோக்கள் தங்கள் அதிகாரத்தை நிலைநாட்டத் தங்கள் வசம் அவற்றை மாற்றியபோது அதற்கு எதிராக ஆண்டி -டிரஸ்ட் லா (Anti-Trust Law) என்ற சட்டத்தை அமெரிக்க அரசாங்கம் நிறுவி அந்தச் செயலைத் தடுத்தது,

இங்கு அரசு விழிப்புடன் செயல்பட்டு அம்மாதிரியான சட்டங்களை ஏற்படுத்தாவிட்டால் ஓரளவுக்கு தமிழ் சினிமாவில் காணப்படும் பன்முகத்தன்மையும், பல சிறிய தயாரிப்பு நிறுவனங்களும் அடியோடு அழிந்துவிடும். எம்.ஜி.ஆர், சிவாஜி போன்ற ஆதிக்க நட்சத்திரங்களின் பலம் குறைந்த சூழலில்தான், 1976-லிருந்து, அன்னக்கிளி, கிழக்கே போகும் ரயில், உதிரிப்பூக்கள், அவள் அப்படித்தான் போன்ற திரைப்படங்கள் வருவது சாத்தியமாயின. இன்று அதே மாதிரி ரஜினி, கமல், போன்ற பெரும் நட்சத்திரங்களின் பலம் குறையும்போதுதான் ஆட்டோகிராப், பட்டியல், பள்ளிக்கூடம் போன்ற படங்கள் உருவாவதும் சாத்தியமாகியிருக்கிறது. ஆனால், இப்படி ஒரு சில நிறுவனங்களே எல்லாத் தியேட்டர்களையும் உரிமை கொண்டாட, அவற்றை வருடத்திற்கு ஒரு சில படங்களே பல வாரங்களுக்கு சிவாஜியைப்போல் ஆக்கிரமித்துக்கொண்டால், தமிழ் சினிமாவின் கலாச்சார வளர்ச்சி அடியோடு அழிந்து போகும். ஆனால், அரசு அதை மட்டும் தடுக்க வழிசெய்தால் போதாது. உலகமயமாக்கத்தினால் தமிழ் சினிமாவில் வியாபார ரீதியாக லாபம் அதிகரித்து வரும் சமயத்தில், அதில் வேலை செய்யும் தொழிலாளர்களின் நிலை மாறியதா என்றால் அந்த

க்கொடுமையைப் பற்றி யாரிடம் பேசுவது? உதாரணத்திற்கு தமிழ் சினிமாவில் பணிபுரியும் உதவி இயக்குநர்களின் நிலைமையை மட்டும் எடுத்துக்கொண்டால், அவர்களில் கோடம்பாக்கம் இரயில் தண்டவாளத்தில் தலையை பலி கொடுத்தவர்களின் எண்ணிக்கை கணிசமாக இருக்கும். தமிழ் சினிமாவிலுள்ள தொழிலாளர்களின் நிலை முழுமையாக மாற வேண்டும் என்றால், அவர்களுக்கு அவ்வப்போது ஏதாவது ஒரு வசதியை அறிவிப்பதை நிறுத்திவிட்டு நிரந்தரமாக மற்ற தொழில்துறைகளிலுள்ள சலுகைகளை தமிழ் சினிமா தொழிலாளர்களுக்கு அதனுடைய 75-வது ஆண்டிலாவது கிடைக்க அரசு வழிவகுக்க வேண்டும். குறிப்பாக, தமிழ் சினிமாவில் வேரூன்றி வளர்ந்த தி.மு.க. அரசின் தலையாய கடமை என்று இதைக் கருதுவதில் எந்தவித மிகையுமிருக்காது. மற்றும் புதிய முயற்சிகளுக்கு நிதி உதவியும், அந்த முயற்சிகள் மக்களைச் சென்றடைய தமிழகத்தின் முக்கிய நகரங்களில், நகரத்திற்கு ஒன்று என்று தியேட்டர்களை அம்மாதிரியான முயற்சிகளை வெளியிட வருடத்திற்குச் சில குறிப்பிட்ட வாரங்களை ஒதுக்கச் சட்டம் போட வேண்டும்.

தாராளமயமாக்குதலினாலும், உலகமயமாக்குதலினாலும் தமிழ் சினிமாவின் பொருளாதார நிலை மேற்கூறியதுபோல் மாறி வர, அவற்றால் அதே சமயத்தில் தமிழ் சினிமாவின் திரைப்படங்களின் கதையிலோ அல்லது கதை வடிவத்திலோ என்ன மாற்றங்கள் உருவாகியுள்ளன என்பதைப் பற்றியும் பேசி இந்த ஆய்வை மேலும் தொடர முடியும். அதற்கு இங்கு நேரமோ இடமோ இல்லாததால், ஒரு சில வார்த்தைகள் மட்டும் சிவாஜி படத்தின் கதாநாயகனைப் பற்றிக்கூற வேண்டிய கட்டாயம் இருக்கிறது. ஷாருக்கான் நடித்த சுவதேஷ்போல் இந்தப் படத்தின் கதாநாயகனும் அமெரிக்காவில் வெற்றிக்கொடி நாட்டிவிட்டு தனது மண் திரும்பிய ஒரு என்.ஆர்.ஐ. தன் மண்ணின் மக்களுக்கு நன்மை செய்வதற்காக தான் சம்பாதித்த பணத்தையெல்லாம் எப்படித் தியாகம் செய்து, தனது சாணக்கியத் தன்மையால் தனது குறிக்கோள்களில் எவ்வாறு வெற்றியடைகிறான் என்ற கதையை எல்லா ஐட்டங்களையும் சேர்த்து ஒரு ஃபலூடா ஐஸ்கிரீம்போல் அந்தப் படத்தை உருவாக்கியிருக்கிறார்கள். ஆனால், இந்த என்.ஆர்.ஐகளில் பிரபலமான பலபேர் அன்று, அதாவது 1970களிலும், 1980-களிலும் வேலையில்லாத் திண்டாட்டமும், தொழிற்சாலைகளில் கதவடைப்புகளும், வேலை நிறுத்தங்களும் இங்கு உச்சகட்டத்தில் இருந்தபோது, எல்லாவிதக் கொள்கைகளையும் மூட்டைகட்டி வைத்துவிட்டு, மௌனமாக இங்கிருந்து கம்பி நீட்டியவர்கள் என்பதை இந்தப்

படம் திரையின் பின்னே மறைத்து விடுகிறது. பி.ஏ. வரை மட்டும் படித்து ஓரளவுக்கு ஆங்கிலம் சரளமாகப் பேசத் தெரிந்தாலே இன்று வேலை நிச்சயம் என்றறிந்த இன்றைய இளைய தலைமுறைக்கு, 1960களின் இறுதியிலிருந்து 1990களின் துவக்கம் வரை எம்.ஏ. படித்திருந்தாலும் வேலை இல்லை என்ற சூழலிலிருந்த கொடுமைகள் தெரிந்திருக்காது. அந்தக் கொடுமையான சூழலிலும், இங்கிருக்கும் சமூகத்தை அடியோடு மாற்ற வேண்டும் என்று அதற்காகப் போராடி இங்கேயே இருந்து நலிந்து போனவர்கள்தான் எத்தனை பேர்? இன்னும் எப்படியோ அவர்கள் ஒருபுறம் வாழ்ந்து கொண்டிருக்க, பலமுறை சிறை சென்றும், போலீஸ் சித்திரவதைகளை அனுபவித்தும் வாழ்ந்து கொண்டிருப்பவர்கள் ஒருபுறமிருக்க, என்கவுண்டர் மரணத்தில் (encounter Death) பலியானவர்கள்தான் எத்தனை பேர்? இப்படி அன்று நடந்த சரித்திரத்தை மறைத்து, அமெரிக்காவில் கொடி நாட்டித் திரும்பியவர்கள்தான் இங்கு இருக்கும் மக்களுக்கு உதவி செய்யும் உயர்ந்த நோக்கமும், அறிவும், பலமும் பெற்றவர்களாக இருப்பார்கள் என்று முழுப் பூசணிக்காயைச் சோற்றில் அமுக்க முயலும் இந்தப் படம், அந்த என்.ஆர்.ஐகளின் வழியாக மட்டுமல்லாமல், தாராளமயமாக்கம் திறந்துவிட்ட பல கதவுகளின் வழியாகவும், அமெரிக்காவின் கொடிதான் இங்கு பரவலாக ஊன்றப்படுகிறது என்பதையும், மறுபக்கம் வசதியாக மறைத்து விடுகிறது. நட்சத்திரங்களை வழிபடும் காலம் மாறி இன்று என்.ஆர்.ஐ.களை வழிபடும் காலம் துவங்கியுள்ளது. அதை ஆரம்பித்து வைத்த பெருமை சிவாஜிக்குப் போய்ச் சேரும்.

'குமுதம்', தீபாவளி மலர், 2007

◆◆◆

பாகம் - VII

ப்ளாக் பஸ்டர் படங்கள்

- விஸ்வரூபம் – முதல் விமர்சனம்
- கபாலி - ஒரு சரித்திர ஆய்வு

சுவடுகள்

20

விஸ்வரூபம்: முதல் விமர்சனம்

ஆண்மையற்றது போல் தோன்றும் நாயகனின் தகுதியை அவனுடைய மனைவி தன் செயல்களால் கேள்விக்குட்படுத்துவதால் அவன் ஆண்மை பீரிட்டு எழுந்து விஸ்வரூபம் எடுப்பதுதான் கதையின் மையக்கரு. அதே சமயம், அவனுடைய ஆண்மை வெளிப்படும் களத்தை, காஷ்மீர், பாகிஸ்தான், ஆஃப்கானிஸ்தான், அமெரிக்கா போன்ற இடங்களில் பரவியுள்ள ஜிஹாதி தீவிரவாதிகள் செயல்படும் வெளியாகத் திரைக்கதை முன்னிறுத்துகிறது. ஒருபுறம் இன்று உயர்ந்த வேலைகளுக்குச் செல்லும் நடுத்தர வர்க்கப் பெண்களின் 'வேட்கை'யினால் தனிக்குடும்பத்திற்கு ஏற்படும் அபாயத்தைக் கட்டுப்படுத்துவது இப்படத்தின் முதல் சித்தாந்த இலக்கு என்றால், மறுபுறம் தேசம் என்று கருதப்படுவதற்குத் தீவிரவாதத்தினால் ஏற்படும் அபாயத்தைக் கட்டுப்படுத்துவதே அதனுடைய இரண்டாவது சித்தாந்த இலக்கு. இந்த இரண்டு இலக்குகளுக்குள் திரைக்கதை உருவாக்கும் அகன்ற உலகத்தின் பொருள் சுருக்கப்படுகிறது. இதனால், 'மிஸ்டர் அண்ட் மிஸஸ் அய்யர்'-இல் (2002) இருக்கும் பெண்ணின் வேட்கையை வெளிப்படுத்தும் பெண்ணின் கோணத்திற்கு இந்தக் கதையுலகில் இடமில்லை. அதாவது, விஸ்வரூபத்தில் நாயகனை, தன் அறியாமையினால் ஆண்மையற்றவனாகக் கருதுவதால் நாயகி வேறொருவனுடன் தொடர்புகொள்கிறாளே தவிர மேற்கூறிய

படத்தில் வருவதுபோல் தன் ஆளுமையை வெளிப்படுத்தும் ஒரு பெண்ணாக அல்ல. மற்றும் அப்படத்தில் இஸ்லாமிய இளைஞனாக வரும் கதாநாயகன் ராகுல் போஸ் என்ற நடிகர், இந்தப் படத்தில் ஒஸாமா பின் லேடனுக்குப் பிறகு ஆப்கானிஸ்தானின் தாலிபானை முன் நடத்திச் செல்லும் தலைவன் உமராகத் தோன்றுகிறார். இதனால், அமெரிக்க அரசின் கொடூரங்களை இஸ்லாமியர்களின் கோணத்திலிருந்து கடுமையாக விமர்சிக்கும் ஜார்ஜ் க்ளூனி என்ற ஹாலிவுட் நடிகர் தயாரித்த 'சிரியானா' *(2005)* என்ற படத்தில் வரும் தருணங்களுக்கும் இந்தப் படத்தில் இடமில்லை. ஆகையால், 'ரோஜா'வில் *(1992)* வைக்கப்பட்ட அதே மாதிரியான இரண்டு சித்தாந்த இலக்குகளை மையமாக வைத்து இயங்கும் மற்ற பல படங்களில் இது ஒன்றாக இருக்க இதில் மதவெறியும் தேசியமும் எவ்வாறு வெளிப்படுகிறது என்ற கேள்வி தொக்கி நிற்கிறது.

ஆண்மையற்றவனாகத் தோன்றும் நாயகனும் அவனுடைய மனைவியும் உமரின் கட்டளைப்படி கடத்திச் செல்லப்பட, அந்தச் சிறிய கும்பலின் தலைவன் அவனை அவனது ஆண் குறியின் மீது வீட்டில் ஒரு முறையும், கடத்திச் சென்ற இடத்தில் இரு முறையும் பயங்கரமாக அடிக்கிறான். இதில் கதாநாயகனின் அடையாளம் அதே சமயத்தில் வசிம் காஷ்மீரி என்ற இஸ்லாமிய அடையாளமாக இருப்பதால், அந்த ஆளிடம்தான் அல்லாவைத் தொழுவதற்குத் தனது கைகளை அவிழ்த்துவிடச் சொல்ல, தனது கைகள் விடுபட்டதும், தன் தொழுகையை விரிவாக முடித்தவண்ணம் நாயகன் சினந்து எழ, நாயகியின் கண்முன் அவனுடய விஸ்வரூப வீரியம் வெளிப்பட்டு அங்கிருப்பவர்களைக் கொன்று குவிக்கும் காட்சி, முதலில் அதன் செயல்களின் இயல்பான வேகத்தில் காண்பிக்கப்பட்டு, பிறகு ஸ்லோ மோஷனில் இரண்டாம் முறை காண்பிக்கப்படுகிறது. அந்தத் தருணத்தில் தியேட்டரிலிருந்த பல இளைஞர்கள் வெறித்தனமாகக் கூக்குரலுடன் அக்காட்சியைக் கண்டு மகிழ்ந்தனர். காரணம் தொடக்கத்தில் நாயகனை குறையுள்ள இந்து பிராமண நடனகர்த்தாவாகத்தான் பார்வையாளர்களுக்கு இப்படம் அறிமுகப்படுத்துகிறது. ரோஜா, ஐதராபாதில் திரையிடப்பட்ட சமயத்தில் பார்வையாளர்கள் கூக்குரலிட்டு தியேட்டருக்கு வெளியே பாகிஸ்தான் கொடியை எரித்து, இந்தியத் தேசியக் கொடியை ஏற்றியது ஏற்கனவே நடந்து முடிந்த விஷயம். அந்த அளவிற்கு இந்தக் காட்சி அவர்களைத் தள்ளவில்லை என்றாலும், அவர்கள் திடீரென்று அவ்வாறு வெறித்தனமாக கத்தியது என் அடிவயிற்றைக் கலக்கியது. கதாநாயகன், இந்திய அரசின் ஒற்றனாக வந்து அமெரிக்காவின்

கண்காணிப்பையும் மீறி அந்த நாட்டை அணுகுண்டு பயங்கரத்திலிருந்து காப்பாற்றுவது, தேசத்திற்கு எதிரான ஒன்று, அகன்ற உலகத்தில் எங்கிருந்தாலும் அதை வேட்டையாடி ஒடுக்க முடியும் என்ற பாணியில் நிறைவடைகிறது. இறுதியில், உமர் தனது இலக்குகளில் தோல்வியடைந்தாலும் அவன் தப்பித்துவிட்டதால் அவனை வேட்டையாடிப் பிடிப்பதே விஸ்வரூபத்தின் இரண்டாவது பாகம் என்ற தொனியில் அந்தப் படம் முடிகிறது.

அடுத்ததாகத் தொக்கி நிற்கும் கேள்வி இது ஒரு மாபெரும் கலைப்படைப்பா என்பதே. சினிமாக்கலையைப் பொறுத்துவரையில் எனக்கு ஒரு ஆழ்ந்த புரிதலை முதன்மையாகக் கொடுத்தது ஆந்திரே தார்க்காஸ்வியின் படைப்புகளும் எழுத்துகளும்தான். அவரைப் பொறுத்தவரை கலை என்பது மானுடத்தை வழிநடத்திச் செல்லும் உயர்ந்த ஆன்மீக இலக்குகளை உள்ளடக்கிய ஒன்று. இந்த அடிப்படையில்தான், தனிமனிதத் திறனை வெளிப்படுத்தும் படைப்புகள், மாடர்ன் ஆர்ட் உள்பட நாம் கலைப் படம் என்று பொதுவாகக் கருதும் பல படங்களும் அவரைப் பொறுத்தவரை கலையற்றவை. விஸ்வரூபம் இயக்குநரின் தனிமனிதத் தொழில்நுட்பப் படைப்பு த்திறனை இந்தப் படம் ஹாலிவுட்டிற்குச் சளைத்ததல்ல என்ற பாணியில் பல இடங்களில் வெளிப்படுத்தினாலும் மேற்கூறிய அந்த இரண்டு சித்தாந்த இலக்குகளைத் தவிர எந்தவித உன்னத ஆன்மீக இலக்குகளும் இல்லாத மற்றொரு படமாகவே விஸ்வரூபம் இருக்கிறது.

இறுதியாக இந்தப் படம் மேற்கூறிய வெறித்தனமான காட்சியமைப்பிற்காகத் தடை செய்யப்பட வேண்டுமா என்ற கேள்வியும் இருக்கிறது. இதைத் தடை செய்வதால் எந்தவொரு பயனுமில்லை. மாறாக, தமிழ்நாட்டிலும் உடனடியாக வெளிவந்து பரவலாக விமர்சிக்கப்படும் பொழுதுதான் உன்னதமான படைப்புகள் நம்மிடையே தோன்ற வழி பிறக்கும்.

January 31, 2013 - *முகநூல்*

◆◆◆

21

கபாலி - ஒரு சரித்திர ஆய்வு

தன் இலக்குகளை எந்த விதத்திலும் முறியடிக்காமல், இன்றைய தமிழ் சினிமாவின் மாபெரும் ஆளுமைகளான ரஜினிகாந்த், கலைப்புலி தாணு போன்றவர்களுடன் கூடி, கபாலியை வெற்றிகரமாக இயக்கிய பா.ரஞ்சித் அவர்களுக்கு என்னுடைய நிபந்தனையற்ற பாராட்டுகள். அவர் தனக்காக வகுத்துக்கொண்ட பாதையில் மேலும் பல முக்கியமான படைப்புகளைத் தமிழ்த் திரைக்கு வழங்கப் போகிறார் என்பதில் எனக்கு எந்த ஐயமுமில்லை. அந்தப் பணி மேலும் தொடர்ந்து அவர் பல வெற்றிகளை அடைய வேண்டும் என்பது எனது விருப்பம் என்பதால் இங்கு இப்பொழுது கபாலி பற்றிப் பகிரப்போகும் என்னுடைய சில கருத்துகள் மற்றுமொரு விமர்சனமல்ல. ஆனால், அதைப் பாராட்டியோ அல்லது தாக்கியோ வந்த எண்ணற்ற விமர்சனங்களில் விடுபட்ட ஒரு முக்கியமான கேள்வியைப்பற்றி: அதாவது கபாலி என்ற படம் நமது சினிமாவில் எவ்வாறு சாத்தியமானது என்ற கேள்வி.

தமிழ் சினிமாவின் பொருளாதாரத் தளத்தில் ஏற்பட்டுள்ள மாற்றங்களை முற்றிலும் அகற்றி கபாலி படத்தின் கூறுகளை வாசிக்கலாம். அந்த அடிப்படையில் நமக்கு முக்கியமான பல தரவுகளும் கிடைக்கலாம். ஆனால் அவையெல்லாமே ரஜினியின் கதாநாயக அமைப்பில் வந்த மாற்றங்களை, கலாச்சார கூறுகளுக்கும், கதையமைப்பில் வந்த மாற்றங்களுக்கும், அரசியல் அடிப்படையில் இடதுசாரி மற்றும் பெண்ணியக் கூறுகளுடன்

ஒன்றாக இணைந்து இயங்கும் தலித் விழிப்புணர்ச்சிக்கும், ரஜினி, பா. ரஞ்சித் போன்றவர்களின் தனிமனித ஆற்றலுக்கும், அவர்களுடைய விருப்பு வெறுப்புகளுக்கும் மட்டும் நம் புரிதலை நிறுத்திவிடும் ஆபத்திற்கு உள்ளாகக்கூடிய வாசிப்புகள். அப்படிப் பல வாசிப்புகள் தமிழிலும், ஆங்கிலத்திலும் வந்துவிட்டன. மாறாக, சரித்திரம் என்பது வெறும் கதையாடல் பாணியில் நிகழ்வுகளைத் தொகுக்கும் ஒன்றல்ல. உற்பத்தி முறைகளில் ஏற்படும் மாற்றங்கள் சமூக யதார்த்தத்தை மாற்றியமைப்பதன் விளைவுகளை ஆவணப்படுத்தும் தளம். ஆகையால் திரையில் தோன்றி மறையும் பிம்பங்களும் அவற்றில் வரும் மாற்றங்களும் அல்லது முறிவுகளும், இந்த உற்பத்திமுறையில் ஏற்பட்ட மாற்றங்களின் அறிகுறி.

மாதவ பிரசாத் கூற்றுப்படி இந்திய சினிமாவில் இந்த உற்பத்திமுறை மாற்றங்கள் 1992-ல் வந்த ரோஜா என்ற தமிழ்ப்படத்திலும், தாமினி (தமிழில் பிரியங்கா, 1994) என்ற இந்திப் படத்திலும் பதிவாகியுள்ளன. அதுவரை, இந்திய சினிமாவில் 1973-லிருந்து உருவாகிய படங்கள், அரசு என்ற அமைப்பைக் கடுமையாக விமர்சித்து, நிலப்பிரபுத்துவ விழுமியங்களையே இறுதியில் தங்களது கதையாடலில் முன்நிறுத்த முயன்றன என்பதைவிட அந்தத் தொலைந்துபோன காலத்தின் ஏக்கத்தில் நிறைவடைந்தன. மாறாக, ரோஜாவும், தாமினியும் அரசு என்பது தேசம், குடும்பம், கிராமம், தீவிரவாதம் போன்றவற்றைத் தனது நவீனமயமாக்கும் கட்டுப்பாடுக்குள் கொண்டு வருவதற்கு ஒரு புதிய நியாயத்தை வழங்கின. இத்துடன் இந்தி சினிமாவில், ஆங்கிரி யங் மான் (*Angry - Young - man*) காலம் முடிகிறது. அதன் மாநிலத் தொடர்ச்சியாக 1976-லிருந்து, தமிழில் வெளிவந்த மண் வாசனைப் படங்களின் காலமும் முடிகின்றன.

ரோஜா, மண் வாசனை படங்களின் கதையாடலுக்கு ஒரு விதமான முற்றுப்புள்ளி என்றால், 2001-ல் வந்த சேரனின் பாண்டவர் பூமியில் அப்பாணிக் கதையாடலின் சாத்தியப்பாடுகள் முற்றிலும் அதன் நிறைவுகளின் அடிப்படையில் முன்பிருந்த ஒரு நேருவியப் பொருளாதாரக் கூறுகளுக்கு மாறாக, முதலீட்டியம் என்பது அந்தக் கூறுகளின் கட்டுப்பாடுகளிலிருந்து விடுபட்டு தேசமெங்கும் சீறிப் பாய்வதின் அறிகுறிகள் இந்தப் படங்களின் நனவிலி தளத்தில் இயங்குகின்றன. பாண்டவர் பூமியில் நகரத்தில் வெற்றிகரமாக ஒரு தொழிற்சாலையை அமைத்துவிட்டு, கிராமத்திற்குத் திரும்பும் குடும்பம், தனது இறந்த காலத்து ஏக்கத்தை மீட்டெடுக்கும் முயற்சியில் ஈடுபடும்போது இறுதியில் தாய்மாமன் சகோதரி மகள் என்ற மரபுவகை உறவை முறியடித்து,

காதல் அல்லது பாலியல் விருப்பங்களின் அடிப்படையில் உருவாகும் உறவிற்கு ஆதரவை வழங்கி கூட்டுக்குடும்பம் என்ற அமைப்பிற்கு மாறாக, தனிக்குடும்ப அமைப்பை முன்வைக்கிறது. தாராளமயமாக்கம் 1991-ல் அமுலுக்கு வந்தாலும், 1985-ல் அரசுத்துறையை நவீனமயமாக்கத்தின் அடிப்படையில் சீர்திருத்த ராஜீவ் காந்தி எடுத்த முயற்சியிலேயே அதற்கான அடிக்கல் நாட்டப்பட்டுவிட்டது. இதன் எதிரொலியாக 1986-லேயே சம்சாரம் அது மின்சாரம் கூட்டுக்குடும்பப் பொருளாதார அமைப்புக்கு ஒரு முற்றுப்புள்ளியை அன்றே வைத்துவிட்டது. அது மண்வாசனைச் சூழலின் பின்னணியில் பாண்டவர் பூமியில் நிறைவடையப் பதினைந்து ஆண்டுகள் ஆகின.

1987-லிருந்து தமிழ் சினிமாத்துறையில் புதிய மாற்றங்கள் ஏற்படத் துவங்கின. 1960-களின் மத்தியில் காலாவதியான பிளாக் பஸ்டர் என்ற வகை, நாயகன் மற்றும் ஊமை விழிகள் போன்ற படங்களின் மூலம் புத்துயிர் பெற்றது. ஸ்டுடியோக்களின் ஆதிக்கம் இருந்தபோது சம்பளம் அதிகம் வாங்கும் முன்னணி நட்சத்திரங்களுக்குப் பதிலாகச் சற்றுப் பின்னணியில் இருக்கும் நட்சத்திரங்களை வைத்து பிரமாண்டமான காட்சிகளுக்கு அதிகமாகச் செலவு செய்து சினிமாச் சந்தையை அந்தச் சில மாதங்கள் அல்லது வாரங்களுக்கு முற்றிலும் கைப்பற்றும் வகைமையாகத்தான் பிளாக்பஸ்டர் என்ற வடிவம் பெரும்பாலும் உலகெங்கும் செயல்பட்டு வருகிறது. உதாரணத்திற்குப் பல படங்கள் இருக்கின்றன. இதற்கு அன்றைய தமிழ் சினிமாவில் ஏ.வி.எம். தயாரித்து, ஏ.சி. திருலோக்சந்தர் இயக்கிய, சி.எல். ஆனந்தன், சச்சு மற்றும் ஈ.வி. சரோஜா நடித்த வீரத்திருமகன் (1962) என்ற படத்தை முன் உதாரணமாக எடுத்துக் கொள்ளலாம். இருந்தாலும், ஊமை விழிகளுக்குக் கிடைத்த அபார வெற்றி நாயகனுக்குக் கிடைக்கவில்லை. காரணம், அன்றைய தமிழ் சினிமாவின் சந்தையின் எல்லைகளுக்குள் அதற்கு ஏற்பட்ட செலவுக்கு மேல் லாபம் ஈட்ட முடியவில்லை.

ஆனால், 1993-ல் குஞ்சுமோன் தயாரித்து சங்கர் இயக்கிய ஜென்டில்மேன் புதிய வழியைத் தொடக்கி வைத்தது. ஒரு படம் வெற்றியடைந்த பிறகு மற்ற மொழிகளில் அதைத் தயாரிப்பதோ அல்லது அந்த மொழிகளுக்கான உரிமைகளை விற்பதற்கு மாறாக, தமிழிலும் தெலுங்கிலும் இந்தப் படம் இரண்டு சந்தைகளுக்கும் அறிமுகமான அர்ஜுனையும், மதுபாலாவையும் வைத்து அதிக செலவில் உருவாக்கப்பட்டு இரண்டு மொழிகளிலும் ஒரே சமயம் வெளியிடப்பட்டு வெற்றி பெற்றது. இதற்கு முன்னே புதுமுகங்களான அரவிந்த் சாமி, மதுபாலாவை வைத்து

உருவான ரோஜா (1992), தமிழ், தெலுங்கு, இந்தி என்ற மூன்று மொழிகளிலும், கதையில் வரும் காட்சிகளுக்கு அதிகமாகச் செலவு செய்து, வெற்றி பெற்றது. அந்தப் படத்தின் தயாரிப்பு நிர்வாகியான மறைந்த கோவிந்தராஜின் கூற்றுப்படி முதல் காபி வரை அந்தப் படத்திற்கான செலவு 80 லட்சம். அதில் மணிரத்னத்திற்குத் தரப்பட்ட சம்பளம் மூன்று லட்சம். ஆனால், கவிதாலயாவின் முக்கிய பங்காளிகளில் ஒருவரான, மறைந்த நண்பர் பால கைலாசம் கூறியபடி, மணிரத்னம் குறைவாகச் சம்பளம் வாங்கினாலும், படத்தின் தெலுங்கு மற்றும் இந்தி டப்பிங் உரிமைகளைத் தன்வசம் வைத்திருந்து, அவற்றின் மூலம் கவிதாலயாவை விட அதிகமான லாபத்தைப் பெற்றுவிட்டார் என்பதே. மற்றும் இந்தப் படத்தின் இசையும் மூன்று மொழிகளிலும் அதிகமான வசூலைப் பெற்றன. இந்தப் பின்னணியில் 1994-ல் சங்கரின் காதலன் என்ற திரைப்படம் மூன்று மொழிச் சந்தைகளையும் முன் நிறுத்தி, அன்று ஒன்பது கோடி ரூபாய் பட்ஜெட்டில் தயாரிக்கப்பட்டது. அதன் இசையில் மட்டும் மூன்றரைக் கோடி ரூபாயைப் பெற்றுத் தந்தது.

1993-லிருந்து துவங்கிய சாட்டிலைட் தொலைக்காட்சி, மூலை முடுக்குகளில் பாய்ந்து, ஏ.பி.சி என்று பிரிந்திருந்த தமிழ் சினிமாச் சந்தையை ஒருங்கிணைக்கத் துவங்கின. ஆந்திரா, தமிழ்நாடு உள்ளிட்ட பிற மாநிலங்களிலும் டிக்கெட் கட்டணத்தை உயர்த்துவதற்கான முயற்சிகள் வெற்றி பெற்றன. இந்தச் சூழலில் பெரும் நட்சத்திரங்களை வைத்தே பிளாக்பஸ்டர்களை உருவாக்கும் முயற்சி 1996-ல் ஏ.எம். ரத்னம் அவர்களின் தயாரிப்பில் சங்கரின் இயக்கத்தில் கமலஹாசன், மனீஷா கொய்ராலா, ஊர்மிளா மடொன்ட்கர், சுகன்யா போன்றவர்கள உள்ளடக்கி இந்தியன் என்ற தலைப்பில் மூன்று மொழிகளிலும் வெளிவந்து லாபம் அடைந்தது. 1998-ல் பிரசாந்த் மற்றும் ஐஸ்வர்யா ராய் போன்ற நட்சத்திரங்களைப் பயன்படுத்தி இருபது கோடி ரூபாய் செலவில் அசோக் அமிர்தராஜ் அவர்களின் தயாரிப்பில் உருவான சங்கரின் ஜீன்ஸ் ஹாலிவுட் பாணியில், அதிகமான விளம்பரத்திற்குப் பிறகு முன்னூறு தியேட்டர்களில் ஒரே சமயத்தில் வெளியானது. அதிக வரவேற்பைப் பெறவில்லை என்றாலும், இந்த யுக்தியின் மூலம் போட்ட பணத்திற்கு மேல் வரவு வந்தாலும், அதற்கான பங்கு தயாரிப்பு நிறுவனத்திற்கு முழுமையாகக் கிடைத்ததா என்பது மேலும் ஆராயப்பட வேண்டிய கேள்வி.

2000-லிருந்து தமிழ் சினிமாவின் வெளிநாட்டுச் சந்தையும், இலங்கை, மலேசியா, சிங்கப்பூர், துபாய் போன்ற

இடங்களைத் தாண்டி ஐரோப்பாவில் உள்ள சில முக்கியமான நாடுகளுக்கும், பிரதானமாக அமெரிக்காவிற்கும், கனடாவிற்கும் பரவியது. இதற்கு இரண்டு காரணங்கள் உள்ளன. ஒரு புறம், இலங்கையிலிருந்து புலம்பெயர்ந்த தமிழர்கள் இந்த நாடுகளுக்குச் சென்றனர் என்றால் மறுபுறம் ஒய்.டு.கே. பூம் (Y2K Boom) மற்றும் தகவல் தொழில்நுட்பம் உருவாக்கிய வாய்ப்புகளினால் அவர்களை விட அதிக எண்ணிக்கையில் உள்நாட்டுத் தமிழர்களும், தெலுங்கர்களும் அந்த நாடுகளுக்குப் புலம் பெயர்ந்துவிட்டனர். அதாவது, இண்டர்நேஷனல் பிசினஸ் டைம்சின் தரவுகளின்படி அமெரிக்காவில் மட்டும் கபாலியின் தமிழ் மொழி வடிவம் 225 திரைகளிலும், தெலுங்கு வடிவம் 219 தொகுதிகளிலும் சினிகேலக்ஸி (Cine Galaxy) என்ற நிறுவனத்தால் விநியோகம் செய்யப்பட்டுள்ளது.

இந்தச் சந்தை விரிவாக்கத்தைத் தொடர்ந்து, 2002-ல் சினிமாத்துறை ஒரு முறையான தொழிற்துறையாக மத்திய அரசு மசோதா ஒன்றின் வழியாக அங்கீகரிக்கப்பட்டது. அதாவது இது வெறும் சூதாட்டமல்ல. முறைப்படி நிர்வகித்தால் அதிக லாபத்தைப் பெறக்கூடிய துறை என்பது அரசினால் அங்கீகரிக்கப்பட்டது. இதையொட்டி கார்ப்பரேட் நிறுவனங்கள் அதிகமாக உள்ளே நுழையத் துவங்கின. முதலில் படத் தயாரிப்பிற்கும், அதை வெளியிடுவதற்கும் தேவையான அடிப்படை வசதிகளான, ஸ்டூடியோக்களையும், லாப்களையும், தியேட்டர்களையும் விலைக்கு வாங்கின அல்லது புதிதாக நிறுவின. பிறகு படிப்படியாகத் தயாரிப்பிலும் இறங்கின. இப்படி மாநகரங்களில் இருக்கும் திரைகளும், புதிதாக உருவாகியுள்ள மல்டிபிளக்ஸ் தியேட்டர்களும் சில நிறுவனங்களின் அதிகாரத்தின் கீழ் வந்துள்ளன. இதனால் முதலில் இந்தி சினிமாவில் ஒரு பெரும் மாற்றம் வந்தது. இரண்டு கோடியில் ஒரு படத்தை இந்தியாவிலுள்ள 100 மல்டிப்பிளக்ஸ் திரைகளிலும், வெளிநாட்டில் 100 திரைகளிலும் வெளியிட்டால் இரண்டு வாரத்தில் நான்கைந்து கோடி லாபம் ஈட்டவும், சாட்டிலைட் தொலைக்காட்சி உரிமைக்கு 2 கோடிகள் வரை ஈட்டக்கூடிய வாய்ப்பும் பெருகியதால், பட்டறைகளைப்போல் சில நிறுவனங்கள் ஆண்டுக்குப் பத்து, பதினைந்து படங்களை உருவாக்கின. அதே சமயம் பெரும் நட்சத்திரங்களை வைத்து இந்தியாவில் 100 மல்டிபிளக்ஸ் திரைகளிலும், முக்கிய நகரங்களில் ஒரு திரையுடன் இயங்கும் 200 தியேட்டர்களிலும், வெளிநாடுகளில் 300 திரைகளிலும் வெளியிட்டாலே போதும் என்ற நிலை உருவாக அந்த நடுத்தர வர்க்க ரசிகர்களை நோக்கி உருவாக்கப்பட்ட பல பெரிய பட்ஜெட் படங்கள் தூம் 1, 2,

3 என்ற பாணியில் வெளி வந்தன. இதனால், மகாராஷ்ட்ரா, குஜராத், ராஜஸ்தான், மத்திய பிரதேசம், பஞ்சாப் போன்ற மாநிலங்களில் நகரங்களைத் தாண்டி இருக்கும் சந்தைகளில் இந்தப் படங்கள் வெற்றி பெறவில்லை. இதைப்பற்றி பாலிவுட்டும் அதிகமாக அன்று கவலைப்படவில்லை. இப்படி உருவான இடைவெளியைப் பூர்த்தி செய்ய அங்கிருந்த விநயோகஸ்தர்கள் இந்தியில் தமிழ்ப் படங்களையும், தெலுங்குப் படங்களையும், டப் செய்யக் கோரிக்கைகள் எழுப்பி அதை அதிகமான எண்ணிக்கையில் வாங்கி அந்தச் சந்தைகளில் வெளியிட்டு லாபம் சம்பாதித்தனர். இரவில் பத்து மணிக்குப் பிறகு இந்தி சானல்களை முடுக்கிவிட்டால் இப்படி டப் செய்யப்பட்ட தமிழ், தெலுங்குப் படங்கள் அதிகமாக ஓடிக் கொண்டிருப்பதை நாம் பார்க்கலாம். பிறகுதான் பாலிவுட் நிறுவனங்கள் விழித்துக்கொண்டு, அந்தச் சந்தைகளையும் உள்ளிழுக்கும் தபாங் (2010), சென்னை எக்ஸ்பிரஸ் (2013), பிக்கு (2015) போன்ற படங்களை உருவாக்கத் துவங்கின. ஆனால், அதற்குள் வடக்கில் தமிழ் சினிமாவிற்கு அனைத்திந்திய அடிப்படையில் புதிய சந்தை ஒன்று உருவாகிவிட்டது.

மேற்கூறிய பின்னணியின் சூழலில் ரஜினி என்ற பிம்பத்தில் மாற்றங்கள் ஏற்படுத்தும் முயற்சிகள் முதலில் 2002-ம் ஆண்டு வெளிவந்த பாபாவில் இரண்டு விதமாக வெளிப்பட்டன. முதலில் ஒரு புதிய குறியை ரஜினி தனது மற்ற வழக்கமான செய்கைகளுடன் சேர்க்க முயன்றார். இரண்டாவதாக அவர் மனைவி, ரஜினி என்ற பிம்பத்தையும் அதனுடன் தொடர்புள்ள ஜனரஞ்சகச் செய்கைகளுக்கும் காபிரைட்டை ரிஜிஸ்டர் செய்தார். இதில் ஒரு புதிய குறியைச் சேர்க்கும் முயற்சி ஏன் தோல்வியடைந்தது என்பதைவிட, இந்த காபிரைட் ஏன் உருவானது என்பதை முதற்கண் பார்ப்பது அவசியம்.

ஒரு நடிகர் ரசிகர்களின் வரவேற்பைப் பெற்று நட்சத்திரமாக உருவெடுக்கும்போது, குறிப்பாகத் தென்னக சினிமாவில் அதில் இரண்டு பக்கங்கள் இருப்பதைப் பார்க்கலாம் என்று மாதவ பிரசாத் கூறுகிறார். ஒன்று அந்த நட்சத்திரத்தின் பொருளாதார மதிப்பீடு அல்லது தகுதி, அவர் உடம்பிற்கும் நடிப்பிற்கும் படத்திற்குப் படம் கொடுக்கப்படும் வாடகை. இதை ஆங்கிலத்தில் ஸ்டார் வேல்யூ (Star Value) என்று குறிப்பிடலாம். அதன் மற்றொரு பக்கம் ஒரு நட்சத்திரத்தை அவருடைய ரசிகர்கள் தலைவா என்று அழைக்கும்போது உருவாகும். இது மாதவ பிரசாத் கூறியதுபோல் இங்கிருக்கும் சினி அரசியலுக்குத் துணை போகும் நுட்பம். எம்.ஜி.ஆரிலிருந்து,

ரஜினி, அஜீத் மற்றும் விஜய் போன்றவர்களுக்கு இருந்த அல்லது இருக்கின்ற இதை நட்சத்திர பலம் என்று தமிழிலும், ஸ்டார் பவர் (Star Power) என்று ஆங்கிலத்திலும் சொல்லலாம். இது எல்லா நட்சத்திரங்களும் சாத்தியமாகும் ஒன்றல்ல. இந்தக் கூறுகளை இன்றைய பொருளாதாரச் சூழலில் வைத்துக் கருத்தாக்கம் செய்யும் எஸ்.வி.சீனிவாஸ் நட்சத்திர உடம்பு (Star as Body), நட்சத்திரச் சொத்து (Star as Property) என்று பிரிக்கிறார். நட்சத்திர உடம்பு என்பது படத்திற்குப் படம் வாடகைக்கு விடப்படும் ஒன்று. ஆனால் நட்சத்திரச் சொத்து என்பது சினிமா என்ற தளத்தையும் தாண்டி ஒரு நிரந்தரச் சொத்தாக மாற்றும் முயற்சி. ரஜினிகாந்தின் பிம்பத்திற்கும், அத்துடன் தொடர்புள்ள சில வழக்கமான குறிகளுக்கும் காபி ரைட் வாங்கும்போது, அது ஒரு சொத்தாக மாறுகிறது. மற்றும் 2014-ல் வெளிவந்த கோச்சடையானில் அதை ஒரு நிரந்தரமான சொத்தாக மாற்றும் முயற்சி வெளிப்பட்டது. இந்தப் படம் மட்டும் தொழில்நுட்பத்தில் சீராக அமைக்கப்பட்டு வெற்றி பெற்றிருந்தால் அது ஒரு வீடியோ கேம்ஸாகவும் மாறியிருக்கும்.

சீனிவாசன் குறிப்பிடுவதைப்போல், 2005-இல் வந்த சந்திரமுகியிலிருந்து ஒன்றுக்கு ஒன்று எதிரான இரண்டு ரஜினிகள் ஒரு படத்தில் தோன்றுவது ஒரு புதிய பரிமாணத்தை வெளிப்படுத்துகிறது. ஒன்று, தன்னுடைய வழக்கமான குறிகளும் செய்கைகளுமற்ற அல்லது அவற்றை அடக்கி வாசிக்கும், இன்றைய நடுத்தர வர்க்க விழுமியங்களை வெளிப்படுத்தும் சைக்காய்டிரிஸ்ட் சரவணன் என்றால் அந்தக் குறிகளை முழு வீச்சுடன் பாய்ச்சும் லக்க லக்க லக்க குறுநில மன்னன் வேட்டையன். ஆனால், படத்தின் இறுதியில் இந்த வேட்டையன் கொலை செய்யப்படுவான். அது ஒரு கொடும்பாவி எரிப்பாக இருந்தாலும் அந்த வழக்கமான ரஜினியின் கொலையை முதலில் அரங்கேற்றம் செய்யும் ஒன்றாக சீனிவாஸ் சந்திரமுகியை வாசிக்கிறார். அதே சமயம் சந்திரமுகியை இரண்டு அல்லது மூன்று மொழிகளில் வெளியிட முடியவில்லை. அதற்குக் காரணம், மணிச்சித்திரதாழ் என்ற மலையாளப் படத்தின் தமிழ்ப் பதிப்பு சந்திரமுகி என்றால், அதன் கன்னடப் பதிப்பின் உரிமைகளையும், தெலுங்குப் பதிப்பின் உரிமைகளையும் வேறு தயாரிப்பாளர்கள் ஏற்கனவே வாங்கிவிட்டதால், ரஜினிகாந்த் நடித்த பதிப்பு தமிழில் மட்டும் வெளிவந்தது. ஆனால் பாபாவிற்குப் பிறகு மூன்று வருடங்கள் திரையில் தோன்றாத ரஜினிக்கு ஒரு புத்துயிரை அந்தப் படம் அளித்து பொருளாதாரரீதியில் மேற்குறிப்பிட்ட சந்தை விரிவாக்கத்தினால் அதிக லாபத்தைச் சம்பாதித்தது.

இந்த வெற்றியை முழுமையாக அறுவடை செய்ய சங்கரின் இயக்கத்தில் ஏ.வி.எம். நிறுவனம் சிவாஜியின் தயாரிப்பில் இறங்கி இரண்டு ஆண்டுகள் கழித்து அதை 2007-ல் மூன்று மொழிகளில் அதிகமான திரைகளில் இந்தியாவிலும், மேலை நாட்டுச் சந்தைகளிலும் வெளியிட்டு சந்திரமுகியை விட இரண்டு மடங்கு லாபத்தைச் சம்பாதித்தது. ஷ்ரேயா ஏற்கனவே தெலுங்கு, தமிழ் இந்திப் படங்களில் தோன்றியிருந்ததால் அவர் கதாநாயகியாக இதில் தோன்ற முடிந்தது. சிவாஜியிலும், சீனிவாஸ் கூறியதுபோல் இரண்டு ரஜினிகள் வருகிறார்கள். ஒன்று நடுத்தர இலக்குகளை வெளிப்படுத்தும் சிவாஜி. மற்றும் இந்த சிவாஜியின் ஜோடனை செய்யப்பட்ட மரணத்திற்குப் பிறக அவருடைய நண்பராகப் புத்துயிர் பெற்றுவரும் எம்.ஜி.ஆர். அல்லது எம்.ஜி.ராமச்சந்திரன், இந்த எம்.ஜி.ஆருக்குத்தான் ரஜினியின் வழக்கமான குறிகளும், செய்கைகளும் அதிகமாக இருக்கும்.

இந்தப் படத்தின் வழியாக ரஜினியின் சந்தை இரண்டு மடங்கு அதிகரிக்க, இதைவிட அதிகமான செலவில் சன் பிக்சர்ஸ்ஸின் தயாரிப்பிலும், சங்கரின் இயக்கத்தில் ரஜினியுடன் இந்த சமயம் ஐஸ்வர்யா ராய் என்ற பெரும் பாலிவுட் நட்சத்திரத்தை ஜோடியாக சேர்த்த எந்திரன், 2010-ல் வெளிவந்து மேலும் லாபத்தைப் பெருக்கியது. இதிலும் இரண்டு ரஜினிகள், விஞ்ஞானி வசீகரன், எந்திரன் சிட்டி, வசீகரனை விட சிட்டி வரும் காட்சிகளில்தான் ரஜினியின் வழக்கமான குறிகள் அதிக வீச்சைப் பெறுகின்றன என்பது மட்டுமல்லாமல் சிட்டி வரும் காட்சிகளுக்குத்தான் செலவும் அதிகம். ஆனால் இறுதியில் சிட்டி ஒருவித மரணமடைந்து ஒரு மியூசியம் பிராப்பர்டியாக மாறிவிடும். இந்த சிட்டியை எஸ்.வி. சீனிவாஸ் அவர்களின் தரவுகளின்படி வாசித்தால் அது ஒரு நட்சத்திரச் சொத்தாக மாறும் காலம் துவங்கிவிட்டது என்றே சொல்லலாம். ஏனென்றால் இதற்குப் பிறகு சிட்டி ஒரு முக்கிய காட்சியில் ஷாருக்கானின் ரா.ஒன். (2011) என்ற படத்தில் தோன்றுகிறது. பிறகு இந்த வழக்கமான குறிகளுடன் தொடர்புடைய ரஜினி பிம்பம் 2013-ல் வெளிவந்த ஷாருக்கானின் சென்னை எக்ஸ்பிரஸ் என்ற படத்தில் லுங்கி டான்ஸ் என்ற பாடலின் காட்சிகளில் வருகின்றது. எந்திரன் 2-க்குப் பிறகு சிட்டி ஒரு வீடியோ கேம்ஸ் கதாநாயகனாக உருவாகும் வாய்ப்புகளும் இருக்கின்றன.

ஆனால், இந்த மாற்றங்களைச் சரிவர உள்வாங்காமல் முத்து (1995) என்ற படத்துடன் காலாவதியான உற்பத்தித் தர்க்கத்தின் அடிப்படையில் உருவான லிங்கா (2014)

ரஜினியின் வழக்கமான ரசிகர்களைத் தவிர அதைப் பார்த்த மற்ற மக்களின் எண்ணிக்கை மிகவும் குறைவு என்பதால், படுதோல்வியைத் தழுவியது. ரஜினியின் வழக்கமான குறிகளும், செய்கைகளும், பஞ்ச் டையலாக்குகளும் இருந்தாலும் இந்தப் படம் தோல்வியைச் சந்தித்தது. அதாவது ரஜினி என்ற நட்சத்திரத்திற்கு விரிந்திருக்கும் இன்றைய சந்தையில், அந்தப் படத்திற்கும் அதற்குச் செய்யப்பட்ட செலவுகளுக்கும், விற்ற விலைக்கும், ஈடாக வசூலில் வரவு ஈட்ட முடியவில்லை. கிட்டத்தட்ட அந்தப் பழைய ரஜினி, எஸ்.வி. சீனிவாஸ் கூறியதுபோல ஒரு மியூசியம் பிராப்பர்டியாக மாறிவிட்டது. அதாவது, அமிதாப் பச்சனுக்கு சில ஆண்டுகளுக்குமுன் தேவைப்பட்டதுபோல், லிங்காவின் படுதோல்விக்குப் பிறகு, ரஜினிக்கு எல்லாச் சந்தைகளும், குறிப்பாக நடுத்தர வர்க்கம் ஏற்றுக்கொள்ளக்கூடிய ஒரு புதிய கெட்அப் தேவைப்பட்டது.

இதற்கு ஓரளவுக்காவது யதார்த்தமாக இருக்கவேண்டிய நிர்ப்பந்தம் இருந்ததால், கபாலியின் திரைக்கதை இந்தத் தேவையைப் பூர்த்தி செய்தது. அதேசமயம், இந்த மாதிரியான கதைக்கு நிச்சயமாக ஐஸ்வர்யாராய் போன்ற பெரும் நட்சத்திரம் தேவைப்படவில்லை என்பதால், ராதிகா ஆப்தேவின் தேர்வும், கலைப்புலி தாணு போன்ற அனுபவம் மிகுந்த தயாரிப்பாளர் அதற்காகப் போட்ட கணக்கும் சரிவர பொருந்திவிட்டன. இதனால் அன்று பாபாவின் தோல்விக்குப் பிறகு சந்திரமுகி ரஜினிக்குப் புத்துயிர் வழங்கியது என்றால், இன்று கபாலி, ரஜினி என்ற பிம்பத்திற்குப் புதிய பரிமாணத்தை வழங்கி அதன் காலத்தை மேலும் நீடிக்கும் வகையில் அமைத்துவிட்டது. இதை ஓரளவுக்கு எந்திரன் 2-க்கும் பொருத்தி விடலாம். அதாவது எந்திரனின் கதை, அதில் வரும் நிகழ்வுகள் முடிந்து நாற்பது ஆண்டுகள் எதிர்காலத்தில் கடந்து, சிட்டி, ஒரு மியூசியம் காட்சிப்பொருளாக மாறிய பிறகே முடிகிறது. அப்படியென்றால், எந்திரன் - 2-ல் அதை உயிர்ப்பிக்க வசீகரன் தேவைப்பட்டால், இந்த வசீகரனான ரஜினி, தனது வயதை எந்த விதத்திலும் குறைக்காமல் சுலபமாகத் தோன்றுவதற்கு கபாலி வழி வகுத்துவிட்டது. சிட்டி பழைய அமைப்பிலும், வயதிலும் ஒரு எந்திரன் என்பதால் அப்படியே இருப்பது ஒரு பிரச்சனையல்ல. ஒரே கல்லில் இரண்டு மாங்காய் என்ற வழி இப்படி அதற்கு உருவாகியிருக்கிறது.

மேலும் கபாலியைப் பார்த்த பல நடுத்தர வர்க்க மக்கள், தளபதி ரஜினியை மறுபடியும் பார்த்த நிறைவு இருக்கிறது என்று கூறியிருக்கிறார்கள். அந்தப் படத்திலும் ராக்கம்மா

கையைத் தட்டு என்ற பாட்டில் மட்டும்தான் ரஜினியின் வழக்கமான குறிகளுக்கும், செய்கைகளுக்கும் இடமிருக்கும். ஆனால் 1991-ல் அந்தப் படம் வெற்றியடையாமல் போனதற்குக் காரணம், அன்றிருந்த சந்தையின் எல்லை குறுகி இருந்தது. இந்தப் பின்னணியின் அடிப்படையில் பார்க்கும்போது, ரஜினி கோட்டு சூட்டு போட்டு வருவது கபாலியின் கதைப்படி ஒரு தலித் அரசியலின் நுட்பங்களை வலியுறுத்தும் ஒன்றாக அமைந்திருந்தாலும், நரையேறிய தலைமுடியுடனும், தாடியுடனும் அந்த உடைகளை லகுவாக அணிந்து வரும் காட்சிகளிலும் அவற்றில் கம்பீரமாகவோ அல்லது சோகமாகவோ அமர்ந்திருக்கும் காட்சிகளிலும், ஒரு மிடில் கிளாஸ் அப்பீல் இருக்கிறது என்பதை மறுக்க முடியாது.

இந்த மாதிரியான பல நுட்பங்கள் ஒன்று சேர்ந்து எந்திரனைவிட மிகவும் குறைந்த செலவிலும், சந்திரமுகியை விடக் கொஞ்சம் அதிக செலவிலும் உருவாக்கப்பட்ட கபாலி பெரும் வெற்றியைப் பெற்றுள்ளது. மற்றும் கபாலியைப் பார்த்து ரஜினியின் வழக்கமான ரசிகர்கள் திருப்தி அடையாவிட்டாலும், அதனால் இன்று நிலவும் சந்தையில் வந்திருக்கும் மாற்றங்களால் எந்த விதத்திலும் பொருளாதார இழப்பு ஏற்படவில்லை என்பது அதன் வியாபார வெற்றியில் உறுதியாகியிருக்கிறது. ஆனால், சீனிவாஸ் என்னிடம் கூறியதுபோல, இடதுசாரி அரசியலையும், தலித் விழிப்புணர்வையும், பெண்களின் ஆளுமையை மதிக்கும் நுட்பங்களும் அடங்கிய ரஜினி நடித்த கபாலி போன்ற படத்தில் தெலுங்கில் சிரஞ்சீவி நடிப்பாரா என்று கேட்டால் அது சாத்தியமற்ற ஒன்று என்றுதான் சொல்ல முடியும் என்றார். அதற்காக ரஜினியைப் பாராட்டினாலும், தேர்தல் சூழலில் நான்கு மாதங்களுக்கு முன் மோடி, ரஜினியை அவர் வீட்டில் சந்தித்ததை எப்படி மறப்பது?

'காட்சிப்பிழை', செப்டம்பர், 2016

சுவடுகள்

பாகம் - VIII

நடிகர் திலகம், காதல் மன்னன் மற்றும் ரகுவரன்

- நடிகர் திலகத்திற்கு இன்னுமொரு திலகம்
- நினைவிலிருந்து நீங்காத நாயகன் – தமிழ் சினிமாவின் காரி கிராண்ட்
- ரகுவரன்: ஒரு நினைவாஞ்சலி

சுவடுகள்

22

நடிகர் திலகத்திற்கு இன்னுமொரு திலகம்

நடிப்புக்கென்று பல இலக்கணங்கள் பிறந்திருக்கின்றன.

ஆனால் தமிழ் சினிமாவில் இன்றுவரை கொடிகட்டிப் பறக்கும் ஒரே இலக்கணம் நடிகர் திலகம் சிவாஜிகணேசன். குறிப்பாக 80-களின் இறுதிவரை நடிக்க ஆர்வமுள்ளவர்கள் எல்லாம் தங்கள் பயிற்சியை இவர் பேசிய வசனங்களை முன்வைத்து மேற்கொண்டனர். இதற்குக் காரணம் இவர் பேசிய கடினமான வசனங்களை ஒருவர் பிழையில்லாமல், சரியான பாவங்களுடன் தேவைவயான வேகத்தில் (Timing) பேசிவிட்டால் வேறு எந்த வசனத்தையும் அவரால் கையாள முடியும் என்று இயக்குநர்களும், தயாரிப்பாளர்களும் நம்பி வந்ததே ஆகும். ஆனால் இதுவரை தான் ஏற்று நடித்த பாத்திரங்களுக்குத் தானே மறுபடியும் டப்பிங் செய்யப் பல முறை மறுத்தவர் சிவாஜிகணேசன். ஏனென்றால் காமிரா முன் சக நடிகர்களின் முன்னிலையில் முழு ஈடுபாட்டுடன் இயல்பாக ஒரு வசனத்தை உச்சரித்த பிறகு அதைச் செயற்கையாகத் தனியே ஒரு ஸ்டூடியோவில் மறு ஒலிப்பதிவு செய்யும்பொழுது, அந்த இயல்புத் தன்மையை இழந்து விடுகிறோம் என்பதே காரணம்.

1927-ல் விழுப்புரம் சின்னையா பிள்ளை கணேசனாகப் பிறந்த இவர், சிறு வயதில் பாய்ஸ் கம்பெனி நாடகங்களில் பயிற்சி பெற்று மெருகேறிப் பிறகு தனது வாலிபப் பருவத்தில் சி.என். அண்ணாதுரை எழுதிய சிவாஜி கண்ட இந்து சாம்ராஜ்யம்

என்ற நாடகத்தில் நடித்த பிறகு சிவாஜி கணேசனாக மாறினார் என்பது நாம் நன்கு அறிந்த சரித்திரம்.

ஒரு கதாபாத்திரத்தை நடிகன் முழுமையான ஈடுபாட்டுடன் உள்வாங்கிப் பிரதிபலிக்கும்பொழுது அப்பாத்திரம் உயிர்பெற்று ஓர் அவதாரமாக மாறுகிறது. இப்படி அவதாரமாக உருவாகுமென்று அந்தப் பாத்திரத்தையும் மீறும்பொழுது அது ஒரு நட்சத்திரமாக உருவெடுக்கிறது. குறிப்பாக சினிமாவில் ஒருவருடைய தோற்றமும், உடலசைவுகளும் ஓரளவுக்கு பாத்திரத்துக்குப் பொருந்திவிட்டால் யார் வேண்டுமானாலும் நட்சத்திரமாகலாம். ஆனால் நாடகத்திலோ அல்லது தொலைக்காட்சியிலோ அவற்றின் தாக்கம் மாறுபட்டிருப்பதால் அவற்றில் ஒருவர் நட்சத்திரமாவது மிகவும் அரிது. இப்படி ஓர் அரிதான சூழ்நிலையில் முதலில் நாடகத்தில் பெரும் நட்சத்திரமாக அந்த அவதாரத்தின் அறிகுறியாக, தன்னுடைய முதல் பெயராக 'சிவாஜி' என்ற பெயரைத் தழுவிய பெருமை நடிகர் திலகம் சிவாஜிக்குப் போய்ச் சேருவதில் நமக்கு இன்று எந்தவித ஆச்சரியமுமில்லை. ஆனால் அன்று நாடகத்தில் அவருக்கு முன்னே இருந்த சில நட்சத்திரங்களின் நடுவே ஒரு புதிய நட்சத்திரமாக சிவாஜி கணேசன் தோன்றியபொழுது அதைப் பார்த்து வியந்தவர்களின் எண்ணிக்கை அதிகம். நாடகத்தில் நட்சத்திரமாக விளங்கிய சிவாஜி கணேசன் எடுத்த எடுப்பிலேயே சினிமாவில் நுழைய எவரும் சிவப்புக் கம்பளம் விரித்து அவரை அழைக்கவில்லை. பல எதிர்ப்புகளைச் சந்தித்த பிறகுதான் அவரால் சினிமாவிலும் மாபெரும் நட்சத்திரமாக விளங்க முடிந்தது. 1951-ல் அவருக்கு நேஷனல் பிக்சர்ஸ் பெருமாளிடமிருந்து பராசக்தியில் நடிக்க வாய்ப்பு வந்தபொழுது அந்த முதல் அனுபவத்தைப் பற்றிப் பேசும் படத்திற்கு 1955-ம் ஆண்டு ஜனவரி மாதம் அளித்த பேட்டியில் சிவாஜி கீழ்க்கண்டவாறு குறிப்பிடுகிறார்.

"எனது நாடக நடிப்பைக் கண்டு பெருமாள் சென்னைக்கு வரவழைத்தார். பலவித எதிர்ப்புக்குப் பிறகும் நிச்சயமாக என்னைக் கதாநாயகனாகக் கொண்டுதான் பராசக்தியைத் தயாரிப்பது என்ற உறுதியுடன் அவர் கடைசி வரை இருந்தார். அந்த உறுதி ஒன்றுதான் என்னை ஒரு நடிகனாக அறிமுகப்படுத்தி அவருக்கும் மகத்தான வெற்றியைக் கொடுத்தது என்றால் மிகையாகாது. பிறந்தது 1952, வந்தது கலைஞரின் பராசக்தி குணசேகரனாக, அவதாரம் எடுத்தான் நாடக நடிகன் சிவாஜிகணேசன். அதுவரை பார்க்காத ஒரு முகத்தைப் பார்த்தனர் தமிழ் சினிமா மக்கள். அதுவரை முழுமையாகக் கேட்காத குரல்

தமிழகமெங்கும் ஒலித்தது. வகிடு தெரியாமல் அலைந்து பாய்ந்தது அவனுடைய சுருட்டை முடி. உலகை வியப்புடன் பார்த்தன குழந்தைத்தனமான விழிகள். கொந்தளிக்கும் எண்ணங்களைப் பிரதிபலிக்கும் அவனுடைய ஆழமான பேச்சு நம்மை உசுப்பி எழுப்ப, காக்கைக் கூட்டத்துடன் சேர்ந்து நாமும் ஆனந்தமாகப் பாட ஆரம்பிக்கிறோம்.

குணசேகரன் பைத்தியக்காரன். ஆனால் பகுத்தறிவு படைத்தவன். நகர வாழ்க்கையின் சூன்யத்தில் தன் செல்வத்தைப் பறிகொடுத்துத் தன் தங்கை கல்யாணியைத் தேடி அலைகிறான். பாசமிகுந்த அண்ணன் குணசேகரன். பைத்தியக்காரனுக்கே உரிய அலட்சியத்துடன் அவன் உலகை அணுக, அதிகாரத்தையும் அராஜகத்தையும் பிளந்தெடுக்கின்றன அவனுடைய அறிவுகூர்ந்த சொற்கள். வருகிறது வழக்கு. நிற்கிறான் குற்றவாளிக் கூண்டில். வாதாடுகிறான் தன் தங்கை கல்யாணிக்காக.

"....கோவிலிலே குழப்பம் விளைவித்தேன்! கோவில் கூடாது என்பதற்காக அல்ல! கோவில் கொடியவர்களின் கூடாரமாய் இருக்கக்கூடாது என்பதற்காக! பூசாரியைத் தாக்கினேன்! அவன் பக்தன் என்பதற்காக அல்ல! பக்தி பகல் வேஷமாகிவிட்டதைக் கண்டிப்பதற்காக! உனக்கேன் இவ்வளவு அக்கறை? உலகத்தில் யாருக்குமில்லாத அக்கறை என்று கேட்பீர்கள். நானே பாதிக்கப்பட்டேன்! நேரடியாகப் பாதிக்கப்பட்டேன்...

நீதிபதி அவர்களே! தீர்ப்பு எழுதுவதற்கு முன் தயவுசெய்து கேளுங்கள். பிறக்க ஒரு நாடு! பிழைக்க ஒரு நாடு! தமிழ்நாட்டின் தலையெழுத்துக்கு நான் என்ன விதிவிலக்கா? ரங்கூன்! அது என் உயிரை வளர்த்தது! என்னை உயர்ந்தவனாக்கியது! திருமணக் கோலத்திலிருந்த என் தங்கையைக் காண வந்தேன்... தங்கையைக் கண்டேன், கண்ணற்ற ஓவியமாக. கல்யாணி! மங்களமான பெயர். ஆனால், கழுத்தில் மாங்கல்யமில்லை... கையிலே பிள்ளை, கண்ணிலே நீர்... கல்யாணி அலைந்தாள். கல்யாணிக்காகக் கருணை காட்டினர் பலர். அவர்களிலே காளையர் சிலர் அவளுடைய காதலைக் கேட்டனர். பிரதி உபகாரமாக அவளுடைய கடைக்கண் பார்வையைக் கேட்டனர். அதில் தலையானவன் இந்தப் பூசாரி. கல்யாணியின் கற்பைக் காணிக்கையாகக் கேட்டிருக்கிறான்; பராசக்தியின் பெயரால், உலக மாதாவின் பெயரால்! என் தங்கை கொஞ்சம் விட்டுக் கொடுத்திருந்தால் கோடீசுவரன் வீட்டுப் பள்ளியறையில் ஒரு நாள், மாளிகைவாசியின் மடியில் ஒரு நாள். இப்படி ஓட்டி இருக்கலாம் நாட்களை. பகட்டு என் தங்கையை விரட்டியது.

பயந்து ஓடினாள். பணம் என் தங்கையைத் துரத்தியது. மீண்டும் ஓடினாள். பக்தி என் தங்கையைப் பயமுறுத்தியது. ஓடினாள், ஓடினாள், வாழ்க்கையின் ஓரத்திற்கே ஓடினாள்."

இவ்வாறு அமைந்துள்ள கலைஞரின் கனல் பறக்கும் வசனத்தை நம்மால் இன்றும் நடிகர் திலகத்தின் உயிரார்ந்த நடிப்பை அப்புறப்படுத்திக் கற்பனை செய்து பார்க்க முடியவில்லை. குணசேகரன்தான் சிவாஜிகணேசன். சிவாஜி கணேசன்தான் குணசேகரன் என்று சொல்லத் தோன்றுகிறது. ஆக ஒரு கதாபாத்திரம் இப்படி ஓர் அவதாரமாக உருவாகும்பொழுது நடிகனையும், அவன் ஏற்று நடிக்கும் கதாபாத்திரத்தையும் நம்மால் பிரித்துப் பார்க்க முடியாது. ஆனால் இதற்கான அடிப்படை நடிப்பிலக்கணம் ஒரு நடிகன் தன்னை மறந்து, தான் நடிக்கும் பாத்திரத்துடன் ஒன்றிவிட வேண்டும் என்பதல்ல. இங்கு ரஷ்ய நாடக அறிஞரான ஸ்டோனிஸ் லாவ்ஸ்கி (Stanislavsky) கோட்பாட்டுரீதியாக என்ன சொல்கிறாரோ அதைத்தான் நடிகர் திலகம் தொடக்கத்திலிருந்தே கடைப்பிடித்து வந்தார்.

'பராசக்தி'யில் உருவெடுத்த அந்தச் சிம்மக் குரலோனின் நடிப்பு மனோகராவில் வெடித்தெழுந்தது ஒரு மாபெரும் காட்டருவியாக. அதற்குப்பின் அந்த அருவியின் வேகத்தை, ஆழத்தை, தீர்க்கத்தை உணர்ந்து, பாங்காக அணை கட்டிப் பாசனம் செய்து, நல்ல அறுவடை செய்த இயக்குநர்கள் ஒரு சிலரே. ஆனால் அந்த அருவியின் சீற்றத்தைக் கண்டு வியந்து, அச்சப்பட்டு, அண்ணாந்து பார்த்து, அது தன் பாட்டுக்குத் தன் வேலையைச் செய்யட்டும் என்று விலகி நின்று ஆச்சரியத்துடன் பார்த்த இயக்குநர்கள் பலர். இதுவே 300-க்கும் மேற்பட்ட படங்களில் இவர் நடித்திருந்தாலும் விரல்விட்டு எண்ணக்கூடிய படங்கள்தான் மக்கள் மனத்தில் தெளிவாக பதிந்துள்ளது. இது நடிகனின் குற்றமல்ல. அந்த நடிகனின் திறமையை முழுமையாகப் பயன்படுத்த முடியாமல் தத்தளித்த நமது சினிமாத் துறையின் குற்றம். நடிகன் என்ற அருவியைக் கட்டுக்குள் கொண்டு வர நல்ல திரைக்கதைகள் தேவை. அந்தத் திரைக்கதைகளை வழிநடத்திச் செல்ல நல்ல இயக்குநர்கள் தேவை. அவர்களுக்குப் பக்கபலமாகத் திறமையுள்ள சக நடிகர்கள் தேவை. உரமேறிய நல்ல தொழில்துறை தேவை. அறுவடையாகிய நெல்லை அரிசியாக்கி உண்டு களித்திட நம்மிடம் ஆழமான ரசனை தேவை. இவை அனைத்தும் சில வேளைகளிலாவது நிறைவேறியதாலேயே நடிப்புகளில் காணாமல் போகாமல் நடிகர் திலகம் நம்மிடையே சுடர்விடுவது

தமிழ் நாட்டுக்கே பெருமை. ஆக, பல நூறு படங்களில் விரல் விட்டு எண்ணக்கூடிய படங்கள்தான் நிரந்தரமாக மனத்தில் பதிந்தன என்று சொன்னாலும், நடிகர் திலகத்தை அப்புறப்படுத்திவிட்டு தமிழ் சினிமாவின் கடந்த 45 ஆண்டு சரித்திரத்தை நம்மால் கற்பனை செய்துகூடப் பார்க்க முடியாது.

தன் திறமைக்காகவும் தமிழ் சினிமாவுக்கு அவர் ஆற்றிய பெரும்பங்கிற்காகவும் என்றோ கௌரவிக்கப்பட வேண்டிய நடிகர் திலகத்துக்கு இன்றுதான் இந்திய அரசு தாதா சாகேப் பால்கே விருது அளிக்க முன் வந்துள்ளது. இப்பொழுதாவது இந்திய அரசு அவரைக் கௌரவிக்க வந்துள்ளதே என்றெண்ணி மகிழ்ச்சியடைவதா அல்லது பலமுறை பல அரசியல் காரணங்களுக்காக நிராகரித்து விட்டார்களே என்றெண்ணி வருத்தமடைவதா? நடிகர் திலகம் 'செவாலியே' விருது பெற்றபொழுது கலைஞர் கருணாநிதி எதைச் சொன்னாரோ அதைத்தான் நாம் நினைவில் மறுபடியும் நிறுத்திக்கொள்ள வேண்டும்.

"கர்ணன் எப்படி இருப்பான், கட்டபொம்மன் எப்படி இருப்பான், கப்பலோட்டிய தமிழன், வ.உ.சி. எப்படி இருப்பார், சாக்ரடீஸ் எப்படி இருப்பார், சேரன் செங்குட்டுவன், இராஜராஜ சோழன், மராட்டிய மாவீரர் சிவாஜியெல்லாம் எப்படி இருப்பார்கள் என்று எதிர்காலத்தில் வினா எழுமே. ஆனால் அதற்கு விடையாக நின்று விளக்கமளிப்பது நடிகர் திலகம் ஏற்று நடித்த அந்தப் பாத்திரங்களின் தோற்றப் பொலிவாகத்தான் இருக்கும். சுருக்கமாகச் சொல்லவேண்டுமானால் சிவாஜியின் கலைத்திறனுக்குக் கிடைத்துள்ள விருதுகள் உள்ளங்கை அளவேயாகும். கிடைக்கவேண்டிய விருதுகளோ உலகளவாகும்!"

ஆக கிரேட்டா கார்போவைப் (Greta Garbo) பற்றி ரோலண்ட் பார்த்தே (Roland Barthes) கூறியதுபோல் சிவாஜி என்ற பிம்பம் வெறும் எதேச்சையான நிகழ்வல்ல. அது ஒரு பன்முகக் கருத்தாக்கம்.

'தினமணி', மே 7, 1997

◆◆◆

23

தமிழ் சினிமாவின் காரி கிராண்ட் நினைவிலிருந்து நீங்காத நாயகன்

ஒரு தலைமுறையினரின் வேட்கை, வேதனைகளின் கலாச்சாரக் குறியீடாகத் திகழ்ந்தவர் ஜெமினி கணேசன்.

சினிமா நடிகனுக்கு நீண்ட வசனங்களை உச்சரிக்கும் நாடக அனுபவம் தேவையில்லை என்பது ஓரளவுக்கு ரஞ்சனின் வருகையால் தமிழ் சினிமாவில் அறிமுகமானாலும் அது முற்றிலும் உறுதியாக்கப்பட்டது ஜெமினி கணேசனின் வெற்றியால்தான். அதுவே பிறகு ஜெய்சங்கர், ரவிச்சந்திரன், சிவகுமார், அரவிந்த் சாமி, அஜீத், மாதவன் போன்றவர்கள் அறிமுகமாக வழி வகுத்தது. சென்னை கிறித்தவக் கல்லூரியில் வேதியியல் பிரிவில் பட்டம் பெற்று அங்கு சிறிது காலம் லெபாரெட்டரியில் டெமன்ஸ்டேட்டராகப் பணியாற்றிய ராமசாமி கணேசன் ஜெமினி ஸ்டூடியோவில் நடிகர்களைத் தேர்வு செய்யும் பிரிவில் உதவியாளராகப் பணிபுரியத் துவங்கினார். இந்தச் சந்தர்ப்பம் சிறு சிறு வேடங்களை மிஸ் மாலினி (1947), தாய் உள்ளம் (1952), ஔவையார் (1953), போன்ற படங்களில் ஏற்று நடிக்க அவருக்குத் துணை செய்தது. இப்படித் தொடர்ந்த வாய்ப்புகள் 1954-ல் மனம்போல் மாங்கல்யம் என்ற படத்தில் கதாநாயகனின் வேடத்தைப் பெற்றுத் தர, அந்தப் படம் அடைந்த வெற்றி, அவருக்கு நடசத்திரத் தகுதியைப் பெற்றுத் தந்து, அதனுடன் ஜெமினி கணேசன் என்ற திரைப்

பெயரையும், அடையாளத்தையும் உறுதிப்படுத்தியது. இந்தப் படத்தில் அவருடன் சாவித்திரியும் அறிமுகமானதால் அவர்களுடைய திறமையும் ஒன்று கூடிய ஜெமினி - சாவித்திரி என்ற ஜோடிக்குத் திரையுலகில் ஒரு தனி இடத்தைப் பெற்றுத் தந்தது.

இதற்கு முன் ஏற்கனவே திருமணமான ஜெமினி கணேசனுக்கு, ஜெமினி ஸ்டுடியோவில் பணிசெய்யும்போது ஆர்.கே. நாராயணன் எழுதிய மிஸ் மாலினியில் தன்னுடன் நடித்த நடிகை புஷ்பவல்லியுடன் உறவு ஏற்பட ரேகா (இந்தி நடிகை), ராதா என்ற இரு மகள்கள் பிறந்தனர். பிறகு சாவித்திரியுடன் ஏற்பட்ட உறவால் விஜயா என்ற மகளும் சதீஷ் என்ற மகனும் பிறந்தனர். எல்லோரும் செல்லமாக பாப்ஜி (அலமேலு) என்று அழைக்கும் அவருடைய முதல் மனைவிக்கு நான்கு மகள்கள் - ரேவதி, கமலா, நாராயணி, ஜெயா (ஜி.ஜி) பிறந்தனர். இதனால் ஜெமினி கணேசனின் பாசத்திற்கு ஏங்கிய பிஞ்சு உள்ளங்களும், பெண்களும் ஏராளம். ஆனால், அவருக்கு 'காதல் மன்னன்' என்ற பட்டத்தைப் பெற்றுத் தந்தது அவர் திரைக்குப் பின்னே நடத்திய காதல் சாம்ராஜ்ஜியமில்லை. 1959-ல் வெளிவந்த இயக்குநர் ஸ்ரீதரின் கல்யாணப் பரிசு என்ற படம்தான் அந்த அடையாளத்திற்கு அடிக்கல் நாட்டியது. இன்றும் வானொலியில் எப்போதாவது 'காதலிலே தோல்வியுற்றான் காளை ஒருவன்' என்ற வரி மிதந்து வந்தால், நேற்றைய தலைமுறையைச் சார்ந்த ரசிகர்களுக்கு ஜெமினி கணேசன் தொடுவானத்தை நோக்கி நடந்து செல்லும் அந்தப் படத்தின் இறுதிக் காட்சி மனத்தில் தோன்றாமல் இருக்காது.

ஒரு தலைமுறையினரின் வேட்கை, வேதனைகளின் கலாச்சாரக் குறியீடாக ஜெமினி கணேசன் திகழ்ந்தார். மிஸ்ஸியம்மாவில் (1956) 'வாராயோ வெண்ணிலாவே', தேனிலவில் (1961) 'ஓஹோ எந்தன் பேபி', பாவ மன்னிப்பில் (1961) 'காலங்களில் அவள் வசந்தம்', சுமைதாங்கியில் (1962) 'மனிதன் என்பவன் தெய்வமாகலாம்' மற்றும் 'மயக்கமா கலக்கமா மனதிலே தயக்கமா' என்ற வரிகளும், அதற்குப் பின்னணிக் குரல் அளித்த கண்டசாலா, ஏ.எம்.ராஜா பி.பி. ஸ்ரீனிவாஸ் போன்றவர்களின் இசைத் திறமையும் ஜெமினி கணேசனை இன்றும் நம் மனக்கண் முன்பு நிறுத்துகின்றன. அவருடைய பாவனைகளைத் தெளிவாக வெளிப்படுத்தும் உச்சரிப்புகளும் ஜெமினிகணேசன் என்ற தோற்றத்திற்கும் அவர் ஏற்று நடித்த பாத்திரங்களுக்கும் மெருகூட்டி அவற்றை, நினைவை விட்டு விலகாத கோலங்களாக்கி, எம்.ஜி. ராமச்சந்திரனும்

சிவாஜிகணேசனும், ஆக்கிரமித்துக் கொண்ட தமிழ்த் திரையுலகில் அவருக்கு ஒரு பறிபோகாத இடத்தைப் பிடித்துத் தந்தன. 1958-ல் வெளிவந்த வஞ்சிக்கோட்டை வாலிபனில் அழகை அள்ளி வீசும் பத்மினி, வைஜெயந்தி மாலா போன்ற இருவருக்கும் ஈடுகொடுக்கும் உடல் பாங்கும் பொலிவும் ஜெமினிக்கு இருந்தாலும், அவருடைய நடிப்புத்திறனை வெளிப்படுத்திய படங்கள் சிலவே. குறிப்பாக, பீம்சிங்கின் பாசமலர் (1961), பாத காணிக்கை (1962), ஸ்ரீதரின் கல்யாணப்பரிசு(1959), சுமைதாங்கி (1962), பாலசந்தரின் இருகோடுகள் (1969), நான் அவனில்லை (1974) மற்றும் அவ்வை சண்முகி (1996) போன்ற படங்களைச் சொல்லலாம். ஆனால், ஹாலிவுட் நடிகர்களுடன் ஒப்பிட்டு அவர் நடித்த ரொமாண்டிக் காமெடிகளையும், மெலோடிராமாக்களையம், பெண் ரசிகர்களிடையே அவர் பெற்ற வரவேற்பையும் பார்க்கும்போது ஜெமினி கணேசன் தமிழ் சினிமாவின் காரி கிராண்ட் என்று சொன்னால் மிகையாகாது. ஜெமினி கணேசன் தன் படங்களில் காதலை மென்மையாக வெளிப்படுத்தியதும் இன்று சேது (1999) போன்ற படங்கள் காதலின் வெறித்தனமான மறுபக்கத்தை நியாயப்படுத்தப்படுவதும் ஏன் என்பதை வாசகர்களின் சிந்தனைக்கு விட்டுவிடுவது நல்லது.

'இந்தியா டுடே', 06 ஏப்ரல், 2006

◆◆◆

24

ரகுவரன்: ஒரு நினைவாஞ்சலி

ரகுவரன் என்ற மனிதர் பறந்து சென்று விட்டார். இனி அவருடைய பிம்பங்கள் மட்டும்தான் இங்கு சுழலும். மர்லின் மன்றோவின் பிம்பங்களைப் பற்றி சுஸன் ஹேவர்ட் பேசும்போது, அந்த நட்சத்திரத்தின் பிம்பம் அவருடைய துவக்க காலங்களைக் குறிக்கக்கூடிய ஒன்றாக இருந்தால், மெருகேறிய தோற்றம், பாலுணர்வின் வசீகரம், மற்றும் அழகை அள்ளி வீசும் குணங்களைக் குறிப்பதாக இருக்கும் என்றும் அதே சமயத்தில் அது அந்த நட்சத்திரத்தின் இறுதியான பிம்பமாக இருந்தால், மன அழுத்தத்தில் அவள் அடைந்த வேதனைகளையும், போதைப் பொருட்களால் அவளை அவளே அழித்ததால் ஏற்பட்ட அகால மரணத்தைக் குறிக்கும் ஒன்றாகவும் ஹாலிவுட் என்ற கற்பித உலகின் கவர்ச்சியை ச் செயல்படுத்த உருவாக்காப்பட்ட நட்சத்திரங்களில் ஒன்றாகவும் அந்தக் கனவுத் தொழிற்சாலையின் வியாபார இலக்குகளுக்காக ச் சுரண்டிப் பிழியப்பட்டு, நசுக்கப்பட்ட ஒருவரின் பிம்பமாகவும் அது இருக்கும் என்று சொல்கிறார். இந்த அதிர்வுகளால், இறுதியாக பிம்பத்திற்கும் அதற்கு ஒரு முக்கிய காரணமாக இருக்கும் ஜீவனுக்கும் உள்ள இடைவெளி மறைந்தாலும், ஆண்டி வர்ஹால் என்ற ஓவியனின் கைவண்ணத்தின் வழியாக மர்லின் மன்றோவிற்கு ஒரு மறுபிறவி கிடைக்க, அவளுடைய பிம்பங்கள் அந்தச் சோகத்தை இழக்காமல் இன்றும் சுழன்று கொண்டிருக்கின்றன. இப்படி கதாநாயகிகளும், வில்லன்களும், எப்பொழுதும் புதுமையாக இருக்க வேண்டும்

என்ற கட்டாயத்தாலும், மர்லின் மன்றோவிற்கும், ரகுவரனுக்கும் சில ஒற்றுமைகள் இருக்கத்தான் செய்கின்றன.

நான் முதன்முதலில் ரகுவரனை ஒரு மனிதனாகத்தான் சந்தித்தேன். பிறகுதான் அந்த நடிகனின் பிம்பங்களைச் சந்திக்க நேரிட்டது. மார்ச் 19 அன்று மாலை தொலைக்காட்சி சானல்களை எதேச்சையாக பார்த்துக்கொண்டிருந்த என் துணைவி ப்ரீதம், ரகுவரனின் அகால மரணத்தை அறிவிக்கும் என்.டி.டிவி பிளாஷ் நீயுஸில் அவருக்கு வயது 59 என்று போட்டிருப்பதைப் பார்த்து மிகவும் கோபம் அடைந்தாள். காரணம், ரகுவரனின் வயதைப் பத்து வருடங்கள் கூட்டி, அந்த நடிகனின் மரணத்திற்குப் பின் இருந்த சோகத்தை அந்தச் செய்தி மறைத்து விட்டது. இருபத்தேழு வருடங்களுக்குமுன் நான் எங்கு ரகுவரனை முதன்முதலில் சந்தித்தேனோ அங்குதான் ப்ரீதத்தையும் முதன்முதலில் சந்தித்தேன். 1981 அக்டோபர் மாதத்தில், தரமணியில் இருக்கும் தமிழ்நாடு திரைப்படக் கல்லூரியில் ஒரு திரைப்படத் திறனாய்வுப் பட்டறையில் கலந்து கொண்டபோது, அங்கு நடிப்புத்துறையில் மாணவர்களாக இருந்த ரகுவரன், நாசர், சுந்தர், இயக்குநர் துறையில் மாணவர்களாக இருந்த சிவகுமார், யூகி சேது, ஒளிப்பதிவுத் துறையில் மாணவராக இருந்த ரஜீவ் மேனன் போன்றவர்களுடன், என்னைப்போல் வெளியிலிருந்து வந்த ப்ரீதம், பிரபிந்தா ஜேகப், சஷிகாந்த் அனந்தாச்சாரி, மசர், சத்தியேந்திரா போன்றவர்கள் பழக வாய்ப்பு ஏற்பட, நாங்கள் எல்லோரும் நண்பர்களானோம். அந்தப் பட்டறையில் கழித்த பத்து நாட்களில் அங்குப் போடப்பட்ட படங்களைப் பற்றியும், விவாதிக்கப்பட்ட கருத்துகளைப் பற்றியும் கூடிப் பேச வாய்ப்புகள் இருந்ததால் அந்த நட்பு வளர்ந்தது. நாசருடன் நான் கிறித்துவக் கல்லூரியில் படிக்கும்போது ஓரளவுக்குப் பழகியிருந்தாலும், இந்தச் சந்திப்பின் மூலம்தான் எங்கள் உறவு வளர்ந்தது.

ரகுவரனுக்கு, அப்பொழுது வயது இருபத்திரண்டு என்று எனக்குத் தெரியாது. ஆனால், இளமையின் உச்சகட்டத்தில் நான் அவரைச் சந்தித்தேன் என்பதில் எந்த ஐயமுமில்லை. பெயருக்கு ஏற்ற உடம்பும், அழகும் அவரிடம் இருந்தது. நிச்சயமாக ஒரு நாள் திரைப்படத்துறையில் கொடிகட்டிப் பறக்கப் போகிறோம் என்ற நம்பிக்கையும் அவர் முகத்தில் தெரிந்தது. அவரைச் சந்தித்த அடுத்த வருடமே ‘ஏழாவது மனிதன் (1982)’ திரைக்கு வந்ததும் அதனுடைய ப்ரிவியூவிற்கு நாங்கள் எல்லோரும் சென்றோம். அவருடைய கதாபாத்திரத்தை அவர் சரியாக வெளிப்படுத்தியிருந்தாலும், திரைப்படத்தின் அமைப்பு பெரும் ஏமாற்றத்தை தந்தது. அதனுடைய தோல்வி அவரை மிகவும் பாதித்தது என்பது நிச்சயம். திரைப்படக் கல்லூரியில் படித்து விட்டுக் கதாநாயகனாக அடியெடுத்து

வைத்த முதல் படமே வெற்றி பெறாததால், அவருக்கு மேலும் கதாநாயகனாக நடிக்க வாய்ப்புகள் குன்றிப் போயின. ஏற்கனவே 1980ல் வெளியான 'முரட்டுக் காளையும்', 1982ல் 'ஏழாவது மனிதன்' வந்த அதே வருடத்தில் வெளியான 'சகலகலா வல்லவன்' என்ற திரைப்படமும், ரஜனி மற்றும் கமல்ஹாசனுக்கு முன்னணி நட்சத்திரங்களின் அந்தஸ்த்தை பெற்றுத் தந்ததால், ரகுவரனை அந்தக் காலகட்டத்தில் தமிழ் சினிமா ஒதுக்கியது. அவர்களுக்குச் சவால்விடும் அளவுக்கு ரகுவரனுக்குத் திறமை இருந்தாலும் அதை வெளிப்படுத்த வாய்ப்புகள் இல்லாததால் கண்டுகொள்ள யாருமில்லை. இருந்தாலும், 'ஒரு ஓடை நதியாகிறது' (1983), 'நீ தொடும்போது' (1984) போன்ற இரண்டு படங்களில் இரண்டு கதாநாயகர்களில் ஒருவராக நடிக்க அவருக்கு வாய்ப்புகள் வந்தன. ஆனால், இந்தப் படங்களும் வெற்றி பெறாததால், சாராயமும், போதை மருந்துகளும் அடுத்த மூன்று வருட இடைவெளியைக் கடக்கப் பயன்பட்டன.

இந்த இடைவெளியின்போது, 1985-ல் தனியார் நிகழ்ச்சிகளுக்கு தூர்தர்ஷன் அனுமதி வழங்கியது. திரைப்படக் கல்லூரியில் எடிட்டிங் துறையில் தேர்ச்சி பெற்ற ரஜத் ஷர்மா அப்பொழுது வீடியோகாம் என்ற ஒரு பார்ட்னர்ஷிப் நிறுவனத்தை நடத்தி வந்தார். இவரும், இயக்குநர் துறையில் தேர்ச்சி பெற்ற ராஜன் ஷர்மாவும் ஒன்றிணைந்து, சிவசங்கரியின் 'தரையில் இறங்கிய விமானம்' என்ற நாவலின் உரிமையைப் பெற்று, ரகுவரனைக் கதாநாயகனாகத் தேர்ந்தெடுக்க, பழைய நண்பர்கள் எல்லோரும் இவ்வாறு ஒன்று கூடி அந்தத் தொலைக்காட்சித் தொடரை உருவாக்க முடிந்தது. அதற்குப் பெரும் வரவேற்பும், பாராட்டுகளும் குவிந்தன. இருந்தாலும், சினிமாத் துறையில் ரகுவரனுக்கு வாய்ப்புகள் அதிகரிக்கவில்லை. ஆனால், திடீரென்று 1987-ல் ஏவி.எம்மின் 'தியாகு' என்ற படத்தில் மறுபடியும் கதாநாயகனாக நடிக்கும் வாய்ப்பு வந்தது. இதுவும் சிவசங்கரியின் 'ஒரு மனிதனின் கதை' என்ற மற்றொரு நாவலைத் தழுவி உருவாக்கப்பட்ட ஒன்றுதான். இந்தக் கதை முதலில் ஒரு தொலைகாட்சித் தொடராகத்தான் வந்தது. ஆனால், அது திரைவடிவம் பெற்றபோது கதாநாயகனின் பாத்திரம் ரகுவரனுக்குச் சென்றது. பிலிம் நியுஸ் ஆனந்தன் கூறுவதுபோல் 1987ல் இந்தப் படம் தணிக்கை செய்யப்பட்டாலும், 1990 வரை அது வெளியாகாமல் இருந்தது. ஆனால், அதே சமயத்தில் ரகுவரனின் வாழ்கையில் வேடிக்கையான முரணாக இருக்கும் "குடியினால் வரும் கேடு" பற்றிய கதை இது. ஒழுக்கத்தைப் பிரச்சாரம் செய்யும் படம் என்பதால் அதை ஏவி.ஏம் நிறுவனம் தமிழ்நாடு அரசுக்குக் கொடுத்தது. அதனால் இந்த ப்படத்தை இலவசமாகப் பார்க்கும் வாய்ப்பு பொதுமக்களுக்கு

ஏற்பட்டாலும், யாரும் அதை வரவேற்கவில்லை. ஆனால் இந்தப் படம் வெளிவரும் முன்னரே, 1987ல் பாசிலின் ‘பூ விழி வாசலிலே’ என்ற திரைப்படம் வெளிவந்தபோது, அதுவரை கதாநாயகனாக உருவாக வேண்டும் என்று துடித்துக்கொண்டிருந்த ரகுவரன், ஒரு புதுமையான வில்லனாக உருவெடுத்தார்.

இது, வில்லனாக வந்து கதாநாயகனாக மாறிய ரஜினி, சத்தியராஜ் போன்றவர்களின் போக்கிற்கு முற்றிலும் மாறானது. ரகுவரனுக்கு முன்பு இந்தப் பாதையில் சென்றவர்கள், ரஞ்சன் மற்றும் எம்.ஆர். ராதா. இந்த மறுபிறவியால் ரகுவரனுக்கு வாய்ப்புகள் அதிகரிக்கத் துவங்கின. முதலில் 1988ல் வந்த ‘இரண்டில் ஒன்று’ என்ற படத்தில் ராம்கியுடன் இணைந்து இரு கதாநாயகர்களில், தலைமைக் கதாநாயகன் வேடம். பிறகு 1989ல் ரஜினிகாந்துடன் தோளுடன் தோளுரச வைத்த ‘சிவா’. அதே வருடம் தெலுங்கில் ‘சிவா’ என்றும் தமிழில் ‘உதயம்’ என்றும் வெளிவந்த இயக்குநர் ராம் கோபால் வர்மாவின் முதல் படத்தில், மறுபடியும் உணர்ச்சி ததும்பும் ஒரு வில்லன் வேடன். அதனால் இளைஞர்களிடையே பெரும் வரவேற்பு. ஆனால், இவற்றை எல்லாம்விட, 1990ல் ரகுவரனின் நடிப்புத் திறனை உச்சகட்டத்திற்கு நகர்த்திய, இயக்குநர் கே.எஸ். ரவிக்குமாரின் முதல் படைப்பான, ‘புரியாத புதிர்’. அதில் ஒரு முக்கிய காட்சியில் அந்த ‘ஐ நோ’ என்ற வசனத்தைக் கிட்டத்தட்ட நாற்பது முறைகளாவது ரகுவரனின் கதாபாத்திரம் உச்சரிக்கும். அந்த உச்சரிப்புகளை ஒரு முறை, மனத்திலே முப்பது வரை கூட்டிவிட்டு நிறுத்தி விட்டேன். ஒரே வாக்கியத்தை, அத்தனை விதமான உச்சரிப்புகளாகவும், பாவனைகளாகவும், உணர்ச்சிகளாகவும் வெளிப்படுத்தும் அந்தக் காட்சி, நவரசம் என்ற எல்லையை உடைத்து நொறுக்கி விடுகிறது. இந்தப் பெருமை ஒன்பது வேடங்களில் நடித்த நடிகர் திலகம் சிவாஜி கணேசனுக்கும் போய்ச் சேராது. இறுதியில் அவர் ஒரு நாடக நடிகர், ரகுவரன் ஒரு திரைப்பட நடிகர்.

‘புரியாத புதிர்’ என்ற படத்தை ரசிகர்கள் எப்படி எடுத்துக் கொள்வது என்ற திகைப்பினால் அது வெற்றி பெறாவிட்டாலும், 1990ல் வெளிவந்த மணிரத்னத்தின் ‘அஞ்சலி’யில் பொறுப்புள்ள, நடுத்தர வர்க்க இளம்தந்தையின் வேடத்தை, ரகுவரனின் தோற்றமும் நடிப்பும் மெருகேற்றின. இதற்கிடையில் ‘உதயத்தின்’ வரவால் ரகுவரனுக்கு தெலுங்கு சினிமாவில் பெரிய மார்கெட் உருவாகியிருந்தது. வாய்ப்புகள் எல்லாப் பக்கமும் குவியத் துவங்கின. அதேசமயத்தில் ரகுவரனின் குடிப்பழக்கமும், போதைப் பொருட்களைப் பயன்படுத்தும் நிரப்பந்தங்களும் உச்சகட்டத்தை அடைந்திருந்தன. நகைச்சுவை நட்சத்திரம் சுருளிராஜனைப்போல், அடிமட்ட சரக்கை அடித்தால்தான் உசுப்பேறும் என்ற நிலையில் ரகுவரன் அப்பொழுது இருக்க,

அக்காலகட்டத்தில் சென்னையில் சரளமாகக் கிடைத்த ஆந்திரா உறைகளை ஐஸ் பாக்ஸில் எடுத்துச் சென்று, சூட்டிங் ஸ்பாட்டில் ஸ்டிரா போட்டு உறிஞ்சியதாகக் கேள்விப் பட்டிருக்கிறேன். இதனால் திரைப்பட வட்டாரத்தில் பெயர் கெட, 1991-ல் இருந்து 1993 வரை தமிழ் சினிமாவில் ரகுவரனுக்கு மறுபடியும் ஓர் இடைவெளி உருவானது. அந்த இடைவெளியில் ஓரிரு மலையாளப் படங்களும், ஒரு தெலுங்குப் படமும்தான் வெளிவந்தன.

இந்தச் சமயத்தில்தான், மிலோஸ் போர்மனின் 'அமேடியஸ்' (1984) என்ற படத்தைப் பலமுறைப் பார்த்த 'அவள் அப்படித்தான்' புகழ் ருத்ரையா, அதன் நுணுக்கங்களைத் தழுவி, ரகுவரனை மனத்தில் வைத்து, ஒரு திரைக்கதையை உருவாக்கிக் கொண்டிருந்தார். அந்தக் கதையின் ஸ்கிரிப்ட் டிஸ்கஷனில் நான் பங்குபெற்றிருந்த சமயம் அது. திரைக்கதையும் நன்றாக அமைந்து ரகுவரனுக்கு முதல் பணம் கொடுக்கப்பட்டாலும், படத்திற்குத் தேவையான நிதியைத் திரட்ட முடியாததால் அது நின்று போனது. இருந்தாலும், ருத்ரையா, ரகுவரனை அந்தக் கதையின் நாயகனாகத் தேர்வு செய்ததற்கு ஒரு அடிப்படைப் பொருத்தம் இருந்தது. ஒதுக்கப்பட்ட திறன் மிகுந்த கலைஞன் ஒருவன் ஒரு பக்கம் மன அழுத்தத்தாலும், சுய அழிப்பு ச்செயல்களாலும், தன்னுடனேயே ஒரு பெரும் போராட்டத்தை நடத்தி கொண்டிருக்கும்போது மறுபக்கம் எவ்வாறு அவன், அவனைக் குழிதோண்டிப் புதைக்க எண்ணும் எதிரிகளையும், நிமிடத்திற்கு நிமிடம் மனத்தை மாற்றிக்கொள்ளும் திடமற்ற நிலபிரபுத்துவ சாமானியர்களையும் எதிர்கொண்டு தன் ஆற்றலையும், கலையையும் நிலைநிறுத்தப் போகிறான் என்பதுதான் 'அமேடியஸ்' என்ற திரைப்படத்தின் மையல் கேள்வி அல்லது பிரச்சனை. அமேடியஸைப்போல் ரகுவரனுக்கு சுய அழிப்புத் தன்மைகள் அதிகமிருந்தாலும், அந்தக் கதையில் வரும் ஸேலரியைப்போல் நிரந்தர எதிரி யாருமில்லை. அப்படி ஒரு எதிரியாக சினிமாவின் வியாபாரச் சூழல்தான் இயங்கியது. அவருடைய திறமைக்குத் தேவையான தீனியைப் போடும் குணங்கள் அதற்குக் கிடையாது. இப்படி ரகுவரன் போல் சினிமாவினால் நசுக்கப்பட்ட கலைஞர்கள் அதிகம் இருப்பதால்தான், பிரான்ஸிஸ் போர்ட் கபோலோ, சினிமாவின் வியாபாரச் சூழலில் ஒரு அமேடியஸ் மோஸார்ட் உருவாவது எந்த விதத்திலும் சாத்தியமில்லை என்று கூறுகிறார்.

ஒருவனுக்கு சட்டென்று மாற்ற முடியாத பழக்கம் ஒன்று இருக்கிறது, அதனால் ஒரு படத்தின் தயாரிப்பு பாதிக்கப்படும் என்று தெரிந்த உடனேயே, தயாரிப்பாளர்கள் அந்த மனிதரை நிர்க்கதியாக விட்டுவிட்டுப் பறந்து விடுவார்கள். இது ஒரு மனிதாபிமானமற்ற உலகம். இருந்தாலும், கீழே விழுந்த ரகுவரன்

மறுபடியும் எழுந்தார். 1994லிலே சங்கரின் 'காதலன்'-இல் இரண்டாவது வில்லன் வேடம், அடுத்தாக சுரேஷ் கிருஷ்ணாவின் 'பாட்ஷா' (1995) என்ற படத்திலும், கே.எஸ், ரவிக்குமாரின் 'முத்து' (1995) என்ற படத்திலும், பிரதான வில்லன்களின் பாத்திரம். அதற்குப் பிறகு படிப்படியாக இடைவெளியில்லாமல் பல வித்தியாசமான பாத்திரங்களை ஏற்று தன்னுடைய திறனையும் ஆற்றலையும் மேலும் வளர்த்துக் கொண்டிருந்தபோதுதான் ரகுவரனின் அகால மரணம் நிகழ்ந்தது.

இந்த நிகழ்விற்குப் பல ஆண்டுகளுக்கு முன்னே அவருக்கும் ரோகிணிக்கும் திருமணம் நடந்தபோது, "சபாஷ்! சரியான ஜோடி" என்று என் மனம் சொன்னது. ரோகிணியைப் பற்றி எனக்குத் தனிப்பட்ட முறையில் ஒன்றும் தெரியாது என்றாலும் அவருடைய நடிப்புத்திறனைப் பார்த்திருக்கிறேன். மற்றும் அவருடைய மன உறுதியைப் பற்றி நிறைய கேள்விப்பட்டிருக்கிறேன். அந்தத் திருமணத்தால், பலமாக அடிக்கும் காற்றினால் திக்குத் தெரியாமல் அலைமோதிக் கொண்டிருந்த கப்பலுக்கு ஒரு நங்கூரம் கிடைத்து விட்டது என்று நினைத்து மகிழ்ந்தேன். ஆனால், அந்தக் காற்றின் பலம் அந்த நங்கூரத்தை விடச் சக்தி வாய்ந்தது என்று பிறகு நிருபணமானது. இப்படி எல்லாவித பிடிப்புகளும் அவரை விட்டு படிப்படியாக விலக, ஒரு பக்கம் ஆன்மீக வழியில் சரண் புகுந்தும், மறுபக்கம் தன் புதல்வனின் மீது பாசத்தைப் பொழிந்தும், தனது மனத்தையும், வாழ்க்கையையும், திடப்படுத்த அவர் முயன்று கொண்டிருந்தபோதுதான், அந்த எதிர்பாராத சோகமான முடிவு அவரது ஜீவனைக் கவ்விச் சென்றுவிட்டது.

ரகுவரனை நான் முதன் முதலில் சந்தித்தபோது, அவரைப் பற்றி நான் ஒரு நினைவஞ்சலிக் கட்டுரையை எழுதுவேன் என்று எனக்குத் தெரியாது. அச்சமயத்தில், தமிழ் எழுத்துலகத்தில் நுழைந்து எனக்கென்று ஒரு சிறிய இடத்தை நான் தக்கவைத்துக் கொள்ளப் போகிறேன் என்பதே எனக்குத் தெரியாது. நாம் அறிந்தது எல்லாவற்றையும் இப்படிச் சிதறடிக்கும் காலச்சக்கரத்தின் சுழற்சியை எவ்வாறு புரிந்து கொள்வது? துக்கம் தொண்டையை அடைக்கிறது என்றுதானோ?

'உயிர்மை', மார்ச் 2008

❖❖❖

பாகம் - XI

நேர்காணல், விமர்சனம்

- இலக்கியம் என்பது நிரந்திரமாக இருக்கக்கூடிய புறப்பொருள் அல்ல?
- ஒரு குறும்படம் சொன்ன சேதி

சுவடுகள்

25

இலக்கியம் என்பது நிரந்தரமாக இருக்கக்கூடிய புறப்பொருளல்ல!

வெங்கடேஷ் சக்ரவர்த்தி தமிழில் தத்துவார்த்த சினிமாக்களைப் பற்றிய விவாதத்தினைத் துவங்கிய முக்கியமானவர்களுள் ஒருவர். இவரது துணைவியார் ப்ரிதம் தீவிர நாடகக் கலைஞர். இருவரும் காதல் திருமணம் புரிந்தவர்கள். தமிழ், ஆங்கிலம் ஆகிய இரு மொழிகளில் இருபது ஆண்டுகளுக்கும் மேலாக இயங்கிவரும் இவரின் முதல் நேர்காணல் இது...

தீராநதி: வணிக ரீதியான திரைத்துறையை பின்புலமாகக் கொண்ட ஒரு குடும்பப் பின்னணியிலிருந்து வந்தவர் நீங்கள். உங்களின் தாய் ராதாபாய் ஒரு நடிகை. உங்கள் தங்கை குட்டிபத்மினி கூட ஒரு பிரபல நடிகைதான். ஆனால் நீங்களோ முற்றிலும் வணிக ரீதியிலான சினிமாவிலிருந்து வேறுபட்டு தத்துவார்த்தத் திரைப்படம், மாற்று சினிமாவிற்கான தளத்தை உருவாக்குவது என்று தீவிரமாக இயங்கி வருகிறீர்கள். நீங்கள் இந்தத் தளத்திற்குள் வந்ததிலிருந்து நமது உரையாடலைத் தொடங்குவோமா?

வெங்கடேஷ் சக்ரவர்த்தி: என்னுடைய அப்பா எஸ். சக்ரவர்த்தி அந்தக் காலத்திலேயே பெங்கால் சினிமாக்களில் தொடர்புள்ளவர். அவர் கல்கத்தாவில் உள்ள 'ஆக்ஃபா' கம்பெனியில் நிர்வாகியாக வேலை செய்து கொண்டிருந்தபோது, நியூ தியேட்டர்சுடன் நல்ல பழக்கம் இருந்தது. அந்த அனுபவத்தோடு தமிழகம் வந்தவர், இங்கு பல காலம் திரைப்படங்களில் பணியாற்றி

இருக்கிறார். அப்பா நன்றாகத் தமிழ் பேசுவார். அவர் ஒரு பிராமணர். அவர் பிறந்து வளர்ந்தது எல்லாம் மைசூர். எங்களுடைய அம்மாவின் அப்பாவுக்கு சொந்த ஊர் மதுரை. அவர் ஒரு கிறிஸ்துவ சமூகத்துவர். சென்னையிலுள்ள ஓவியக் கல்லூரியில் சேர்ந்து படித்தார். அந்தக் காலத்திலேயே அவருடைய அப்பாவுடன் ஏதோ தகராறு உண்டாகி படித்து முடித்தவுடன் ஈரானிலுள்ள 'பாஸ்ரா' நகரில் எண்ணெய் கம்பெனியில் மின் பொருள் ஓவியராக வேலை கிடைத்ததும் அங்கு போய்விட்டார். அங்கே வேலை நேரம் போக சினிமா படம் ஓட்டுபவராகப் பணி செய்திருக்கிறார்.

எங்கள் தாத்தாவுக்கு கிறிஸ்துவ மதத்தில் பயங்கர ஈடுபாடு. ஆச்சாரமான ஒரு கிறிஸ்துவர் என்று கூட அவரைச் சொல்லலாம். பாக்தாத் சர்ச்சில் இருந்த ஒரு ஃபாதருடன் பழக்கம் உண்டாகி, அங்கே இருந்த ஒரு கிறிஸ்துவப் பெண்மணியையும் திருமணம் செய்து கொண்டார். அவரின் மனைவி, அந்தத் தலைமுறையில்தான் இஸ்லாத்திலிருந்து கிறிஸ்துவத்திற்கு மாறியவராக இருந்திருக்கிறார் என்று நினைக்கிறேன். ஏனென்றால் அவர்களின் பெயர்கள் எல்லாம் இருமதக் கலப்பு கொண்டதாக இருக்கும். அதை வைத்துதான் இதைச் சொல்கிறேன். எங்கள் தாத்தாவுக்கு ஐந்து, ஆறு பிள்ளைகள் அங்கேயே பிறந்து விட்டார்கள். அவருக்கு மொத்தம் 11 குழந்தைகள் என் அம்மா, சித்தி எல்லோரும், ஏழு எட்டு வயது வரை அங்கேயேதான் வளர்ந்திருக்கிறார்கள்.

என் மாமா, சித்தியின் பெயர்களை எல்லாம் பார்த்தால் வித்தியாமாக இருக்கும். ஒரு மாமாவின் பெயர் ஜமால் ஜேம்ஸ், இன்னொரு மாமாவின் பெயர் கமால் ஜேம்ஸ், இன்னொரு மாமாவின் பெயர் ஜான் ஜேம்ஸ், ஒரு சித்தியின் பெயர் முன்முன், இப்படி கிறிஸ்துவத் தொடர்பும், இஸ்லாமிய தொடர்பும் கலந்து வரும். அதே சமயம் இன்னொரு பக்கம் சுத்தத் தமிழ் தொடர்புடையப் பெயர்களாக நேசமணி என்று ஒரு சித்தியின் பெயர் வரும்.

கொஞ்ச காலத்திற்குப் பிறகு இந்தியாவுக்குச் சென்றுதான் என் உயிரை விடுவேன் என்று சொல்லிக்கொண்டு குடும்பத்தோடு மதுரைக்கு வந்துவிட்டார் என் தாத்தா. இங்கு வந்த என் அம்மா ரூத் ஜேம்ஸ் சினிமாவிற்கு நடிக்கப் போனார். அந்தக் காலத்தில் மராட்டிய இயக்குநர்கள் சுந்தரிபாய், பண்டரிபாய், வசந்தாபாய் என்றுதான் நடிகைகளுக்குப் பெயர் வைப்பார்கள். அப்படித்தான் என் அம்மாவின் பெயரை சினிமாவுக்காக ராதாபாய் என்று மாற்றிவிட்டார்கள். அவருக்கும் என் அப்பாவுக்கும் சினிமாவின்மூலம் தொடர்பு ஏற்பட்டிருக்கிறது. பிறகு இருவரும் திருமணம் செய்து கொண்டார்கள்.

தீராநதி: *மதுரை வந்த உங்களின் அம்மா எப்படி திடீரென்று சினிமாவுக்கு நடிக்கப் போனார்?*

வெங்கடேஷ் சக்ரவர்த்தி: *வீட்டில் அம்மாதான் மூத்தவர். அதனால் அம்மாவுக்கு சிறுவயதிலேயே குதிரைப் பயிற்சி, நடனப்பயிற்சி என்ற பல பயிற்சிகளை தாத்தா கொடுத்திருக்கிறார். தாத்தாவுக்கு எந்த எந்தத் துறை மீது ஆர்வம் இருந்ததோ, அதையெல்லாம் அம்மாவுக்குச் சொல்லிக் கொடுத்திருக்கிறார். அப்படி தாத்தாவே விரும்பி அம்மாவையும், சித்தி முன்முன்னையும் சினிமாவில் சேர்த்து விட்டிருக்கிறார். அப்போதுதான் அம்மாவுக்கு என் அப்பாவுடன் காதல் உருவாகி இருக்கிறது. உடனே திருமணமும் ஆகிவிட்டது.*

என் சித்தி முன் முன் டான்ஸ் மாஸ்டர் பூபாலனைத் திருமணம் செய்து கொண்டார். அவரின் மகள்தான் சொர்ணமுகி. டி. ராஜேந்தரின் மனைவி உஷாவுக்கு சொர்ணமுகி சொந்த அக்கா.

தாத்தா பாட்டியுடனான சண்டையில் எல்லோரது பாஸ்போர்ட்டையும் தீயிட்டுக் கொளுத்திவிட்டார். அதனால் என் பாட்டியின் சொந்தங்களுடனான தொடர்பு முறிந்தது. ஆகவே பாட்டிக்கு மதுரையிலேயே செட்டிலாக வேண்டிய ஒரு நிர்ப்பந்தம் வந்துவிட்டது. என் பாட்டி ஈராகியன் என்பதால் அவருக்குத் தமிழ் வராது. ஆங்கிலமும் கொஞ்சம் கொஞ்சம்தான் வரும். ஆனாலும் தனக்குத் தெரிந்த ஈராக்கிய பாஷையை வைத்துக்கொண்டே மதுரையில் அவ்வளவு காலம் அவர் வாழ்க்கையை ஓட்டியிருக்கிறார். மதுரையில் இருந்த ஒரு சைனீஸ் குடும்பம்தான் என் பாட்டிக்கு நெருங்கிய நண்பர்களாக இருந்திருக்கிறார்கள். ஏதோ அவர்களுக்குள் இருந்த ஒரு பொதுமை அவர்களை ஒன்று சேர்த்திருக்கிறது. மதுரைக்கு வந்த தாத்தா 'ஜிம்மி ஸ்டோர்' என்ற கடையை வைத்து நடத்தி வந்திருக்கிறார்.

தீராநதி: *சரி, நீங்கள் எப்படித் தீவிர சினிமா பக்கம் வந்தீர்கள்?*

வெங்கடேஷ் சக்ரவர்த்தி: *என் அப்பாவிடம் நிறைய புத்தகங்கள் இருந்தன. அவருக்கு சமஸ்கிருதம் நன்றாகத் தெரியும். கன்னடம் சம்பந்தமான இலக்கியப் புத்தகங்களை அவர் நிறைய வாங்கிப் படிப்பார். இண்டியன் லிட்ரேச்சருக்கு அவர் சந்தா கட்டி இருந்ததினால் வீட்டிற்கு அந்த இதழ்கள் எல்லாம் வரும்.*

அவர் வைத்திருந்த புத்தகங்களில் இரண்டு புத்தகங்கள் என்னை மிகவும் பாதித்தது. ஒன்று Henrik Van Loon எழுதிய 'ஸ்டோரி ஆஃப் மேன் கைன்ட்டு' என்றது. இது ஜோவெட் ஆங்கிலத்தில் மொழி பெயர்த்தது. இதை நான் ஏழாவது எட்டாவது படிக்கும்போது படித்தது. இரண்டு 'பிளேட்டோஸ் டைலாக்ஸ்' இதை பியுசி படித்துக் கொண்டிருந்த காலத்தில்

நான் படித்தேன். மிகச் சரளமான ஆங்கிலத்தில் வெளி வந்திருந்த புத்தகம் என்பதால், எவ்விதச் சிரமமும் இல்லாமல் படித்துவிட்டேன். இதைப் படித்த பிற்பாடுதான் தத்துவத்தின் மீது எனக்கு ஆர்வம் உண்டாகி தத்துவம் படிக்க முடிவெடுத்தேன். வீட்டில் அம்மா என்னவோ ஐ.ஐ.டி படிக்கவேண்டும், அது படிக்க வேண்டும், இது படிக்க வேண்டும் என்று பல கற்பனைகளை வைத்திருந்தார். ஆனால் அப்பா எனக்கு ஒத்துழைத்ததால் தத்துவம் படிக்க ஆரம்பித்து விட்டேன். படிப்படியாக எம்ஃபில் வரைக்கும் வந்தேன். அதற்குள் எனக்குத் திருமணமாகி விட்டதால் பிஹெச்டி படிக்க முடியவில்லை.

தீராநதி: *தமிழ்ச் சிறு பத்திரிகை வட்டத்திற்குள் எப்போது உங்களின் தத்துவப் பார்வையைப் பகிர்ந்து கொள்ளத் தொடங்கினீர்கள்?*

வெங்கடேஷ் சக்ரவர்த்தி: முதன் முதலில் சிறு பத்திரிகை சார்ந்த, மாற்று சினிமா சார்ந்த நண்பர்களை நான் ஃபிலிம் சொஸைட்டியில்தான் சந்தித்தேன். சென்னை ஃபிலிம் சொஸைட்டி என்ற ஒரு அமைப்பை ஒருங்கிணைத்தோம். அப்படி ஒருங்கிணைத்தவர்களில் நானும் ஒருவன். இவ்வாறு ஒருங்கிணைக்கும்போது நாகார்ஜுனன், பன்னீர்செல்வம், எஸ். வி. ராஜதுரை இவர்கள் எல்லோரும் பழக்கமானார்கள்.

குறிப்பாக, இங்கே இன்றைக்கு இருக்கின்ற பலருக்கு 70-களிலே நடந்த சில விஷயங்கள் தெரியாது. அன்றைக்கு நமக்கென்று ஒரு அரசியல் நோக்கம் இருக்க வேண்டும் என்பதை முக்கியமானதாகக் கருதினோம். அதாவது சமூக அரசியல் சூழலைப் பற்றி நீங்கள் ஏதாவது ஒரு நிலைப்பாட்டை எடுத்தே ஆக வேண்டும். இதற்கு என்ன காரணம் என்றால், அன்றைய நாளில் பல்வேறு வேலை முடக்கங்கள், வேலை நிறுத்தங்கள், போராட்டங்கள், இன்றைக்கு நம்மவர்கள் பார்த்தே இராத வேலை இல்லா இளைஞர்களின் பெருக்கம் என்று நாடே உச்சகட்டத்தில் ஸ்தம்பித்துப் போய் இருந்தது.

படித்து முடித்துவிட்டு எம்பிளாய்மெண்ட் எக்சேஞ்சில் பதிவு செய்ய வேண்டும் என்றால், ஏழு எட்டு நாட்கள் வரிசையில் நிற்க வேண்டும். எல்லோருக்கும் சேர்த்து ஒரே எம்பிளாய்மெண்ட் ஆபிஸ்தான். அது சைதாப்பேட்டையில்தான் இருந்தது. அதற்குப் பிற்பாடுதான் தனித்தனியாகப் பிரித்தார்கள்.

ஆகையால், அந்தக் காலகட்டம் என்பது இடதுசாரிகளின் தாக்கம் நிறைந்த ஒன்றாக இருந்தது. இரயில் வேலை நிறுத்தத்தை எப்படி இந்திராகாந்தி உடைத்தார் என்பது உங்களுக்குத் தெரியும். அதற்கு பிற்பாடு எப்படி எமர்ஜென்ஸியைக் கொண்டு வந்தார் என்பதும் உங்களுக்குத் தெரியும்.

ஆக, அரசியல் கருத்தரங்குகள் ஆளுமை செலுத்திய காலகட்டம் என்பதால் பலரும் பேசுவது விவாதிப்பது என்று ஒன்று சேர முடிந்தது. எஸ்.வி. ராஜதுரை 'இனி' என்று ஒரு பத்திரிகை கொண்டு வந்தார். அதற்காக நீங்கள் ஏதாவது ஒரு கட்டுரை எழுதிக் கொடுங்கள் என்று என்னைக் கேட்டுக் கொண்டார். அப்போதுதான் நான் முதன் முதலில் தமிழில் எழுதினேன். அதிலிருந்து வேறு வேறு இதழ்களுக்குத் தொடர்ந்து எழுத ஆரம்பித்தேன். அன்றிலிருந்து ஆங்கிலத்திலும், தமிழிலும் நாகர்ஜுனன், நான், எஸ்.வி. ராஜதுரை, ஆ.இரா. வேங்கடசலபதி வ.கீதா, எம்.டி. முத்துக் குமாரசாமி என்று ஏழு எட்டு பேர்கள்தான் எழுதிக் கொண்டிருக்கிறோம்.

தீராநதி: கிரேக்கச் சிந்தனைவாதிகளின் தாக்கம் என்பது தவிர்க்க முடியாத ஒன்று. உங்களைப் பாதித்த புத்தகமாக பிளேட்டோவின் உரையாடலைத்தான் குறிப்பிடுகிறீர்கள். பூமியின் ஒரு பகுதியைத் தன் சிந்தனை ஆற்றலால் வசீகரித்த பிளேட்டோ தன் சொந்தக் குடியரசில் கவிஞர்கள் ஊறு விளைவிப்பவர்கள் என்ற காரணத்தைக் காட்டி அவர்களுக்குத் தடை விதித்தார். ஒரு நிலப்பரப்பில் தத்துவார்த்த அறிவுஜீவிகளால் கொண்டாடப்பட்ட பிளேட்டோ, தன் சொந்த நிலப்பரப்பில் ஒடுக்குமுறையைப் பிரயோகிக்கும் பாஸிஸ்டாக செயல்பட்டிருக்கிறார். இந்த வரலாற்று முரணை நீங்கள் எப்படிப் பார்க்கிறீர்கள்?

வெங்கடேஷ் சக்ரவர்த்தி: பிளேட்டோவின் எல்லா கருத்துகளையும் நான் ஏற்றுக் கொள்வதில்லை. குடியரசு பற்றிய அவரது அரசியல் நிலைப்பாட்டை என்றைக்கும் என்னால் ஏற்க முடியாது. அவருடைய காலத்தில் இருந்த ஆட்சிமுறை என்பது சிட்டி ஸ்டேட். சிட்டி ஸ்டேட் என்றால் ஒரு நகரமே ஒரு அரசு. அப்படி இருந்த அமைப்பு அது. அந்த அமைப்பிலும் அடிமைகள் இருந்தார்கள். அது வேறு மாதிரியான கட்டமைப்பு. எனக்கு பிளேட்டோவின் கருத்தில் முக்கியமானதாகப்படுவது குடியரசு என்ற கருத்தாக்கமல்ல. சாக்ரட்டீஸை எப்படி தண்டித்து விஷம் குடிக்க வைத்தார்கள் என்று அப்பாலஜி உரையாடல் ஒன்று இருக்கிறது. காதலைப் பற்றி சிம்போஸியம் உரையாடல் ஒன்று இருக்கிறது. ஆழ்ந்த தத்துவார்த்தக் கருத்தாக்கங்கள் பற்றி 'தி டெடஸ்' என்ற உரையாடலிருக்கிறது. இதையெல்லாம் மிகவும் முக்கியமான விஷயங்களாக நான் கருதுகிறேன். இன்றைய வாழ்க்கைக்கான விஷயங்களுக்கு இவற்றிலிருந்து நம்மால் பல தரவுகளை எடுத்துக்கொள்ள முடியும். ஒட்டுமொத்த உலகுக்குமான அவரது மதிப்பீடுகள் பலவற்றை நான்

ஏற்றுக் கொள்ள மாட்டேன். இன்றைக்கு தத்துவம் என்பது பிளேட்டோவைத் தாண்டி எவ்வளவோ தூரம் வந்துவிட்டது. பிளேட்டோ, அரிஸ்டாட்டில் இவர்களுக்கு முன்னால் இருந்த கிரேக்க சிந்தனையாளர்கள் உலகம் என்றால் என்ன? அதனுடைய சாராம்சம் என்ன? போன்ற இந்த மாதிரியான கேள்விகளைத்தான் கேட்டார்கள்.

பிளேட்டோ, சாக்ரட்டீஸ், அரிஸ்டாட்டில் இவர்களுக்குப் பின்னால்தான் மனிதன் என்றால் என்ன? நீதி என்றால் என்ன? இப்படிப்பட்ட கேள்விகள் தோன்றின. இந்தக் கேள்விகள் எழுந்த பிற்பாடுதான் மனித நேயத்தைப் பற்றியும், அறிவியல், நீதி குறித்த விழிப்புணர்ச்சி, ஆய்வுகள் எல்லாம் வந்தன. நம்முடைய பாரதியை எடுத்துக்கொண்டு பார்த்தால், அன்றைய காலத்தில் ஏற்பட்ட முரண்கள், தடுமாற்றங்கள் எல்லாம் அவரிடமும் இருக்கும். ஒரு இடத்தில் பிராமண எதிர்ப்பு இயக்கங்களைக் கண்டு அவர் வருத்தமடைகிறார். இது அவரது கட்டுரைகளில் வருகிறது. இன்னொரு பக்கம் 'இந்தியா' என்ற தன் பத்திரிகையில் வெளியிட்ட கார்ட்டூன்களில் இஸ்லாமியர்களுக்கு எதிரான நிலையை, கிறிஸ்துவர்களுக்கு எதிரான ஒரு நிலையைக் கடைப்பிடிக்கிறார். அதே பாரதிதான் பகவத்கீதையில் 'ஒரு குடும்பத்திற்காக ஒருவரை இழக்கலாம். ஒரு ஊருக்காக ஒரு குடும்பத்தை இழக்கலாம். ஒரு நாட்டிற்காக ஒரு ஊரையே இழக்கலாம் என்று வரும் கருத்தை முற்றிலுமாக உடைக்கிறார். அவருக்குள் ஒரு இடதுசாரிய பாதிப்பு வருகிறது. உடனே 'ஆஹா என்றது பார் ஒரு யுகப்புரடசி என்கிறார். இன்னொரு இடத்தில் 'தனி ஒரு மனிதனுக்கு உணவில்லை எனில் ஜகத்தினை அழித்திடுவோம் என்கிறார். இது பகவத்கீதைக்கு எதிரான வாதம். இந்தக் கருத்து பகவத்கீதையில் கிடையாது. இது முற்றிலும் நவீன மனநிலை. இந்த இரண்டு பாரதியில் நாம் எந்த பாரதியை எடுத்துக் கொள்கிறோம் என்பதில்தான் விஷயம் இருக்கிறது.

19-ஆம் நூற்றாண்டில் ஒரு மாபெரும் தேசியத்தைக் கட்டமைக்கும்போது, அதில் வரும் இந்த மாதிரியான முரண்களிலிருந்து ஒருவன் தப்புவதென்பது ரொம்பக் கஷ்டம். இந்த முரண்கள் இல்லாமல் அன்றைய எழுத்தாளர்களைப் பார்ப்பது என்பது எனக்குப் பெரிய பிரச்சனையாக இருக்கிறது. என்னைப் பொறுத்த அளவில் 'தனி ஒரு மனிதனுக்கு உணவில்லை எனில் ஜகத்தினை அழித்திடுவோம்' என்ற பாரதிதான் எனக்கு முக்கியம். மற்ற பாரதி எனக்கு முக்கியம் கிடையாது.

தீராநதி: எனது கேள்விக்கான சரியான மையத்திற்கு நீங்களே வந்து விட்டீர்கள். அறம், நீதி, மனித நேயம் என்று முதன் முதலில் குரல் எழுப்பிய கிரேக்க சிந்தனைவாதிகளில் ஒருவரான பிளேட்டோ, தன் குடியரசிற்குள் படைப்பாளிகளின் குரல்களை நசுக்கக் கூடியவராகச் செயல்பட்டிருக்கிறாரே அது ஏன்?

வெங்கடேஷ் சக்ரவர்த்தி: கலைமீது பிளேட்டோ ஒட்டுமொத்தமாக வைத்த விஷயங்கள் அவரோடு முடிந்து போகவில்லையே? அவருக்குப் பின்னால் அரிஸ்டாட்டில் வருகிறாரே? அவர்தானே அழகியலுக்கான புதிய வகைமையை வளர்க்கிறார். பிளேட்டோ அப்படி சொன்னதனால் அதற்குப் பிற்பாடு ஒன்றுமே நடக்கவில்லை என்று நம்மால் சொல்ல முடியாது.

டிராஜிடி பற்றியும் இதிகாசம் பற்றியும் ஒப்பீடு செய்து இதிகாசத்தைவிட டிராஜிடி ஏன் முக்கியமான வடிவமாக இருக்கிறது என்று எழுதக் கூடியவராக அரிஸ்டாட்டில் வருகிறார் இல்லையா? ஆகையால், அடுத்தக் கட்டம் என்ன என்பதைத்தான் நாம் பார்க்க வேண்டும். பிளேட்டோ இப்படிச் சொன்னதனால் கிரேக்கச் சமுதாயமே குடி முழுகிப்போய் விட்டது என்று நாம் சொல்ல முடியாது. அதற்கு அடுத்ததாக வந்த அரிஸ்டாட்டிலையும் பலர் எளிமைப்படுத்தி இருக்கிறார்களே? இன்னும் சொல்லப்போனால், பல இடங்களில் பிளேட்டோ சொல்லக்கூடிய கருத்தாழங்கள் அரிஸ்டாட்டிலிடம் அரிதாகவே தென்படுகின்றன.

தீராநதி: நீங்கள் ஸ்டரக்சுரலிஸம் சார்ந்து எழுதும் ஒரு கட்டுரையாளராகவே முன்பு ஒரு காலத்தில் அடையாள ப்படுத்தப்பட்டிருக்கிறீர்கள். பிறகு அதிலிருந்து நகர்ந்து போஸ்ட் ஸ்டரக்சுரலிஸம், நவீனம், பின் நவீனம் என இயங்க ஆரம்பத்திருக்கிறீர்கள். இந்த மாதிரியான தத்துவங்கள் நமது மொழிக்குள் என்ன மாதிரியான விளைவுகளை ஏற்படுத்தி இருக்கின்றன?

வெங்கடேஷ் சக்ரவர்த்தி: இவையெல்லாம் திட்டமிட்டு நடத்தப்பட்டவை அல்ல. படிக்கும்போது ஒரு விஷயம் நம்மைப் பாதிக்கிறது. லெவிஸ்ட்ராஸ் 'தி சாவேஜ் மைண்ட்' என்று எழுதும்போது பிரான்ஸில் உட்கார்ந்து கொண்டு அதற்கு அவர் வேலை செய்யவில்லை. பிரேசிலில் உட்கார்ந்திருந்தார். பிரேசிலில் உள்ள பல்வேறு பழங்குடி மக்களை அமேஸானில் உள்ளவர்களையெல்லாம் பார்த்து அவர் ஒன்றைச் சொல்கிறார். அவருக்கு முன்னாலும் பல பழங்குடி ஆய்வகள் நடந்திருக்கிறது. ஆனாலும் அவர் சொல்லும்போது ஒரு மாபெரும் தன்மையோடு கூடிய கோட்பாடாக அவர் அதை வைக்கும்போது அக்கோட்பாடு எங்கோ உச்சத்திற்குப் போகிறது.

முன்னேற்றம் அடைந்த மனிதன், முன்னேற்றம் அடையாத மனிதன் இவர்களுக்குள் வித்தியாசமே கிடையாது என்கிறார். பழங்குடி மக்கள் என்று சொல்கின்ற எந்த மக்களும் முன்னேற்றமடைந்த மனிதனைவிட எந்த விதத்திலும் பின்னடைந்தவன் கிடையாது. அவனுக்கு ஒரு மொழி இருக்கிறது. அவனுக்கென்று ஒரு கலாச்சாரம் இருக்கிறது. மொழியும், கலாச்சாரமும் எங்கெல்லாம் வேலை செய்கிறதோ அங்கெல்லாம் ஓர் அமைப்பு இருக்கிறது என்பதுதான் அவரது வாதம்.

இதற்கு முன்னாலேயே பெஞ்சமின் சஃபீர், லீவார்ஃப் போன்றவர்கள் இதைச் சொல்லி இருந்த போதிலும், இவர் சொல்லும்போது இது பரவலாக கவனிக்கப்பட்டது. ஏனென்றால், இவரது காலத்தில்தான் மொழியைப் பற்றிய ஆய்வுகள் அதிகமாக நடந்து கொண்டிருந்தன. ஸ்டரக்சரலிஸம் எங்கிருந்து வருகிறது. சசூர் மொழியைப் பற்றி, சொன்னதை குறியியல் பற்றிச் சொன்னதை மானுடவியலில் லெவிஸ்ட்ராஸ் பிரயோகிக்கிறார். இதனால் நமக்கு வேறு மாதிரியான கோணங்கள் கிடைத்தன. ஒரு அடிப்படை அமைப்பு எல்லாக் கலாச்சாரத்திற்கும் நனவிலி தளத்தில் எப்படிச் செயல்பட்டுக் கொண்டிருக்கிறது என்கிறது அவரின் தத்துவம். இன்றைக்கு இதை ஏற்றுக்கொள்ள மாட்டார்கள். போஸ்ட் ஸ்டரக்சரலிஸத்தினால் நாம் இன்றைக்கு இந்தக் கூறுகளை வேறு மாதிரி நோக்க ஆரம்பித்து விட்டோம். இன்றைக்கு இதை ஏற்றுக் கொள்ளவில்லை என்றாலும் அன்றைக்கு இந்தக் கோட்பாடுகள் நவீனத்தனமானது.

லெவிஸ்ட்ராஸ் பிரேசிலில் வேலை செய்தது, தெரிதா அல்ஜீரியாவில் வேலை செய்தது. ஆல்பர் காம்யு அல்ஜீரியாவில் பிறந்தது. ஃபூக்கோ துனிஷியாவில் இருந்தது. இவை அனைத்தும் காலனிய மூன்றாம் உலக நாடுகள் என்பதினால் ஒரு மோதல் ஏற்பட்டு இவர்களின் சிந்தனையில் ஒரு மாற்றம் ஏற்படுகிறது. அந்த மாற்றங்கள் இன்றைக்கு வலுவானதாக மதிக்கப்படுகிறது. ஃபானான் என்ற ஒருவர் அல்ஜீரியாவில் இருந்திருக்கிறார். அவர் வைத்த வாதங்கள் மிக மிக முக்கியமானவை. ஃபானான் இல்லாமல் தெரிதாவை சிந்தித்தே பார்க்க முடியாது.

சார்த்தர், ஆல்ஃபர் காம்யூ ஃபானனால் ஈர்க்கப்படுகிறார்கள். அப்படித்தான் ஒன்றிலிருந்து தாக்கமடைந்து மற்றொன்று வருகிறது. ஸ்டரக்சரலிஸம், போஸ்ட் ஸ்டரக்சரலிஸம் மூலம் நமக்கு ஒரு பகுத்தாய்வுக் கருவிகள் கிடைக்கின்றன. சமூகச் செயல்பாடுகளை ஆய்வு செய்யும் கருவியாக நாம் இவற்றை எடுத்துக் கொள்கிறோம். சிலர் இந்தக் கருவியை இங்கு எப்படிப் பயன்படுத்தி இருக்கிறார்கள். மற்றவர்களை பயமுறுத்துவதற்காகப்

பயன்படுத்தி இருக்கிறார்கள் இண்டலெக்சுவல் டெரரிஸம் (Intellectual Terrorism) என்று இதைச் சொல்லலாம். இதற்கு நிறைய பெயர்களை என்னால் குறிப்பிட்டுச் சொல்ல முடியும். எதற்கு வேண்டாம். இந்த இண்டலெக்சுவல் டெரரிஸத்திற்கு நான் எதிரானவன். கோணங்கி மட்டும்தான் எழுத்தாளர். மற்றவர்கள் எல்லாம் ஒன்றும் இல்லை என்று சொல்கிறார்கள் அல்லவா, அதுதான் இன்டலெக்சுவல் டெரரிஸம், கோணங்கி மட்டும்தான் எழுத்தாளர் என்றால், அப்போது நான் பாமாவின் எழுத்தை எங்கே வைப்பது? இதற்கு முன்னால் எழுதியவர்களின் எழுத்தையெல்லாம் நான் எங்கே வைத்துப் பார்ப்பது? இதற்கு ஃபூக்கோவின் தத்துவ ரீதியாக ஒன்றை நான் சொல்கிறேன். இவர்கள் சொல்லக் கூடியவற்றில் மோசமான விளைவுகள் இருக்கிறதென்று ஃபூக்கோ என்ன சொல்கிறார் என்றால், எப்படி ஒரு விஷயம் எந்தக் காலகட்டத்தில் அறிவுக்குரிய ஒரு பொருளாக மாறுகிறது. அப்படி அறிவுக்குரிய பொருளாக அது கட்டமைக்கப்படும்போது, அதைக் கட்டமைக்கக்கூடிய அதிகாரக் குரல்கள் என்ன? அது எந்தப் பகுத்தாய்வுகளோடு, எந்தக் கருத்தாக்கங்களோடு, எந்தச் செயல்பாடுகளோடு, எந்தப் பனுவல்களோடு தொடர்பு படுத்தப்படுகிறது. இதனால் வரக்கூடிய அதிகார விளைவுகள் என்ன? இப்படி நான்கு முக்கியமான கேள்விகளைத் தனது தொல்பொருள் விளக்கமுறை என்ற புத்தகத்தில் முன் வைக்கிறார். ஆங்கில இலக்கியத்தை உதாரணத்திற்க எடுத்துக் கொள்வோம். ஆங்கில இலக்கியம் என்பது எப்போது இலக்கியமாகக் கட்டமைக்கப்பட்டது? முதலாவது உலக யுத்தம் வரை ஆங்கில இலக்கியம் என்ற ஒன்று கிடையாது. ஆனால், ஆங்கில எழுத்து இருந்தது. அதற்கு முன் ஷேக்ஸ்பியர் உள்ளிட்ட பலர் எழுதி இருந்தார்கள். ஆனால் இதை யாரும் இலக்கியமாகவே கருதவில்லை. ஜனரஞ்சகமாக எழுதிய காரணத்திற்காகவே இதை இலக்கியமாகக் கருத மறுத்தார்கள். அந்தக் கால இலக்கியமாகக் கருதப்பட்ட படைப்புகள் எல்லாம் கிரேக்க, லத்தின் படைப்புகள்தான். கிரேக்க, லத்தீன் படைப்புகளைத்தான் பள்ளிக்கூடத்திலும், பல்கலைக்கழகத்திலும் இங்கிலாந்திலும் கூடச் சொல்லிக் கொடுத்தார்கள்.

முதல் உலக யுத்த காலத்தில் மாபெரும் தேசியம் கட்டமைக்கப்படுகிறது. அப்படி மாபெரும் தேசியத்தைக் கட்டமைக்க மாபெரும் ஒரு மொழி அடையாளம் தேவையாகிறது. அப்போதுதான் ஆங்கிலத்தை மேலே தூக்கி வைக்கிறார்கள். அதற்கு முன்னால் ஆங்கிலத்தை யாருக்குப் போதித்தார்கள் என்றால், அதிகாரத்திற்குக் கீழ் இருந்தவர்கள் அதாவது, குமாஸ்தாவிற்கும், காலனிய பிரஜைகளுக்கும், சீமாட்டிகளுக்கும் ஆங்கிலத்தைச் சொல்லிக் கொடுத்திருக்கிறார்கள். நிர்வாக

மொழியாக இருந்த ஆங்கிலம் எப்படி, திடீரென்று இலக்கியமாக ஆனது என்பதுதான் இப்போதும் நாம் பேசும் பிரச்சனை. கிரேக்க லத்தீன் இலக்கியத்திற்கும், ஆங்கிலத்திற்கும் சம்பந்தமே இல்லை என்றவர்கள் பிறகு கிரேக்க லத்தீன் படைப்புகளுடைய தொடர்ச்சியாகத்தான் ஆங்கில இலக்கியம் வருகிறது என்று சொல்லத் தொடங்கினார்கள். சொபாக்லஸ், யுரிபைடிஸ் போன்றவர்களின் தொடர்ச்சியாக்கப்பட்டார் ஷேக்ஸ்பியர்.

ஒரு சிறிய காலத்தில் இவ்வாறு பல ஆங்கிலத்திற்கான பிதாமகர்களை உண்டு பண்ணுகிறார்கள். இப்படித்தான் ஆங்கில இலக்கியம் கட்டமைக்கப்பட்டது. அதிலும் குயின்ஸ் இங்கிலீஷ் என்ற ஒரு குறிப்பிட்ட வகையைத்தான் மேல் தூக்கி வைத்தார்கள். வெல்ஸ், அயர்லாந்து போன்ற நாட்டில் பேசப்பட்ட மொழி வகைகளை மட்டமாகக் கருதி ஒதுக்கினார்கள். அவற்றை குயின்ஸ் ஆங்கிலத்திற்கு இணையாக மாற்றம் செய்ய வேண்டும் என்றார்கள். அதே கேள்வியைத்தான் நாம் இங்கே கேட்க வேண்டும். நவீனத் தமிழ் இலக்கிய வரலாறு என்பது எவ்வாறு கட்டமைக்கப்பட்டது? கட்டமைக்கும் அதிகாரக் குரல்கள் என்ன? அப்படி அதைக் கட்டமைக்கும்போது எந்தெந்தப் பகுத்தாய்வுகளுடன், பனுவல்களுடன், கருத்தாக்கங்களுடன் அவற்றைத் தொடர்புபடுத்துகிறார்கள். அதனின் அதிகார விளைவுகள் என்ன? என்ற நான்கு கேள்விகளையும் கேட்டாக வேண்டும். அப்படிக் கேட்டால் இங்குள்ள செயல்பாடுகளில் இருக்கும் வன்மம் என்பது வெளிப்படும்.

19-ம் நூற்றாண்டில் எப்படி ரொமாண்டிஸம் ஒரு குறிப்பிட்ட வடிவத்தைத் தூக்கி வைத்ததோ அதே மாதிரி இன்று ஒரு குறிப்பிட்ட வடிவத்தைத் தூக்கி மேலே வைக்கிறார்கள். அந்த வடிவத்திற்குத் தக்கவாறு யார் எழுதுகிறார்களோ அதுதான் எழுத்து மற்றது எல்லாம் எழுத்தே கிடையாது என்கிறார்கள்.

ரொமாண்டிஸத்தைத் தூக்கி வைத்து இதுதான் எழுத்து என்று கொண்டாடியபோது 'க்வேதே'வே திட்டி இருக்கிறார். இதேதான் இங்கே நடக்கிறது. அப்போது அண்ணாதுரையின் எழுத்தை, கலைஞரின் எழுத்தை எங்கே வைப்பது? இது இலக்கியமா இலக்கியமில்லையா? என்பது இன்னொரு பிரச்சனை. கண்டிப்பாக இவை 'பல்ப்ஃபிக்ஷன்' கிடையாது. அவர்கள் எழுதிய பிரதிகளைப் பொதுவான பார்வையில் பார்க்கும்போது வெளிப்படையான அரசியலை முன் வைக்கக்கூடிய எழுத்துகளாக அவை இருக்கின்றன. அவற்றின் மீது தர்க்கரீதியான விமர்சனத்தை நீங்கள் வைக்கலாம். அதை எப்படி நாம் எழுத்தே இல்லை என்று சொல்ல முடியும்.

அண்ணாதுரையைப் பற்றி சாகித்ய அகாதெமி ஒரு சிறு புத்தகம் போடுவதற்காக முயன்றபோது அதை போடவே கூடாது

என்று அதற்கு எதிராகச் சில எழுத்தாளர்கள் இயங்கினார்கள். இந்த மாதிரி ஒரு பிரதியை வெளியில் தள்ளுவது இருக்கிறது அல்லவா அந்த அதிகாரம் தவறானது என்கிறேன். ஏறக்குறைய ஜாதிவிட்டு ஜாதி ஒதுக்கி வைக்கும் மனநிலையை ஒத்ததுதானே இது? இவர்களுக்கு இலக்கியம என்றாலே அது நாவலாக இருக்கவேண்டும். அல்லது சிறுகதையாக, கவிதையாக மட்டுமே இருக்கவேண்டும். அப்போது கட்டுரைகள் எல்லாம் இலக்கியமே இல்லையா? கட்டுரையையும் ஒரு இலக்கிய வடிவமாகத் தானே மேலை நாடுகளில் ஏற்றுக்கொண்டிருக்கிறார்கள். கருணாநிதி எழுதியிருக்கும் தன் வரலாற்று கட்டுரைகள், ஏறக்குறைய காந்தி எழுதிய ஆட்டோகிராஃபி வகையைச் சேர்ந்ததுதானே? காந்தியின் எழுத்துகள் ஆட்டோகிராஃபி என்றால், கருணாநிதியின் 'நெஞ்சுக்கு நீதி' எழுத்துகளை செமி ஆட்டோ கிராஃபி என்று வைத்துக் கொள்ளலாம்.

"கருணாநிதி எழுதிய 'நெஞ்சுக்கு நீதி' என்ன சேகுவேரா எழுதிய பொலிவியன் டைரியா' என்று கூட ஒரு நண்பர் விமர்சனம் எழுப்பினார். அப்படி நீங்கள் எதைச் சொல்லி வேண்டுமென்றாலும் விமர்சிக்கலாம் தவறில்லை. அது இலக்கியமே அல்ல என்று எப்படி உங்களால் ஒதுக்க முடியும். உங்களுக்கு இதற்கான அதிகாரத்தை உரிமையை யார் கொடுத்தது?

தீராநதி: உங்களின் பேச்சு ஒரு ஜனநாயகத் தன்மையிலான அணுமுறையின் குரலாக ஒலிக்கிறது. ஆனால் நவீன இலக்கியம் என்பது புரியாத இலக்கியம் என்று நகைப்புக்குரிய விஷயமாக அதை மாற்றிப் பல தீவிர இலக்கியவாதிகளை திராவிட அரசியலின் பலம் கொண்டு அவர்கள் ஒதுக்கித் தள்ளி இருக்கிறார்களே?

வெங்கடேஷ் சக்ரவர்த்தி: கண்டிப்பாக அப்படியும் நடந்திருக்கிறது. அதையும்தான் நாம் சேர்த்துப் பேச வேண்டும். நவீனத் தமிழ் இலக்கியம் எப்படிக் கட்டமைக்கப்படுகிறது என்று விவாதித்த மாதிரி தமிழ் இலக்கியம் என்பது எப்படி கட்டமைக்கப்பட்டது என்பது பற்றியும் நாம் பேச வேண்டும்.

அப்படிப்போனால் மறைமலை அடிகளிலிருந்து நாம் ஆரம்பிக்க வேண்டும். அவர்கள்தான் தமிழ்த் தேசியம் என்ற ஒன்றைக் கட்டமைக்கிறார்கள். அதில் சங்க இலக்கியம் எல்லாம் வருகிறது. அதற்கடுத்துத் திராவிட இலக்கியம் உச்சத்திற்கு வரும்போது என்ன நடக்கிறதென்றால், இவர்கள் அதிலிருந்து சங்க இலக்கியத்தை எடுத்துக் கொள்கிறார்கள். சிலப்பதிகாரம் உள்ளிட்ட திருவள்ளுவர் வரை உள்ளே இழுக்கிறார்கள்.

சைவம் திருவள்ளுவரைச் சேர்த்துக் கொள்ளாது, ஏனென்றால் வள்ளுவர் ஒரு சமணர். இவற்றையெல்லாம் சேர்த்து ஒரு

கட்டமைப்பைச் செய்கிறார்கள். நவீன தமிழிலக்கியத்தின் பிரதிநிதிகளாக பாரதி, பாரதிதாசனை மட்டும்தான் சேர்த்துக் கொள்கிறார்கள். மற்ற யாரையும் திராவிட இலக்கியவாதிகள் கண்டு கொள்ளவே இல்லை. இவ்வளவு காலம் கழித்துத்தான் புதுமைப்பித்தனைச் சேர்த்துக்கொண்டு நாட்டுடமை ஆக்குகிறார்கள். பாரதிக்கு, புதுமைப்பித்தனுக்கு எவ்வளவு காலம் இடைவெளி? இதையெல்லாம் விமர்சித்துப் பலர் இதற்கு முன்னால் தங்களின் விமர்சனத்தை வைத்திருக்கிறார்கள். அது மாதிரியான விமர்சனம் என்பது வைக்க வேண்டிய ஒன்றுதான்.

தீராநதி: நவீனத் தமிழிலக்கியத்தை திராவிட அரசியல் பலம் நிராகரித்து இருக்கிறது பாருங்கள் அது வலிமையானதாக இருந்திருக்கிறது. ஆனால், அரசியல் சாராது, தீவிர இலக்கியவாதிகளின் நிராகரிப்பு என்பது அதோடு ஒப்பிடுகையில் வலிமையானதாகத் தெரியவில்லையே? ஒட்டுமொத்தப் பொதுமக்களின் பிரதிநிதி என்று சொல்லிக்கொள்ளும் அரசின் வன்முறையை இவர்களுடன் ஒப்பிடுவது சரியானதா?

வெங்கடேஷ் சக்ரவர்த்தி: அரசின் நடவடிக்கை என்பது வன்முறையாக இருந்தாலும் கூட அவர்கள் யாரும் வெளிவருகின்ற பாதிப்பு நூற்கள் எதையும் தடுத்து நிறுத்தவில்லையே? அது வெளி வந்து கொண்டேதான் இருக்கிறது.

தீராநதி: ஆனால் ஒரு மௌனமான வன்முறை நிகழ்கிறதல்லவா?

வெங்கடேஷ் சக்ரவர்த்தி: ஆமாம். மௌனமான வன்முறை ஒன்று நடக்கிறதுதான். ஆனால் நவீனத் தமிழிலக்கியத்தை மொத்தமாகக் கட்டமைப்பவர்கள் நடுத்தர வர்க்கமாகத்தானே இருக்கிறார்கள். அதை நாம் கவனிக்காமல் விட்டுவிடக்கூடாது. நாம் இங்கு கலாச்சார அரசியல் அதிகாரத்தைப் பற்றிதான் விவாதிக்கிறோம். அரசு அதிகாரத்தைப் பற்றி நாம் இங்கு விவாதிப்பதில்லை. கலாச்சார ரீதியாக அதிகாரத்தில் இருப்பவர்கள் நடுத்தர வர்க்கத்தினர்தான். அவர்கள்தான் நவீன தமிழிலக்கியத்தைக் கட்டமைக்கிறார்கள். அப்படி இந்த நடுத்தர அதிகாரம் ஒரு வகையான எழுத்துதான் இலக்கியத்தரமான எழுத்து என்று கட்டமைக்கிறார்கள் இல்லையா? அந்த அதிகாரம் எங்கிருந்து வந்தது? இது அரசு கொடுக்கின்ற அதிகாரம் இல்லை. இதை நாம் நுட்பமாகப் பார்க்க வேண்டும். ஆனால் இதில் நடுத்தர இலக்கியக் கலாச்சாரத்திற்கான உதவியை அரசு கொடுக்காமல் இருக்கிறது என்பதும் உண்மை.

தீராநதி: நடுத்தர கலாச்சாரம் நம்புகின்ற ஓர் இலக்கிய கலாப்பூர்வமான அளவீடுகளை வைத்து, இது இலக்கியமல்ல என்று சொல்வதற்கான உரிமை அவர்களுக்கு இருக்கத்தானே செய்யும்? அதை எப்படி நீங்கள் மறுக்கலாம்?

வெங்கடேஷ் சக்ரவர்த்தி: எங்கிருந்து அந்த விதிகள் வந்தது என்பதுதான் முக்கியமான கேள்வி. இலக்கியம் என்பது

நிரந்தரமாக இருக்கக்கூடிய புறப்பொருள் அல்ல. அது சரித்திரத்தில் ஒரு காலகட்டத்தில் கட்டமைக்கப்படுகின்ற ஒரு பொருள். இது நல்ல இலக்கியம் அல்ல என்று சொல்லிக்கொண்டு ஒரு காலகட்டத்தில் ஒரு விதிகளைக் கட்டமைக்கிறார்கள் என்றால், அதற்கான விதிகள் ஒரு காலகட்டத்தில் மாறும். இதுவெல்லாம் சரித்திரத்திற்குள் நடக்கின்ற ஒன்று. சரித்திரத்திற்கும், சமூகத்திற்கும் வெளியில் நின்று இதை நாம் பார்க்க முடியுமா என்று கேட்டால் முடியாது என்பதுதான் என் பதில்.

தீராநதி: நீங்கள் பேசியதிலிருந்து இதைக் கேட்கிறேன். மேலை நாட்டுத் தத்துவார்த்தப் பிரதிகளை படித்துவிட்டு தமிழில் கருத்து சொல்பவர்கள் எல்லாம் இந்த நல்லது கெட்டது என்ற பைனரி லாஜிக்கைத் தாண்டாத மாதிரி தெரிவிக்கிறதே?

வெங்கடேஷ் சக்ரவர்த்தி: பின் அமைப்பியல் என்பதே இந்த இருமுனை வாதங்களைத் தாண்டிப் போக வேண்டும் என்று சொல்லக்கூடிய ஒன்றுதான். அகம் சார்ந்து உங்களுக்கு ஒருவகை எழுத்து பிடிக்கலாம் அதில் தப்பில்லை. ஆனால், அதையே நீங்கள் ஒட்டுமொத்தத்திற்குமான புறப்பொருளாக வைத்து நிறுவக்கூடாது. கோணங்கிதான் எனக்குப் பிடித்த எழுத்தாளர் என்று நீங்கள் சொல்லலாம். அதில் ஒன்றும் தவறில்லை. ஆனால், அதைத்தாண்டி நீங்கள் அகச்சார்பு கொண்ட ஒரு கருத்தைப் புறப்பொருளாக மாற்றி கோணங்கி மட்டும்தான் எழுத்தாளர் வேறு யாரும் எழுத்தாளர்களே கிடையாது என்று சொல்லும் போதுதான் பிரச்சனை துவங்குகிறது.

நமது நவீன இலக்கியச் சூழலில் ஒரு நகைச்சுவை பறிமாறிக் கொள்ளப்படுகிறது. “கோணங்கி நாகார்ஜுனனைப் பார்க்கப் போனாராம். அப்போது கோணங்கியிடம் நாகார்ஜுனன் கொஞ்ச நேரம் உள்ளேயே இரு வந்து விடுகிறேன் என்று சொல்லிக் கோணங்கியை அறையில் வைத்து பூட்டிவிட்டு சாவியை எடுத்துக்கொண்டு லண்டனுக்குப் போய் விட்டாராம். கோணங்கி அந்த அறைக்குள்ளேயே இன்னும் உட்கார்ந்து கொண்டே இருக்கிறாராம்.” இதுதான் அந்த நகைச்சுவை உரையாடல்.

கோணங்கியின் எழுத்துகளில் ஒன்றுமே இல்லை என்று நான் சொல்ல மாட்டேன். கோணங்கியைப் பற்றி ஒரு வாசிப்பு நடக்கும்போது வ.கீதா, பெருமாள் முருகனைப் பற்றி ஒரு வாசிப்பு விமர்சனத்தை முன் வைக்கிறார். அதையும்தானே நாம் கணக்கில் கொள்ள வேண்டும். அமர்த்யா சென் தி கிரேட் இண்டியன் ஆர்கிமெண்ட்டேடிவ் என்ற ஒரு நூலை வெளியிட்டு இருக்கிறார். அதில் இந்தியக் கலாச்சாரத்தைப் பற்றி ஒரு வாசிப்பை அவர் வைக்கின்றார். ஜனநாயகமான ஒரு

விவாத அமைப்பு முன்னால் இருந்ததாக சொல்கிறார். அந்த மாதிரியான எந்த அமைப்பும் நமது மரபில் கிடையாது. ஆனால் இருந்தது போல ஒரு புனைவை அவர் கட்ட முற்படுகிறார். அவர் தலைசிறந்த பொருளாதார மேதை என்பதில் நமக்கு மாற்றுக் கருத்தில்லை. ஆனால், அதைத் தாண்டி அவர் வேறு ஒன்றைச் சொல்லும்போது இங்கே பிரச்சனை வெடிக்கிறது.

'நீலகேசி' என்ற ஒரு புத்தகம் சமணர்களால் எழுதப்பட்டது. இதில் அந்தக் காலத்திலிருந்த தத்துவார்த்த விஷயங்களையெல்லாம் எடுத்துப் பகுத்தாய்வு செய்கிறார்கள். அதில் பல இடங்களில் சமயத்திற்கு எதிரான விஷயங்களைப் பற்றிப் பேசும்போது மொழியே மட்டமாகப் போகிறது. உதாரணத்திற்கு ஒரு எதிர் கருத்தை 'அது மலம்' என்று குறிக்கிறது. பிறகு சைவர்கள் அந்த 'நூற்களையெல்லாம் தூக்கிப்போட்டு எரிக்கிறார்கள். சமணர்களை அடிக்கிறார்கள். கழுவிலேற்றுகிறார்கள். இப்படித்தான் நடந்திருக்கிறது. படித்துவிட்டு விவாதமா நடந்திருக்கிறது? ஆங்கிலத்தில் வேண்டுமானால்,'எக்கனாமிக்கல் பொலிட்டிக்கல் வீக்லி' என்று ஒரு விவாத மேடையை அமைப்பது கடினமாக இருக்கிறது. நவீன இலக்கியப் பரப்பில் இந்த மாதிரி ஒரு பொதுவான விவாத மேடையை அமைக்க எஸ்.வி.ஆர். அ. மார்க்ஸ் போன்றவர்கள் முயன்றார்கள். ஆனால் அது பயனளிக்காமல் போனது.

தீராநதி: *நீங்கள் குறிப்பிட்ட அமர்த்யா சென் நூலில் ஜனநாயகத்துக்கு இன்றியமையாததான பொது விவாதம் உரையாடல் மரபு ('Indian Argumentactive Tradition') இந்திய வரலாற்றில் ஊடோடி இருக்கிறது என்று அவர் சொல்கிறார். உரையாடல் மூலமான அரசு (Government by discussion) என்பது அவர் வலியுறுத்தும் கருத்தாக்கம். நீங்களோ உரையாடல் மூலமாக நிறுவப்படும் அரசு என்ற மரபே நமக்கு கிடையாது என்கிறீர்களா?*

வெங்கடேஷ் சக்ரவர்த்தி: அப்படி நான் சொல்லவில்லை. ஒவ்வொரு காலகட்டத்திலும் ஒரு மதம் இங்கு அதிகாரத்தில் இருந்திருக்கிறது. அப்போது அவரவர் வைத்த வாதங்கள் முன்னிலை வகித்தன. அப்படி முன்னிலை வைக்கும்போது மற்ற வாதங்களை எதிர்கொள்ள தேவை இருந்தது. அதற்கு ஒரு விளக்கத்தை அளித்து இறுதியில் அவற்றை ஓரம் கட்டினர்.

19-ம் நூற்றாண்டில் வேத காலத்திலிருந்து இன்றைக்கு வரை தொன்றுதொட்டு ஒரு விதமான வேதிய கலாச்சாரம்தான் வளர்ந்து வந்திருக்கிறது என்ற ஒரு கருத்து கட்டமைக்கப்பட்டது. இதற்குள் பெரிய பிளவு என்னவென்றால் கி.மு. 500-லிருந்து, 12 நூற்றாண்டு இஸ்லாமியர் வருகை வரைக்கும் இந்தியாவில் பௌத்த நூல்கள் அதிகமாக எழுதப்பட்டிருக்கின்றன. 1500

ஆண்டுகளுக்கு முன்னால் பிராமண எழுத்துகள் ஓர் ஓரமாக இருந்திருக்கிறது. மௌரியர்கள், குப்தர்கள் காலத்தைத் தவிர பிராமண கலாச்சாரம் வலிமையானதாக இல்லை. இந்த 1500 ஆண்டுகள் பெரிய ஓட்டையை அப்படியே மூடிவிட்டார்கள். தயா கிருஷ்ணா என்ற தத்துவ அறிஞர் இதற்கான தரவுகளை எல்லாம் கொடுத்து இதை உறுதிப்படுத்தி இருக்கிறார். இஸ்லாமியர்களின் வருகையின்போது ரொம்பவும் பாதிக்கப்பட்டது பௌத்தம்தான். பலிகிஸ்தானில் நாலந்தா பல்கலைக்கழகத்தை அவர்கள் அடித்து உடைக்கிறார்கள். இதனால் பலிகிஸ்தான், திபெத், பூட்டான், சிலோன், காஞ்சிபுரம் வரை இருந்த பௌத்தத்தின் தொடர்பு என்பது உடைந்துபோனது. தென்நாட்டில் ஏழாம் நூற்றாண்டு பக்தி காலத்திலேயே சைவர்கள் பௌத்தத்தையும், சமணத்தின் பலத்தையும் அடித்து உடைத்து விடுகிறார்கள். இதுவெல்லாம் ஒரு அதிகார கட்டமைப்புக்குள்தான் வருகிறது. இந்த அதிகாரக் கட்டமைப்பைப் பார்க்காமல் அமர்த்யாசென் பேசகிறார். அந்தக் காலத்தில் பொதுவான தளங்களே குறைவு. பொதுவான விவாத மேடையை உருவாக்குவது என்பது இயலாத காரியம். ஜெயமோகன் சொல்வது போல கிருஷ்ண பருந்து போட்டிகள் இருந்திருக்கலாம். அதுகூட புனைவானதுதான். ஆனால் அந்தப் போட்டியில் தோற்றவனைக் கழுவில் ஏற்றி விடுவார்கள். அது விவாதமல்ல வன்முறை. ஜெயமோகனின் 'விஷ்ணுபுர' வாதப்படி பௌத்தர்கள் வாதப் போட்டியில் வென்றவுடன் அதிகார பலத்தைத் தூக்கி வைணவர்கள் அப்படியே பௌத்தர்களுக்குக் கொடுத்து விட்டார்கள் என்று வைணர்களை போற்றும்படி சொல்கிறார். அது பொய், சரித்திரம் முழுக்க வன்மத்தினால்தான் கருத்து திணிக்கப்பட்டிருக்கிறதே ஒழிய வாதத்தினால் அல்ல. ஜனநாயக வாதங்கள் ரீதியாகதான் இங்கு சமூகம் வளர்ந்திருக்கிறது என்றால் நான் ஏற்றுக்கொள்ளவே மாட்டேன். ரோமிளா தாப்பர் சொல்வது போல சிறு சிறு ஜனநாயக அமைப்புகள் வேண்டுமென்றால் இருந்திருக்கலாம்.

தீராநதி: சரி, உங்களின் எல்லைக்கு வருவோம், மாற்று சினிமா என்ற அணுகுமுறையில் மணி ரத்னம், தங்கர்பச்சான், அமீர், பாலா, ராம், ராதாமோகன் போன்ற இயக்குநர்களைத் தமிழில் முன்வைத்து பேசுகிறார்கள். அதற்கான கட்டுரைகள் கூட தமிழ் சிற்றிதழ் தளத்திற்குள் தொடர்ந்து எழுதப்படுகின்றன. 'மாற்று சினிமா' தன்மைக்கான அளவீடுகளுக்குள் இவற்றை வைத்து நீங்கள் பார்க்கிறீர்களா?

வெங்கடேஷ் சக்ரவர்த்தி: இவையெதுவும் மாற்று சினிமா கிடையாது. 'முன்னேற்றத்திற்கான சொல்லாடல்' என்ற இடதுசாரி கருத்தாக்கத்தோடு நேருவின் காலத்தில்தான் மாற்று சினிமாவிற்கான கருத்து வைக்கப்பட்டது. மற்ற

துறைகள் முன்னேறுவதைப்போல சினிமாவையும் நாம் வேறு தளத்திற்கு முன்னேற்ற வேண்டும் என்று சொல்லித்தான் NFDC போன்றவற்றை உருவாக்கினார்கள். அதற்காக சில பனுவல்களெல்லாம் கட்டமைக்கப்பட்டு 'மாற்றுச் சினிமா' என்ற ஒன்று தூக்கி வைக்கப்பட்டது. அதில் நான் கூட பங்காற்றி இருக்கிறேன். இன்றைக்கு ஒரு புத்தகம் போட வேண்டும் என்றால், இருபதாயிரம் இருந்தால் வெளியிட்டு விடலாம். ஆனால், இன்றைய காலத்திலும் கூட 40, 50 லட்ச ரூபாய் இல்லாமல் என்னால் ஒரு மாற்று சினிமாவை எடுக்க முடியாது. இது தனிமனிதனால் சாத்தியமில்லை. இதற்கு அரசின் ஒத்துழைப்பு நிச்சயமாகத் தேவை.

கல்கத்தாவில் 1930-40-களிலேயே இந்த உணர்வுகள் ஏற்பட்டு இயங்க ஆரம்பித்து 1951-ல் டெல்லியில் முதல் திரைப்பட விழா நடந்தது. இதில்தான் 'பை சைகிள் தீவ்ஸ்' போன்ற நியோ-ரியலிஸம் படத்தைக் கொண்டு வந்து போட்டார்கள். நியோ-ரியலிசம் வகையிலான படங்கள் மூன்றாம் உலக நாடுகளுக்குப் புதிய மாற்று வடிவமாகக் கிடைத்தது.

நியோ-ரியலிஸம் படத்திற்குப் பிரபலமான நட்சத்திரங்கள் தேவையில்லை. அன்றாட வாழ்க்கையில் சமூகத்தில் நடமாடும் மனிதர்களை வைத்து நீங்கள் எடுத்துக் கொள்ளலாம். ஸ்டுடியோக்கள் தேவை இல்லை.

கியூபா, அர்ஜென்டினா, பிரேசில், லத்தீன் அமெரிக்கா போன்ற நாடுகளை இந்த புதிய வகைமை பெரிதாக பாதித்தது. கியூபாவில் இந்த மாதிரி படங்களை எடுக் கவைப்பதற்காக பயிற்சி பெற சிலரைகியூபா அரசு 'ரோம் நகருக்கு அனுப்பி படிக்க வைத்தது. இன்றைக்கு வெளியாகும் ஈரானிய சினிமாவைப் பார்த்தால் நியோ-ரியலிஸத்தின் பாதிப்பைக் காணலாம்.

இந்தியாவில் முதன் முதலாக ஒரு நியோ - ரியலிஸப் படத்தை நிமாய்கோஷ் (சின்னமேோல்) தான் எடுத்தார். சத்யஜித்ரே லண்டனில் இருந்ததினால் நியோ-ரியலிஸத்தைப் பற்றியப் போதிய அனுபவம் முன்கூட்டியே அவருக்குக் கிடைத்து கொஞ்சம் கொஞ்சமாக பணம் சேர்த்துப் பிறகு படம் எடுத்தார். 1956-ல் சத்யஜித்ரேவுக்கு கல்கத்தா PWD டிப்பார்ட்மெண்ட் படம் எடுக்க நிதி உதவி செய்தது. நியூயார்க் மியூஸியம் ஆஃப் மாடர்ன் ஆர்டிலிருந்து கல்கத்தாவுக்கு இந்தியப் புகைப்படங்களை சேகரிக்க வந்தவர், சத்யஜித்ரேவின் இந்தப் படத்தைப் பார்க்கின்ற வாய்ப்பு கிடைத்தது. அதை நியூயார்க்கில் கொண்டுபோய் அவர் வெளியிடுகிறார். அதனால் பரவலான வரவேற்பை அடைகிறது. அது வரைக்கும் அரசு ரீதியாக உதவ எந்த அமைப்பும் இங்கு இல்லை. 1969-ல் தான்

ஃபிலிம் பைனான்ஸ் கார்ப்பரேஷன் என்ற அமைப்பை அரச சார்பில் இங்கு நிறுவினார்கள். மிருணாள் சென் போன்றவர்கள் நிதி உதவி பெற்றுக் படம் எடுக்கிறார்கள். அதில் எல்லாமே மாற்று சினிமாதனமானதல்ல. அதிலும் மோசமான படங்கள் வந்திருக்கிறது. மாற்று சினிமா என்றால், அந்த மாற்றம் கருத்திலும் இருக்க வேண்டும். வடிவத்திலும் இருக்கவேண்டும். அப்போதுதான் அது மாற்று சினிமா.

'குரு'வை 'பருத்தி வீரனை' எடுத்துக்கொண்டு என்னால் மாற்று சினிமா என்று சொல்ல முடியாது. பருத்தி வீரனின் முக்கிய கதாபாத்திரமே குறத்திக்குப் பிறந்தவர். அவனுடைய சமூகப் பதிவு எப்படிச் செய்யப்பட்டிருக்கிறது. மௌனமாக இருட்டடிப்பு செய்யப்பட்டிருக்கிறது. மணிரத்னம் வந்த பிறகுதான் புதிய ஒரு டிரென்ட் உருவாகிறது. இது பம்பாய், இது தூத்துக்குடி, இது திருநெல்வேலியிலிருந்து ஆரம்பிக்கிறது என்று படம் எடுக்கப்படுகிறது. நாயகனில் இதை மணிரத்னம் பண்ணினார். அதிலிருந்து இவர்கள். நான் மதுரையை மதுரை மாதிரியே காட்டுகிறேன் என்றார்கள். இவர்களுக்குப் புதுப் புது பிம்பங்கள் தேவைப்படுகின்றன. ஏன் இவர்களுக்குப் புதுப் புது பிம்பங்கள் தேவைப்பட்டன? டெலிவிஷன் வந்த பிற்பாடு இவர்களுக்கு புதிய நெருக்கடி வருகிறது. அதில் இல்லாத வித்தியாசமான பிம்பங்களை மக்களுக்கு காண்பிக்க வேண்டும். ஆகையால், இந்த புதுபோக்கு இவர்களுக்க கை கொடுத்தது. இதையேதான் ஹாலிவுட்டிலும் செய்தார்கள். அப்புறம் இன்னொரு விஷயம் 70-களில் ஆரம்ப பகுதியில்தான் தமிழ்நாட்டிற்குப் பரவலாக மின்சாரம் வருகிறது. இதனால் பம்புசெட்டுகள் அறிமுகமாகிறது. 'நான் தண்ணீர் கொடுக்கிறேன். நீ உற்பத்தியில் பங்கு கொடு' என்ற கலாச்சாரம் உருவாகிறது. ஒரு வகையில் இதனால் பங்காளிச் சண்டைகளும் அதிகமாகின்றன.

தலித்துக்கள் தங்களிடம் உள்ள நிலத்தை வைத்து கொஞ்சம் மேலுக்கு வருகிறார்கள். பெண்களும் படித்துவிட்டுச் செவிலியர் போன்ற பதவிகளுக்கு கிராமத்திலிருந்து வேலைக்கு வெளியில் வருகிறார்கள்.

இது புது வாழ்க்கை முறையினால் சமூகத்தில் மாற்றம் நடக்கிறது. பெண்கள் வெளியில் வந்து சந்திக்கின்றவர்களுடன் பழக்கம் ஏற்பட்டுத் திருமணம் செய்து கொள்கிறார்கள். இதனால் உறவுமுறைத் திருமணங்களில் பாதிப்பு ஏற்படுகிறது. இந்தக் காலத்தில் பழைய எம்.ஜி.ஆர், சிவாஜி பாணியிலான படங்கள் தோல்வியைத் தழுவுகின்றன. அன்னக்கிளி, பதினாறு வயதினிலே போன்ற படங்கள் வரவேற்படைகின்றன. எம்.ஜி.ஆர். காலத்துப் படங்களின் கதையமைப்பு என்பது பட்டணத்திலிருந்து

பட்டிக்காட்டிற்கு வரும் ஒரு அடங்காபிடாரியான அந்தப் பட்டணத்துப் பெண்ணை கிராமத்து இளைஞன் அடக்குவது போல் இருக்கும்.

இதற்கு மாறாக அன்னக்கிளி, பதினாறு வயதினிலே போன்ற படங்கள் தன் உறவு முறையை மீறி ஒரு கிராமத்துப் பெண் என்பவள் பட்டணத்திலிருந்து வரும் இளைஞன் மீது காதல் கொள்வாள். அந்தக் கதைகள் சோகத்தில் முடிந்தாலும் அன்றைக்கு சமூகத்தில் உறவு முறையில் ஏற்பட்ட பிளவுகளை இப்படங்கள் எதிரொலித்ததால் வெற்றியடைந்தன. அன்றிலிருந்து ஆரம்பித்த இந்தச் சோகம் இன்றைக்கு வந்த 'பாண்டவர் பூமியில்தான் நாயகிக்குப் பட்டணத்து இளைஞன் கிடைக்கிறபோது பழைய சோகம் சந்தோஷமாக மாற்றப்படுகிறது. ஆனால் அந்தப் படத்தில் இவ்வாறு அவளுக்க அவன் கிடைக்குமுன் உறவுமுறை அடிப்படையில் பல வன்மங்களை கடந்துதான் அந்த நிலை சாத்தியமாகிறது.

இந்த உறவுமுறையை ஓரளவுக்கு உடைத்த படம் என்றால் அது கஸ்தூரி ராஜா இயக்கிய 'என் ராசாவின் மனசிலே'தான். இதில் கதாநாயகனின் மனைவியின் இறப்பிற்குப் பிறகு, அவளுடைய தங்கையை அவன் உறவு முறை அடிப்படையில் மணம் செய்ய முயலும்போது அவள் அவனைத் தைரியமாக எதிர்த்து விடுகிறாள். என்னைப் பொறுத்தளவில் அந்தப் படம் ஒரு முக்கியமான படம்.

அதே நேரத்தில் மாற்று சினிமா முயற்சிகளாக ஜெயபாரதியின் 'குடிசை' ருத்ரய்யாவின் 'அவள் அப்படித்தான்' மகேந்திரனின் 'உதிரிப் பூக்கள்' என்ற படங்கள் குறிப்பிடத்தக்கவை. ஆனால் அன்றைவிட 'மாற்று சினிமா'விற்கான சரியான காலம் இதுதான். ஏனென்றால் தொலைக்காட்சியின் வருகைக்குப் பிறகு ரஜினி, கமல் போன்ற நடிகர்களுக்கு வயதாகிவிட்டதால் பல புதிய வாய்ப்புகள் தோன்றியிருக்கின்றன. இதனால் பட்டியல், பள்ளிக்கூடம் போன்றவை சாத்திமாகி இருக்கின்றன. இதை முழுமையான 'மாற்று' சினிமாவாக ஏற்றுக்கொள்ள முடியாது. ஓரளவிற்கு தங்கர் பச்சானின் 'பள்ளிக்கூடத்தில்' மாற்று சினிமாவுக்கான தன்மையைப் பார்க்க முடிகிறது. ஆனால் அது முழுமையான மாற்று சினிமா கிடையாது.

தமிழ் சினிமா வரலாற்றிலேயே பாரதிராஜா எடுத்த 'என் உயிர் தோழன்' என்ற படம் மிக மிக முக்கியமானதொரு படம். அதைப் பற்றி நான் ஆங்கிலத்தில் கட்டுரை எழுதி இருக்கிறேன். திராவிட அரசியல் எதிர்ப்பை முன்வைத்து தமிழில் 'சோ' எடுத்த 'முகமது பின் துக்ளக்' பாலசந்தர் எடுத்த 'அச்சமில்லை அச்சமில்லை' போன்ற படங்கள் வெளிவந்துள்ளன. இவர்கள் இந்திய தேசியத்தை மையமாக வைத்துத் தங்களின் விமர்சனத்தை திராவிட இயக்கங்களின் மீது முன் வைக்கிறார்கள்.

பாரதிராஜா அந்த மாதிரி ஒரு தேசியத்தை மையப்படுத்தாமல் கீழ் மட்டத்திலிருந்து ஒரு விளிம்புநிலை மனிதனான ரிக்ஷாகாரரனை இந்தத் திராவிட அரசியலின் கவர்ச்சி குணாதிசயம் எப்படிச் சீரழிக்கிறது என்பதை ரொம்பவும் தெளிவாகவும் அழுத்தமாகவும் அந்தப் படத்தில் வெளிப்படுத்தினார். திராவிட இயக்கத்தின் மீது ஒரு விமர்சனம் வைக்க வேண்டும் என்றால், நான் ஆல்பர் காம்யு சொன்ன, "நீ கடவுள் இல்லை என்று சொல்லிக்கொண்டே இருந்தால் போதாது. கடவுள் இல்லை என்பது முதல் படிநிலை. அதற்கு அடுத்த நிலை இருக்கிறது. மனிதனை நீ கடவுளாக்கி விடாதே" என்ற வார்த்தையைத்தான் வைப்பேன். திராவிட இயக்கம் முதலில் கடவுள் இல்லை என்றது. அது மனிதனைக் கடவுளாக்கியது.

தீராநதி: உலகமயமாக்கலுக்குப் பிறகுதான் பன்னாட்டு சானல்கள் நம் நாட்டிற்குள் நுழைந்தன. நேஷனல் ஜியோகிராஃபி, அனிமல் பிளானெட், டிஸ்கவரி போன்ற சானல்கள் ஒளி ரீதியான புதிய கல்வியை நமக்குப் போதிக்கும் வாய்ப்புகள் கிடைததன. குறிப்பிட்டுச் சொன்னால் நேஷனல் ஜியோ கிராஃபி சானலில் 'மை பிரிலியண்ட் பிரைன்' போன்ற நிகழ்ச்சிகள் அறிவார்ந்த தனத்தோடு இருக்கின்றன. ஆனால் தமிழகத் தொலைக்காட்சி சானல்கள் சீரியல் கலாச்சாரத்தை விட்டு நகராமலே அல்லாடுகின்றனவே ஏன்?

வெங்கடேஷ் சக்ரவர்த்தி: நீங்கள் நேஷனல் ஜியோகிராஃபி பற்றியும், டிஸ்கவரி பற்றியும் சொல்லும் கருத்தை நான் ஏற்றுக்கொள்ளவில்லை. என்ன காரணமென்றால், இங்கிருந்து பார்ப்பவர்களுக்கு அது புதியதாகத் தெரிகிறது. ஆனால், அதன் அடித்தளம் என்ன? இதன் வழியாக மேற்கத்திய தொழில்நுட்பம், கருத்துக்கள், விஞ்ஞானங்களை உயர்ந்ததாக அவை முன்வைக்கின்றன.

லெவிஸ்டராஸ், தெரிதா போன்றவர்கள் எல்லாம் வந்த பிறகு ஐரோப்பாக் கண்டத்தில் கலாச்சார ஆதிக்கம் கேள்விக்கு உள்ளாகிறது. ஐரோப்பாவில் வைக்கப்படுகின்ற கருத்தாக்கங்கள் எல்லா நாடுகளுக்கும் பொது என்று சொல்ல முடியாது. எப்போது லெவிஸ்டராஸ் பழங்குடி நகரத்தவனை விட குறைந்தவனில்லை என்றாரோ அப்போதே எல்லோருக்கும் ஒரு தனி தனி முக்கியத்துவம் வந்துவிட்டது. ஆனால் இந்தச் சானல்கள் தங்களின் கலாச்சாரம் உயர்ந்ததென்று போதிக்கின்றன. கனடாவிலுள்ள க்யூபேக் எஸ்கிமோஸ்க்களிடம் தொலைக்காட்சிகளுக்கான கருவிகளைக் கொடுத்து நீங்கள் என்ன செய்ய நினைக்கிறீர்களோ அதைச் செய்து கொள்ளுங்கள் என்றார்கள். அதுதான் மாற்று ஊடகத்திற்கான அடையாளம்.

இங்கேயும் அந்த மாதிரியான ஒரு முயற்சியோடுதான் முதன் முதலாக குஜராத்தில் நமது தொலைக்காட்சியை ஆரம்பித்தார்கள். அப்படி ஆரம்பிக்கப்பட்ட தொலைக்காட்சி, நாளடைவில் அழிக்கப்பட்டது. தூர்தர்ஷனாக மாற்றினபோது அது சுத்தமாகக் காலியானது. மேலை நாடுகளில் தொலைக்காட்சி 1950-களிலேயே வந்துவிட்டது. ஆனால் நமக்கு 1975-களில்தான் வருகிறது. அப்படி வரும்போது ஆட்சியில் இருக்கும் கட்சியின் பலத்தைக் கூட்ட எந்த மாநிலங்களிலெல்லாம் எதிர்க்கட்சி ஆட்சியில் இருக்கிறதோ அங்கு முதலில் துவங்கப்படுகிறது. அது நாடு முழுவதும் பரவ பல ஆண்டுகள் ஆனது. ஏன் இத்தனை தாமதம்? எல்லா இடங்களிலும் தொலைக்காட்சி வர ‘டவர்’களை அமைக்க வேண்டும். அந்த டவர்களை ஒவ்வொரு இடத்திலும் கட்டியது யார்? நமது அரசு.

பிரமாண்ட சாலைகளைப் போடுகிறது அரசு. தரமணியில் யாருக்காக இந்தச் சாலைகளை அமைக்கிறார்கள். ஐ.டி. காரிடார்காக 250 கோடி ரூபாய் செலவு செய்து சாலை அமைக்கிறது. இதே பணத்தை இங்கு வீடே இல்லாதவர்களுக்கு ஏன் செலவு செய்யக்கூடாது. ஆனால் இந்தச் சாலை வசதிகளைச் செய்து கொடுத்தால்தான் பன்னாட்டு நிறுவனங்கள் வந்திங்கு தொழில் தொடங்கும். அப்படி இந்த டெலிவிஷனுக்கான இன்ஃப்ரா ஸ்டெக்சரைச் செலவு செய்து கட்டமைத்துக் கொடுத்த பிற்பாடு அது தனியாருக்குத் தாரை வார்க்கப்படுகின்றது. அப்போது முதலில் செலவு செய்தது யார்? அந்தப் பணம் யாருடையது? மக்களின் வரிப்பணம் தானே?

தீராநதி: நீங்கள் குறிப்பிடுவதைப்போல மேலை நாட்டுக் கலாச்சாரம்தான் உயர்ந்ததென்ற தொனியில் நிகழ்ச்சிகளும் வரவே செய்கின்றன. இல்லை என்று சொல்வதற்கில்லை. ஆனால் BBC போன்ற சானல்கள் வளைகுடா, இந்தியா போன்ற கீழை நாட்டுக் கலாச்சாரத்தையும் விவரித்துப் பல நிகழ்ச்சிகளைக் கொடுத்துக் கொண்டுதான் இருக்கின்றன. நேஷனல் ஜியோகிராஃபி, டிஸ்கவரி சானல்கள் கானுயிர் சம்பந்தமான அறிவைதான் பெரும்பாலும் நமக்கு போதிக்கின்றன. கானுயிர் சம்பந்தமான அறிவு என்பது ஒட்டுமொத்த மனித குலத்திற்கும் பொதுவானதுதானே?

வெங்கடேஷ் சக்ரவர்த்தி: மீடியா காமன்ஸ் என்பது ரொம்ப முக்கியமான ஒன்று. கிராமங்களில் கூடப் பொதுவான இடங்கள் என்று சில இடங்கள் இருக்கும். பொதுவான இடங்களை அமைக்க வேண்டும் என்று வலைத்தளங்களில் விக்கிபீடியாவை உருவாக்கி இருக்கிறார்கள். அதில் எல்லாத் தகவல்களும் கொட்டிக் கிடக்கின்றன. அதற்குள் எந்த கம்பெனிகளின் விளம்பரங்களும் இல்லை. கூகுள் கூடச்

சில மென்பொருட்களை இலவசமாகக் கொடுக்கின்றது. அப்படி அந்த இலவச மென்பொருட்களைப் பதிவிறக்கம் செய்யும்போது உங்களின் ஐ.பி. விலாசம் பதிவாகிவிடும். இந்தப் பதிவை வைத்து எப்போதெல்லாம் நீங்கள் இணையதளத்திற்குள் செல்கிறீர்களோ, அவற்றை அது வேவு பார்க்கும். அப்படி ஒவ்வொருவரும் பார்க்கும் இணையதளங்கள் என்ன என்ன என்பதைக் கண்டறிந்து பன்னாட்டு நிறுவனத்திற்கு அதை விற்று விடுகிறார்கள்.

அதேபோல், டைரக்டு ஹோம் என்ற செட்டாப்பாக்ஸ் தொலைக்காட்சி வசதியைப் பெறும்போது, அந்த பாக்ஸில் இருக்கும் கருவியால் வாடகைக்கான தொகையை சந்தாதாரர் செலுத்தி விட்டாரா என்று கண்காணிக்கும்போது. அந்த சந்தாதாரர் எந்தெந்த சானலை எந்தெந்த நேரங்களில் பார்க்கிறார் என்பதையும் வேவு பார்த்துப் பன்னாட்டு நிறுவனங்களுக்கு விற்க முடியும்.

இதையெல்லாம் தடுக்க வேண்டும் என்று பலர் போராடுகிறார்கள். இதற்குள் என்ன நடக்கிறது? கண்காணிக்கும் கலாச்சாரம் என்று ஒன்று இதில் வளர்ந்து கொண்டிருக்கிறது. நமது அந்தரங்கத்தைக் கண்காணிக்கிற அளவுக்கு முதலீட்டுக் கலாச்சாரம் உள்ளே நுழைந்துவிட்டது. இன்னும் சிலர் அடையாள அட்டை கொடுங்கள் என்கிறார்கள். ‘பயோ மெட்ரிக்’ பண்ணுங்கள். கண் இமைகளை வைத்து அடையாளம் காணுங்கள் என்கிறார்கள். தூர்தர்ஷனில் ‘பப்ளிக் சர்வீஸ் பிராட்காஸ்டிங்’ என்ற ஒன்றை ஆரம்பித்திருக்கிறார்கள். இதனால் மீடியா காமன்ஸ் வளர வாய்ப்புகள் இருக்கிறது. ஆனால் அது டெல்லியில் நடக்கிறது. தமிழ்நாட்டில் கிடையாது.

தீராநதி: மக்கள் தொலைக்காட்சி முன்வைக்கும் தமிழ்த் தேசிய அரசியல் குறித்த நிகழ்ச்சிகளை எப்படிப் புரிந்துக் கொள்கிறீர்கள்?

வெங்கடேஷ் சக்ரவர்த்தி: மக்கள் தொலைக்காட்சிக்குப் பின்னால் பா.ம.க.வின் நிறுவனர் ராமதாஸ் இருப்பதாகச் சொல்கிறார்கள். அது எந்த அளவுக்கு உண்மை என்பது நமக்குத் தெரியவில்லை. ஆனால் அந்நிகழ்ச்சிகள் முன் வைக்கும் அரசியல் பிரச்சாரத்தைப் பார்க்கும்போது பா.ம.க.வின் குரலாக ஒலிப்பது புரிகிறது. விடுதலைச் சிறுத்தைகள், பா.ம.க. போன்ற அரசியலமைப்புகள் ஜாதியக் கட்சிகள் என்ற ஒரு பதிவு மக்கள் மனதில் பதிந்து போய்விட்டது. ஆனால் அதே சமயத்தில் பெருங்கட்சிகளுடன் போராடித் தங்களுக்கும், ஜாதிய அடையாளத்தை மீறிய ஒரு பரவலான அமைப்பை ஏற்படுத்திக்கொள்ள இந்தக் கட்சிகள் தமிழ்த்தேசியம், குஷ்பு தகராறு போன்ற பிரச்சனைகளைக் கையில் எடுக்கின்றன. மேலும் மக்கள் தொலைக்காட்சியில்

ஒழுக்கம் சம்பந்தமான நிகழ்ச்சிகள் நிறைய வருகிறது. ஒழுக்கத்தைப் பற்றி வெகுளித்தனமான புரிதலில்தான் நிகழ்ச்சிகள் உள்ளன. அடிப்படைவாதிகளாக பி.ஜே.பி. ஆர். எஸ்.எஸ். ஒழுக்கத்தைப் பற்றி என்னவிதமான கருத்தை முன் வைக்குமோ அதே அளவுக்கு இவர்களும் முன் வைக்கிறார்கள். ஒழுக்கம் என்ற அதிகாரக் கட்டமைப்பைக் கட்டவிழ்ப்பு செய்வதற்கான முயற்சிகள் அவர்களிடம் இல்லை. இதைப் பெரிய பிரச்சனையாக நான் பார்க்கிறேன். பெரியார் ஒழுக்கத்தின் மீது இந்தப் பார்வையை வைக்கவில்லை.

தீராநதி: *நீங்கள் பிரெஞ்சு புதிய அலையைப் பற்றி மரபை மீறிய சினிமா (New Wave Cinema) என்ற நூலின் ஆசிரியர் குழுவில் ஒருவராகச் செயல்பட்டிருக்கிறீர்கள். அதைப் பற்றிச் சொல்லுங்கள்?*

வெங்கடேஷ் சக்ரவர்த்தி: *நியோ - ரியலிஸம் 1942-ல் இருந்து 1957 வரையில் இத்தாலியில் ஒரு வலிமையான வடிவமாக இருந்தது. இப்போது நியோ-ரியலிஸத்தின் மீது "நீங்கள் எடுக்கும் படங்கள் உழைக்கும் வர்க்கத்தை மையப்படுத்தி உருவாக்கப்படுகின்றன. ஆனால் படம் எடுக்கக்கூடிய நீங்களோ நடுத்தர வர்க்கத்தைச் சார்ந்தவர்கள் தானே, பிறகு ஏன் கேமிராவை உங்கள் பக்கம் திருப்பக்கூடாது" என்ற வாதம் வைக்கப்பட்டது. அந்த விமர்சனத்திற்கு தகுந்தாற்போல 1957-ல் 'வாயேஜ் டு இத்தாலி (Voyage to Italy) என்ற படத்தின் மூலம் ராபட்டோரோஸலினி என்பவர் கேமிராவை நடுத்தர வர்க்கத்தின் பக்கம் திரும்பினார். ஸ்வீடனில் இங்மர் பெர்க்மன் நடுத்தர வர்க்கத்தை மையப்படுத்தி படங்களை எடுக்கிறார். இந்தச் சமயத்தில் ஹென்றி லாய் என்ற ஒரு பெரும் பணக்காரர். அவர் ஒரு சினிமாவிற்கான ஆவணக் காப்பகத்தை பாரீஸில் நிறுவுகிறார். அதில் ஒரு திரை அரங்கமும் அமைக்கப்பட்டுப் பல தேசங்களின் படங்கள் அங்கு திரையிடப்படுகின்றன. இதில் ஃபிரான்சவா ட்ரூஃபோ, ழான்லுக் கோதார், க்ளோத் ஷப்ரோல், ழாக்ரிவெத், எரிக் ரோமர் போன்றோர் உள்நுழைந்து நிறைய ஹாலிவுட் படங்களையும் பார்த்து பாதிப்படைந்து வேறு விதமான கருத்தாக்கத்திற்குத் தயாராகி, மற்றொரு எளிமையான வடிவத்தை உருவாக்குகிறார்கள். இந்தப் படங்களின் மூலம் சினிமாவில் இறுகிப்போன மரபுகளை உடைக்கிறார்கள். அதனால்தான் மரபை மீறிய சினிமா என்று அப்புத்தகத்திற்கு தலைப்பைக் கொடுத்தோம்.*

'குமுதம், தீராநதி', நவம்பர், 2007

◆◆◆

26

ஒரு குறும்படம் சொன்ன சேதி!

காட்சி தொடங்குகிறது.

சென்னையில் ஓர் இயந்திரப் பட்டறை. நெருப்புமிழும் இயந்திரங்கள். குறித்த நேரத்தில் வேலையை முடிக்க வேண்டும் என்கிற அவசரம். அந்த அனலில் பாடுபடும் மனிதர்கள். வாழ்க்கை நெருப்பாக உள்ளது.

காட்சி மாறுகிறது.

வழுவழுப்பான ரோடு. வழுக்கிச் செல்லும் கார்கள். நவீன கம்ப்யூட்டர் அலுவலகம். ஏஸி பண்ணப்பட்ட கண்ணாடி அறைகள். குளோபல் கடிகாரம் துரத்தத் துரத்த அதன் முகம் பார்த்து இரவுகளில் தூங்காத மனித இயந்திரங்கள்.

நவீன ரெஸ்ட்டாரென்ட். தலைக்கு மேலே மெல்லிய ஒளியை உமிழும் வண்ணவிளக்குகள். இடைஇடையே கோக்கை உறிஞ்சியபடி விரல்நுனியில் நாசூக்காகச் சாப்பிடும் மனிதர்கள். பின்னணியில் சுகமான மெல்லிதான இசை.

அடுத்த காட்சி

மெரினா பீச்.

சிங்காரச் சென்னைக்காகக் கடற்கரையை அழகுப்படுத்த கட்டுமரங்கள் அப்புறப்படுத்தல். போலீஸ் மீனவர் மோதல். கிட்டத்தட்ட 20 பேருக்கு மேல் மரணம். மனித உரிமை வழக்கு நிலுவையில்.

“நாங்க கடலை நம்பியிருக்கோம். வேற எங்க போக முடியும்? பிச்சையெடுக்கவா முடியும்?” மீனவர் ஒருவரின்

கேள்வி நெஞ்சில் அறைகிறது. அந்த வலி அடங்கும் முன்னே இன்னொரு காட்சி.

சுனாமியைக் காரணம்காட்டி சீனிவாசபுரம் போன்ற பகுதிகளை இடித்துவிட்டார்கள்.

“எங்களுக்கு வீடு இல்லை, பணம் இல்லை, பிளாட்ஃபாரத்தில் வாழ்க்கை, ஆம்பளைத் துணையில்லை. இருக்கறவங்களுக்கும் அதனால பிரயோசனமில்லை. நாங்க எப்படிப் பொழைக்கறது?” ஓர் ஏழைப் பெண்ணின் பரிதாபமான கேள்வி. திரும்பத் திரும்ப இதயத்தில் எதிரொலிக்கிறது.

காட்சி மாறுகிறது.

சென்னைக்கெனப் புதிதாக வந்த ஃபிளைஓவர்கள். டைடல் பார்க்,கண்ணைக்கவரும்நவீன கட்டடங்கள்,சாலையோரங்களில் பச்சைப்பசேல் புல்வெளிகள். வண்ணமயமான உல்லாச வாழ்க்கை. பின்னணி இசையாகக் கொஞ்சமும் சம்பந்தமில்லா ‘டண்டணாக்கா டண், டண்டணாக்கா டண்’... தப்படிக்கும் ஓசை. இதயத்துக்குள் தடதடவென இடியென ஒலிக்கிறது. இந்த வளத்துக்கும், ஆடம்பரத்துக்கும் அருகாக இப்படி இன்னொரு அவல உலகம் வாழ்ந்து கொண்டிருப்பதைத் தப்பொலி இதயத்திற்குள் ஆழமாக உள்ளிறக்குகிறது.

ஒன்றின் பெறுதலில் ஒன்றின் இழத்தல் அவசியமாகிப்போன விநோதம். இந்த மாறுதல்களுக்கும், வளர்ச்சிகளுக்கும், இழப்புகளுக்கும் இடையேயும் திருவல்லிக்கேணி பார்த்தசாரதி கோயில் வீதியில் மார்கழி மாத பஜனை. தேனாம்பேட்டை முத்துமாரியம்மன் கோயிலில் கூழ் ஊற்றும் விழா. முதுகில் அலகு குத்தி மாருதிக்காரை இழுக்கும் பக்தர். இஸ்லாமியப் பாடல்களுக்கு விபூதியணிந்து தாளமிட்டு ரசிக்கும் மக்கள். பெசன்ட்நகர் அன்னை வேளாங்கண்ணித் திருவிழா... எனச் சென்னையின் பன்முகங்கள்.

ஆம்! ‘Chennai - The Spilit City’ என்ற குறும்படத்தின் காட்சிகள் இவை. இக்குறும்படத்தை எழுதி இயக்கி இருப்பவர் வெங்கடேஷ் சக்ரவர்த்தி. தத்துவத்தில் எம்.பில் பயின்றிருக்கும் இவர் பணிபுரிவதோ சென்னை மைன்ட் ஸ்க்ரீன் ஃபிலிம் இன்ஸ்ட்டிடியூட்டில் பேராசிரியராக! இதற்கு முன்பு சென்னை அடையாறு ஃபிலிம் இன்ஸ்ட்டிடியூட்டில் ஆசிரியராகப் பணிபுரிந்த அனுபவமும் உண்டு. கமல்ஹாசனின் மருதநாயகத்தில் சீஃப் அஸிஸ்டென்ட் டைரக்டராகவும் பணிபுரிந்திருக்கிறார். அவரைச் சந்தித்தபோது, “எந்த வளர்ச்சியின் பலன்களும் எல்லாருக்கும் கிடைக்க வேண்டும். சென்னையில் போடப்பட்ட வளர்ச்சித் திட்டங்களால் ஏழை மக்களுக்கு என்ன பலன்? ஒவ்வொரு மாறுதல் வந்த போதும் அது தொடர்பாக ஏழை

மக்களை யார் ஆலோசித்தார்கள்?” என்று ஆவேசமாக எதிர்ப்பட்டார்.

இந்தக் குறும்படத் தயாரிப்புப் பற்றி?

மிகவும் தற்செயலாக நிகழ்ந்ததுதான் இது. 1994-ல் மின்பிம்பங்களுக்காக சென்னையைப் பற்றிய வேறொரு நிகழ்ச்சிக்காக சில காட்சிகளைப் பதிவு செய்தேன். என்ன காரணத்தாலோ அது வெற்றிகரமாக முடியவில்லை. அந்த கிளிப்பிங்ஸ் அப்படியே இருந்தது.

சென்னையில் நிகழ்ந்த மாற்றங்களை ஆய்வு செய்த ஏ. ஸ்ரீவத்சவனும், எம்.எஸ்.எஸ். பாண்டியனும் தங்கள் ஆய்வுக்குச் சென்னையைப் பற்றி டாக்குமென்ட்ரி ஃபிலிம் அவசியம் என்றவுடன் வேலை ஆரம்பித்தது. இதற்கான நிதி உதவியை ‘இண்டூ டச் புரோகிராம் ஆன் ஆல்ட்டர்நேட்டிவ்ஸ் இன் டெவலப்மென்ட் (INPID) என்ற அமைப்பு, ‘இந்தியன் நேஷனல் ட்ரஸ்ட் ஃபார் ஆர்ட் அண்ட் கல்ச்சுரல் ஹெரிட்டேஜ் (INTAC) மூலமாக அளித்தது. அதற்காகத் தயாரிக்கப்பட்டதுதான் இந்தக் குறும்படம்.

இந்தக் குறும்படம் மக்களுக்கு விழிப்புணர்வை ஏற்படுத்தக்கூடியது. எவ்விதம் இதை மக்களுக்குக் காட்டப் போகிறீர்கள்?

மக்களுக்கு ஏற்கனவே விழிப்புணர்வுள்ளது. தங்கள் குடியிருப்புகளில் இருந்து காலி செய்யப்படும்போது போராடுகிறார்கள். சாலை மறியல் செய்கிறார்கள். அவர்களுக்குப் புதிதாக வழிப்புணர்வு ஏற்படுத்தத் தேவையில்லை. வளர்ச்சித் திட்டம் தீட்டுகிற மேல்மட்ட அதிகாரத்துவப் பிரிவினருக்குத்தான் விழிப்புணர்வு இல்லை. அவர்கள் ஒரு வளர்ச்சித் திட்டம் போடும்போது, அத்திட்டத்தில் பாதிக்கக்கூடிய எல்லா மக்களின் பிரதிநிதிகளையும் கூப்பிட்டுப் பேசுவதில்லை. நடைபாதையோரங்களிலும் கூவம் ஆற்றின் ஓரங்களிலும் வாழும் மக்களைப் பற்றிக் கவலைப்படுவதில்லை. உதாரணமாக சென்னை பூக்கடை அருகே கொத்தவால்சாவடியில் இருந்த காய்கறி மார்க்கெட் கோயம்பேட்டுக்கு மாற்றப்பட்டபோது, மொத்த வியாபாரிகளை அழைத்துப் பேசினார்கள். நடைபாதையில் காய்கறி, பழங்கள் விற்றுப் பிழைத்துக் கொண்டிருக்கும் நூற்றுக்கணக்கான ஏழைகளைக் கண்டு கொள்ளவில்லை. ஏன் என்று கேட்டால் சட்ட விரோதமாக நடைபாதையை ஆக்கிரமித்துக் கொண்டிருந்தார்கள் என்றார்கள். நடைபாதை வியாபாரிகளுக்கு வியாபாரம் செய்ய லைசென்ஸ் கொடுத்துவிட்டால் அவர்களும் சட்டபூர்வமாக வியாபாரம் செய்பவர்களாகி விடுவார்களே! அவர்களையும் அழைத்துப் பேசி அவர்களுக்கும் மாற்றிடம் வழங்குவதுதான்

ஜனநாயகமுறை. வளர்ச்சித் திட்டம் பற்றி வெளிப்படையாக எதுவும் சொல்வதுமில்லை. விவாதிப்பதுமில்லை. அரசியல்வாதிகளைப் பொறுத்தவரை மக்கள் வெறும் ஓட்டுப் போடும் கும்பல்தான்.

சென்னை வளர்ச்சியடைந்தால் அதன் பயன்கள் ஏழைகளுக்கும் கிடைக்கும்தானே?

இங்கு நிறைய கம்ப்யூட்டர் நிறுவனங்கள் வந்துவிட்டன. இந்தச் சாலையோர மக்களில் எத்தனைபேர் அதில் வேலை செய்கிறார்கள்? சிந்தாதிரிப்பேட்டை கூவம் ஆற்றங்கரையோரம் சில தெருக்களில் வாழும் மக்களுக்கு மின் வசதி கிடையாது. அங்குள்ள பிள்ளைகள் பத்தாம் வகுப்புத் தாண்டினாலே பெரிய விஷயம். அண்ணாதுரை தெரு விளக்கு வெளிச்சத்தில் படித்தார் என்று பெருமையாகச் சொல்வார்கள். அங்குள்ள பிள்ளைகள் எல்லாரும் தெருவிளக்கில்தான் படிக்கிறார்கள். அவர்களுடைய ஏழ்மை, மோசமான குடியிருப்பு, கல்விக்குச் சம்பந்தமில்லாத சுற்றுச்சூழலில் அந்த மாணவர்கள் அதிகபட்சம் போனால் ஒரு பியூன் வேலைக்குப் போவார்கள். ஒரு செக்யூரிட்டி, ஒரு ஸ்வீப்பர் வேலைக்குப் போவார்கள், கம்ப்யூட்டர் இன்ஜினியராகவா ஆக முடியும்? ஆகவே வளர்ச்சியின் பலன்கள் ஏழை மக்களுக்குக் கிட்டவில்லை. நடுத்தர வர்க்கத்தினரும் அதற்கு மேலுள்ளவர்களும் மட்டுமே வளர்ச்சியின் பலன்களை அனுபவிக்கிறார்கள். வளர்ச்சியின் பலன்கள் சமமாகப் பங்கிடப்பட வேண்டும்.

இந்தக் குறும்படத்தின் மூலம் சென்னையின் இருவேறு உலகங்களைக் காட்ட விரும்புகிறீர்களா?

இல்லை. சென்னையில் பல உலகங்கள் இயங்கி வருகின்றன. ஸ்பிலிட் என்றால் இரண்டாகப் பிளத்தல் என்று பொருள் அல்ல. பல கூறுகளையுடையதுதான் சென்னை. வடசென்னை சரியான போக்குவரத்து, சுகாதாரம், கல்வி வாய்ப்பு போன்றவை இல்லாமல் நலிவுற்றிருக்க, தென்சென்னை வசதியாக உள்ளது. ஒரு புறம் கணினித் துறையில் வேலைவாய்ப்புப் பெருகுகிறது. அந்நிய நாட்டுக் கம்பெனிகள் ஆரம்பிக்கப்படுகின்றன. இன்னொருபுறம் இந்த வளர்ச்சிக்குகந்த விதமாக நகரை மாற்றியமைக்க வேண்டியிருக்கிறது. அதற்குத்தான் இந்தச் சிங்காரச் சென்னை என்ற பெயர் சூட்டல்கள் எல்லாம். ஆனால் இந்த மாற்றத்தின் ஊடே வீடிழந்தவர்கள், தொழிலை இழந்தவர்கள், வாழ்க்கையை இழந்தவர்கள் எத்தனை பேர்? அவர்களைப் பற்றிக் கவலைப்பட யாருமில்லை. இப்படி ஒருபுறம் வளர்ச்சி, இன்னொரு புறம் கஷ்டம், இதற்கிடையில்

தங்களுடைய வழிபாடுகளில், சடங்குகளில் ஊன்றி நிற்கும் மக்கள், இந்தப் பன்முகத்தன்மைகள் இக்குறும்படத்தில் காட்டப்படுகின்றன.

இப்படத்தைப் பரவலாக மக்களிடம் எப்படிக் கொண்டு செல்லப் போகிறீர்கள்?

தேசியத் திரைப்பட வளர்ச்சிக் கழகம் மூலமாக அரசுத் தொலைக்காட்சிகளில் இப்படத்தைக் காட்டலாம். தனியார் தொலைக்காட்சியினர் விளம்பரதாரர் யாரேனும் ஸ்பான்சர் செய்ய முன்வரும் பட்சத்தில் இதை ஒளிபரப்ப முன்வருவார்கள். இல்லையென்றால் வரமாட்டார்கள்.

இந்தப் படத்தின் சிடிகளை நிறைய எடுத்து அரசுசாரா நிறுவனங்கள் மூலமாகத் திரையிட ஏற்பாடு செய்யலாம். மக்களுக்கும் நேரடியாகத் திரையிட்டுக் காட்டலாம். இப்படி பல ஐடியாக்கள் உள்ளன.

கேரளாவில் ஜான் ஆப்ரகாம் செய்ததைப்போல மக்களிடம் பணம் வசூலித்துத் திரைப்படம் எடுத்து மக்களுக்குப் பொது இடங்களில் திரையிட்டுக் காட்டலாமே?

கேரளா நிலை வேறு, இங்குள்ள நிலை வேறு. இங்கு எல்லாமே கமர்ஷியல் நோக்கத்துடன்தான் செய்யப்படுகின்றன. கேரளாவில் ஜான் ஆப்ரகாம் செய்ததைப்போலச் செய்ய அதற்கு நிறைய இயக்கங்கள் செயலில் இருக்கவேண்டும். இங்கு பிலிம் சொசைட்டியின் மூலமாக மட்டுமே திரையிட முடியும்.

கேரளாவில் அரசே திரைப்பட விழாக்களை நடத்துகிறது. இங்கு அப்படியா நிலைமை?

திரைப்படத்தின் மூலம் லட்சங்களைக் குவிப்பதை மட்டுமே நோக்கமாகக் கொண்டு செயல்படும் சுயநலம் பிடித்த மனிதர்களுக்கு மத்தியில் இப்படி லட்சியத்தோடு சமூக உணர்வோடும் செயல்படும் வெங்கடேஷ் சக்ரவர்த்தியைப் பார்க்கக் கொஞ்சம் பெருமையாகத்தான் இருந்தது.

'தினமணி கதிர்', ஜூலை 16, 2006

சுவடுகள்

வெங்கடேஷ் சக்கரவர்த்தி

சுவடுகள்